மயிலங்

மங்கையின்
மரகதப் பெட்டி

'காலச்சக்கரம்' நரசிம்மா

notionpress
.com
INDIA • SINGAPORE • MALAYSIA

ISBN 979-8-88869-616-3

அத்தியாயம் 1

கதைக்கு முன்பு ஒரு பொக்கிஷத்தைப் பற்றிய குறிப்பு:

நல்லெண்ணத்துடன் நமது இல்லம் வருபவர்கள், பகலில் வலது காலை எடுத்து வைத்து இன்முகத்துடன் நுழைந்து விருந்தோம்பலை ஏற்பார்கள். தீய எண்ணத்துடன் வருபவர்கள், இரவில் கொல்லை வழியாக இடது காலை வைத்து இல்லம் புகுந்து, கொலை பாதக செயல்களில் ஈடுபடுவார்கள். எனவேதான், சூரியன் அஸ்தமித்தவுடன் கொல்லைக்கதவைத் திறந்து வைக்கக் கூடாது என்பது மனைசாத்திரம் கூறும் வாக்கு.

பாரத பூமியின் கொல்லைப்புறமான சேர நாட்டு மேற்கு கடற்கரை வழியாக சூரியன் அஸ்தமிக்கும் நேரத்தில், மிளகு வாங்கவேண்டி வந்த அரேபியர்கள், டச்சுக்காரர்கள் ஆகியோர் அந்தப் பகுதியின் வளங்களையும், குவிந்து கிடந்த பொக்கிஷங்களையும் கண்டு மலைத்துப்போய் நின்றிருந்தனர்.

கரை நாடு தொடங்கி மலைப்புரம் வரை நவரத்தின குவியல்களும், பொக்கிஷங்களும் கொட்டிக் கிடக்க, மிளகு வாங்க வந்தவர்களின் கண்கள் பேராசையால் விரிந்தன. `இத்தகைய செல்வம்மிக்க நாடா பாரதம்..!' என்று மலைத்தவர்களுக்கு, அவற்றை அபகரிக்க வேண்டும் என்கிற எண்ணம் ஏற்பட்டதில் வியப்பில்லை. `காட்டுவதைக் காட்டி பெறுவதைப் பெற வேண்டும்' என்கிற எண்ணம் அன்றே தோன்ற, சீனத்துப் பட்டு விற்க வந்த ஒரு அரேபிய வியாபாரி, தன் மகளின் மூலமாக வியாபாரத்தை செய்து, சேரமானின் மகனை மயக்கி, அவனை வசப்படுத்தி, சேர நாட்டின் பொக்கிஷங்களைக் கவரத் தொடங்கினான். மனம் வெறுத்த மன்னனும், குலசேகர ஆழ்வாராக ஆன்மிகத்தில் லயித்தார் என்பெதெல்லாம் சரித்திர உண்மைகள்.

கரை நாடு என்பதுதான் இன்றைய கர்நாடகம்! சுற்றிலும் கடற்கரையைக் கொண்ட பகுதிகளைக் கரைநாடு என்பார்கள். கர்நாடகா, ஆந்திரா, இப்போதைய கேரளா மற்றும் தமிழகம் நான்குமே கரை நாடுகள்தாம். கரை நாடு என்கிற பெயரை உச்சரிக்கத் தெரியாமல் கர்னாடிக் என்று வெள்ளையர்கள் அழைத்தனர். கரை நாடு தொடங்கி, தெற்காக சென்றால், மலைபுரம் என்கிற மலபார் வரும். கரை நாடு மயிலங்கி தொடங்கி, மலபாரின் கொளத்து நாடு வரையில், பொக்கிஷங்கள் கொட்டிக் கிடந்த நாடுகள். மன்னர்கள் மட்டுமல்ல, ஜமீன்தார்களும் பெரும் செல்வங்களையும், பொக்கிஷங்களையும் வைத்திருந்தார்கள். கொளத்து நாடு, கோலாத்ரி என்கிற பரம்பரையைச் சேர்ந்தவர்களால் ஆளப்பட்டது. பரம்பரை பரம்பரையாக திருவிதாங்கூர் மன்னர் குடும்பத்திற்கு பெண் கொடுப்பவர்கள். இவர்கள். ஆனால், திருவிதாங்கூரைவிட மிகவும் செல்வந்தர்கள். மூஷிக மன்னர்கள் என்றும் இவர்களை அழைத்தார்கள்!

கரை நாட்டின் மயிலங்கி தொடங்கி, கொளத்து நாடு, நாவாய் ஜமீன் போன்ற குறுநிலங்களும், ஜமீன்களும் பொக்கிஷங்களால் பெரும் கீர்த்தி பெற்றுத் திகழ்ந்தன. நாவாய் ஜமீன்தார், அந்த ஊர் ஆலயமூர்த்தி திருநாவாயா நவமுகுந்தனின் மீது, ஸ்வர்ண நாணயங்களால் அபிஷேகம் செய்து, அந்த நாணயங்களைப் பிரசாதமாக மக்களுக்கு வழங்கி வந்தார். கொடுங்காலூர் மற்றும் கொங்கு சேரர்கள் ஆளுவதற்கு முன்பாகவே மூஷிக மன்னர்கள் மிகவும் பிரபலமாக இருந்தனர். போர் புரிந்து தங்களது நாட்டின் எல்லையை விரிவுபடுத்துவதைக் காட்டிலும், பொக்கிஷங்களைச் சேகரித்து மேலும் மேலும் செல்வந்தர்களாக வேண்டும் என்கிற விசித்திர ஆசையை மட்டுமே கொண்டிருந்தார்கள்.

இந்நிலையில் கரை நாடு என்கிற கர்நாடகத்தின் மைசூரு - ஸ்ரீரங்கப்பட்டினம் அருகே உள்ள குறுநிலமான மயிலங்கி என்கிற மலங்கி நாட்டின் பொக்கிஷத்தை தற்செயலாக இளம் காதலர்கள் கண்டுபிடிக்கின்றனர். `செல்வத்துள் செல்வம் செவிச்செல்வம். அச்செல்வம் செல்வத்துள் எல்லாம் தலை' என்பது போல், `பொக்கிஷங்களுள் பொக்கிஷம் மயிலங்கி பொக்கிஷம். அப்பொக்கிஷம் பொக்கிஷத்துள் எல்லாம் தலை'

என்று கூறலாம். மயிலங்கி பொக்கிஷத்தைக் கண்டுபிடித்த அந்த இளம் காதலர்களைப் பற்றிய கதைதான் - மயிலங்கி மங்கையின் மரகதப் பெட்டி!

1. ஸ்வர்ண மயூரி

மீன மாசம் என்கிற பங்குனி திங்களின் உத்திர நட்சத்திரம் அன்று! பத்ராவதி என்று அழைக்கப்பட்ட அரண்மனை உப்பரிகையின் மதிற்சுவரைப் பற்றிக்கொண்டு நின்றபடி, விண்ணில் ஜொலித்துக்கொண்டிருந்த தாரகைகளை வெறித்துக்கொண்டிருந்தார், மயிலங்கி மன்னர் ராம ரகோத்தம வேங்கடப்பா. மன்னரது மனம் தீவிரமாக தன் மகள் அலர்மேல் மங்காவை சுற்றிப் பறந்துகொண்டிருந்தது.

சித்ர வீணை பயில்விக்கும் தன் ஆசான், கங்கம்மாவுடன் ஸ்ரீரங்கப்பட்டண ஆலய மண்டபத்தில், வீணை இசைப்பதற்காக சென்றிருந்தாள், மங்கா. இன்னிசை நிகழ்வு முடிந்ததும், இரவு ஆசானின் மாளிகையிலேயே தங்கிவிட்டு காலையில்தான் அவள் வருவாள். தாயில்லாத பெண் என்பதால் அவளைப் பொத்திப் பொத்தி வளர்த்திருந்தார், வேங்கடப்பா. தனது சமஸ்தானத்திற்கு ஒரு ஆண் வாரிசு வேண்டும் என்று அவரின் திவான் சவ்யசாசியும், அமைச்சர்களும் அவரை 'மறுமணம் செய்துகொள்ளுங்கள்' என்று வற்புறுத்தியும், வேங்கடப்பா மறுத்துவிட்டார்.

"என் மகளை மகனாக வளர்த்து அவள் கையில் நமது சமஸ்தானத்தை ஒப்படைக்கிறேன். அவளுக்கு தகுந்த வீரனாக பார்த்து, அவனை அவளுக்கு கணவனாகவும், காவலனாகவும் நியமிக்கிறேன்!" என்று அப்போதெல்லாம் அலட்சியமாக கூறியிருந்தார். ஆனால், தான் அப்படி சொன்னது தவறோ என்று கடந்த ஒரு வாரமாகவே நினைக்கத் தொடங்கியிருந்தார். ஒரு வாரமாகவே, மன்னர் வெங்கட்டப்பாவுக்கு நெஞ்சில் ஒருவித வலி. வாய்வு தொல்லையாக இருக்கும் என்று வைத்தியர் கொடுத்த சூரணத்தை உட்கொண்டும் வலி நிற்கவில்லை. உடைகளை மாற்றும்போதுதான் அவை தெப்பலாக நனைந்திருப்பதை உணர்ந்து, தனக்கு அடிக்கடி வியர்த்துப் போவதை உணர்ந்திருந்தார். அஸ்தமிக்கும் வேளை

நெருங்கிவிட்டதோ..? மகளுக்கு எவ்வித பாதுகாப்பும் இன்னமும் செய்யவில்லையே! மகளே பொக்கிஷமாக இருக்க, போதாத குறைக்கு மயிலங்கியின் விலைமதிக்கமுடியாத பொக்கிஷம் வேறு கஜானாவில் இருக்கிறதே!

மைசூர் மன்னர் பரம்பரை வோடேயார்களுக்கு மயிலங்கி பொக்கிஷங்களின் மீது ஒரு கண் இருந்தது. அவர்கள் கண்களில் படும்படியாக, சென்ற வருடம் பங்குனி உத்திரம் நாளில், மயிலங்கி பொக்கிஷத்தை எடுத்துக்கொண்டு, மிகுந்த கோலாகலத்துடன் யானையின் மீது வைத்து ஊர்வலமாக ஸ்ரீரங்கப்பட்டணத்திற்கு எடுத்துச்சென்றிருந்தார், வேங்கடப்பா. ஸ்ரீரங்கப்பட்டண ரங்கநாதர் ஆலயத்தில் உள்ள ரங்கநாயகிக்கு மயிலங்கி ஆபரணங்களைசாற்றிவிட்டு, உற்சவம் முடிந்தவுடன், மீண்டும் தகுந்த பாதுகாப்புடன் மயிலங்கி அரண்மனைக்கு எடுத்துவந்திருந்தார். ரங்கநாயகி, மயிலங்கிதிருவாபரணங்களில் ஜொலிக்க, ஸ்ரீரங்கப்பட்டண, மைசூர் மன்னர்கள் குடும்பத்தை உற்சவத்திற்கு அழைத்திருந்தார்! வேங்கடப்பா செய்த தவறு அதுதான். ரங்கநாயகிக்கு சாற்றியிருந்த நகைகளைப் பார்த்ததுமே, மைசூர் மன்னருக்கு அவற்றை அடைய வேண்டும் என்கிற ஆசை வந்துவிட்டது.

“இத்தனைக்கும் கஜானா முழுவதும் நிரம்பியிருந்த பொக்கிஷத்தில், ஸ்ரீரங்கப்பட்டண ரங்கநாயகிக்கு தேவையான திருவாபரணங்களைத்தான் எடுத்துச்சென்றிருந்தார். அதற்கே மைசூர் மன்னர்கள் மலைத்துப் போனார்கள் என்றால் முழு பொக்கிஷத்தையும் பார்த்தால்?

மதயானை ஒன்று துரத்தி வர, ஒரு மனிதன் மரத்தின் மீது ஏறி தப்ப முயல, மரத்தின் மீது ஒரு கரடி அமர்ந்திருக்க, அது இவனை நோக்கி இறங்குகிறது. கீழே இருக்கும் பள்ளத்தில் குதித்து தப்பலாம் என்றால், அந்தப் பள்ளத்தில் விஷப்பாம்புகள் ஊர்ந்துகொண்டிருக்கின்றன. மரக்கிளையோ உடைந்துகொண்டு வருகிறது. அப்போது தேன்கூடு ஒன்று கலைந்து, அதிலிருந்து தேன் சொட்டி அவனது வாயில் நேராக வழிய, அந்த ஆபத்திலும் அவன் அந்தத் தேனை ருசிக்கிறான். ஏறக்குறைய அந்த மனிதனின் நிலையில்தான் இருந்தார், மன்னர் வேங்கடப்பா.

மயிலங்கி பொக்கிஷங்களைக் கவரத் துடிக்கும் மைசூர் மன்னர்கள், வடக்கிலிருந்து படையெடுத்து வரும் ஔரங்கசீப்பின் முகலாய படைகள் ஒருபுறம், ஒட்டகத்திற்கு இடம் கொடுத்த கதையாக, சமஸ்தானங்களைப் பறித்துக்கொண்டு வரும் கிழக்கிந்திய கம்பெனி மறுபுறம் என்று, எல்லா பக்கங்களிலும் மயிலங்கிய சமஸ்தானத்தை ஆபத்து சூழ்ந்துகொண்டிருந்தது. இன்பம் தரும் தேன்துளியாக இவரது வாழ்க்கையில் அன்பையும், ஆனந்தத்தையும் பரவவிட்டுக்கொண்டிருப்பவள், அவரது அழகிய மகள் அலர்மேல் மங்கா! அவளுக்காகத்தான் மறுமணம்கூட செய்துகொள்ளாமல், வாழ்ந்து வருகிறார், மன்னர் வேங்கடப்பா.

அடுத்த வாரமே, தனக்கு இரண்டாம் தாரமாக மயிலங்கி இளவரசி அலர்மேல் மங்காவை பெண் கேட்டு ஹொளே நரசப்பா என்கிற அமைச்சரை அனுப்பியிருந்தார், மைசூர் மன்னர் சாமராஜ வோடேயார்.

“என்னம்மா செய்யலாம்! அவர்களது குறி நமது மயிலங்கி பொக்கிஷம்! மறுத்துப் பேசினால், போர் தொடுப்பார்களோ என்னவோ!” - மகளிடம் கேட்க, இளவரசி அலர்மேல் மங்கா, தானே அமைச்சர் நரசிப்பாவை எதிர்கொண்டாள்..

“என் தந்தையைவிட மூத்தவரான என் பெரிய தந்தை மைசூர் மன்னர் சாமராஜ வோடேயாரிடம் நான் ஆசிகளை கோரியதாக கூறவும், அமைச்சரே!” என்று ஒரு வாக்கியத்தில், தூதுவரை வாயடைத்து போகச்செய்து, அனுப்பிவிட்டிருந்தாள்,

நிச்சயம் மைசூர் மன்னர் வாளாயிருக்கமாட்டார். படைகளைத் திரட்டி வரக்கூடும். மங்காவைவிட, மயிலங்கி பொக்கிஷங்களைக் குறிவைத்திருக்கிறார். எனவே, படைகளுடன் நிச்சயம் வருவார். என்ன செய்வது? பேராசை பிடித்த மைசூர் மன்னர் சாமராஜ வோடேயாரிடம் இருந்து மகளையும் காப்பாற்ற வேண்டும்; மயிலங்கி சாம்ராஜ்யத்தின் அளவிடமுடியாத பொக்கிஷங்களையும் காக்க வேண்டும். குறிப்பாக, மயிலங்கி சமஸ்தானத்தின் சின்னமான `ஸ்வர்ண மயூரி’யை பத்திரப்படுத்த வேண்டும்.

ஸ்வர்ண மயூரி இவரது முன்னோர்களால் வடிக்கப்பட்டது என்பது தெரியுமே தவிர, யாரால் எப்போது என்பது அவருக்கே தெரியாது. கஜானா அறைக்குச் செல்லும்போதெல்லாம் அவர் அதை பார்த்திருக்கிறார். காலங்கள்கழிந்தும், இன்னும்அந்ததங்க மயிலின் தகதகப்பும், மினுமினுப்பும் குறைந்திருக்கவில்லை. மயிலங்கி பொக்கிஷங்களின் நடுநாயகமாக விளங்கும் ஒப்பற்ற ஒரு பொக்கிஷம். மயிலங்கி சமஸ்தான மன்னர்கள் பதவியேற்கும்போது, இந்தத் தங்க மயிலை சிம்மாசனத்தின் முன்பதாகவே வைத்து அலங்கரிப்பார்கள். வேங்கடப்பா பதவியேற்றபோதும், அவரது அரியாசனத்தில் முன்பாக வைக்கப்பட்டிருந்தது. விழாவுக்கு வந்தவர்கள், மன்னரைவிட, அந்த தங்க மயிலைப் பார்த்துதான் தங்களது ஆச்சர்யத்தை வெளிப்படுத்திக்கொண்டிருந்தார்கள்.

வேங்கடப்பாவின் பாட்டனார், திம்மப்பா சற்றே சந்தேக குணம் நிரம்பியவர். அரண்மனையின் கஜானா அறைக்குப் போதிய பாதுகாப்பில்லை என்று கருதி ஒரு ரகசிய திட்டத்தை செயல்படுத்தினார். "போர்க்காலங்களில் பொக்கிஷங்களை நான் குறிப்பிடும் இடத்தில் பத்திரப்படுத்திவிடு! அவை பத்திரமாக இருக்கும்." என்று அறிவுரை கூறினார்.

ஆனால், இதுவரை அந்த ரகசிய இடத்தில் பொக்கிஷங்களைப் பத்திரப்படுத்துவதற்கான சூழ்நிலை எதுவும் தோன்றியிருக்கவில்லை. இப்போதுதான், முதன்முதலாக அதற்கு ஒரு சந்தர்ப்பம் ஏற்பட்டு வருகிறது, மைசூர் சாமராஜ வோடேயாரால்.

பொக்கிஷங்களை வேண்டுமானால், ரகசிய இடத்தில் பதுக்கிவைக்கலாம்! மகள் அலர்மேல் மங்காவையும்தானே, சாமராஜ வோடேயார் குறிவைக்கிறான். அவளை எங்கே பதுக்கிவைப்பது? மன்னர்களின் வாழ்க்கை ராஜ போகங்கள் நிறைந்தது என்று கூறுகிறார்கள். ஆனால், அன்றாடம் வயிற்றில் நெருப்பை அல்லவா கட்டிக்கொண்டு ஒரு மன்னன் வாழ்கிறான். அரியணை, மகள், பொக்கிஷம் என்று அனைத்தையும் குறிவைத்துதானே எதிரிகள் வருகிறார்கள்? இவை அனைத்தையும் காப்பதோடு, மக்களையும் காக்க வேண்டும் அல்லவா?

யோசித்தபடி உப்பரிகையில் நின்றிந்த, மயிலங்கி மன்னர் வேங்கடப்பா, மாளிகையின் தோரண வாயிலைக் கடந்து ஒரு கரிய குதிரையில், தலைப்பாகை கட்டிய உருவம் ஒன்று வந்து இறங்குவதைக் கவனித்தார். மாளிகை நந்தவனத்தில் தீப ஸ்தம்பத்தில் ஒளிர்ந்துகொண்டிருந்த எண்ணெய் கப்பரையின் ஒளியில், அந்த உருவத்தைக் கூர்ந்து கவனித்தார்.

நெடிய உருவத்திற்கேற்ற புஷ்டியான உடல்வாகு. அந்த முகத்தின் இடது கன்னத்தில் காணப்பட்ட கோடு கிழித்தது போன்ற வடு, அவருக்கு வருவது யார் என்பதை உணர்த்திவிட்டது. காஞ்சியில் தங்கி, இவருக்காக வேவு பார்க்கும் பல்பீமா என்கிற உளவாளிதான் வந்துகொண்டிருந்தான். இவன் எங்கே இந்த வேளையில் வருகிறான்?

வேங்கடப்பாவின் பிடரியில் வியர்க்கத் தொடங்கியது.

- தொடரும்

அத்தியாயம் 2

2. மயிலங்கி ரகசியம்

மன்னர் உப்பரிகையில் தனியாக நிற்பதைப் பார்த்து, பரபரவென்று உப்பரிகையில் ஏறி, விரைந்து வந்தான், தூதன் பலபீமா!

"ஏனப்பா?" என்றபடி அவனைத் திரும்பிப் பார்த்த மன்னர், அவன் முகத்தில் தாண்டவமாடிய கலவரத்தைக் கண்டு துணுக்குற்றார்.

"மன்னரே! ஆபத்து நம்மை நோக்கி வேகமாக நகர்ந்து வந்துகொண்டிருக்கிறது! காஞ்சியில் நிலைமை மிக மோசமாக உள்ளது" - மேல்மூச்சு, கீழ்மூச்சு வாங்க கூறினான், பலபீமா.

"பதற்றப்படாமல் கூறு!" - மன்னர் வேங்கடப்பா கூறினாலும், அவனது முகத்தில் தாண்டவமாடிய கிலியைக் கண்டதும், அவரது கால்களே துவண்டு போயின.

'காஞ்சியை ஆளும் கோல்கொண்டா மன்னர் பிரதிநிதிகள், காஞ்சியில் உள்ள ஆலய அதிகாரிகளை அழைத்து, 'படை எடுத்துவரும் முகலாயர்களுக்கு எதிராக தங்களால் ஒன்றும் செய்ய இயலாது' என்று கூறிவிட்டார்கள். தங்களைக் காப்பாற்றிக்கொள்வதே பெரும்பாடாக இருப்பதால், ஆலயங்களுக்கு தங்களால் பாதுகாப்பு அளிக்க இயலாதென்றும், அவரவர் ஆலயங்களை அவர்களேதான் பாதுகாத்துக்கொள்ள வேண்டும் என்று கூறிவிட்டார்கள்! அதனால்..." என்று பலபீமா சற்றே இடைவெளி விட்டான்.

"அதனால்?" - வேங்கடப்பாவின் வாய் உலர்ந்து போனது.

"முகலாயப் படைகள் ஏற்கெனவே பூவிருந்தவல்லி (பூந்தமல்லி) மற்றும் செங்கழுநீர்ப்பற்று (செங்கல்பட்டு) ஆகிய பகுதிகளைக் கைப்பற்றிவிட்டன. பூவிருந்தவல்லியில்

பாசறை அமைத்திருக்கிறார்கள். இன்னும் ஒரு வாரத்தில் காஞ்சிபுரத்தைக் கைப்பற்றிவிட்டு, பிறகு நமது மயிலங்கியை நோக்கி வரப்போகிறார்கள். முகலாயப் படைகளுக்குப் பயந்து, காஞ்சி வரதன் விக்கிரகங்களை, தெற்கே உடையார் பாளையத்திற்கு எடுத்துக்கொண்டு சென்றுவிட்டார்கள். முகலாயர்களின் இலக்கு நமது மயிலங்கி பொக்கிஷம்தான்'' என்றான் பலபீமா. விதிர்விதித்துப் போனார், வேங்கடப்பா.

`இது என்ன சோதனை!' - பதறிப்போனார், வேங்கடப்பா! `மைசூர் ஓநாயிடமிருந்து மயிலங்கி பொக்கிஷங்களைக்காப்பது எப்படி என்று யோசித்துக்கொண்டிருக்க, இப்போது முகலாயப் புலியும் பொக்கிஷங்களைச் சூறையாட வருகிறதாமே! எப்படிச் சமாளிக்கப் போகிறோம் நாம்!' கலவரத்துடன் அப்படியே உப்பரிகை கைப்பிடி சுவரின் மீது சாய்ந்துகொண்டார், மன்னர் வெங்கடப்பா. அவரது கண்களின் முன்பாக மயிலங்கி பொக்கிஷங்கள், குறிப்பாக ஸ்வர்ண மயூரி சிலை தோன்றி மறைந்தன. அப்படியே உறைந்துபோய் நின்றவர், பிறகு ஒருவாறு தன்னை சமாளித்துக்கொண்டார்.

"பலபீமா! சற்றும் தாமதிக்கக் கூடாது! நீயும் நானும் மட்டும் போதும், இன்று இரவு முழுவதும், கண்விழித்து மயிலங்கி பொக்கிஷங்களைப் பத்திரப்படுத்துவோம். யாருக்கும் அவை இருக்கும் இடம் தெரியக்கூடாது.!'' என்ற மன்னர், காவலர்களை அரண்மனையைச் சுற்றி நிற்க வைத்துவிட்டு, மாளிகையின் வாயிற்கதவை அடைத்துவிட்டார். பிறகு, பலபீமா பின்தொடர கஜானா அறையை நோக்கி நடந்தார். கஜானா அறைக்குள் நுழைந்த பலபீமா மலைத்துப்போய் நின்றான்.

முழுவதும் ஸ்வர்ண ஆபரணங்கள் தகதகக்கும் விஸ்தாரமான கூடம்... அதில் ஏராளமான அறைகள். எல்லாவற்றிலும் வைர வைடூரிய, ஸ்வர்ண ஆபரணங்கள், பல்வேறு வடிவங்களில் இருந்தன. கஜானா கூடத்தின் நடுவே ஒரு ஸ்வர்ண மயில் மயிலங்கியின் சின்னமாக நின்றிருந்தது. தெற்கே வந்த மௌரிய இளவரசன் ஒருவன், மயிலங்கி பகுதியில் தங்கி, இங்கிருந்த பேரழகி ஒருத்தியை மணந்து உருவாக்கிய சாம்ராஜ்யம் மயிலங்கி என்கிற நம்பிக்கை, அந்த சாம்ராஜ்யத்தில் வளைய வந்தது. எனவேதான் மயிலங்கியின்

சின்னமாக மயில் அறிவிக்கப்பட்டிருந்தது. அந்த ஸ்வர்ண மயிலின் தோகைப்பகுதியில் விலைமதிக்க முடியாத வைர, வைடூர்ய, கோமேதக, மரகதங்கள் பதிக்கப்பட்டிருந்தன. அதோடு, பொற்பாளைகள், பாளைகளில் சொருகு வைரங்கள், கண்டாபரணங்கள், ரத்தின சவுக்களிகள், கல்லிழைத்த அட்டிகைகள், ஹாரங்கள், ஒட்டியாணங்கள் என்கிற மணிமேகலைகள், பதக்கங்கள், கணையாழிகள், அரைஞாண்கள், ரத்ன கவசங்கள் வண்டையங்கள். 2000 துலா தட்டு நிறைய ஸ்வர்ண கட்டிகள், ஸ்வர்ண தீவட்டிகள், சாமரங்கள், விசிறிகள், கங்காளங்கள் நிறைய நாணயங்கள் எல்லாம் இருக்க, பலபீமாவின் கண்கள் பிதுங்கின.

அவனது மலைப்பான பார்வையைக் கண்டதும், மன்னர் வேங்கடப்பா புன்னகைத்தார். "இத்தனை பொக்கிஷங்களையும் இன்று இரவுக்குள் நாம் பதுக்கிவைக்க வேண்டும். நீ இவற்றைப் பதுக்குவதற்கு உதவி செய்தால்,, ஒரு கங்காளம் நிறைய தங்க நாணயங்களை உனக்குத் தருகிறேன்!" - மன்னர் கூற, பலபீமாவின் கண்கள் பரவசத்துடன் விரிந்தன.

இருவரும், காரியத்தில் இறங்க, சூரியன் உதிக்கும்போது கஜானா அறை வெறுமையாக இருந்தது.

சூரியன் விடிவதற்கு முன்பாக எல்லா பொக்கிஷங்களையும் பதுக்கிவிட்டார்கள். உடனே மன்னர் வேங்கடப்பா அவசரமாக சுவடி ஒன்றை எடுத்து அதில் எழுத்தாணியைக் கொண்டு எதையோ எழுதத் தொடங்கினார். கன்னடத்தில் மளமளவென்று அவர் எழுத, பலபீமா ஆவலுடன் அவர் எழுதுவதையே பார்த்துக்கொண்டிருந்தான். ஒருவேளை, ஒரு கங்காளம் நிரம்பிய தங்க நாணயங்களை இவனுக்கு பட்டயம் எழுதித் தருகிறாரோ?

தான் எழுதுவதையே பலபீமா வெறித்துப் பார்த்துக்கொண்டிருப்பதை உணர்ந்த, மன்னர், எதையோ மறந்துவிட்டவரைப் போன்று அவனைப் பார்த்தார்.

"உப்பரிகையில் எனது அறையில், ஒரு ஸ்வர்ண வாளை வைத்திருக்கிறேன். அதனையும் பத்திரப்படுத்த வேண்டும். மிகவும் கனமானது! நீ போய் அதனை எடுத்து வா" என்று கூற,

பலபீமா, உப்பரிகையில் இருந்த மன்னரின் அறையை நோக்கி நடந்தான்.

மன்னரின் அறையினுள் நுழைந்தவன், அங்கே இருந்த அம்சதூளிகா விளக்கின் ஒளியில் சுற்றி நோக்கினான். கனமான அந்த ஸ்வர்ண வாள் மன்னரின் மஞ்சத்திற்கு எதிராக சுவரில் மாட்டப்பட்டிருந்தது. அதனை எடுத்துக்கொண்டு,

'அறையைவிட்டு வெளியேறி, அவன் படிகளில் இறங்குவதற்கு முற்பட, திடீரென்று பாய்ந்து வந்த மன்னர் வேங்கடப்பா அவனது நெஞ்சில் தனது குத்துவாளை ஓங்கிப் பாய்ச்சினார். அலறலுடன் ஸ்வர்ண வாளை நழுவவிட்டபடி விழுந்த பலபீமா, சமயோசிதமாக, மன்னர் வேங்கடப்பாவின் இரு கால்களையும் தனது இரு கைகளால் அணைத்துக்கொண்டு படிகளில் உருண்டான். இதனை சற்றும் எதிர்பார்த்திராத மன்னரும் அவனுடன் உருள, ஸ்தலத்திலேயே பலபீமா இறந்துபோனான்.

மறுநாள் சமஸ்தான திவான் சவ்யசாசி, அரண்மனையினுள் நுழைந்தபோது, படிகளின் முன்பாக உயிரிழந்து கிடக்கும் பலபீமாவையும், குற்றுயிரும் குலையுயிருமாக கிடக்கும், மன்னர் வேங்கடப்பாவையும் அதிர்ச்சியுடன் நோக்கினார். மன்னரது ஒரு கையில் குத்துவாளும், மற்றொரு கையில் ஓலைச்சுவடி ஒன்றும் இருந்தன. தன்னையும் அறியாமல், அந்தச் சுவடியை எடுத்து வாசித்தார், திவான் சவ்யசாசி.

சரியாக கொம்பு வாத்தியம் முழங்கி, ஸ்ரீரங்கபட்டணத்தில் இருந்து இளவரசி அலர்மேல் மங்காவின் வருகையை அறிவித்தது.

தனது நூபுரங்கள் ஒலிக்க அன்னநடையிட்டு வந்த, அலர்மேல்மங்கா, நிலத்தில் கிடந்த பலபீமாவின் சடலத்தையும், அருகில் ரத்த காயங்களுடன் மயங்கி கிடந்த தந்தையையும் பார்த்து அலறினாள்.

"திவான்! என்ன நடந்தது?"

ஆட்களின் உதவியோடு மன்னரை உப்பரிகையில் இருந்த அறைக்கு எடுத்துச்சென்ற திவான், வைத்தியர் குழாமை

வரவழைத்தார். வைத்தியர்கள் மன்னரை சூழ்ந்துகொள்ள, பதற்றத்துடன் அறையின் வெளியே நின்றிருந்த இளவரசியை நெருங்கினார்.

"இளவரசி! இந்தச் சுவடியைப் பாருங்கள். உங்களுக்கு ஏதாவது புரிகிறதா? மன்னரின் கையில் இந்த சுவடி இருந்தது. மற்றொரு கையில் குத்துவாள் ஒன்றும் இருந்தது. மன்னரின் ஸ்வர்ண வாளும் அருகே இருந்தது."

`மயிலங்கி ரகசியம்' என்று ஓலையில் எழுதப்பட்டிருந்தது. அதன் கீழே சில குறிப்புகள் கன்னடத்தில் காணப்பட்டன.

(கன்னடத்தில்)

கோனய பேட்டிகே
நவிலு மெடிலுகாலு
தக்ஷிண மெலிகே
நில தர்பாரு
கபின கரிகாலு
ஹசிறு தேவரு!
- எடகண்ணு கங்கேவாகி மத்து
பலகண்ணு சமுத்திரவாகி
அடக சத்யவூ

- மயிலங்கி ரஹஸ்யா

* * * *

(தமிழில்)

அந்திம பெட்டகம்
மயிற்படிகள்
தெற்கு அறை
நிலத்தடி தர்பார்
இரும்புத் தோகை
பச்சை தெய்வம்!
இடக்கண்ணில் கங்கையைக் கொண்டும்

வலக்கண்ணில் கடலைக் கொண்டும்
நோக்கினால் உண்மை புரியும்.

- மயிலங்கி ரகசியம்

“என்ன இது?” - இளவரசி அதனை வாசித்துவிட்டு, குழப்பத்துடன் திவானைப் பார்த்தாள்.

“தெரியவில்லை இளவரசி! மன்னரின் கையில் இருந்தது. மற்றொரு கையில் குத்துவாள் இருந்தது. பலபீமாவின் சடலத்திற்கு அருகே மன்னரது ஸ்வர்ண வாளும் கிடந்தது. ஒருவேளை, பலபீமா மன்னரைக் கொல்லப்பார்த்து, இருவருக்குமிடையேயே கைகலப்பு நேர்ந்து, படிகளில் உருண்டு, மன்னருக்கு காயங்கள் ஏற்பட்டிருக்கலாம்” என்று திவான் சவ்யசாசி சொல்லிக்கொண்டிருக்கும்போதே, கஜானா அதிகாரி பாணிக்ராஹி ஓடி வந்தார்,

“நமது கஜானா துடைத்து வைக்கப்பட்டிருக்கிறது. திருவாபரணங்கள் போன இடம் தெரியவில்லை” என்றதும் திவானும் இளவரசியும் திகைத்து நின்றனர்.

தலைமை வைத்தியர் தலைகுனிந்தபடி வெளியே வந்தார்.

“என் தந்தைக்கு எப்படி இருக்கிறது, வைத்தியரே!” - துக்கம் நெஞ்சை அடைக்க, அலர்மேல் மங்கா கேட்டாள்.

“உதிரப் பெருக்கு அதிகமாகி, மன்னர் மிகவும் அபாயகட்டத்தில் இருக்கிறார். பிரக்ஞை திரும்பினால் ஒருவேளை நம்பிக்கை வரலாம். அவரது மனதுக்குப் பிடித்த மாதிரியில் ஏதாவது நிகழ்வு நடந்தால், அந்த உற்சாகத்தில் ஒருவேளை மன்னர் பிழைத்து வரலாம். இப்போதைக்கு என்னால் அதுதான் கூற முடியும்.” - வைத்தியர் பரமபுருஷர் கூறினார்

“மன்னர், தனக்குப் பிறகு இளவரசியாருக்கு தக்க துணை இல்லாமல் விட்டுப் போகிறோமே என்று பலமுறை என்னிடம் கூறியிருக்கிறார், இளவரசி! தாங்கள் உடனடியாக திருமணம் செய்துகொண்டால், மன்னர் ஒருவேளை, உயிர் பிழைக்கலாம்.” - திவான் சவ்யசாசி கூறினார்.

“திடீரென்று திருமணம் செய்துகொள் என்றால் நான் என்ன செய்ய முடியும்?” - அலர்மேல் மங்கா கூறினாள்.

“திடீர் இன்ப அதிர்ச்சிதான் மன்னரைக் காப்பாற்றவதற்கு ஒரே வழி! முயற்சி செய்து பாருங்கள். தங்களது தந்தையை மீட்பதற்கு, ஏழு கடல், ஏழு மலைகள், தாண்டி உள்ள தீவில் ஒரு மூலிகை மணி இருக்கிறது. அதைக் கொண்டு வந்தால்தான் மன்னர் உயிர் பிழைப்பார் என்று சொன்னதும், உடனே புறப்பட்ட இளவரசர்கள் எல்லாம் இருந்திருக்கிறார்கள். உங்களுக்கு சிரமம் கொடுக்காமல், ஒரு திருமணத்தைத்தானே செய்து]கொள்ள சொல்கிறேன். யோசியுங்கள்” - திவான் கூறினார்.

“ஏழு கடல் தாண்டியும், ஏழு மலைகளை தாண்டியும் சென்றுவிடலாம். ஆனால், எனக்குத் தகுந்த மணாளனைத் தேர்ந்தெடுப்பது பெரும் காரியம். சரி! முயற்சி செய்து பார்க்கிறேன். தந்தை மீண்டு வர வேண்டும்! அதற்காக என்ன வேண்டுமானாலும் செய்யக் காத்திருக்கிறேன்! எனக்கு ஏற்ற நல்ல இளவரசனாக பாருங்கள். நல்ல பண்புகள் இருந்தால் போதும். மைசூர் மன்னரைப் போன்று பேராசை மிக்கவராக இருக்கக் கூடாது” என்று அலர்மேல் மங்கா கூறியதும், சுறுசுறுப்புடன் அகன்றார், திவான் சவ்யசாசி.

அப்போது -

மருத்துவரின் உதவியாளர் ஒருவர் ஓடோடி வந்து, அலர்மேல் மங்காவை அழைத்தார்.

“இளவரசியாரே! சீக்கிரம் வாருங்கள். மன்னர் கண் திறந்துவிட்டார்!” என்று கூவியதும், உள்ளே பாய்ந்தோடினாள், மங்கா.

வழக்கமாக தலைப்பாகை கட்டி கம்பீரத்துடன் காணப்படும் அவள் தந்தையின் முகம், வெள்ளைத்துணியால் கட்டு போடப்பட்டு ஆங்காங்கே ரத்தத் திட்டுகள் துணியில் தென்பட்டன.

மகளைப் பார்த்ததும் அவரது, உதடுகள் துடிதுடித்தன. நடந்தது அனைத்தும் நினைவில் காட்சிகளாக ஓட, மகளை பதைபதைப்புடன் பார்த்தார்.

“இன்னுமா இங்கே இருக்கிறாய்? ஓடி மறைந்து கொள்! மொகலாயப் படைகள் மயிலங்கியை நோக்கி வருகின்றன. பொக்கிஷங்களை மறைத்துவிட்டேன். அவற்றின் இருப்பிடத்தை சுவடியில் கூறியிருக்கிறேன். சுவடியுடன் எங்கேயாவது சென்று மறைந்துகொள். பொக்கிஷங்கள் முகலாயர்களிடம் சிக்கக்கூடாது. நீயும் சிக்கக்கூடாது” என்று வேங்கடப்பா கூற, கண்ணீர் மங்காவின் கண்களை மறைத்தது.

“கவலைப்படாதீர்கள். சுவடி என் வசம்தான் உள்ளது. அதனை வாசித்தேன். ஆனால், ஒன்றும் புரியவில்லையே... பொக்கிஷங்களை எங்கே வைத்திருக்கிறீர்கள்?” - மங்கா கேட்டாள்.

எதையோ சொல்வதற்காக வாயெடுத்தார், வேங்கடப்பா. ஆனால், இருள் அவரது சிந்தையை மீண்டும் ஆட்கொள்ள, மயங்கித் தலையணையில் சரிந்தார், மன்னர் வேங்கடப்பா.

அதிர்ந்து போய் நின்றிருந்தாள், மங்கா.

- தொடரும்

அத்தியாயம் 3

3. கோயிலில் கேட்ட குரல்

ஸ்ரீரங்கப்பட்டணம்...

விஜயநகர மன்னர்களால் கைப்பற்றப்பட்டு, மன்னர் ஸ்ரீரங்க ராயரின் சிற்றன்னை மகனான திருமலை ரங்க ராயர், ஸ்ரீரங்கப்பட்டணத்தின் சிற்றரசராக பதவி ஏற்றிருந்தார். அருகில் இருந்த மகிசூரம் என்கிற மைசூரும், மயிலங்கி (தற்போது கர்நாடகாவின் மலங்கி), மண்டயம், போன்ற குறுநிலங்களும் வலிமை வாய்ந்த ரங்க ராயருக்கு திறை செலுத்திக்கொண்டிருந்தன. தன்னைக் காட்டிலும் வயதில் மூத்தவர்என்பதால்மட்டுமல்ல, மகிஷன்என்கிறஅசுரனைவதம் செய்த சாமுண்டி தேவியின் நகரத்தை ஆண்டுகொண்டிருப்பவர் என்பதால், அதன் மன்னன் ஐந்தாம் சாமராஜ வோடேயாருக்கு தகுந்த மரியாதையை செலுத்திக்கொண்டிருந்தார், ஸ்ரீரங்கபட்டணத்தின் மன்னர் திருமலை ரங்க ராயர்.

ஒரு நாள்....

துலா மாச மக நட்சத்திரம். திருமலை ராயரின் பிறந்த தினம்! பொதுவாக, மகத்தில் பெண் ஜகத்தில் இல்லை என்கிற வழக்கு உண்டு. பெண்ணாகப் பிறந்த மக நட்சத்திரத்தினர், தரணியையே ஆளுவார்கள் என்பது நம்பிக்கை. ஆனால், மகத்தில் பிறந்த ஆண்களுக்கு என்ன பெருமை? பெண் மகம் உலகை ஆண்டால், ஆண்மகத்துக்காரர்கள் பெண்களையே ஆளுவார்கள். பெண்கள் அவர்களின் மீது எளிதாக மையல் கொள்வார்கள்.

இத்தனைக்கும் திருமலை ரங்க ராயர் ஒன்றும் ஆணழகன் எல்லாம் இல்லை. குட்டையான தேகம். சற்று பருமனான சரீரம். ஆனால், கண்களில் பெண்களை மயக்கும் ஒருவித காந்தம் இருந்தது. மன்மதனைப் போன்று இல்லை என்றாலும், அவனது கைக்கரும்பினை போன்று இனிக்க இனிக்க

பேசுவார். ஆண்மையின் பூரிப்பு அவரிடம் இருந்தது. வலுவான விஜயநகரத்து மன்னர் பரம்பரை என்பதாலும், அனைவரையும் அடக்கி ஆண்டுகொண்டிருந்ததாலும், அதிகம் போர்க்களம் கண்டதில்லை. அதனால் தழும்பு எதுவும் தேகத்தில் காணப்படாமல், மேகமற்ற நீல வானம் போன்று ஜொலித்தது, அவரது உடல்.

தனது பிறந்த தினத்தை முன்னிட்டு, ஸ்ரீரங்கப்பட்டணத்தின் ஆதிரங்கநாதனையும், ரங்கநாயகியையும் தரிசனம் செய்ய திருமலை ரங்க ராயர் வந்திருந்தார். மனைவி அஸ்வத்தம்மாவுடனும்,, பதினாறு வயது நிரம்பிய மகள் ரங்காத்மஜாவுடனும் ஆலயத்தின் முன்பாக வந்து இறங்க, அவரது பார்வை ஏற்கெனவே நின்றிருந்த ஒரு அன்ன வடிவ ரதத்தைக் காணத் தவறவில்லை. யாரோ முக்கிய பிரமுகர் அரங்கனின் ஆலயத்திற்கு வந்திருக்கவேண்டும்.

தனக்கு முன்பாக நீட்டப்பட்ட பூரணகும்பதை தொட்டுவிட்டு நடக்க, அவரைப் பின்தொடர்ந்தனர், ரங்காத்மஜாவும் அவளின் அன்னை அஸ்வத்தாமாவும். பொதுவாகவே, அரச குடும்பம் எங்கே வந்தாலும், பெண்களின் கூட்டமும், வாலிப பருவத்தினரின் கூட்டமும் அலை மோதும். பெண்கள் கம்பீர திருமலை ரங்க ராயரின் மயக்கும் கண்களைக் காண்பதற்கு குழுமி இருப்பார்கள் என்றால், கட்டிளங்காளைகள் பேரழகி ரங்காத்மஜாவை தரிசிக்க தவம் கிடப்பார்கள். இவர்கள் இருவரின் அழகின் நடுவே, சற்றுப் பொலிவு குறைந்தவளாகத்தான் அஸ்வத்தம்மா காணப்படுவாள். அவளுக்கு இருந்த அழகையும் தன்னுள் உறிஞ்சிக்கொண்டு, பூலோக ரம்பையாக நடமாடி வந்தாள், ரங்காத்மஜா. அரச குடும்பத்தை மாலையிட்டு வரவேற்றது, ஸ்ரீரங்கப்பட்டண கோயில் யானை, சேஷி.

அரச குடும்பம், அரங்கன் சந்நிதியை நோக்கி நடந்தது. அவர்களை வழிநடத்தி சென்றனர், ஸ்ரீரங்கப்பட்டணத்து சமஸ்தான திவான், கீராங்கூர் அனந்தாச்சாரியாரும், கோயில் அதிகாரி, ராஜப்பாவும். அவர்கள் சந்நிதியில் பிரவேசிக்கும்போது, தேவகானமாக ஒலித்தது ஒரு குரல். உருக்கமாக யாரோ பாடிக்கொண்டிருந்தார்.

மிகவும் இனிமையான குரல், அதில் இழைந்தோடிய சோகம் மன்னர் திருமலை ரங்க ராயரை கரைத்துவிட்டது. அந்தக் குரலுக்கு உரியவளை நின்று பார்த்தார். தெய்விக அழகைக்கொண்டிருந்த அந்தப் பெண்ணின் கண்களில் நீர் உருண்டோடிக்கொண்டிருந்தது. பக்திப் பரவசத்தினால் ஏற்பட்ட கண்ணீரா, இல்லை பெருந்துன்பம் எதையாவது அனுபவிக்கிறாளா?

அவள் பாடி முடிக்கும்வரை காத்திருந்த மன்னர் ரங்க ராயர் தனது திவான், கீராங்கூர் அனந்தாச்சாரியரை நோக்கி 'யார் அவள் என்று விசாரியும்' என்று அந்தப் பெண்ணின் பக்கமாக கண்களால் ஜாடைகாட்ட, அவரும் பாடி முடித்து கண்களை மூடி நின்ற அந்தப் பெண்ணை நெருங்கினார்.

"உங்கள் பாட்டு தும்புரு கானமாக இருந்தது. தாங்கள் யார் என்பதை அறிய எங்கள் மன்னர் விரும்புகிறார்!" - திவான் கீராங்கூர் கேட்டார்.

"என்னைப் பற்றி சொல்லுவதற்கு ஒன்றுமில்லை. உங்களுக்கு திறை செலுத்தும் மயிலங்கி என்கிற மலங்கி குறுநில மன்னர் ராம ரகோத்தம வேங்கட்டப்பாவின் மகள், அலர்மேலு மங்கம்மா நான். தந்தைக்கு சிறிது காலமாக மயக்கமுற்ற நிலையில் இருக்கிறார். அவரது உடல் நிலையும் மோசமடைந்து வருகிறது. அவரது உடல்நலம் தேற வேண்டும் என்பதற்காக ரங்கநாயகியிடம் இறைஞ்சிக்கொண்டிருக்கிறேன்" - அவளது குரல் சோகமாக ஒலித்தது. அந்தத் துயரம் அஸ்வத்தம்மா என்கிற ரங்க ராயரின் அரசியையும் உலுக்கிவிட்டிருக்க வேண்டும்,

"அலர்மேலு! பொதுவாக ஒரு பெண்ணின் தந்தைக்கு மனக்கவலை என்றால், அது அவளது திருமணம் குறித்துதான் இருக்க வேண்டும். நீ இங்கே ரங்கநாயகியிடம் இறைஞ்சி பாடுவதைவிட, ஒரு திருமணத்தை செய்துகொண்டால், அவரது மனநிலையும், உடல்நிலையும் தேறிவிடும் அல்லவா!" - அஸ்வத்தம்மா கூற, அவளை பணிவுடன் நோக்கினாள், அலர்மேல் மங்கா.

“உண்மைதான் அரசியாரே! என்னைத் திருமணம் செய்து கொள்ளும்படி அவர் வற்புறுத்திக்கொண்டுதான் இருக்கிறார். ஆனால், நான்தான் மறுத்துவருகிறேன்!” - அலர்மேல் மங்கா

கூறினாள்.

மன்னர் ரங்க ராயரின் புருவங்கள் உயர்ந்தன - “உனது திருமணம், அவரது உடல்நிலையை சீர் செய்யும் என்பதை அறிந்திருந்தும், அதனை செய்துகொள்ளாமல் இங்கே வந்து எதற்கு அழுதுகொண்டிருக்கிறாய்?”

மன்னனின் கண்களை ஒரு முறை ஏறிட்டுவிட்டு, மௌனமாக நிலத்தை நோக்கியவள், பிறகு மெல்லிய குரலில் கூறினாள் -

“மரணப்படுக்கையில் கிடக்கும் என் தந்தையின் ஆசையை நிறைவேற்றவாவது நான் திருமணம் செய்துகொள்ளத்தான் நினைக்கிறேன். ஆனால், நான் திருமணம் செய்துகொள்ள நினைக்கும் அடுத்த கணமே, எனக்கும் எனது நாட்டுக்கும் பெரும் ஆபத்து நேரிடும். என் தந்தையாலும் நிம்மதியாக கண்மூட முடியாது என்பதனால்தான் நான் தயங்குகிறேன்!”.

“ஆபத்தா! என்ன ஆபத்து?” - மன்னர் திருமலை ரங்க ராயர் திகைப்புடன் கேட்டார்.

“மன்னிக்க வேண்டும் அரசே! ஆபத்து என்ன என்பதை தங்களது செவிகளுக்கு மட்டுமே தெரிவிக்க விரும்புகிறேன்!” என்றதும், அஸ்வத்தம்மாவும், மகள் ரங்காத்மஜாவும் சந்நிதியைவிட்டு பிராகாரத்தில் நுழைந்தனர். அஸ்வத்தம்மா, நான்கு கால் மண்டபம் ஒன்றில் அமர்ந்துகொள்ள, ரங்காத்மஜா மட்டும், கோயில் பின்புறத்தைநோக்கி மெதுவாக நடந்துகொண்டிருந்தாள். ஆலயத்தின் பின்பாக ‘சிலுசிலு’ என்று காவிரியாற்றின் கிளை ஆறான இடமூரி ஆற்றின் காற்று வீசிக்கொண்டிருந்தது. ஆலயத்தின் பின்புறமாக இடமூரி காடுகள் துவங்கின.

‘ஸ்ரீரங்கப்பட்டணத்து ரங்கநாதனின் அன்றாட ஆராதனைக்காக நீர் சேந்த பட்டர்கள் என்னைத் தேடி வர வேண்டாம். நானே எனது நீரை அனுப்புகிறேன்’ என்பது போன்று ஆலயத்தின்

பின்பாக இருந்த காடுகளில் அருவியாக விழுந்து இடமூரி அருவி ஆறாக ஓடி, ஆலயத்தின் பின்பாக பாய்ந்துகொண்டிருந்தது (இடப்புறமாக பிரிந்ததால் அதற்கு இடமூரி அருவி என்று பெயர். தற்போது எடுமூரி அருவி என்று அழைக்கப்படுகிறது).

ஆலயத்தின் பின்பாக ஓடிய இடமூரி ஆற்றை நோக்கி நடந்துகொண்டிருந்த ரங்காத்மஜா, ஆற்றின்கரையில் இருந்த ஒரு பாறையில் அமர்ந்தபோதுதான், ஆற்றில் நீந்திக்கொண்டிருந்த அவனைக் கண்டாள்.

அந்த பகுதியில் ஆற்றின் ஆழம் அதிகமாக இருந்தாலும், அந்த வாலிபன் அநாயாசமாக நீந்திக்கொண்டிருந்தான். பால் போன்ற நிறம்! ஆற்றுக்கு மேல் அவள் கண்டது அவனது உடலை அல்ல, அவனது ஆற்றலைத்தான்.

இரு தோள்களும் உயரமாக இருந்ததால், இரு மலைகளின் நடுவே நீரின் பின்பாக ஒரு சூரியன் உதிப்பது போன்று காட்சி தந்தது, அவன் முகம்.

பொதுவாகவே எல்லா ஜீவராசிகளும் நீராடும்போது அழகாக காட்சி தரும். ஆனால், இவன் நீராடுவதால் அவன் மட்டும் அழகாக காட்சி தரவில்லை. அந்த ஆற்றை, அந்த பகுதியையே மிக அழகாக தோன்றச் செய்திருந்தான். அதுவரையில் ஆண்கள் என்பவர்கள் பக்தியையும், பணிவையும் மட்டுமே செலுத்த வேண்டிய பிறவிகள் என்கிற எண்ணத்தைக் கொண்டிருந்தாள். தந்தை, ஆசான், மந்திரி பிரதானிகள் மட்டும் கோயில் பட்டர்களுடன் மட்டுமே பழகிக்கொண்டிருந்தவள். பதினாறு பிராயங்களில் காலடி எடுத்து வைத்திருந்ததாலோ என்னவோ, அந்த இளம் வாலிபன் ஆற்றில் நீராடிக்கொண்டிருப்பதைப் பார்த்ததும், அவளது மனதில் முதன்முறையாக ஒருவித உணர்ச்சி தோன்றியது.

கம்பீரத்துடனும், இளமைத் துடிப்புடனும், உலகிலே தான் மட்டுமே இருப்பது போன்ற அலட்சியத்துடன் நீந்திக்கொண்டிருந்தான், அவன். ஒரு முறை இவளை நோக்கியவன், பேரழகுமிக்க அவளைப் பார்த்ததே பெரும் பாவம் என்பது போன்று அடுத்த கணமே, நீரினுள் ஒரு முறை மூழ்கி வெளிவந்தான். அன்னநடை பயின்றபடி வந்து பாறையில்

அமர்ந்த ரங்காத்மஜாவை அந்த வாலிபனும், ஓரக்கண்ணால் கவனித்தபடிதான் இருந்தான்.

ஒருவேளை... தான் நீந்திவிட்டு ஆற்றைவிட்டு வெளியேறியதும், நீராடுவதற்காக பாறையில் அமர்ந்து காத்திருக்கிறாள் போலும் என்று நினைத்தான். அவள் நீராட வேண்டும் என்பதற்காக தான் அவசரப்பட விரும்பவில்லை, அந்த வாலிபன். குளிர்ச்சியான அந்த ஆற்று நீர் தேகத்தில் ஏற்படுத்திய சுகத்தை மெய்மறந்து அனுபவித்தபடி, வெளியேற மனமில்லாமல் தொடர்ந்து நீந்திக்கொண்டிருந்தான்.

கடைசியாக, ஒரு முறை ஆற்று நீரில் குட்டிக்கரணம் ஒன்றைப் போட்டுவிட்டு, கரையில் ஏறி நீராட காத்திருக்கும் அந்த பெண்ணிற்கு வழிவிடலாம் என்று நினைத்த அந்த வாலிபன், ஆற்றின் மீது துள்ளி பாயும் மீன்போல குட்டிக்கரணம் ஒன்றை அடித்து பெருத்த சத்தத்துடன் மீண்டும் நீரினுள் பாய்ந்து மறைந்தான். சற்று நேரத்திற்கெல்லாம், அவனது கட்டழகு தேகத்தின் மேல்பகுதி வெளிப்பட்டது. ஆற்று நீரின் பெருத்த சத்தத்தினால் கவரப்பட்டு, அவனை நோக்கி தன்னையும் அறியாமல் திரும்பினாள், ரங்காத்மஜா.

இவள் கவனித்த வேளையில், அவன் அந்தரத்தில் குட்டிக்கரணம் அடித்துக்கொண்டிருக்க, அவனது இடையில் அவன் அணிந்திருந்த அந்த நீலத்துண்டு அவள் கண்களில் பட்டது. ஆனால், குட்டிக்கரணம் அடித்து நீரினுள் மூழ்கி, அவன் மீண்டும் நீரின் மேலே வந்தபோது, அவனுக்கு பின்பாக அவன் அணிந்திருந்த அந்த நீல துண்டு அவனிடம் விடைபெற்றுக்கொள்ளாமல் நழுவி, வேகமாக ஆற்று நீரில் பாய்ந்துகொண்டிருந்தது. அந்த வாலிபன் அதனை உணரவில்லை போல் இருக்கிறது. சுவாசத்தை வாங்கிக்கொண்டு தன்னை ஆசுவாசப்படுத்தி கொண்டிருந்தான். தனது நிர்வாணத்தை உணராமல் அவன் பாட்டுக்கு வெளியே வந்துவிடப் போகிறானே, என்கிற பதற்றத்தில், ரங்காத்மஜா தனது தலையை மறுபக்கம் திருப்பினாள். அதே சமயம், நாலு கால் மண்டபத்தில் அமர்ந்திருந்த அஸ்வத்தம்மாவும், தனது தலையைத் திருப்பி அரங்கனின் சந்நிதியை நோக்கினாள்..

ஆற்றில் நீராடிக்கொண்டிருந்த அந்த வாலிபனின் ஆடை நழுவி மிதந்து சென்றது போன்று, சந்நிதியின் உள்ளே தன் தந்தையும், கணவரும் தங்களிடமிருந்து நழுவி செல்வதை உணராமல் நின்றிருந்தனர், அரசி அஸ்வத்தம்மாவும், இளவரசி ரங்காத்மஜாவும்.

- தொடரும்

அத்தியாயம் 4

4. கண்டதும் காதல்... கொண்டதும் தீரும்!

"உனக்கு நான் இருக்கிறேன்!" - அலர்மேல் மங்காவின் கரத்தின் மீது ஆதூரத்துடன் தனது கரத்தை வைத்தார், ஸ்ரீரங்கப்பட்டண மன்னர், திருமலை ரங்க ராயர்.

தனது கணவர் தன்னை விட்டு நழுவிக்கொண்டிருக்கிறார் என்கிற உள்ளுணர்வு, அரசி அஸ்வத்தம்மாவை எச்சரித்திருக்க வேண்டும். கலக்கத்துடன் அரங்கனின் சன்னிதியையே உறுத்துப் பார்த்தபடி, அந்த நான்கு கால் மண்டபத்தில் அமர்ந்திருந்தாள்.

'இன்னும் மகள் ரங்காத்மஜா ஆற்றங்கரையில் இருந்து வரவில்லையே' என்கிற கவலையுடன், ஆலயத்தின் பின்புறமாக கவனித்தாள். சன்னிதியையும், ஆற்றங்கரை பக்கமாகவும், மாற்றி மாற்றி பார்த்துக்கொண்டிருந்தாள், அஸ்வத்தம்மா.

ரங்காத்மஜா ஆற்றங்கரையில் பெரும் அவஸ்தையில் இருந்தாள். ஆற்றில் நீராடிக்கொண்டிருந்த அந்த அழகிய வாலிபன், அந்தரத்தில் குட்டிக்கரணம் அடிக்கும்போது, அவனது இடையில் கட்டியிருந்த நீல வஸ்திரத்தைக் கண்டிருந்தாள். ஆனால், அவன் மீண்டும் நீரில் மூழ்கியதும், அந்த நீலத்துகில், ஆற்று நீரில் மிதந்து போவதைக் கண்டிருந்தாள். தான் கட்டியிருந்த வஸ்திரம் நழுவி செல்வதை அறியாமல், அந்த வாலிபன் நீரில் நின்று, தன்னை ஆசுவாசப்படுத்திக் கொண்டிருந்தான். ஆனால், வெளியே வரமுடியாமல் அவன் தவிக்கக் கூடும் என்கிற எண்ணம், அவன் மீது இரக்கம்கொள்ள வைத்தது.

தனது நிர்வாணத்தை உணராமல் அவன் பாட்டுக்கு வெளியே வந்துவிடப் போகிறானே என்கிற பதற்றத்தில், ரங்காத்மஜா அவனது கவனத்தை திருப்பினாள்.

“தங்களது வஸ்திரம் நீரில் மிதந்து சென்றுவிட்டது!” - ரங்காத்மஜா கூறியதும்தான் அந்த வாலிபன் தனது நிலையினை உணர்ந்தான். திரும்பிப் பார்த்த அவன், அதைப் பிடிப்பதற்காக அதன் பின்னாலேயே நகர முயல, ரங்காத்மஜா அலறினாள்.

“வேண்டாம்! இடமுரி ஆற்றின் அந்தப் பகுதியில் சுழல் அதிகம். பெரிய நீச்சல் வீரர்களே சமாளிக்க இயலாமல் உயிரை விட்டிருக்கின்றனர். வஸ்திரம் போனால் போகட்டும்.!” - அவள் கூறியதும், அதிர்ந்து போய் அவளை நோக்கினான்.

“போனால் போகட்டுமா? நான் எப்படி ஆற்றிலிருந்து வெளியே வருவது? நான் எனது இடையில் அந்த துண்டை மட்டுமே அணிந்துகொண்டு நீராடுவதற்கு வந்தேன். இப்போது எனது கூடாரத்திற்கு எப்படி செல்வது?” - குழப்பத்துடன் கேட்டான், அந்த வாலிபன்.

சட்டென்று ரங்காத்மஜாவுக்கு அந்த யோசனை தோன்றியது. தனது கொண்டையின் உச்சியில் பிணைக்கப்பட்டு, தரை வரையில் நீண்டு நிலத்தில் புரண்டுகொண்டிருந்த மெல்லிய சீலையை நீக்கி, சுருட்டி அந்த வாலிபனை நோக்கி வீசினாள். அதை லாகவமாகப் பிடித்துக்கொண்டான், அந்த வாலிபன்

“இதை அணிந்துகொண்டு வெளியே வாருங்கள்” -- என்றாள் ரங்காத்மஜா.

“தங்களது கூந்தல் அலங்காரம் புலப்படுவதற்காக மெல்லிய பட்டு நூலிழையால் தயாரிக்கப்பட்ட இந்த சீலை எனது மானத்தைக் காக்கும் என்று தோன்றவில்லை. இருப்பினும், தாங்கள் திரும்பி நின்றால், நான் எனது கூடாரத்திற்கு ஓடிச்சென்றுவிடுவேன்.” - அந்த வாலிபன் கூற, ரங்காத்மஜா சிரிப்புடனும், வெட்கத்துடன் திரும்பி நின்றாள்.

அந்த வாலிபன், ஆற்றிலிருந்து வெளியேறும் சத்தம் கேட்க, தலைகுனிந்து நின்றாள்.

“இந்தச் சீலையை எப்படி தங்களிடம் திருப்பிக் கொடுப்பது?” - அந்த வாலிபனின் குரல் கேட்க, திரும்பிப் பாராமல் பதில் கூறினாள், ரங்காத்மஜா.

“என்னிடம் நூற்றுக்கணக்கான சீலைகள் உள்ளன. இது ஒன்று இல்லை என்றால் பரவாயில்லை. நீங்களே வைத்துக்கொள்ளுங்கள்.”

“எனது பெற்றோர் சந்தேகப் பேர்வழிகள். ஒரு பெண்ணின் சீலை என் வசம் இருந்தால், என்னை கேள்விகளால் துளைத்துவிடுவார்கள். உங்கள் சீலையை நான் திருப்பிக் கொடுத்துவிடுகிறேன்! மேலும், காட்டுவாசியைப் போன்று நிற்கிறேன். என்னைத் தாங்கள் கம்பீரமாக பார்க்க வேண்டாமா? இந்தச் சீலையை மீண்டும் கொடுக்க வேண்டும் என்பதைக் காரணமாகக் கொண்டு தங்களுடன் பேசலாம் என்று நினைத்தேன்” - அந்த வாலிபன் கூற, ரங்காத்மஜா, கலகலவென்று நகைத்தாள்.

“இப்போது நீங்கள் திரும்பி என்னை நோக்கலாம்..!” அந்த வாலிபன் கூற, வியப்புடன் அவன் பக்கமாக திரும்பினாள், ரங்காத்மஜா.

கரையோரம் மண்டிக்கிடந்த செடிகளின் இடையே நின்றுகொண்டிருந்தான், அந்த வாலிபன். பூச்செடிகள் அவனது மார்பு வரை மறைத்திருந்தன.

“இனி கவலையில்லை பெண்ணே. நான் இப்படியே செடிகளின் பின்பாகவே பதுங்கிச் சென்று எனது கூடாரத்தை அடைந்துவிடுவேன். நீராடிக்கொண்டிருந்த கண்ணனின் ஆடையை கோபர்கள் பறித்துச்சென்றதால், திரௌபதி தனது மேலாடையைக் கிழித்து அவனுக்கு அளித்ததால், பின்னர் அவன் அவளுக்கு சேலையை அளித்து அவள் மானத்தைக் காத்தான் என்று படித்திருக்கிறேன். இன்று நீங்கள் எனக்கு உதவியிருக்கிறீர்கள். இந்த உதவியை நான் நிச்சயம் திருப்பி செய்துவிடுவேன்” - அந்த வாலிபன் புன்முறுவலுடன் கூறினான்.

“கவலைப்படாதீர்கள்.! திரௌபதியை போன்று என்னை வைத்து யாரும் சூதாட மாட்டார்கள். நீங்கள் உங்கள் கூடாரத்திற்கு செல்லுங்கள்” - ரங்காத்மஜா கூறினாள்.

“பெண்ணே... நீ யார்? உனது பெயர்?” - அந்த வாலிபன் இப்போது அவளது பேரழகில் சொக்கிப் போய், கண்களில் பிரமிப்புடன் அவளை வெறித்தபடி கேட்டான்.

“ஸ்ரீரங்கப்பட்டணத்தை ஆளும் விஜயநகர கிளை மன்னர், திருமலை ரங்க ராயரின் மகள், ரங்காத்மஜா! தாங்கள் யார்?” - அவனை நாணத்துடன் பார்த்தபடி வினவினாள்.

“உங்கள் நாட்டின் தெற்கே உள்ள சத்யபுரி காடுகளை (சத்யமங்கல காடுகள்) கடந்து, துவங்கும் மலை நாடுகளில் முதலாவதாக திகழும் கொளத்துநாடு மூஷிக கோலாத்ரி மன்னர் பரம்பரையைச் சேர்ந்த வாயு விக்ரம வடக்கன் பெருமாள் நான். என்னை வாயு விக்ரமன் என்று அழைப்பார்கள்” -- என்றான்.

அவள் ஒரு இளவரசி, என்பது அவனுக்கும், அவன் ஒரு இளவரசன் என்பது அவளுக்கும் இன்ப அதிர்ச்சியை ஏற்படுத்தியது.

“கொளத்து நாட்டு இளவரசர் முன்னர் பின்னர் குளங்களில் நீராடியது கிடையாதா என்ன? இப்படி துகில் விலகியது கூடவா தெரியாமல் குளிப்பார்கள்?” - ரங்காத்மஜா சிரித்தாள்.

“எங்கள் நாட்டு குளங்கள் எல்லாம் அடக்கமானவை. ஆண்களின் துகில்களைப் பறிக்காது. உங்கள் காவிரியின் சகோதரி இடமூரி ஆறு, இப்படி துச்சாதனனாக இருப்பாள் என்று நான் கனவிலும் எதிர்பார்க்கவில்லை. துகில் விலகினால் என்ன? முகில் விலகிய நிலவாக நீ என் முன் நிற்கையில்?” - என்று கவிநயத்துடன் அவன் பேச, அவளது முகம் குங்குமமாக சிவந்தது.

“போதும்! சென்று ஆடைகளை அணிந்துகொள்ளுங்கள். காய்ச்சல் வந்துவிடப்போகிறது!” -உண்மையான அக்கறையுடன் ரங்காத்மஜா கூற, அந்த அக்கறையான குரலைக் கேட்டதுமே, இந்தப் பேரழகி எனக்குதான் என்கிற முடிவுக்கு வந்துவிட்டிருந்தான், வாயு விக்ரமன்.

“இன்று மாலை நான் ரங்கநாதர் ஆலயத்திற்கு வர உள்ளேன். அப்போது உனது சீலையைத் தருகிறேன்” என்று கூறிவிட்டு, செடிகளின் பின்பாக விரையும் வாயு விக்ரமனது ஆற்றல் மிக்க புஜங்களையும், காற்றில் புரளும் அவனது சுருண்ட முடிக்கற்றைகளையும், ஆர்வத்துடன் பார்த்துக்கொண்டே நின்றாள், ரங்காத்மஜா.. அவன் தனது கூடாரத்தினுள் மறைந்ததும், மீண்டும் கோயிலை நோக்கி நடந்து, அதன் பின்புற

நுழைவாயில் வழியாக நாலு கால் மண்டபத்தில் நின்றிருந்த தாய் அஸ்வத்தம்மாவுடன் சேர்ந்துகொண்டாள்.

“எங்கு போனாய்?” - சற்றே எரிச்சலுடன் கேட்டாள், அஸ்வத்தம்மா.

“ஆற்றங்கரையில் சற்றே காற்றாட உலவிக்கொண்டிருந்தேன். இன்னுமா தந்தை அந்த பெண் அலர்மேல் மங்காவுடன் பேசிக்கொண்டிருக்கிறார்?” - வியப்புடன் கேட்டாள், ரங்காத்மஜா

“அந்தப் பெண் மயிலங்கி சமஸ்தானத்து இளவரசி. அவளது தந்தை மன்னர் ராம ரகோத்தமர் வேங்கடப்பா, மரணப்படுக்கையில் கிடக்கிறாராம். உனது தந்தை அவளை அழைத்துக்கொண்டு மயிலங்கி நாட்டு மன்னரை சந்திக்க சென்றிருக்கிறார். நம் இருவரையும் அரண்மனைக்கு திரும்பச்சொன்னார்” - அஸ்வத்தம்மாவின் குரலில் சுரத்தே இல்லை.

ரங்காத்மஜாவின் சிந்தையில் வாயு விக்ரமன் முழுவதுமாக நிறைந்திருந்ததால், தாய் அஸ்வத்தாமா முகத்தில் காணப்பட்ட கவலையையும், கலவரத்தையும், கவனிக்கத் தவறிவிட்டாள்.

தங்களது ரதத்தில் அஸ்வத்தம்மாவும், ரங்காத்மஜாவும் ஸ்ரீரங்கப்பட்டணத்து அரண்மனையை நோக்கிச் சென்றுகொண்டிருந்தனர்.

திடீரென்று, தனது மகளைத் திரும்பி நோக்கினாள், அஸ்வத்தம்மா.

“மனதை திடப்படுத்திக்கொள், ரங்காத்மஜா! உனக்கு ஒரு சிற்றன்னை தயாராகிக்கொண்டிருக்கிறாளோ என்று ஐயப்படுகிறேன்!” - அஸ்வத்தாமா, சொல்ல, தனது தாயை திகைப்புடன் நோக்கினாள், ரங்காத்மஜா.

“என்னம்மா கூறுகிறாய்? எனது தந்தையாவது, மற்றொரு பெண்ணை ஏறெடுத்துப் பார்ப்பதாவது” - அவளது குரல் தாயின் யூகம் தவறு என்கிற நம்பிக்கையின்மையைப் பிரதிபலித்தது.

"ரங்காத்மஜா! ஒருவேளை, உனது தந்தை அந்த அலர்மேல் மங்காவைத் திருமணம் செய்துகொண்டு தன் மனைவியாக அழைத்து வந்தால் அதிர்ந்து போகாதே! எனக்கென்னவோ, அவள் மீது உன் தந்தை காதல் வயப்பட்டுவிட்டார் என்றே தோன்றுகிறது." அஸ்வத்தம்மாவின் குரலில் ஒருவித சோகம் ஒலிக்க, இந்த முறை ரங்காத்மஜாவை ஒருவித அதிர்ச்சி முழுவதுமாக ஆட்கொண்டது.

"எதனால் இப்படி அனுமானிக்கிறாய், அம்மா?"

"உனது தந்தைக்கு காதல் உணர்வுகளும் அதிகம். காதல் உணர்வுகளைவிட, பொக்கிஷங்கள் மீதும் பற்றுதல் அதிகம். அந்த அலர்மேல் மங்கா ரகசிய பொக்கிஷங்களை வைத்திருப்பவள். மயிலங்கி மங்காவின் பொக்கிஷ ரகசியங்களைக் கைப்பற்றவாவது, உனது தந்தை அவளைக் காதலித்து மணக்க கூடும். எதற்கும் நாம் ஆரத்தி தட்டுடன் காத்திருப்போம்!" - அஸ்வத்தம்மா கூற, ரங்காத்மஜா யோசனையுடன் தங்களது ரதத்தின் குதிரையின் தலையில் அலங்காரமாக சொருகப்பட்டிருந்த நீல வண்ண பஞ்சினால் நெய்யப்பட்ட செயற்கைப் பூவை வெறித்தாள்.

நீலத்துண்டு கட்டிக்கொண்டு நீச்சல் அடித்துக்கொண்டிருந்த விக்ரமனின் கட்டுடல் அவளது கண்களின் முன்பாக விரிந்தது. அழகு என்பது பெண்களுக்குரிய தன்மை. ஆண்களுக்கு வீரம் ஒன்றுதான் லட்சணம் என்றுதான் இதுகாறும் எண்ணியிருந்தாள். குட்டையான, உருண்டையான கழுத்து இல்லாத பித்தளை குண்டானை போன்ற தனது தந்தை, உடல் என்பதை பற்றியே அக்கறையில்லாமல் கழுத்துக்கு கீழே வெறும் வயிற்றை மட்டுமே கொண்டிருந்த மந்திரி பிரதானிகள், நோஞ்சான் தேகங்களைக் கொண்ட பட்டர்கள் என்றே பார்த்துப் பழகியவளுக்கு, முதன்முறையாக ஒரு ஆண்மகனால் அழகாகவும், கம்பீரமாகவும் காட்சியளிக்க முடியும் என்பதை உணர்த்தியிருந்தான், வாயு விக்ரமன்.

அவனைக் கண்டதுமே, இவள் மனதில் இன்னது என்று தெரியாத உணர்வுகள் தோன்றின. 'கண்டதும் காதல்' என்று பல தோழிகள் இவளிடம் கூறியபோது, அதெப்படி முன்னர்

பின்னர் பார்த்திராத ஒரு ஆண்மகனின் மீது காதல் பிறக்கும் என்று எதிர்வாதம் பேசி அதனை எல்லாம் நம்ப மறுத்தவள், முதன்முறையாக ஒருவனைக் கண்டு காதல் வசப்பட்டிருந்தாள். அது எப்படி? இன்று காலையில் விழிக்கும்போதுகூட அப்படி ஒருவன் இருப்பதையே அறிந்திராதவள், ஆலயத்திற்குச் சென்று வந்ததும், தான் அவன் நினைவாகவே இருப்பதை உணர்ந்தாள். இதன் பெயர்தான் காதலா?

முன்பின் பார்த்திராத ஒரு ஆடவனைப் பற்றிய நினைவுகளில் இருப்பது குறித்து முதலில் குற்ற உணர்வுதான் எழுந்தது. ஆனால், தனது தந்தையே ஒரு பெண்ணிடம் கண்டதும் காதல் கொண்டுவிட்டார் என்கிற சேதி, அவளது மனதில் நிலவிக்கொண்டிருந்த அந்தக் குற்ற உணர்வினை பனிபோல அடுத்த கணமே மறையச் செய்தது.. வாயு விக்ரமனிடம் காதல் கொண்டது குற்றமே அல்ல. நாற்பதை கடந்த இவள் தந்தையே அலர்மேல் மங்காவின் மீது காதல் கொண்டுவிட்டது உண்மையானால், இவளது காதல் கொண்டது மட்டும் எப்படி தவறாகும்?

- தொடரும்

அத்தியாயம் 5

5. பூவெல்லாம் புதையல் வாசம்

செப்டம்பர் எட்டாம் நாள்! கி.பி. 1687

முகலாயப் படைகள் கர்னாடிக் என்கிற தட்சிண பகுதிக்குள் நுழைந்துகொண்டிருந்தன. படைகளை அணிவகுத்து நடத்திக்கொண்டிருந்தான், ஔரங்கசீப்பின் பெயரன், ஜஹந்தர் ஷா. அவனுக்கு அருகே ஔரங்கசீப்பின் அபிமானத்திற்குரிய பாத் கான், தனது கரிய குதிரையில் பயணித்துக்கொண்டிருந்தான். தெற்கே உள்ள சமஸ்தான மன்னர்களை அடிபணியச்செய்து, ஆலயங்களில் உள்ள செல்வங்களைக் கைப்பற்றி வரவேண்டும் என்கிற உத்தரவுடன்தான் ஔரங்கசீப் அவர்களை அனுப்பியிருந்தான்.

ஆனால், ஒவ்வொரு முறை படையெடுத்துச்செல்லும்போதும், பாத் கானிடம்தான் படைகளின் தலைமையைத் தருவான். அவனது திறமை மற்றும் ஆற்றலின் மீது அவ்வளவு நம்பிக்கை ஔரங்கசீப்பிற்கு! ஆனால், முதன்முறையாக, இந்த முறை படைகளின் தலைமையை, பாத் கான் வசம் தராமல் தனது பெயரன், ஜஹந்தர் ஷாவிடம், அளித்து, பாத் கானுக்கு, அவனது போர்தந்திர ஆலோசகர் பதவியை அளித்திருந்தான். பாத் கானுக்கு அதிர்ச்சியும், ஏமாற்றமும், ஏற்பட்டாலும், ஔரங்கசீப்பின் முன்பாக தனது ஏமாற்றத்தைக் வெளிக்காட்டிக்கொள்ளவில்லை. இருப்பினும், தர்பார் முடிந்ததும், நேராக தனது ஆசைநாயகி ஜபீன்-னிடம் சென்று, தனது மனக்குமுறல்களைக் கொட்டித்தீர்த்தான்.

"அந்த இளங்குமரன் ஜஹந்தர் ஷாவுக்கு போர்க்கலைகளைப் பற்றி என்ன தெரியும்? இப்போதுதான் மலர்ந்த ரோஜாவைப் போன்று, குலாபி வண்ணத்தில் இருக்கிறான். அவனது உதடுகளைப் பார்த்தாலே, எனக்கு உனது நினைவுதான்

வருகிறது, ஜபீன்! அவனுக்கு ஆலோசகராக, நான் இந்த தட்சிண படையெடுப்பில் கலந்துகொள்ளத்தான் வேண்டுமா?" - பாத் கான் குமுறினான்

ஜபீன் மிகவும் சாமர்த்தியம் நிறைந்தவள். அழகாக பாடக்கூடியவள்! ஜஹந்தர்ஷாவின்ஆருயிர்காதலி, லால்குன்வர் என்னும் பேரழகியின் நடன நிகழ்ச்சிகளுக்குப் பின்பாட்டு பாடுபவள். ஔரங்கசீப், ஜபீன்னின் பாட்டிற்கு மயங்கி, அவளை 'டாயிஃப்' என்கிற கலையரசி பதவியை அளித்திருந்தார். பாத் கானின் மீது காதல் கொண்டுவிட்டிருந்த ஜபீன், அவனது ரகசிய ஆசைநாயகியாக திகழ்ந்தாள்.

தனது குமுறல்களை அவன் கொட்டித்தீர்த்ததுமே, பாத் கானின் உறுதியான தோள்களின் மீது, ஆதரவுடன் கைகளைப் போட்ட ஜபீன், அவனது கண்களுக்குள் ஆழமாக பார்த்தாள்.

"அன்பே! ஆலம்பனா தனது பெயரனை உங்களுடன் அனுப்புகிறார் என்றால், உங்கள் வீரத்தின் மீது நம்பிக்கை குறைந்ததால் அல்ல! தனது பெயரனும் மாபெரும் போர்வீரனாகத் திகழ வேண்டும் என்பதற்கே! ஜஹந்தர் ஷா தானாகவே வலியச்சென்று, தான் போர் புரிய தெற்கே செல்ல விரும்புவதாக கூற, பாத்ஷாவும் மனமகிழ்ந்து அவரை படைத்தலைவராக அனுப்புகிறார். ஆனால் உண்மையில், இதற்குப் பின்பாக ஒரு பெரிய பொக்கிஷ ரகசியம் அடங்கியுள்ளது. அதனைக் கைப்பற்றவே, ஜஹந்தர் ஷா படைத்தலைவராக தெற்கே வருகிறார்!" - ஜபீன் கூறியதும், அவளது அணைப்பில் கட்டுண்டு, கிறங்கிப் போய், தனது குமுறல்களுக்கு வடிகால் தேடிக்கொண்டிருந்தவன், சட்டென்று நிமிர்ந்து அவளது முகத்தைப் பார்த்தான், பாத் கான்.

"என்ன ரகசியம் அது, ஜபீன்?" - வியப்படைந்த பாத் கான் கேட்க, எச்சரிக்கையுடன் சுற்றுமுற்றும் பார்த்த ஜபீன், அவனது செவியில் கிசுகிசுத்தாள்.

"தனது காதலி லால் குன்வரை சந்திக்க ஜஹந்தர் ஷா சென்ற வாரம், அவளது ஹேரம்-மிற்கு வந்தார். அப்போது நாங்கள் புதிய பாடல் ஒன்றுக்கு, நடனப் பயிற்சி செய்துக்கொண்டிருந்தோம். இளவரசர் என்னை அங்கிருந்து போகச் சொன்னதால், நான்

அறையை விட்டு வெளியேறி காத்திருந்தேன். ஆனால், பங்கா கயிற்றை வீசிக்கொண்டிருந்த தோழியை அப்பால் போகச் சொல்லிவிட்டு, நான் பங்காவை வீசுவது போன்று, உள்ளே அவர்கள் பேசுவதைக் கவனித்துக்கொண்டிருந்தேன்.

"தெற்கே மயிலங்கி என்கிற சமஸ்தானத்தில் அளவிலா பொக்கிஷம் இருக்கிறது. அதில் குறிப்பாக ஸ்வர்ண மயில் ஒன்று இருக்கிறது. அதனை தனக்கு காதல் பரிசாக தர வேண்டும் என்று லால் குன்வர், இளவரசர் ஜஹந்தர் ஷாவிடம் கேட்டுக்கொண்டிருந்தாள். அவரும் காதல் மயக்கத்தில், தானே சென்று எடுத்து வருவதாக வாக்களித்துவிட்டிருந்தார். யாரோ ஸ்ரீரங்கப்பட்டணத்து கவிஞர் ஒருவர், லால் குன்வர் அழகை வர்ணித்து பாடல்களை எழுதும்போது, இந்தப் பொக்கிஷ ரகசியம் பற்றிக் கூறினானாம். அதைக் கேட்டது முதலாக, அந்த ஸ்வர்ண மயிலை அடைய வேண்டும் என்று லால் குன்வர் தீர்மானித்துவிட்டாள். இப்போது புரிகிறதா, ஜஹந்தர் ஷா தெற்கே வரும் ரகசியம்? தனது காதலியின் விருப்பத்தை நிறைவேற்றத்தான் படைகளுடன் புறப்பட்டிருக்கிறார்!" - ஜபீன் கூறியதும் திகைப்புடன் யோசித்தான்.

"இந்த விஷயம் ஔரங்கசீப் பாத்ஷாவிற்கு தெரியுமா?" - பாத் கான் கேட்டான்.

"தெரியாது! வீர உணர்ச்சியில், தனது பெயரன் தெற்கே செல்ல விரும்புவதாக நினைத்துக்கொண்டிருக்கிறார்!" - ஜபீன் கூறியதும், பாத் கானுக்கு ஒரு யோசனை.

'தெற்கே அவ்வளவு பொக்கிஷங்கள் இருக்கிறது என்றால், இவன் மட்டும் எதற்கு வாளாயிருக்க வேண்டும்? முதுமைக் காலத்தில், வீரமோ, கல்வியோ கைகொடுக்காது. செல்வம்தான் இறுதி வரையில், ஊன்றுகோலாக கைகொடுக்கும். நமது இறுதிகாலத்திற்கு நாமும் பொக்கிஷங்களைச் சேர்த்துக்கொண்டால் என்ன! நாம் பொக்கிஷங்களைத் திரட்டி, தட்சிணத்திலேயே, பாதுகாப்பாக பதுக்கிவிட்டு, தேவைப்படும்போது எடுத்துக்கொள்ள வேண்டும். இந்த திட்டம் ஔரங்கசீப்பிற்கு தெரியவே வேண்டியதில்லை. தெரிந்தாலும், ஜஹந்தர் ஷாதான் பொக்கிஷ வேட்டையில் இறங்கினார். அவர் தங்கள் பெயரன் என்பதால், தங்களது

அனுமதியுடன் செயல்படுகிறார் என்று நினைத்ததால், நான் பேசாமல் இருந்துவிட்டேன் என்று கூறிவிடலாம்!' என்கிற தீர்மானத்திற்கு வந்திருந்தான், பாத் கான்.

ஜஹந்தர் ஷா ஏமாந்திருக்கும்போது அவனிடம் இருந்து பொக்கிஷ விவரங்களைக் கைப்பற்ற வேண்டும் என்று முடிவு செய்து, அதற்குரிய தருணத்தை எதிர்பார்த்துக் காத்திருந்தான்.

முகலாயப் படைகள் பூவிருந்தவல்லி (பூந்தமல்லி) யினுள் நுழைந்தன. கரை நாடு என்கிற கர்நாடிக் பகுதியின் நவாப், ஜுல்பிகர் அலி கான் இவர்களை வரவேற்க எல்லையில் காத்திருந்தார். இரண்டு மாதங்களுக்கு முன்பாகத்தான், ஜுல்பிகர் அலி கானை கர்நாடிக் மாகாணத்தின் நவாபாக நியமித்திருந்தான், அவுரங்கசீப்.

ஔரங்கசீப்பின் பெயரன் ஜஹந்தர் ஷாவை பணிவுடன் நோக்கினான், நவாப்.

"உங்கள் படைகள் இங்கேயே தங்கட்டும். நீங்கள் எனது ஆற்காடு மாளிகையில் தங்கலாம்!" - நவாப் கூறியதும், ஜஹந்தர் ஷா தலையசைத்தான். சுகவாசியான அவனால், கூடாரங்களில் தங்க முடியாது. மது, மாது என்று சூழ்நிலை கலகலப்பாக இருப்பதையே விரும்புபவன். காட்டுப்பூச்சிகளின் கடிகளைப் பெற்றுக்கொண்டு, கூடாரங்களில் அவதிப்படுவதற்கு ஏற்ற தேகத்தை கொண்டிருக்கவில்லை அவன்.

'அதுவும் நல்லதுக்குதான்! தனது தனி ஆவர்த்தனங்களுக்கு, தான் ரகசிய திட்டங்களைத் தீட்டுவதற்கு வசதியாக, ஜஹந்தர் ஷா படைகளுடன் இல்லாமல், ஆற்காடு அரண்மனையில் தங்குவதும், சாதகமான ஒரு நிலைதான்' - பாத் கான் நினைத்தான்

"நாம் பூவிருந்தவல்லியில் பாசறை அமைப்போம். செங்கழுநீர் பற்று (செங்கல்பட்டு) பகுதியையும் மாமல்லபுரம் பகுதியையும் கைப்பற்றுவோம். அதன்பிறகு காஞ்சியைக் கைப்பற்றிவிட்டுட்டு, பிறகே மேற்கே செல்வோம்" என்றான் ஜஹந்தர் ஷா.

'மேற்கே சென்று, மயிலங்கி சமஸ்தானத்தின் பொக்கிஷங்களைக் கைப்பற்றுவோம்!' என்று ஜஹந்தர் ஷா சொல்லாமல் விட்ட,

வாக்கியங்களை, தனது மனதிற்குள் உச்சரித்துக்கொண்டான் பாத் கான்.

'ஜஹந்தர் ஷா! மயிலங்கி பொக்கிஷம் எனக்குதான்!' - மனதிற்குள் தீர்மானமாக கூறிக்கொண்ட, பாத் கான், ஜஹந்தர் ஷாவை நோக்கிப் புன்னகைத்தான்.

"ஜஹந்தர் ஷா! நீங்கள் நவாப் ஜுல்பிகர் அலி கான் அவர்களுடன் ஆற்காடு அரண்மனையில் தங்கியிருங்கள். நாங்கள், இங்கே பாசறை அமைக்க குறைந்தது ஒரு வாரம் ஆகலாம். நாங்கள் இங்கு தங்கியிருக்கிறோம். போர் நடவடிக்கைகளை இன்னும் ஒரு வாரத்தில் துவக்கலாம். அப்போது தாங்கள் வந்தால், போதும். அதுவரையில் அரண்மனையில் ஓய்வெடுங்கள்!" - பாத் கான் கூற, ஜஹந்தர் ஷா நவாபுடன் புறப்பட்டான்.

பணியாளர்கள் கூடாரங்களை அமைக்கத் துவங்கினர். தனக்காக அமைக்கப்பட்ட சிவப்பு நிற கூரையுடன், கம்பீரமாக விளங்கிய பெரிய கூடாரத்தினுள் நுழைந்தவன், தனக்காக விசிறியுடன் காத்திருந்த, இவனது அந்தரங்க பணியாள், அசாப்-பை அப்பால் போகச் சொல்லிவிட்டு, தனது நம்பிக்கைக்குரிய, அமீன் குர்ரம் என்கிற படைத்தலைவனை அழைத்தான்.

"அமீன்! ஒரு முக்கியமான தகவல். ஜஹந்தர் ஷா, போர் புரிவதற்காக வரவில்லை. தனது காதலி லால் குன்வருக்கு சில பொக்கிஷங்களை எடுத்துச்செல்ல வந்திருக்கிறார். நாமும் எத்தனை காலம்தான் பொருள் ஈட்டாமல் போர்புரிந்து கொண்டிருப்பது? எனவே, இந்த தட்சிணப் பகுதி படையெடுப்பில், கிடைக்கும் பொக்கிஷங்களைத் தெற்கேயே நாம் பதுக்கி, ஔரங்கசீப்பிற்கு தெரியாமல் அவ்வப்போது எடுத்து அனுபவிக்கப் போகிறோம்!" என்றதும், அச்சத்துடன் பாத் கானை பார்த்தான், அமீன் குர்ரம்.

"அதெப்படி? ஆலம்பனாவுக்கு தெரியாமல் அணுவும் அசையாதே? இப்போது நாம் பேசுவதையே அவர் கேட்டுக்கொண்டிருக்கக் கூடும்!" - பயத்துடன் தன்னைச்சுற்றிலும் நோக்கினான், அமீன்.

"கவலைப்பதே அமீன்! அவரது பெயரன் ஜஹந்தர் ஷாவே அவருக்குத் தெரியாமல் செயலாற்றிக்கொண்டிருக்கிறான்.

நாளை ஔரங்கசீப் நம்மை விசாரித்தால், ஜஹந்தர் ஷாவை நோக்கி கைகாட்டி, அவர் கூறியதால் செய்தோம். அவருக்குப் பொக்கிஷங்களைச் சேகரிக்க உங்கள் அனுமதி கிடைத்திருப்பதாக நினைத்தோம் என்று கூறிவிடலாம். தெரியாமல் இருந்தால், நமக்கு. தெரிந்தால், பிரச்னை ஜஹந்தர் ஷாவுக்குத்தான். எனவே, இது நமக்கு ஒரு நல்ல வாய்ப்பு!" என்று பாத் கான் சொன்னதும், அமீனுக்கு முகம் மலர்ந்தது.

"நல்லது! நமது தனிப்பட்ட வேட்டையாடல் எப்போது தொடங்கும்?" அமீன் கேட்டான்.

"நான் ஒரு திட்டம் வைத்திருக்கிறேன். முகலாயப் படைகள் தெற்கே சில காலம் இருக்கப் போவதால், நமக்கு நிரந்தர பாசறை ஒன்று கட்டவேண்டியுள்ளது. எனவே, பூவிருந்தவல்லியில் 'நசீர் பாத்' என்கிற கோட்டை ஒன்றையும், மாமல்லபுரத்தருகே, ஆலம்பனா பெயரில் ஒரு கோட்டையையும் அமைப்போம். கோட்டைகளை முகலாயப் படைகளுக்காக கட்டுவோம். ஆனால், யாருக்கும் தெரியாமல், அந்தத் கோட்டையில், தெற்குப் புறமாக ஒன்றும், வடக்குப் புறமாக ஒன்றும் என, இரண்டு சுரங்க அறைகளைக் கட்டுவோம். நாம் கைப்பற்றும் பொக்கிஷங்களை, இந்த நிலவறைகளில் நிரப்புவோம். கோட்டையின் வடபுற சுரங்க அறையை நான் எடுத்துக்கொள்ள, தென்புற சுரங்கத்தை நீ எடுத்துக்கொள். விலைமதிப்பில்லா பொக்கிஷங்களை அங்கே மறைத்து வைப்போம்" என்றவுடன் பளீரென்று பாத் கானை நோக்கிப் புன்னகைத்தான், அமீன் குர்ரம்.

பூவிருந்தவல்லியின் மேற்கே இருந்த காட்டின் நடுவே வரதராஜ பெருமாள் ஆலயம் ஒன்று இருந்தது. அந்தப் பகுதியை தாசரதிபேட்டை என்று அழைத்தனர். அந்தப் பகுதியில்தான் பாத் கான், நசீரத் பாத் என்னும் கோட்டையை எழுப்பத்தொடங்கினான். அவனது முழுப்பெயர் நசீர் பாத் கான் என்பதால், நசீரத் பாத் என்று அந்தக் கோட்டையை பெயரிட முடிவு செய்தான். மாமல்லபுரத்தின் தெற்கே, கல்பாக்கம் அருகே கடப்பாக்கத்தில் ஆலம்பனா கோட்டை ஒன்றையும் எழுப்பினார்கள், முகலாயர்கள். (மாமல்லபுரத்தில் இருந்து ஐம்பது கி.மீ தொலைவில், இன்றும் கல்பாக்கத்திற்கு அருகே ஆலம்பாறை கோட்டையின் சிதைவுகள் உள்ளன.)

பாத் கான் மறக்காமல் நசீரத் பாத் கோட்டையின் அடியில் இரு சுரங்க அறைகளைக் கட்டினான். அந்தப் பகுதி மக்கள் சிலரின் உதவியோடு, இந்த சுரங்க அறைகள் அமைக்கப்பட்டதும், அந்த அறைகளை எழுப்பியவர்கள், காணாமல் போனார்கள். இந்தக் கோட்டை இருந்த பூவிருந்தவல்லியின் பகுதிதான் இன்று நாசரேத்பேட்டை என்று அழைக்கப்படுகிறது.

பாத் கான் பூவிருந்தவல்லியில், நாசரேத் கோட்டை அமைத்து, அதன் கீழே, பொக்கிஷங்களை மறைத்து வைக்க, நிலவறைகளை எழுப்புவதற்கு செயலாற்றியிருந்த திட்டம் குறித்து, ஔரங்கசீப்புக்கோ, ஜுல் பிகர் அலி கான் நவாப்புக்கோ, ஜஹந்தர் ஷாவுக்கோ தெரிந்திருக்க நியாயமில்லை.

ஒருபுறம், அமீன் குர்ரம் ரகசியமாக கோட்டைகளில் நிலவறை பணிகளை செய்துகொண்டிருக்க, மறுபுறம், பாத் கான், ஜஹந்தர் ஷாவுடன்போருக்கானதிட்டங்களைத்தீட்டிக்கொண்டிருந்தான்.

காஞ்சியைக் கைப்பற்றுவது குறித்து பேசிக்கொண்டிருந்த ஜஹந்தர் ஷா, ஜுமுவா என்கிற வெள்ளிக்கிழமை மாலை ஆற்காடு அரண்மனைக்குப் புறப்பட்டான்.

"பாத் கான்! இன்றைக்கு ஜுமுவா (வெள்ளிக்கிழமை) நாம் காஞ்சியை பீர் (திங்கட்கிழமை) அன்று படையெடுப்போம்" என்று கூறிவிட்டு, நவாப் ஜுல்பிக்கருடன் ஆற்காடு அரண்மனைக்கு சென்றுவிட்டான்.

"நிலவறை பணிகள் முடிவடைந்து கீழ்த்தளம் உருவாகிவிட்டது, பாத் கான்!" - முகமெல்லாம் மலர்ச்சியுடன் வந்து அறிவித்தான், அமீர் குர்ரம்.

"சபாஷ்! திங்கட்கிழமை நாம் காஞ்சியின் மீது படையெடுக்கப் போகிறோம்! ஆலயங்களில் அற்புத ஆபரணங்கள் உள்ளனவாம்! நமது புதையல்வேட்டை தொடங்கப்போகிறது!" அமீனின் கைகளைப்பற்றி குலுக்கி, பாத் கான், தனது திவானில் சரிந்து, கிண்ணங்களில் மதுவை ஊற்றி, தானும் ஒன்றை எடுத்துக்கொண்டு, அமீனுக்கும் ஒன்றை அளித்தான்.

"நாம் கைப்பற்றி எடுத்து வரும் பொக்கிஷங்கள், நமது நசீரத் கோட்டைக்குத்தான் வரும். அவற்றில் சரிபாதி, நமது

நிலவறைகளில் பதுக்கப்பட வேண்டும். அதற்கென்று நாம் நம்பிக்கைக்குரிய ஆட்களைத் தேர்ந்தெடுக்க வேண்டும். நமது இந்த திட்டம் யாருக்கும் தெரியக்கூடாது'' என்று கூறியபடி பாத் கான், அமீனின் கோப்பையில் மதுவை ஊற்றிக்கொண்டே இருந்தான்.

அதனை ரசித்து ருசித்தபடி, அமீன் குர்ரம் மனதினுள், தான் நிலவறையில் பெரும் செல்வத்துடன் அமர்ந்திருக்க, பெண்கள் தன்னைச்சுற்றிலும், நடனமாடுவது போன்று மனக்கண்ணில் ஒரு காட்சியை கற்பனை செய்தான்.

திடீரென்று -

அவனது கையில் ஏந்தியிருந்த காலி கோப்பை தரையில் உருண்டது. அதன் பிறகு, அமீன் குர்ரம் தலை தொங்கிப்போய் பூமியில் சரிந்தான்.

'மயிலங்கி பொக்கிஷம் மட்டுமல்ல! தட்சிணத்தில் உள்ள எல்லா பொக்கிஷங்களும் எனக்கு மட்டும்தான்!' என்று மனதினுள் கொக்கரித்தான், பாத் கான்.

- தொடரும்

அத்தியாயம் 6

6. மோட்ச தீபம்

மயிலங்கி சிறிய ராஜ்யம்தான். ஆனால், அதன் கீர்த்தி பெரிது. சதவாகனர்களின் கிளை வம்சம். பல்லவர்களுக்கு முன்பாக ஆண்ட சதவாகனர்களின் பரம்பரை நான்காக உடைய, ஒரு சிறு துண்டாக திகழ்ந்த மயிலங்கி பகுதியை, ரகோத்தமர் என்கிற அந்தண வம்சத்தினர் ஆண்டு வந்தார்கள்,. மௌரிய இளவரசன் ஒருவன் இப்பகுதி பெண்ணை மணந்து இங்கே மோரிய மகாதேவரின் ஆலயத்தை எழுப்பி, மொரப்புரி என்று அழைத்து அதுவே மயிலங்கி என்று மாறியதாகவும் கதைகள் உண்டு. எப்படியிருந்தாலும், கரை நாடு என்கிற கர்நாடகத்தின் பொக்கிஷங்களின் ஊற்றுக்கண்ணாக திகழ்ந்தது மயிலங்கி.

முகலாயர்கள் தெற்கே படையெடுத்து வருவதைக் குறித்து எச்சரிக்கை செய்ய வந்த பலபீமாவை கொண்டே, அத்தனை பொக்கிஷங்களையும் பத்திரப்படுத்தி, பதுக்கி வைத்திருந்த மயிலங்கி மன்னர், ராம ரகோத்தம வேங்கடப்பா, அந்தப் பொக்கிஷங்களைப் பதுக்கிய இடத்தை பல்பீமா வேறு யாரிடமும் சொல்லிவிடக்கூடாது என்பதற்காக, அவனைக் குத்திக்கொல்ல முயல, அவனோ, அவரையும் உடன் இழுத்துக்கொண்டு உப்பரிகை படிகளில், உருள, அதிக ரத்தப்போக்கினால், மிகவும் கவலைக்கிடமாக படுக்கையில் கிடந்தார், வேங்கடப்பா.

சுவாசத்தை வெளிவிடவே திணறிக்கொண்டிருந்தார். ஒரே மகள், அலர்மேல் மங்காவுக்கு எந்த வழியும் செய்யாமல் அநாதையாக விட்டுப் போகிறோமே என்கிற குற்ற உணர்வு, அவரது உயிரை இழுத்துப் பிடித்துக்கொண்டிருந்ததால், பிரக்ஞை வருவதும், போவதுமாக இருந்தது.

மயிலங்கி பொக்கிஷங்களைக் குறித்து தான் எழுதிய சுவடி, மகள் அலர்மேல் மங்காவிடம் சென்று சேர்ந்ததா என்பதைக் கேட்டுவிடத் துடித்த அவரது, நாக்கு புரளாத காரணத்தால், தனது துடிப்புகளை அவரால் முகத்தில் பிரதிபலிக்க முடிந்ததே தவிர, மனக்கிடக்கையை வெளிப்படுத்த இயலவில்லை.

அவரது மஞ்சத்தை சுற்றி நின்றிருந்த மருத்துவர்கள், நம்பிக்கையின்றி திவான் சவ்யசாசி பண்டிதரை உறுத்துப் பார்க்க, தலைமை மருத்துவர், கார்ப்பண்யர், அவரை நோக்கி தனது உதடுகளைப் பிதுக்கினார். இனியும் தங்களால் ஒன்றும் செய்ய இயலாது என்கிற பொருள் அந்தப் பார்வையில் தொனிக்க, திவானின் முகம் இருண்டது.

திவான் சவ்யசாசி கவலையுடன் மன்னர் ராம ரகோத்தம வேங்கடப்பாவின் முகத்தையே கூர்ந்து கவனித்தார்.

மனித தேகம் வளரும்வரைதான் அது மேனி. அதன் வளர்ச்சி நின்று போனதும், அது தேகம். அந்த தேகம் அழியத்தொடங்கியதும் அது சரீரம். மரணப்படுக்கையில் விழும் மனிதனின் தேகத்தில் சவக்களை படரத்துவங்கும். பின்னர் அது சவமாக மாறிவிடும். மன்னரின் தேகத்தில் சவக்களை படரத்தொடங்கிவிட்டது. மரணதேவதை அவரது உடலை ஆலிங்கனம் செய்யத்தலைப்பட்டிருக்கிறாள் என்பதும் நன்கு புலப்பட்டது. அவரது முகம் வெளுத்துக்கொண்டே வருவதுதான் அதற்கு அறிகுறி. இன்னும் ஓரிரு நாட்களில் மன்னரின் கதை முடிந்துவிடும்.

இந்த வேளையில் இளவரசி அலர்மேல் மங்கா எங்குச்சென்றாள்? மன்னரின் உயிர் பிரியும் வேளையில் அவர் அருகே இருக்க வேண்டாமா?

தொலைவில் நின்றிருந்த அந்தப்புர தாதி வேங்கடியை கேள்வியுடன் பார்த்தார்! அவர் மனதில் எழுந்த வினாவை அவள் சூட்சுமமாக புரிந்துகொண்டாள்.

“அரங்கன் ஆலயத்திற்கு சென்றிருக்கிறார்!” - தாதி வேங்கடி பணிவுடன் கூற, திவான் அவளை நோக்கித் தலையசைத்தார்.

உடனே தனது கையில் தயாராக வைத்திருந்த துளசி தீர்த்தத்தை அவரிடம் நீட்ட, அவர் சிறிது சிறிதாக மன்னரின் திறந்திருந்த வாயில் ஊற்றினார்.

அப்போது -

வெளியே பெரும் பரபரப்பு. ஸ்ரீரங்கப்பட்டண மன்னர் வேகத்துடனும், கவலை தோய்ந்த முகத்துடனும், அதே சமயம் தனது கம்பீரம் இம்மியும் குறையாமலும், அலர்மேல் மங்கா பின்தொடர உள்ளே பிரவேசித்தார். மயிலங்கி மன்னரின் துவண்டு கிடந்த கையைத் தனது இரு கைகளாலும் பற்றினார், ரங்க ராயர்.

நல்லவேளையாக அப்போதுதான், வேங்கடப்பாவுக்கு நினைவு திரும்பியிருந்தது.

"மன்னரே! கவலை வேண்டாம். உங்கள் மகள் அலர்மேல் மங்கா மயிலங்கியின் அரசியாக முடிசூடிக்கொண்டு அமோகமாக ஆட்சி செய்யப் போகிறாள். அதற்கு நான் உத்தரவாதம். நான் ஒருவர் இருப்பதை நீங்கள் எப்படி மறக்கலாம்? உங்கள் மயிலங்கி ராஜ்யத்திற்கு ரங்கநாயகி குலதெய்வம் என்றால், எங்கள் விஜயநகர ராஜ்யத்திற்கு குலதெய்வம் அரங்கன் அன்றோ? உங்கள் ரங்கநாயகியை எங்கள் அரங்கன் மார்பினில் தாங்குவது போன்று, நானும் உங்கள் மகளைப் பத்திரமாக பாதுகாப்பேன். தாங்கள் மனநிம்மதியின்றி இருப்பதாக அறிந்தேன். கவலையை விடுங்கள். தங்கள் மகளை நானே திருமணம் செய்துகொள்கிறேன். அவளும் தனது சம்மதத்தை என்னிடம் தெரிவித்துவிட்டாள். எனவே, தாங்கள் வருந்த வேண்டாம்!" - திருமலை ரங்க ராயர் கூறிய அடுத்த கணம், எங்கிருந்துதான், ராம ரகோத்தமருக்கு அவ்வளவு வலு வந்ததோ.?'

அவரது முகத்தில் தெளிவு தோன்றிவிட்டது. 'வாடிய பயிர், மழை பொழிந்து செழித்தது போன்று எனது வயிற்றில் பாலை வார்த்துள்ளீர்கள், ரங்க ராயரே! தங்களை மருமகனாக அடைய நான் என்ன பாக்கியம் செய்திருக்க வேண்டும்! இறக்கப் போகும் நான் உங்களை வேண்டி கேட்டுக்கொள்கிறேன். நான் இறப்பதற்கு முன்பாக உங்கள் திருமணக் காட்சியைக்

காண விரும்புகிறேன். அதன் பிறகு நிம்மதியாகக் கண்களை மூடுவேன்!' என்றுதான் கூற நினைத்தார்.

ஆனால், குரல்வளையில் இருந்து புறப்பட்ட ஒலி, இரும்புக் கலயத்தில் கூழாங்கற்கள் உருளுவது போன்ற ஒலியை ஏற்படுத்தியது. கண்களில் நீர் பெருகி தலையணையை நனைக்க, தனது முன்பாக தனது கைகளை அவர் வீச, அவரது கைக்குள் தனது கையை ரங்க ராயர் திணிக்க, அலர்மேல் மங்காவும் தனது கையை நீட்ட, அவர்களது கைகளை ஒன்றாக பிணைத்த, மயிலங்கி மன்னர் வேங்கடப்பா, தனது பெண்ணை பாதுகாப்பான ஒரு இடத்தில் ஒப்படைத்துவிட்டோம் என்கிற நிம்மதியில், தனது இறுதி சுவாசத்தை விட்டார்.

அலர்மேல் மங்கா கல்லாய் சமைந்து நின்றிருந்தாள். அவளது தந்தையார் ரகோத்தமரின் கண்களில் கண்ணீர்க் கோடுகள் இன்னும் காய்ந்திருக்கவில்லை. மகளை அநாதையாக விட்டுவிட்டு மரணம் அடைகிறோம் என்கிற குற்ற உணர்ச்சியில் உகுத்திருந்த துயரக் கண்ணீர்தான் என்றாலும், இவளுக்கு ஒரு மணாளன் கிடைத்துவிட்டான் என்கிற மகிழ்ச்சியில் சிந்தியிருந்த ஆனந்தக் கண்ணீராகவும் அதனை எடுத்துக்கொள்ளலாம்தான்!

"உனது தந்தையின் ஈமகிரியைகள் முடிந்ததும், நான் உன்னைத் திருமணம் செய்துகொள்கிறேன். அதுவரையில், உனக்குப் பாதுகாப்பாக நான் மயிலங்கியிலேயே தங்கியிருக்கிறேன்" என்றதும், மன்னரின் மரண சூழ்நில என்பதையும் மறந்து, திவான் சவ்யசாசி, புன்னகைத்தார்.

"நான் உடனேயே அதற்கான ஏற்பாடுகளைக் கவனிக்கிறேன்!" என்றபடி தலையைக் குனிந்து பணிந்துவிட்டு அங்கிருந்து அகன்றார். அவசரத்தில் தான் செய்யப் போகும் ஏற்பாடுகள், தகன காரியமா அல்லது திருமண காரியமா, என்பதைக்கூட குறிப்பிடாமல் சென்றிருந்தார்.

யாகாச்சி என்கிற ஆறு மயிலங்கி சமஸ்தானத்தின் எல்லையில் ஓடிக்கொண்டிருந்தது. அந்த நதியின் கரையில் முனிவர்கள் யாகங்கள் பலவற்றை செய்ததாகவும், அந்த யாகங்களை, அந்த ஆற்றையே சாட்சியாக வைத்துக்கொண்டு செய்ததால், 'யாக சாட்சி ஆறு' என்று பெயர் பெற்று, (தற்போது யாகச்சி என்று

மாண்டியா பகுதியில் இன்றும் ஓடிக்கொண்டிருக்கிறது) இந்த யாகச்சி ஆற்றின் கரையில், மயிலங்கி மன்னர், ராம ரகோத்தம் வேங்கடப்பாவின் தகனம் நடைபெற்றது.

அலர்மேல் மங்காவின் கரத்தில் இருந்து தீப்பந்தத்தை வாங்கி, தானே வேங்கடப்பாவின் சிதைக்கு தீ வைத்தார், திருமலை ரங்க ராயர். அதுவரை, பாதுகாப்புக்காக மட்டுமே தன்னை ரங்க ராயரிடம் ஒப்படைக்க நினைத்திருந்த, அலர்மேல் மங்கா, இப்போது, தனது தந்தையின் சிதைக்கு அவர் கொள்ளி வைப்பதைக் கண்டதும், முழுமனதுடன் அவரை தனது நாதனாக மனதினில் வரித்தாள். தான் ஆலயத்தில் கண்டிருந்த அஸ்வத்தம்மா மற்றும் ரங்காத்மஜாவை நினைத்து ஒரு கணம் தயங்கினாலும், அரச குலத்தில் இம்மாதிரி எதிர்பார்த்திராத சூழ்நிலையில், திடீர் திருமணங்கள் நடைபெறுவது இயற்கைதான் என்பதால், அவர்களுக்கு இதில் ஆட்சேபங்கள் இருக்காது என நினைத்தாள்.

வேங்கடப்பாவின் தகனம் நடைபெற்றதும், அனைவரும், யாகச்சி நதியிலேயே நீராடிவிட்டு, கரையேறினர். தனித்தனியே அமைக்கப்பட்டிருந்த கூடாரத்தில் ரங்க ராயரும், அலர்மேல் மங்காவும் ஆடைகளை மாற்றிக்கொண்டதும், அனைவரும் மயிலங்கி அரண்மனைக்குப் புறப்பட்டனர்.

ராம ரகோத்தம வேங்கடப்பாவின் தகனம் முடிந்த அன்று இரவு, மயிலங்கி அரண்மனை உப்பரிகை நந்தவனத்தில் உரையாடிக்கொண்டிருந்தனர், ரங்க ராயர், அலர்மேல் மங்கா மற்றும் திவான் சவ்யசாசி.

அலர்மேல் மங்காவின் மீது தான் கொண்டிருக்கும் திடீர் காதலுக்கு காரணமான, மயிலங்கி பொக்கிஷங்களைப் பற்றி நிறைய கேட்டுத் தெரிந்துகொள்ள வேண்டும் என்கிற ஆவல் இருந்தாலும், நேரடியாக விஷயத்திற்கு வராமல், சற்றே மங்காவின் மீது, தான் மிகுந்த அக்கறையைக் கொண்டிருப்பது போல காட்ட நினைத்தார், திருமலை ரங்க ராயர்.

“மன்னரின் ஈமச் சடங்குகள் முடிந்தபிறகு ஒரு நல்ல நாளில், அரசியாக அலர்மேல் மங்கா பதவி ஏற்க ஏற்பாடுகளைச் செய்யுங்கள்!” - திருமலை ரங்க ராயர் கட்டளையிட்டார்.

அதனால் உணர்ச்சிவசப்பட்ட மங்கா, அவரை காதலுடன் நோக்கினாள்.

“ராயரே! எனது பாட்டனார், அதாவது எனது தந்தை ராம ரகோத்தம வேங்கடப்பாவின் தந்தை, ராம ரகோத்தம சூரியப்பா ஆட்சியில் இருந்தபோது, பீஜப்பூர் சுல்தான்களுக்கும், கொல்கொண்டா சுல்தான்களுக்கும் பெரிய போர் நடந்தது. இதனால் கொல்கொண்டா நவாப், மராட்டிய மன்னர், சத்ரபதி சிவாஜி அவர்களின் உதவியை நாடினார், சிவாஜியும், காஞ்சியை ஆண்ட, கொல்கொண்டா நவாபுக்களுக்கு உதவியை செய்துவிட்டு, தஞ்சையைக் கைப்பற்றினார். அதன்பிறகு செஞ்சியையும் கைப்பற்றியதை நீங்கள் அறிந்திருப்பீர்கள்” - மங்கா கூறினாள்

“ஆம் அறிவோம்! சிவாஜி செஞ்சியின் அழகில் மிகவும் மயங்கிப் போனார். பாரதத்தின் கோட்டைகளில் மிகவும் பாதுகாப்பானது, செஞ்சிக்கோட்டை. இந்தியாவின் டிராய் நகரம் என்று ஆங்கிலேயர்களால் பாராட்டப்பட்ட கோட்டை என்று கேள்விப்பட்டிருக்கிறேன்.” - ஸ்ரீரங்கப்பட்டணத்து மன்னர் கூறினார்.

“அப்படிப்பட்ட சிவாஜி அவர்கள், காஞ்சியில் இருந்தபோது, எங்கள் மயிலங்கி அரண்மனைக்கு வந்து, மூன்று நாட்களுக்கு தங்கியிருக்கிறார். எங்கள் பொக்கிஷங்களைப் பார்த்து மிகவும் பிரமித்துப் போனார் என்று எனது பாட்டனார் கூறியிருக்கிறார். அத்தகைய பொக்கிஷங்கள்தான் எங்கள் அரண்மனை கஜானாவில் இருந்தன, எனது தந்தை இறக்கும் வரையில்!” என்று முடித்ததும். திருமலை ரங்க ராயர், திகைப்புடன் அவளை நோக்கினார்.

“உனது தந்தை இறக்கும் வரையிலா? அப்படியானால் இப்போது இல்லையா?” - அவரையும் மீறி சற்றே குரலில் உஷ்ணம் தென்பட, மங்கா வியப்புடன் அவரை நோக்கினாள்.

“இல்லை ராயரே! தந்தை எங்கோ பதுக்கி வைத்திருக்கிறார். எங்கு என்று சொல்லவில்லை. சுவடி ஒன்றில் குறிப்பு ஒன்றினை மட்டும் எழுதிவைத்து விட்டு, இறந்துவிட்டார்” என்று மயிற்பீலிகளை துணியில் பதித்து நெய்யப்பட்டிருந்த

தனது பையில் பத்திரப்படுத்தி வைத்திருந்த சுவடியை எடுத்து ராயரிடம் நீட்டினாள், மங்கா.

திருமலை ரங்க ராயர், சுவடியை வாசித்தார்.

(கன்னடத்தில்)

கோனய பெட்டிகே
நவிலு மெடிலுகாலு
தக்ஷிண மெலிகே
நில தர்பாரு
கபின கரிகாலு
ஹசிறு தேவரூ!
- எடகணு கங்கேவாகி மத்து
பலகணு சமுத்திரவாகி
அடக சத்யவூ

- மயிலங்கி ரஹஸ்யா

* * * *

(தமிழில்)

அந்திம பெட்டகம்
மயிற்படிகள்
தெற்கு அறை
நிலத்தடி தர்பார்
இரும்புத் தோகை
பச்சை தெய்வம்!
இடக்கண்ணில் கங்கையைக் கொண்டும்
வலக்கண்ணில் கடலைக் கொண்டும்
நோக்கினால் உண்மை புரியும்.

- மயிலங்கி ரகசியம்

சுவடியை வாசித்த ரங்கராயர், குழப்பத்துடன் மங்காவை நோக்கினார். ஆனாலும், தனது ஏமாற்றத்தைக்

காட்டிக்கொள்ளாமல், மங்காவை ஆதூரத்துடன் நோக்கினார், ராயர்.

“மங்கா! பொக்கிஷங்கள் பாதுகாப்பாக மறைந்திருக்கட்டும். இப்போதைக்கு இந்தச் சுவடியைப் பற்றியோ, பொக்கிஷங்களைப் பற்றியோ விவாதங்களை செய்ய தேவையில்லை. எங்கும் போர் சூழ்நிலை நிலவுகின்றது. போர் முடியட்டும். பிறகு பொக்கிஷங்களைத் தேடி எடுப்போம்” என்று சுவடியை அவளிடம் நீட்டினாலும், மனதினுள் எப்படியாவது மயிலங்கி பொக்கிஷங்களைத் தேடி கண்டுபிடித்து, ஸ்ரீரங்கப்பட்டண கஜானாவில் சேர்த்துவிட வேண்டும் என்கிற துடிப்பு அவருள் ஏற்பட்டது.

மங்கா தன்னையே கூர்ந்து கவனிப்பதைக் கண்டதும், தனது உள்ளக்கிடக்கையை மறைக்கும் விதமாக கரிசனத்துடன் அவளைப் பார்த்தார்.

பிறகு திவான் சவ்யசாசி பக்கமாக திரும்பி, “திவான்! நாளை நானும், மங்காவும், ஸ்ரீரங்கப்பட்டணம் சென்று, அரங்கனின் கோயிலுக்குப் பின்பாக உள்ள இடமூரி ஆற்றின் கரையில் உள்ள தீப ஸ்தம்பத்தில், மறைந்த மயிலங்கி மன்னர் ராம ரகோத்தம வேங்கடப்பாவிற்காக மோட்ச தீபம் ஏற்றிவிட்டு வருகிறோம்! அதற்கான ஏற்பாடுகளை செய்யுங்கள்” என்றவுடன், அவரை நெகிழ்ச்சியுடன், பார்த்தாள் மங்கா

முந்தைய தினம்வரையில், நிர்க்கதியாக நிற்கும் தனக்கு, ஆண் துணை யார் என்று கலங்கிக்கொண்டிருந்தவள் தற்போது, தனக்காக மட்டுமில்லாமல், தனது தந்தை நற்கதி அடைய வேண்டும் என்பதையும் சிந்தித்து, அதற்கேற்ப செயலாற்றும், ஒரு மன்னரே தனது பாதுகாப்புக்கு கிடைத்திருக்கிறார், என்பதை கண்டதும், மனதிற்குள் ஒருவகை நிம்மதியும், அமைதியும் அடைந்தாள்.

- தொடரும்

அத்தியாயம் 7

7. வாயு வேகத்தில் வந்தவன்

கூடாரத்தை விட்டு வெளியே வந்த வாயு விக்ரமன், ரங்காத்மஜாவின் பட்டுச் சீலையை தனது குப்பாயத்தின் உள்ளே மார்பினில் சொருகிக்கொண்டான். ரங்காத்மஜாவின் இதயத்தையே தனது மார்பினில் சொருகிக்கொண்டது போன்ற ஒரு பரவசத்துடன், தனது குதிரையின் மீது தாவி ஏறினான். ரங்காத்மஜா இவனுக்காக ஸ்ரீரங்கப்பட்டண ஆலயத்தில் காத்திருப்பாளோ..?

இரவெல்லாம் அவன் உறங்கவில்லை. காரணம், இரவு முழுவதுமே, ரங்காத்மஜா தனது பேரழகை காட்டியும், கலகலவென்று நகைப்பொலியுடனும், அவனது நினைவுகளில் வலம் வந்து அவனை சித்ரவதை செய்துகொண்டிருந்தாள்.

முந்தைய தினம் காவிரியின் கிளைநதியான இடமூரி ஆற்றின் கரையில் அவளைக் கண்டதும், அந்த ஆற்றின் நீர் துச்சாதனனாக மாறி, இவனது வஸ்திரத்தை அபகரித்ததும், ரங்காத்மஜா இவனது மானத்தைக் காப்பாற்றியதும் நினைவுக்கு வர, இவனது கொடுவாள் மீசையின் பின்பாக மறைந்திருந்த தடித்த உதடுகள் புன்னகை புரிந்ததால் வெளிப்பட்டன.

ஸ்ரீரங்கப்பட்டண திவ்ய தம்பதிகளான ரங்கநாதன், ரங்கநாயகியை தரிசித்துவிட்டு வந்தால், இவனுக்குத் திருமணம் நடக்கும் என்பதை வலியுறுத்தி, இவனது தந்தை, பரசு வடக்கன் பெருமாள் கோலாத்ரியும், தாய் கனகமணியும், பாட்டி சுகஜீவன அந்தர்ஜனமும் வலியுறுத்தி வாயு விக்ரமனை ஸ்ரீரங்கப்பட்டணத்திற்கு அனுப்பியிருந்தார்கள்.

காவிரியின் அருகில் கூடாரமிட்டு, தனது பரிவாரங்களுடன் தங்கியிருந்த விக்ரமன், தரிசனத்தை முடிப்பதற்கு முன்பாகவே ரங்காத்மஜாவை கண்டுவிட்டிருந்தான். முந்தைய நாள்

மாலையில் அவன் அரங்கனை தரிசித்தபோது, ரங்காத்மஜாதான் எனது மனைவி என்கிற தீர்க்கமான முடிவுக்கு வந்திருந்தான். காதலை வெளிப்படுத்தி கரம்பிடிக்க வேண்டியதுதான். இப்போதே அவளை அழைத்துச் சென்று, 'இவள்தான் உங்களது மருமகள்' என்று கூறினால், இவனுடைய கொளத்து நாடு அரண்மனையில் கோலாகலம் துவங்கிவிடும். பார்க்கலாம்! ரங்காத்மஜா என்ன சொல்கிறாளோ, தெரியவில்லை!

குதிரையை ஆலயத்தின் வாயிலில் நிறுத்தியபோதே, அங்கு நின்றிருந்த ரதத்தைக் கண்டதும், ரங்காத்மஜா ஏற்கெனவே வந்துவிட்டாள் என்பதைப் புரிந்துகொண்டான். அவனுடைய இதயம் பந்தாக துள்ளியது. அவள் வந்திருக்கிறாள் என்றால், இவனிடம் நாட்டம்கொண்டிருக்கிறாள் என்றுதானே பொருள்.

ஆலயத்தினுள் நுழைந்து பள்ளிகொண்ட பெருமாளை வணங்கினாலும், கண்கள் ரங்காத்மஜாவை தேடின. ஒருவேளை, தரிசனத்தை முடித்துவிட்டு, வெளியே இடமூரி ஆற்றங்கரையில் காத்திருக்கிறாளோ? எதிர்பார்த்தது போலவே, இவன் அவளை முதன்முதலாக சந்தித்த அதே ஆற்றங்கரை பாறையின் மீதுதான் ரங்காத்மஜா. அமர்ந்திருந்தாள். சத்தம் செய்யாமல் அவள் பின்பாக நகர்ந்து சென்று நின்றான். ஆற்றையே வெறித்துப்பார்த்தபடி அமர்ந்திருந்தாள், ரங்காத்மஜா..

"ஆத்மஜாவின் ஆத்மா வெளியே சஞ்சரித்துக்கொண்டிருக்கிறது போலும்! தங்கச்சிலையாக ஆடாமல் அசையாமல் அமர்ந்திருக்கிறாயே?" - வெண்கல மணியாக அவனது கம்பீரக் குரல் ஒலிக்க, திடுக்கிட்டு திரும்பிப் பார்த்தாள்.

"ஆம்! நேற்று ஒரு மாயவன், எனது ஆத்மாவை எனது பட்டு சீலையினால் பொட்டணம் கட்டி எடுத்துச் சென்றுவிட்டான். அதனால்தான் இப்படி அமர்ந்திருக்கிறேன்." - ரங்காத்மஜா சிரித்தாள்.

"இல்லையே! அந்தச் சீலையை போர்த்திக்கொண்டுதான் எனது மஞ்சத்தில் படுத்தேன். உள்ளே உனது ஆத்மா இல்லையே. ஒருவேளை, உனது ஆத்மா எனது ஆத்மாவை கடத்திக்கொண்டு சென்றுவிட்டதோ? எங்கு சென்றதுகளோ தெரியவில்லை! நாம்

இருவரும் நடைப்பிணமாக திரிகிறோம் போலும்!" அவள் அருகில் அமர்ந்தபடி கூறினான், வாயு விக்ரமன்.

"கவலைப்படாதீர்கள்! ரங்காத்மஜாவின் ஆத்மா ரங்கன் கோயிலை விட்டு அகலவே அகலாது. அதனால் உங்கள் ஆத்மாவும் பத்திரமாக இங்கேதான் எங்காவது அலைந்துகொண்டிருக்கும்!" -ரங்காத்மஜா சிரித்தாள்.

"ரங்காத்மஜா! நான் ஒரு விஷயத்தை உன்னிடம் கூற விரும்புகிறேன். சுற்றிப் பேச விரும்பவில்லை. ஐந்தே வாரங்கள்தான் எனது பெற்றோர் எனக்கு கெடு விதித்திருக்கிறார்கள் திருநாவாய் என்கிற தலத்தில் பாரத புழா என்னும் ஆற்றில், நான் புதுமாப்பிள்ளையாக எனது மனையாளுடன் கங்கா கலசத்தை எனது தலையில் சுமக்க வேண்டும். இது எங்கள் குடும்ப வைபவம்! சென்ற ஆண்டு வரை எனது தகப்பனார்தான் கங்கா கலசத்தை சுமந்தார். இந்த ஆண்டு நானும் எனது மனையாளும் அதனை சுமக்க வேண்டும் என்று கூறுகிறார். மனைவியைத் தேடித்தான், ஸ்ரீரங்கப்பட்டணம் வந்தேன்!" என்று கூறியவன் எச்சரிக்கையுடன் அவளது முகத்தைக் கூர்ந்து கவனித்தான். "இதை ஏன் என்னிடம் கூறுகிறீர்கள்?" - வியப்புடன் கேட்டாள், ரங்காத்மஜா

"உன்னிடம் கூறாமல் யாரிடம் கூறுவேன்? பாரத புழா வைபவத்தில் கங்கைக்கு புனித வேள்வி நடக்கும். அப்போது கங்கா கலசத்தை மன்னர் குடும்பம் சுமக்க வேண்டும். நான் அதனை சுமந்தால், நீதான் என்னுடன் கொளத்துநாட்டு அரசியாக என்னுடன் கலசம் சுமந்து வர வேண்டும். நான் உன்னைக் காதலிக்கிறேன். என்னை மணக்க உனக்கு சம்மதமா?" - வாயு வேகத்தில் வாயு விக்ரமன் பேச, வீச மறந்த தென்றலாக, அயர்ந்து போய் அமர்ந்திருந்தாள், ரங்காத்மஜா.

"தண்ணீரில் நின்ற உங்கள் மானத்தைக் காப்பாற்றியதற்கு, கங்கையையே தூக்கி எனது தலையில் வைக்கிறீர்களே! யோசித்துப் பேசுங்கள்! எடுத்தேன் கவிழ்த்தேன் என்று முடிவு எடுப்பதற்கு ஆண்கள் பெயர் போனவர்கள். அவர்களது முடிவுகளால் பாதிக்கப்படுவது பெண்கள்தான். நான் உங்கள் குடும்ப கோட்பாடுகளுக்கு பொருத்தமானவளாக இருப்பேனா?

உணர்ச்சிவயப்பட்டு முடிவு எடுக்கிறீர்களா?" - ரங்காத்மஜா கேட்டதும், சுள்ளென்று எரிச்சல் அடைந்தான், வாயு விக்ரமன்.

"தெரியாமல் எனக்கு வாயு விக்ரமன் என்று பெயர் வைத்துவிட்டார்கள். எனவே, முடிவு எடுப்பதில் வாயு வேகத்தை காட்டுகிறேனே தவிர, உணர்ச்சிவயப்பட்டு முடிவுகளை எடுப்பவன் இல்லை. நான் உன்னை முழுமனதுடன் காதலிக்கிறேன். நீ என்னைக் காதலிக்கிறாயா இல்லையா?" - சற்றே கோபத்துடன் கேட்டான்.

"வாயு நேற்று தென்றலாக இருந்தது. இன்று புயலாக ஒலிக்கின்றதே! கோபம்கொள்ள வேண்டாம்!. எனது சொந்த அனுபவத்தால் உங்களிடம் அப்படி பேசிவிட்டேன். எனது தந்தை திடீர் என்று மயிலங்கி அரசி அலர்மேல் மங்காவின் மீது காதல் கொண்டுவிட்டதாக தகவல் வந்துள்ளது. நேற்றுதான் ஆலயத்தில் அவளை சந்தித்தார். இன்று அவள் எனது தந்தையின் ஆருயிர் காதலி. அதனால்தான், ஆண்கள் எடுத்தேன் கவிழ்த்தேன் என்று முடிவு எடுப்பதாக கூறினேன். எனது தாய், இங்ஙனம் நடக்கும் என்று நேற்றே யூகித்துவிட்டாள்!" - குரலில் சோகம் இழையோட கூறினாள், ரங்காத்மஜா.

"அறிந்தேன்.! ஊரெல்லாம் உனது தந்தையின் திடீர் காதலைப் பற்றிதான் பேச்சு. இன்னும் சொல்லப் போனால், அலர்மேல் மங்காவைக்காட்டிலும் அவள் வைத்திருக்கும் மயிலங்கி பொக்கிஷத்தைப் பெறுவதற்குதான், உனது தந்தை அவளைக் காதலிப்பது போன்று நடிப்பதாகவும், பேசிக்கொள்கிறார்கள்." - வாயுவிக்கிரமன் கூறினான்.

"உண்மையான காரணம் எனக்குத் தெரியாது!. ஆனால், நேற்று எனது தந்தை திடீர் காதல் வசப்பட்டதை போன்று, நாமும் திடீர் என்று முடிவு எடுக்க வேண்டாம். உங்களது பெற்றோரை எனது பெற்றோருடன் தொடர்புகொண்டு என்னைப் பெண் கேளுங்கள். அதன் பிறகு திருமணம் குறித்துப் பேசலாம். நமது திருமணமும் பொக்கிஷ திருமணமாக திகழ வேண்டாம். திருமணத்தில் சப்தபதி என்று ஏழுஅடிகள் வைப்பதே அடி மேல் அடி வைத்து தாம்பத்யத்திற்குள் நுழைய வேண்டும் என்பதற்கே!" - ரங்காத்மஜாவின் குரலில் எச்சரிக்கையுணர்வு காணப்பட்டது.

“சப்தபதி என்னும் ஏழு அடி வைத்து, பிறகு மிகுந்த சப்தத்துடன் பதியின் முதுகில் அடிக்க போகிறார்கள் என்பதை உணர்த்தும் சடங்கோ?” - வாயு விக்ரமன் கூற, குலுங்கி குலுங்கி சிரிக்கத் தொடங்கினாள், ரங்காத்மஜா. அந்த சிரிப்பினில் சொக்கிப் போனான், வாயு விக்கிரமன். அவளது கரங்களைக் காதலுடன் பற்றினான்.

“ரங்காத்மஜா! உண்மையில் எனது பெற்றோர் ஸ்ரீரங்கப்பட்டணம் செல் என்று கட்டளையிட்டதும், நான் பயணத்தை எப்படி தவிர்ப்பது என்று யோசித்துக்கொண்டிருந்தேன். உலகத்தை இன்னும் புரிந்துகொள்ள வேண்டும். எனது வாழ்க்கையில் இத்தருணத்தில் ஒரு பெண்ணுக்கு இடமளித்து, அவளுக்கு எனது பொன்னான நேரத்தை ஒதுக்க முடியாது என்கிற எண்ணத்தில்தான் இருந்தேன். நேற்று காவிரியில் குளித்துக்கொண்டிருக்கையில், பாறையில் அமர்ந்திருந்த உன்னைப்பார்த்தும்கூட காதல் கொள்ளவில்லை. நீராடுவதற்காக வந்த பெண் என்றுதான் நினைத்தேன். ஆனால், எனது வஸ்திரம் நழுவிப் போனதை உணர்த்தி, எனக்கு உனது சீலையைக் கொடுத்து, எனக்கு காய்ச்சல் வந்துவிட போகிறதே என்று அக்கறையுடன் என்னைக் கூடாரத்திற்கு போகச் சொன்னாயே... அப்போதுதான் எனது மனதினுள் விழுந்துவிட்டாய்! எனக்கென்று ஒருத்தி எனது சுக துக்கங்களை பகிர்ந்துகொள்ள அவசியம் என்பதை உணர்ந்தேன். உன்னைத் தவிர, வேறு யாரையும் மனதால்கூட நினைத்துப் பார்க்க இயலவில்லை. வாயு வேகத்தில் எதையும் செய்வேன். மஞ்சத்தில் படுத்தவுடன் உறங்கிவிடுவேன். ஆனால், முதன்முறையாக உன்னைப்; பற்றிய நினைவுகள் என்னை உறங்கவிடவில்லை. எனவே, எனது காதலை ஏற்றுக்கொள்!” - அவளது தோளில், தனது கரத்தை வைக்க, அவள் முகத்தில் பரவசம் பரவ, அவனது நெஞ்சில் சரிந்தாள்.

“இளவரசி என்பவள் அரசியல் சதுரங்க விளையாட்டுக்கு ஒரு பகடைக்காய். எனது தந்தை மனதில் என்ன நினைத்திருக்கிறாரோ? பொக்கிஷத்திற்காக அலர்மேல் மங்காவை காதலிக்கத் தொடங்கி இருக்கிறார். அப்படியென்றால், எனது திருமணத்திற்கும் பெரிய விலை ஒன்றை வைத்திருப்பார். என்ன என்பது எனக்குத் தெரியாது.

ஆனால், எனது மனதறிய சொல்கிறேன். உங்களைக் கண்டவுடன் நானும் காதல் கொண்டுவிட்டேன். இன்னும் சொல்லப்போனால், நான் முதன்முதலாக கண்ட வாலிபரும் தாங்கள்தான். கடைசியாக, நான் காணப்போவதும் தாங்கள்தான். காரணம், உங்களை எனது நாதனாக மனதால் வரித்துவிட்டேன். இன்னொருவரை மணப்பது என்பது இனியும் நினைத்துக்கூட பார்க்க முடியாது!" - உணர்ச்சி வயப்பட்டு அவள் கூற, இருவரும் ஒருவரையொருவர் தழுவி கண்களை மூடி பரவசத்தை அனுபவிக்க, இடமூரி ஆறும் - உங்களை சேர்த்து வைத்தது நான்தான் என்பதை நினைவில் கொள்ளுங்கள் - என்பது போன்று, குளிர்ந்த காற்றை அவர்கள் மீது வீச, அஸ்தமன சூரியனிடம் விடைபெற்றுக்கொண்டு, ஆற்றங்கரையோரம் இருந்த மரங்களில் தாங்கள் கட்டியிருந்த கூடுகளுக்கு, இசை எழுப்பியபடி பறவைகள் திரும்ப, அந்த சூழ்நிலையே அவர்களது முதல் தழுவலுக்கு இனிமையைச்சேர்த்தன.

அப்போது -

ஆலய வாயிலில் முரசு சத்தம். மற்றும் கொம்பு வாத்தியங்கள் முழங்கப்படும் ஒலி கேட்க, இருவரும் அந்த ஒலிகளைக் கேட்டு திடுக்கிட்டு விலகினார்கள்.

மயிலங்கி மன்னரின் தகனத்தில் கலந்துகொண்டிருந்ததால், அரங்கனின் ஆலயத்தினுள் நுழையாமல், ஆலயத்தின் பக்கலில் இருந்த காட்டுப்பாதை வழியாக ஆற்றங்கரைக்கு வந்துகொண்டிருந்தார், மன்னர், ரங்க ராயர்.

ஊர் பெயர் தெரியாத வாலிபனுடன் தான் நிற்பதைப் பார்த்தால், தந்தை என்ன சொல்லுவாரோ என்று பதற்றத்துடன் நின்றாள், ரங்காத்மஜா.

அதே வேளையில் -

வாயு விக்கிரமனின் உதவியாளன், பரிபூரணன், கோலாத்ரி அரண்மனையில் இருந்து அவசரமாக ஓலை சுமந்து வந்திருந்த, தளபதி கோலப்பெருமாளின் மகன் ரவி தேஜனை அங்கே அழைத்து வந்தான். ரவி தேஜன் நீட்டிய ஓலையை வாசித்த வாயு விக்கிரமனின் முகம் விகாரம் அடைந்தது.

அதேவேளையில், திருமலை ரங்க ராயர், புத்தம்புது காதலி, அலர்மேல் மங்காவுடன் ஆற்றங்கரைக்கு வர, ரங்காத்மஜா வெலவெலத்துப்போய் நின்றிருந்தாள்.

- தொடரும்

அத்தியாயம் 8

ஓலை கூறும் சேதி

இடமூரி ஆற்றங்கரையில் இருந்த தீபஸ்தம்பம் ஒன்றின் முன்பாக ரங்க ராயரும் அலர்மேல் மங்காவும் நிற்க அந்தணர்கள் மந்திரத்தை உச்சரிக்க பின்பு முடிவில் மறைந்த ராம ரகோத்தம வேங்கடப்பாவுக்கு மோட்ச தீபத்தை ஏற்றினர். அதுவரையில் ஓர் ஓரமாக நின்று ரங்காத்மஜாவும் வாயு விக்ரமனும் அந்தக் காட்சியைக் கவனித்துக்கொண்டிருந்தனர்.

"ஐயோ! அப்பா இந்தப் பக்கமாக வரப்போகிறார் என்று நினைக்கிறேன். உங்களுடன் என்னைப் பார்த்தால் அனர்த்தங்கள் விளையுமே!" - பதைபதைத்தாள் ரங்காத்மஜா.

"ஏன் கவலைப்படுகிறாய்? இருக்கவே இருக்கிறது... காவிரியின் கிளை ஆறான இடமூரி ஆறு! நீ உனது தந்தையுடனும் சிற்றன்னையுடனும் பேசும்வரை நான் ஆற்றில் நீராடுவது போன்று நடிக்கிறேன்!" - குறும்புத்தனத்துடன் சட்டென்று தனது கன்னத்தை அவளது கன்னத்தில் வைத்து உரசி அவளது காதில் கிசுகிசுக்க அரண்டு போன ரங்காத்மஜா விருட்டென்று நகர்ந்துகொண்டபடி பேசினாள்.

"நீராடுங்கள்! ஆனால், வஸ்திரங்கள் நழுவாமல் நீராடுங்கள். எனது தந்தையின் முன்பாக மீண்டும் என்னால் சீலையை எடுத்துத் தர முடியாது. உடுத்துவதற்கு வஸ்திரம்கூட இல்லாதவன் என்று நினைத்து எனது தந்தை என்னை உங்களுக்கு மணமுடிக்கவும் மாட்டார்!" - ரங்காத்மஜா கிண்டலாகக் கூறினாள்.

"மேனியில் வஸ்திரங்கள் இல்லாவிட்டால் என்ன? எங்கள் கொளத்து நாடு நிலவறையில் அளவில்லா பொக்கிஷங்கள் கொட்டிக்கிடக்கின்றன. அதை உன் தந்தையிடம் கூறினால் போதும்! உடனே உன்னை எனக்குத் தந்துவிடுவார்." - இருவரும் நகைச்சுவையாக பேசிக்கொண்டிருக்க ரங்காத்மஜா

எதிர்பார்த்தது போலவே, ரங்கராயர் அலர்மேல் மங்காவுடன் ஆற்றங்கரைக்கு வந்தார்.

ஆனால் ரங்காத்மஜா எதிர்பார்த்தது போன்று, விக்ரமன் ஆற்றினுள் குதிக்கவில்லை. ராயருடன் பேசும் எண்ணத்திலேயே இருந்தான். அதனைக்கண்டு அரண்டு போனாள் ரங்காத்மஜா. இங்கேயே விக்ரமன் இவளைப் பெண் கேட்டு அவர் சினம் கொண்டு கூட்டத்தினர் எதிரே ரசாபாசமாகி விட போகிறதே! கவலையுடன் தந்தையை எதிர்நோக்கத் தயாரானாள்.

ரங்காத்மஜாவைப் பார்த்ததும் கண்களில் வியப்பைக்காட்டினார். அதேசமயம் அருகில் புதிய காதலி அலர்மேல் மங்காவை தனது மகள் உறுத்துப் பார்ப்பதைக் கண்டதும் மனதில் குற்ற உணர்வு எழுந்தது. அதனை மறைக்க மகளை வாஞ்சையுடன் நோக்கினார்.

“என்னம்மா..! நீ மட்டும்தான் வந்தாயா... இல்லை உனது அம்மாவும் வந்திருக்கிறாளா?” - திருமலை ரங்கராயர் கேட்டார்.

ரங்காத்மஜாவின் அருகே நின்ற விக்ரமனை அவரது கண்கள் கேள்வியுடன் நோக்கின.

“இல்லை தந்தையே! நான் மட்டும்தான் ஆலயத்திற்கு வந்தேன். இங்கு சூழ்நிலை ரம்யமாக இருப்பதால் சற்றே வந்து அமர்ந்தேன்” என்று ரங்காத்மஜா கூறியதும் மன்னரின் பின்பாக நின்றிருந்த அலர்மேல் மங்கா முன்னே வந்து வாஞ்சையுடன் ரங்காத்மஜாவை அணைத்துக்கொண்டு அவளது முகத்தோடு தனது முகத்தை உரசினாள்.

என்ன நிகழ்கிறது இன்று? முற்றிலும் புதியவர்கள் இருவர் இவளை அணைத்து முகத்தோடு முகம் தேய்க்கிறார்கள். சற்று முன்புதான் வாயு விக்ரமன் தனது உறுதியான கன்னத்தினால் இவளது கன்னத்தை உரசியிருந்தான். இப்போது சிற்றன்னை அலர்மேல் மங்காவும் அதையே செய்கிறாள். தான் செய்த அதே செயலை அலர்மேல் மங்காவும் செய்வதை சற்றே வியப்புடனும் பொறாமையுடனும் நோக்கிய வாயு விக்ரமன் அவர்களையே வெறித்துக்கொண்டிருக்க ரங்கராயர் நேரடியாக அவனைப் பார்த்து கேள்வியை எழுப்பினார்.

"எனது மகளுடன் நின்றுகொண்டிருக்கும் நீங்கள் யார்?"

"நான் கொளத்து நாடு கோலாத்ரி பரம்பரையின் மன்னர் பரசு வடக்கன் பெருமாளின் மகன் வாயு விக்ரமன். அரங்கனைத் தரிசிக்க வந்து அதோ ஆற்றங்கரை கூடாரத்தில் தங்கியிருக்கிறேன். எனது தந்தை ஒரு தகவலை எனக்கு ஓலை மூலமாகத் தெரிவித்திருந்தார். அதனை தாங்களும் தெரிந்துகொள்வது நல்லது. ஸ்ரீரங்கப்பட்டண இளவரசியார் ஆலயத்திற்கு வந்திருக்கிறார் என்பதைத் தெரிந்துகொண்டு, அவர் மூலம் தங்களுக்கு அந்த முக்கிய தகவலை தெரிவிப்பதற்காக இங்கே வந்தேன். எனது பாக்கியம் கும்பிடப்போன தெய்வம் குறுக்கே வந்தது போன்று தாங்களே இங்கே வந்துவிட்டீர்கள்! தங்கள் மகளிடம் கூற நினைத்த தகவலை இப்போது தங்களிடமே கூறுவதற்காக காத்திருக்கிறேன்" - மிகவும் சாமர்த்தியமாக சந்தர்ப்பம் ஏற்படுத்தி தந்த வாய்ப்பினைத் தனக்கு சாதகமாக மாற்றிக்கொண்டான் வாயு விக்ரமன்.

தன்னிடம் ரவி தேஜன் அளித்திருந்த ஓலையைத் திருமலை ரங்கராயரிடம் நீட்டினான் விக்ரமன். ரங்கராயர், அந்த ஓலையை வாங்கி உரக்கவே வாசித்தார். வாயு விக்ரமனின் தந்தை பரசு வடக்கன் பெருமாள்தான் ஓலையை மகனுக்கு அனுப்பியிருந்தார்.

பிரிய மகன் விக்ரமனுக்கு,

தொண்டை நாட்டின் பூவிருந்தவல்லி மற்றும் செங்கழுநீர் பற்றை கைப்பற்றியுள்ள முகலாயப் படைகள் அடுத்து காஞ்சியைக் கைப்பற்ற முடிவு செய்துள்ளனர். காஞ்சியின் ஆலய செல்வங்களைக் கொள்ளையடித்துவிட்டு, மேற்கே நகர்ந்து மயிலங்கி, மைசூர் சமஸ்தானங்களைக் குறிவைத்திருக்கின்றனர். பிறகு அங்கிருந்து தெற்கே நகர்ந்து நமது கொளத்து நாடு, திருநாவாய் மற்றும் ஹரிபாட் சமஸ்தானங்களை கைப்பற்ற எண்ணியிருக்கின்றனராம். நமது பொக்கிஷங்களைப் பத்திரப்படுத்தும் பணிகள் மிகுந்திருப்பதால் நீ உடனே புறப்பட்டு வா. மற்ற விவரங்களை நேரில் கூறுகிறேன்.

- பரசு வடக்கன் பெருமாள் கோலாத்ரி!

ஓலையை அவர் படித்ததுமே அலர்மேல் மங்காவுக்கு அனைத்தும் விளங்கிவிட்டது.

“ராயரே! எனது தந்தை மயிலங்கி பொக்கிஷங்களைத் திடீரென்று பதுக்கி வைத்ததற்கான காரணம் இப்போது விளங்கிவிட்டது. தந்தையின் அருகே சடலமாகக் கண்டெடுக்கப்பட்ட பலபீமா, காஞ்சியில் வசித்த தூதன்தான். முகலாயர்களின் படையெடுப்புக் குறித்த தகவலைக் கூறுவதற்காகதான். அவன் தந்தையைச் சந்திக்க வந்திருக்க வேண்டும். அவன் உதவியுடன் பொக்கிஷங்களை மறைத்துவிட்டிருப்பார் தந்தை” - மங்கா கூறினாள்.

‘பொக்கிஷங்கள் வைத்திருக்கும் இடத்தை அவன் வெளியே சொல்லக்கூடாது என்று வேங்கடப்பா அவனைக் கொல்ல முயன்றிருப்பார். இருவருக்குமிடையே சண்டை நிகழ்ந்திருக்கும்’ - மனதிற்குள் நடந்ததை யூகித்துவிட்டார், ரங்கராயர்.

ரங்கராயரின் முகத்தில் சற்றே பரபரப்பு! அலைகடலென வரும் முகலாயப் படைகளை சிறுசிறு குட்டைகளைப் போன்று சிதறிக் கிடக்கும் சிறிய சமஸ்தானங்களால் எப்படி எதிர்கொள்ள முடியும்? மைசூர், மயிலங்கி, ஸ்ரீரங்கப்பட்டினம் என்று எல்லா சமஸ்தானத்து படைகளை ஒன்று திரட்டினாலும் முகலாயர்களின் ஆற்றலுக்கு முன்பாக நிற்க முடியாதே! மேலும் மயிலங்கியைப் பரம்பரை எதிரியாக நினைக்கும் மைசூர் சமஸ்தானம் இவர்களுடன் சேர்வார்களா? மைசூர் மன்னரை மணக்க மறுத்த அலர்மேல் மங்காவைக் காப்பாற்ற அவர் ஏன் முன்வரபோகிறார்?

“விக்ரமரே! தக்க தருணத்தில் எங்களை எச்சரித்தீர்கள்! உங்களுக்கு எப்படி நன்றி கூறுவது என்று தெரியவில்லை! முகலாயப் படைகளை எப்படி எதிர்கொள்வது என்று யோசிக்க வேண்டும். இன்றே ஸ்ரீரங்கப்பட்டணம் மற்றும் மயிலங்கி பிரதானிகள் ஒன்று கூடி பேசுவோம். மைசூர் சமஸ்தானத்திற்கும் அழைப்பு விடுப்போம்!” - ரங்கராயரின் குரலில் சற்றே பதற்றம் நிலவியது.

விக்ரமன் மன்னர் ரங்கராயரை பணிவுடன் பார்த்தான்.

“ராயரே! சித்திரகுள்ளர்கள் ஒருங்கிணைந்து ஒரு பிரமாண்ட அரக்கனை எதிர்கொள்ள முடியுமா? நாம் படையெடுத்து வரும் முகலாயர்களை எதிர்த்துப் போரிட முடியாது. ஆனால் நம்மை நோக்கி நகர்ந்து வரும் அவர்களைத் திசை திருப்ப முடியும். அதற்கு நான் ஒரு திட்டம் வைத்திருக்கிறேன்” என்றதும் அலர்மேல் மங்கா அவனை பிரமிப்புடன் பார்த்தாள்.

அழகனாகவும் சாதுர்யம் நிறைந்தவனாகவும் காணப்படும் வாயு விக்ரமன் வேகத்தையும் கொண்டிருக்கிறான். முகலாயர்களை எதிர்க்க என்ன திட்டம் வைத்திருக்கிறான்?

ஓரக்கண்ணால் தன்னை பிரமிப்புடன் பார்த்தபடி நின்றிருந்த ரங்காத்மஜாவை பார்த்துவிட்டு விக்ரமன் தொடர்ந்து பேசினான்.

“தெற்கே வந்துள்ள முகலாயர்கள் தொடர்ந்து சென்றால், செஞ்சியில் மராத்திய படைகளைச் சந்திக்க வேண்டி இருக்கும். அதனை தவிர்க்கவே, அவர்கள் மேற்கே நகர்ந்து, நம்மை போன்ற பொக்கிஷங்கள் நிரம்பிய சிறிய சமஸ்தானங்களைக் குறிவைக்கிறார்கள். செல்வத்தைத் திரட்டி படை பலத்தைப் பெருக்கிக்கொண்டு, பிறகு மராட்டியர்களை எதிர்கொள்ள நினைக்கிறார்கள். நாம் அவர்கள் மேற்கே வரவிடாமல் மராட்டியர்களை அவர்கள் மீது ஏவி விட்டால் போதும்! சிறிய சிறிய சமஸ்தானங்கள் ஒன்று கூடி, நாம் செஞ்சியில் தங்கியிருக்கும் மராட்டிய மன்னர் சம்பாஜியிடம் நமது செல்வங்களைக் காக்கும்படி வேண்டுவோம். நீங்கள் சரி என்று கூறினால், நான் இன்றிரவே செஞ்சிக்குப் புறப்படுகிறேன். சம்பாஜியிடம் உதவி கோரினால் நிச்சயம் அவர் நமக்குக் கைகொடுப்பார். ஆனால்...” என்று இடைவெளி விட்டான் விக்ரமன்.

“ஆனால்..?” - வியப்புடன் அவனை பார்த்தார் ரங்கராயர்.

“நாம், நமது பொக்கிஷங்களில் இருந்து சம்பாஜிக்குச் செல்வங்களை அள்ளிக்கொடுக்க வேண்டும். அவர் நமக்குச் செய்யும் உதவிக்கு பிரதியுபகாரமாக நாம் அவருக்கு நமது பொக்கிஷங்களைத் தாராளமாக வழங்குவோம்” என்றவுடன் அலர்மேல் மங்காவின் முகம் மலர்ந்தது.

“நிச்சயம் தருவோம். நான் எனது மயிலங்கி பொக்கிஷத்தில் பாதியைத் தருகிறேன். அவரது தந்தையார் சத்ரபதி சிவாஜியே, எங்களது செல்வத்தைப் பார்த்து பிரமித்திருக்கிறார். அதில் பாதி அவரது மகனைத்தான் சேரட்டுமே!” - அலர்மேல் மங்கா, உணர்ச்சியுடன் சொல்ல, அவள் அப்படி உடனே கூறியதை, ரங்க ராயர் ரசிக்கவில்லை.

இருப்பினும், முகத்தை உணர்ச்சியில்லாமல் வைத்தபடி விக்ரமனைப் பார்த்தார்.

“சம்பாஜியிடம் உன்னால் பேச முடியுமா விக்ரமா?” - ரங்கராயர் கேட்டார்.

“நான் தூது செல்லத் தாயார். இன்றே கொளத்து நாடு சென்று, எனது தந்தையிடம் தகவலைச் சொல்லிவிட்டு பிறகு, செஞ்சிக்கோட்டைக்குப் புறப்படுகிறேன். நம்மால் போர் புரிய முடியாது. திரண்ட செல்வங்களையும் பதுக்கி வைக்க முடியாது. ஆனால், மராட்டியர்களை அவர்கள் மீதி ஏவி விட்டு, அவர்களைத் திசைதிருப்ப முடியும். அதன் மூலம், நமக்கு பொக்கிஷங்களையும் மறைத்து வைக்க அவகாசம் கிடைக்கும்” - விக்ரமன் கூற மங்கா தலையசைத்து ஆமோதித்தாள்.

“உண்மை! முழு பொக்கிஷங்களையும் முகலாயர்களிடம் இழப்பதைவிட, சிறிது செல்வங்களை சம்பாஜிக்கு வெகுமதியாக அளிப்பதில் என்ன வந்துவிடப் போகிறது. நீங்கள் சென்று சம்பாஜியைச் சந்தியுங்கள்!” - மங்கா கூறினாள்.

“சரி மகளே! நான் புறப்படுகிறேன்! நான் மயிலங்கி செல்கிறேன். சிறிது காலம் அங்கே தங்கிவிட்டு பிறகு, ஸ்ரீரங்கப்பட்டணம் வருகிறேன்!” - என்றபடி விக்ரமனிடம் விடைபெறாமல் நடந்தார் ரங்கராயர். அவரது பின்பாக நடக்க முற்பட்ட மங்கா, ரங்காத்மஜாவின் முகவாயைப் பற்றி அவளது கண்களுக்குள் வெறித்து பார்த்தாள்.

“வருகிறேன் மகளே!” என்றபடி கணவனின் பின்பாக நடந்தவள் பிறகு, எதையோ நினைத்துக்கொண்டு மீண்டும் ரங்காத்மஜாவிடம் வந்தாள்.

“உனது காதலனைச் செஞ்சிக்குப் பத்திரமாக போய்வர சொல்! உனது கன்னத்தை உராய்ந்தபோது, ஆண்கள் உபயோகிக்கும் ஜவ்வாது துகளின் மணம் வீசியது. கஸ்தூரி மஞ்சளால் மினுமினுக்கும் கன்னத்தில் ஜவ்வாது துகள் எப்படி ஒட்டிக்கொண்டது? வியப்புடன் பார்த்தபோதுதான், கோலாத்ரி இளவரசர் வாயு விக்ரமனிடம் அதே வாசம் வீசுவதைக் கண்டேன். மகளே! கவலைப்படாதே! உனது எதிர்காலத்தில் எனக்கும் அக்கறையும் உரிமையும் உண்டு!” - வாஞ்சையுடன் ரங்காத்மஜாவின் தலையை அலர்மேல் மங்கா வருட நெகிழ்ந்து போனாள் ரங்காத்மஜா.

மயிலங்கி பொக்கிஷத்தைப் பற்றியும் மங்கா வைத்திருக்கும் சுவடியைப் பற்றியும் நினைத்துக்கொண்டிருந்தார் ரங்கராயர். மயிலங்கி பொக்கிஷங்களைச் சம்பாஜிக்குக் கொடுக்க மங்கா சம்மதித்திருக்கிறாளே! அதற்கு அவளுக்கு என்ன உரிமை உள்ளது? அந்தத் பொக்கிஷங்களுக்காகத்தானே, இவர் மங்காவை திருமணம்செய்துகொள்ள சம்மதித்திருக்கிறார். இவருக்குத் தராமல், சம்பாஜிக்கு பொக்கிஷங்களைக் கொடுக்க விடுவாரா என்ன!

‘மயிலங்கி பொக்கிஷங்கள் எனக்குத்தான்!’ - தனது மனதுக்குள் அறைக்கூவல் ஒன்றை விடுத்தார் ரங்கராயர்.

தனது பிரதானி ஒருவரை அழைத்து ஸ்ரீரங்கப்பட்டண திவான் கீராங்கூர் அனந்தாச்சாரியாரை அவசரமாக மயிலங்கிக்கு வரும்படி தகவல் அனுப்பினார். அனந்தாச்சாரரியர் மிகவும் கூரிய அறிவு படைத்தவர். அவரால் மயிலங்கி மன்னர், ராம ரகோத்தம வேங்கடப்பா எழுதியுள்ள ரகசியத்தின் பொருள் அறிய முடியும் என்று ரங்கராயர் மனதினுள் நினைத்தார். அவரையும் அறியாமல் மயிலங்கி ரகசியம் புதிரை வாய் முணுமுணுக்கத் தொடங்கியது.

- தொடரும்

அத்தியாயம் 9

உள்ளே வெளியே

மைசூர் அம்பா விலாசம்!

மன்னர் ஐந்தாம் சாமராஜ வோடேயார் தனது மகன் ராஜா வோடேயாருடன் ஆலோசனை அறைக்குள் நுழைந்துகொண்டிருந்தார். கண்ணாடி சுவர்களால் அமைக்கப்பட்டிருந்த வட்ட வடிவ அறையின் மேலே, மரச்சட்டங்களினால் அமைக்கப்பட்டு பட்டுத்துணியால் மறைக்கப்பட்ட பெரிய 'பங்கா' (விசிறி) ஒன்று ஊசலாடிக்கொண்டிருந்தது. அதனைப் பிணைத்திருந்த நீண்ட சணல் கயிறு ஒன்று கண்ணாடி சுவரின் துளை ஒன்றின் வழியாக வெளியே சென்றது. பங்காவை விசிறுவதற்காக கயிறுகளைப் பற்றியபடி ஒரு சிறுவன் மேடை ஒன்றின் மீது அமர்ந்திருந்தான். வாய்பேச முடியாத, கேட்கும் திறமையில்லாத ஒரு ஊமை அவன். அதனால் மட்டுமே பங்கா வீசும் பணி அவனுக்குத் தரப்பட்டிருந்தது.

வாய்பேச மற்றும் செவியால் கேட்கும் ஆற்றல் இல்லாத நபர்களைத்தான் அந்தக் காலத்தில் பங்காவை வீசுவதற்கு நியமிப்பார்கள். மந்திராலோசனையில் எடுக்கப்படும் முக்கிய முடிவுகள் வெளியே கசிந்துவிடாமல் இருப்பதற்கு, இந்த வழி.

மன்னர் சாமராஜ வோடேயார் தனது இருக்கையில் அமர்ந்ததும் அவரது வலப்புற இருக்கையில் மகன் இளவரசர் ராஜா வோடேயார் அமர்ந்தான். தொடர்ந்து பிரதானிகள் திம்மே நரசப்பா, பெலகவி சாமண்ணா, ஹோஸே பங்காரப்பா என்று பலரும் அமர்ந்ததும் மந்திராலோசனை தொடங்கியது.

ஸ்ரீரங்கப்பட்டணத்தில் இருந்து வந்திருந்த ஒற்றன் ஒருவன் மைசூர் மன்னர் சாமராஜ வோடேயாரின் முன்பாக பணிவுடன் நின்றிருந்தான். அவனது பெயர் பாயித் முகம்மது அலி.

அவனுடன் கிசுகிசுவென பேசிக்கொண்டிருந்த திவான் தொட்ட நீலலோகித, லிங்காயத் மன்னரின் இடப்புறத்தில் தனது இருக்கையில் வந்து அமர்ந்தார்.

"ஸ்ரீரங்கப்பட்டண மன்னர் திருமலை ரங்கராயர், மயிலங்கி மன்னர் வேங்கடப்பாவின் மகள் அலர்மேல் மங்காவைத் திருமணம் செய்து கொள்ளப்போவதாக தகவல் வந்திருக்கிறது. நமது மன்னரை மணக்க மறுத்துவிட்ட அலர்மேல் மங்கா ஸ்ரீரங்கப்பட்டண மன்னர் ரங்கராயரின் பாதுகாப்பு வளையத்திற்குள் நகர்ந்து சென்று விட்டார். அவரும் மங்காவை அரசியாக மயிலங்கி அரியணையில் அமர்த்துவதற்கு ஏற்பாடுகளைச் செய்து வருகிறாராம்" - திவான் நீலலோகித லிங்காயத் கூற அரசவையில் 'ஆ' என்கிற ஒரு வகை ஏமாற்றம் கலந்த கூச்சல் பரவியது.

"ஏன்? நமது மன்னரும் அலர்மேல் மங்காவுக்கு முழு பாதுகாப்பும் தருகிறேன் என்றுதானே கூறி, பெண் கேட்டு தூது அனுப்பினார். நமது திம்மே நரசப்பாதானே மயிலங்கி சென்று பெண் கேட்டார். 'நல்ல முடிவை சொல்லி அனுப்புகிறேன்' என்றுதானே மயிலங்கி மன்னரும் பதில் உரைத்திருந்தார். தந்தையின் தகனம் முடிவதற்குள் அவசரமாக எதற்கு ரங்கராயரைத் திருமணம் செய்துகொள்ள சம்மதிக்க வேண்டும்? - சாமண்ணா வெகுண்டார்.

"தெரிந்த விஷயம்தானே, சாமண்ணா! நான் ஐம்பதைக் கடந்தவன்! திருமலை ரங்கராயர் நாற்பதைக் கடந்தவன். இருவரில் அவன்தானே சற்றே இளமையானவன். அந்தக் காரணத்திற்காக அலர்மேல் மங்கா அவனைத் தேர்ந்தெடுத்திருப்பாள்" - மன்னர் சாமராஜவோடேயார் கூறினார்.

"அலர்மேல் மங்கா எப்படியாவது நாசமாகப் போகட்டும். நமது குறி அவளது மயிலங்கி பொக்கிஷம்தானே. அதற்காகத்தானே நாம் அவளை மன்னருக்குப் பெண் கேட்டோம்?" - பங்காரப்பா கூறினார்.

முதன்முறையாக, இளவரசன் ராஜா வோடேயார் வாய் திறந்தான்.

“நீங்கள் அந்தப் பொக்கிஷங்களைப் பார்த்திருக்கிறீர்களா, திவான்?” - ராஜா வோடேயார் கேட்டான்

“இன்னமும் எனக்கு அந்த ஆபரணங்களைப் பற்றி பசுமையாக நினைவில் இருக்கிறது.” - திவான் நீலலோகிதர் கூற, இளவரசன் ராஜ வோடேயாரின் கண்கள் தெறித்து விழுந்தன.

“அப்போது பால்ய பருவத்தில் இருந்தேன். தொண்டனூரைச் சேர்ந்த எனது குடும்பம், ஸ்ரீரங்கப்பட்டண ஆலயத்திற்குத் தரிசனத்திற்காக சென்றோம். அப்போதைய மயிலங்கி மன்னர் ராம ரகோத்தம சூரியப்பா, தனது குலதெய்வம் ரங்கநாயகிக்கு மயிலங்கி பொக்கிஷங்களைச் சாற்றியதைக் கண் குளிர கண்டோம். மரகதப் பெட்டியிலிருந்து மன்னரே ஒவ்வொரு ஆபரணமாக பட்டருக்கு எடுத்துக் கொடுக்க, அவர் அதை ரங்கநாயகிக்கு பூட்டினார்.

பொன்பாகையில் பதித்த நவரத்தினங்கள், அந்தப் பாகையில் சொருகு வைரங்கள், ரத்தின சவுக்களி, நவரத்தின கண்டாபரணங்கள், தோள்வளைகள், வைர அட்டிகைகள், பதக்கங்கள், ஹாரங்கள், கணையாழிகள், ரத்தின வண்டையங்கள், தங்கக் கட்டிகள், இவை அனைத்தையும்விட விலைமதிப்பில்லா மயிலங்கி நாட்டின் பெருமையைப் பறைசாற்றும் ஸ்வர்ண மயூராபரணம். தனது தோகையை விரித்தாடும் மயிலைப் போன்ற ஆபரணத்தில் தோகையில், நவரத்தினங்கள் இழைத்த வேலைப்பாடுகள் கண்களைப் பறிக்கும்.”

“அவ்வளவு பொக்கிஷங்களா? மயிலங்கி குறுநிலமாக இருந்தும் இவ்வளவு கீர்த்தி கொண்டிருக்கிறது என்றால், அதற்குக்காரணம் இந்தப் பொக்கிஷங்கள்தான் போலும்” - ராஜாவோடேயார் கூற திவான் தலையசைத்தார்.

“அதில் சந்தேகமென்ன இளவரசே! தாங்கள் மட்டும் அலர்மேல் மங்காவைவிட பிராயக்கணக்கில் சிறியவராக இல்லாது இருந்திருந்தால் தங்களுக்கே அவளைத் திருமணம் முடித்திருக்கலாம்” -திவான் கூற அவரை அருவருப்புடன் நோக்கினான் ராஜா வோடேயார்.

“கேட்பதற்கே அருவருப்பாக இருக்கிறது. எனது தந்தை பெண் கேட்டவளை என்னுடன் இணைத்துப் பேசாதீர்கள்” - இளவரசர் கூற சட்டென்று எழுந்து நின்றார் சாமண்ணா.

“மன்னிக்க வேண்டும் இளவரசே! ஒப்பற்ற பொக்கிஷம் கைவிட்டு போய்விட்டதே என்கிற ஆதங்கத்தில் அங்ஙனம் கூறி விட்டேன். எனது மடமை பேச்சை நிராகரியுங்கள்!” - திவான் கூறினார்.

“பொக்கிஷம் கை நழுவி போய்விட்டதே என்று ஏன் ஆதங்கம் கொள்ள வேண்டும்? ஒரு திருமணம் நடக்கவில்லையென்றால் அதற்காக வாய்ப்பே இல்லை என்றாகிவிடுமா? இருக்கவே இருக்கிறாள் ரங்காத்மஜா. திருமலை ரங்கராயரின் மூத்த பட்டமஹிஷி அஸ்வத்தம்மாவின் மகள். அவளை நமது இளவரசர் ராஜவோடேயாருக்குத் திருமணம் செய்துவிட்டால் பொக்கிஷத்தையே பெறலாம்” என்று சாமண்ணா கூறியதும் மன்னர் இளவரசர் உள்பட அனைவருமே சாமண்ணாவை வியப்புடன் பார்த்தனர்.

“அஸ்வத்தம்மாவே கொள்ளை அழகு. அவள் பெற்ற மகள் பேரழகு பெட்டகம். தராசு தட்டில் ஒருபுறம் அலர்மேல் மங்காவின் பொக்கிஷம் உள்ள மரகதப் பெட்டியையும் இன்னொரு தட்டில் ரங்காத்மஜாவையும் வைத்தால் ரங்காத்மஜா அமர்ந்திருக்கும் தட்டுதான் தாழும். அவளையே நம் இளவரசருக்கு மணமுடித்து திருமண சீராக மயிலங்கி பொக்கிஷத்தைப் பெறலாமே.!” - சாமண்ணா கூறியதும் மன்னரும் இளவரசரும் அவரை மதிப்புடன் நோக்கினார்கள். சாமண்ணாகூறியதிட்டம்அவர்களுக்குமிகவும்பிடித்துவிட்டது.

“இந்தத் திட்டம் நடக்குமா?” - ராஜாவோடேயார் கேட்டான்.

“ஏன் நடக்காது திருமலை ரங்கராயர் எப்போதும் போரை விரும்பாதவர். சமாதானம் செய்துகொள்ள விரும்புபவர். குறிப்பாக நமது மைசூர் சமஸ்தானத்துடன் சமரசம் செய்துகொள்வதையே விரும்புவார். நமது எதிரியான மயிலங்கி இளவரசியைத் தான் மணந்துகொண்டு விட்டோமே என்பதற்காக நம்மை சமாதானம் செய்ய தனது மகளை நமது இளவரசருக்குக் கொடுக்க முற்படலாம்!” - சாமண்ணா கூற

மன்னர் குதூகலத்துடன் பாயித் முகம்மது அலியை எச்சரிக்கை உணர்வுடன் நோக்கினார்.

"பாயித்! உனது தகவலுக்கு நன்றி! நீ புறப்படலாம்!" - சாமராஜ வோடேயார் கூற அவரை பணிந்துவிட்டு பாயித் புறப்பட்டான்.

அறைக்கதவை சாற்றுவதற்கு முன்பாக பாயித்தின் செவிகளில் ராஜாவோடேயார் கூறியது ஒலித்தது.

"திவான்! மயிலங்கி பொக்கிஷங்களைப் பற்றி இன்னமும் விவரமாக கூறுங்கள்!"

தனது பின்பாக கதவை மூடிய பாயித், அறையைச் சுற்றி வட்டமாக சென்ற பாதையில் நடந்தான் ஒரு மேடையில் அமர்ந்து பங்கா வீசிக்கொண்டிருந்த அந்த ஊமை சிறுவனைக் கண்டதும் நின்றான். அவனை நோக்கி தலையசைத்துவிட்டு, தனது ஆட்டு தாடியை இருமுறை வருடினான்.

"கவனித்துக்கொண்டிருக்கிறேன், பாபா! அவர்கள் உரையாடலின் ஒவ்வொரு சொல்லையும் நெஞ்சில் பதிய வைத்துக்கொண்டிருக்கிறேன். குறிப்பாக, பொக்கிஷங்களை பற்றி!" - அந்த ஊமை சிறுவன் கூறியதும் திருப்தியுடன் அகன்றான் பாயித்.

பாயித்தின் மகன்தான் அந்த பங்கா சிறுவன். ஊமையாகவும் செவிடனாகவும் நடிக்கும் அந்த பங்கா சிறுவனின் மகன்தான் வருங்காலத்தில்ஹைதர்அலியாகதோன்றிமைசூர்சமஸ்தானத்து ஸ்ரீரங்கப்பட்டண படைகளின் தலைவனாக உயர்ந்து பின்பு மன்னனாக மாறி மைசூர் சமஸ்தான வோடேயார்களையே அடிமைகளாக மாற்ற உள்ளான். அவன் மகன் திப்பு சுல்தான் பெரிய மன்னனாகி பொக்கிஷ வேட்டைகளில் இறங்கப் போகிறான். மயிலங்கி பொக்கிஷங்களைத் தேடி படைஎடுத்துச் செல்ல உள்ளான்.

* * * *

பரங்கிபேட்டை எனும் இன்று சிதம்பரம் அருகே அழைக்கப்படும் கடற்கரைத் துறைமுகப் பகுதி. கிழக்குக் கடற்கரையோரம் கடலலைகள் தாலாட்ட அமைதியான அந்தப்

பகுதியைப் புராண நூல்கள் வருணபுரி என்று அழைத்தன. கொல்கொண்டா நவாபுகள் இந்தப் பகுதியை மஹ்மூதுபந்தர் என்றுஅழைக்க, இங்குகாலனிகளைநிறுவியஆங்கிலேயர்களும் போர்ச்சுகிசியர்களும் அதனை போர்டோநோவோ என்றும் பெயரிட்டனர். புதிய துறைமுக நகரம் என்று ஐரோப்பியர் பெயரிட்டிருந்தாலும் பல்லவர் காலத்திலேயே முக்கிய துறைமுகமாகத் திகழ்ந்தது.

புரசை மரங்கள் அடர்ந்திருந்த ஒரு ஒதுக்குப்புறமான பகுதியில், அந்த வெள்ளை நிற மாளிகை நின்றிருந்தது. சுற்றி இருந்த மரங்களையே பச்சைப் போர்வையாக போர்த்திக்கொண்டிருந்த அந்த மாளிகையின் கூரை சிவப்பு நிற ஓடுகளால் வேயப்பட்டிருந்தது. அந்த அடர்ந்த காட்டில் அப்படி ஒரு மாளிகை இருப்பதையே பலர் அறிய மாட்டார்கள். வியாபாரம் நிமித்தமாக லண்டனில் இருந்து வரும் கிழக்கு இந்திய கம்பெனியின் அதிகாரிகள் தங்குவதற்காகத் துறைமுகத்தின் அருகிலேயே கட்டப்பட்டிருந்த விருந்தினர் மாளிகை அது.

அதனை ஆங்கிலேயர்கள், 'போர்ட்டோநோவோ அபே' என்று பெயரிட்டிருந்தனர். அந்த மாளிகையின் உப்பரிகையில், நான்கைந்து பேர் இருக்கைகளில் அமர்ந்திருக்க அனைவருமே புகை பிடித்துக்கொண்டிருந்ததால் அங்கே புகை மண்டலமாக காட்சி தந்தது. பெண்மணி ஒருத்தி தட்டு ஒன்றில் நாலைந்து கோப்பைகளில் தேநீர் சுமந்து வந்து அங்கிருந்த மேஜையின் மீது வைத்தாள்.

கிழக்கு இந்திய கம்பெனியின் அதிகாரிகளுக்குச் சமமாக அமர்ந்து புகைபிடித்துக் கொண்டிருந்த கேத்ரின் என்கிற பெண்மணி, தேநீர் சுமந்துகொண்டு வந்த பெண்ணை, அலட்சியமாக பார்த்தாள்.

"ஆமி! செஃப் அர்னால்டு கிட்டே சொல்லிடு. நைட் டின்னருக்கு இன்னும் இரண்டு அதிகாரிங்க வரப் போறாங்க. நைட் முக்கியமான ஒரு மீட்டிங் இருக்கு. மிட் நைட் வரைக்கும்கூட மீட்டிங் நீடிக்கலாம். அதனால, ஸ்காட்ச், ஷாம்பெய்ன் எல்லாம் நிறைய தேவைப்படும். ஹவுஸ்கீப்பர் மார்கரெட் கிட்டே சொல்லிடு!" என்று கட்டளையிட, ஆமி தலையசைத்துவிட்டு சென்றாள்.

கட்டளையிட்ட கேத்ரின், மற்றவர்களுக்குத் தேநீர்க் கோப்பைகளைக் கொடுத்துவிட்டு, தானும் ஒன்றை எடுத்துக்கொண்டாள். அவளுடைய முழுப்பெயர் கேத்ரீன் பர்கண்டி.

வங்காள கவர்னர், ஷயிஷ்டா கானுடன் மோதி, முகலாயப் படைகளால் கைது செய்யப்பட்டு, ஔரங்கசீப்பின் முன்பாக மண்டியிட்டு மன்னிப்பு கேட்ட கிழக்கிந்திய கம்பெனி அதிகாரி ஜோசையா சைல்ட்டின், தளபதி ஆர்தர் பர்கண்டியின் மனைவி. 'போர்ட்டோநோவோ அபே' மாளிகையின், தலைவியாக, அங்கே வந்துபோகும் அதிகாரிகளை உபசரிக்கும் பொறுப்பினை ஏற்றிருப்பவள், கேத்ரின் பர்கண்டி

ஔரங்கசீப் முன்பாக ஜோசையா சைல்டு உடன், ஆர்தர் பர்கண்டியும் மண்டியிட்டு மன்னிப்பு கோரியிருந்தான். அதை தனது இங்கிலாந்து மன்னர் இரண்டாம் ஜேம்ஸுக்கு இழைக்கப்பட்ட அவமானமாக கருதி இருந்தான்.

"கேத்ரின்! ஔரங்கசீப்பின் முன்பாக மண்டியிட்டபோது, அவர் தனது வலது காலை எடுத்து இடதுகாலின் மீது வைக்க அவரது காலணி எனது முகத்தில் உராய்வது போன்று பறந்து வந்து விழுந்தது. அதனை எனது கையால் நான் எடுத்துத்தரும்படி நேர்ந்தது. இந்த சம்பவத்தை என்னால் ஜீரணிக்கவே முடியவில்லை. நமது பிரிட்டிஷ் மணிமுடிக்கு இழைக்கப்பட்ட அவமானமாகவே இதை நினைக்கிறேன்" என்றான் ஆர்தர்.

"மை ஃபுட்! அரசியலில் மான, அவமானம் பார்த்தால் காரியமே நடக்காது. நமது நோக்கங்களுக்குப் பெரிய தடைகள் அவமான உணர்ச்சி! நாமெல்லாம் எதற்கு கையில் கர்ச்சீப் வைத்திருக்கிறோம்? அவமானங்களைத் துடைத்துக்கொள்ளத்தான்! நமக்கு ஒரு இலக்கு இருக்கிறது ஆர்தர்! மேற்கு கடற்கரையோரம் உள்ள சமஸ்தானங்களில் கொட்டிக்கிடக்கும் பொக்கிஷங்கள் நமக்குத் தேவை. அவற்றை நாம் எப்படியாவது கைப்பற்ற வேண்டும். அந்த இலக்கில் இருந்து நாம் தவறவே கூடாது" - கேத்ரீனின் கண்கள் கனவுடன் வானத்தை நோக்கின. ஒரு கையில் சிகரெட்டும் மற்றொரு கையில் தேநீர்க் கோப்பையுமாக இரவுக் காற்றில் கூந்தல் புரள

அவள் அமர்ந்திருந்த விதம் அட்மைரல் டிமதி ஹெட்ஜெஸ்ஸின் மனதைப் புரட்டிப்போட்டது.

‘கொடுத்து வைத்த பாவி, ஆர்தர் பர்கண்டி! கேத்ரினைவிடவா மயிலங்கி பொக்கிஷம் மதிப்புள்ளது! எனக்கும் ஒன்று வந்து வாய்த்திருக்கின்றதே டோரதி என்கிற பெயரில். பீப்பாய் ஒன்றுக்கு ஃபராக் மாட்டியது போன்று!’ - நினைத்துக்கொண்டிருந்தபோதே, கடற்கரையில் இருந்த காவல் கோபுரத்தில் இருந்து யாரோ, தீப்பந்தம் ஒன்றை இப்படியும் அப்படியுமாக வீசி ஆட்டினார்கள். ஜோசையா சைல்டுதான் அதனைக் கவனித்தான்.

“அதோ... ரிச்சி, நார்தம்பர்லாண்டு இருவரும் வந்துவிட்டார்கள், என்று நினைக்கிறேன். தாமஸ் சிக்னல் காட்டுகிறான். அவர்கள் இருவரும் வந்துவிட்டால், நமக்கு மயிலங்கி பொக்கிஷம் கிடைத்துவிட்டதாகவே அர்த்தம்!” - சைல்டு பரவசத்துடன் கூற அந்தப் பரவசம் அனைவரையும் தொற்றிக்கொண்டது.

கேத்ரீன் மனதில் மட்டும் அந்தப் பரவசம் மனதின் ஆழத்தை அடைந்ததும் வேறு வடிவம் கொண்டது. ஆமாம்! அவளது பரவசம் இப்போது பேராசையாக மாறிக்கொண்டிருந்தது.

- தொடரும்

அத்தியாயம் 10

முப்பெரும் விழா

மயிலங்கி மன்னர் ராம ரகோத்தம வேங்கடப்பாவின் பதின்மூன்று நாட்கள் ஈமக்காரியங்கள் நடைபெற்று முடிந்ததும் திவான் சவ்யசாசி மந்திரி பிரதானிகள் மற்றும் சபை குருமார்களின் கூட்டம் ஒன்றை அவசரமாக கூட்டி, அமாவாசை நாளில் புதிய அரசியாக அலர்மேல் மங்கா பதவி ஏற்றுக்கொள்வார் என்று அறிவித்தார்.

மங்கா அரியணை ஏறியதும் பங்குனி திங்கள் சுக்ல உத்ர நட்சத்திரத்தில் கடக லக்னத்தில் மங்காவுக்கும் ஸ்ரீரங்கப்பட்டண அரசர் திருமலை ரங்கராயருக்கும் திருமணம் நடைபெறும் என்றும் அறிவிக்கப்பட்டது. அன்று பங்குனி உத்திரமாக இருப்பதால் அலர்மேல் மங்காவும் மன்னர் ரங்க ராயரும் ஸ்ரீரங்கப்பட்டண ஆலயத்தில் ரங்கநாதருக்கும் ரங்கநாயகிக்கும் திருமண வைபவ உற்சவத்தை நடத்தி வைப்பார்கள் என்றும் அறிவிக்கப்பட்டது என்றும் அறிவிக்கப்பட்டது.

முப்பெரும் விழா நடைபெறப் போகிறது என்று திவான் சவ்யசாசி அறிவித்ததுமே மயிலங்கி சமஸ்தானத்து மக்கள் தங்களது வீட்டிலேயே விழாக்கள் நடைபெறப் போவது போன்று களிப்புக் கொண்டார்கள். இறந்துபோன மன்னர் மயிலங்கி பொக்கிஷங்களை எங்கோ பதுக்கி வைத்துவிட்டாரே! அரசி மங்கா ரங்கநாயகிக்குத் திருவாபரணங்களை எப்படி சாற்றுவார்? மக்கள் ஆங்காங்கே கூட்டம் கூட்டமாகப் பேசிக்கொண்டிருந்தனர்.

மன்னர் ரங்கராயருக்கே கூட இது ஒரு பெரும் புதிராக இருந்தது.

“உனது தந்தைதான் பொக்கிஷங்களைப் பதுக்கி வைத்துவிட்டாரே! ரங்கநாயகிக்கு பங்குனி உத்திரம் உற்சவத்தை எப்படி நடத்தப் போகிறாய்? திருவாபராணங்கள் இல்லாமல்

எப்படி திருமண உற்சவத்தை நடத்துவாய்?" என்று கேட்க அவரை நோக்கி மர்மப் புன்னகை ஒன்றை வீசினாள் மங்கா!

"பொறுத்திருந்து பாருங்கள்!" - என்று மட்டும் கூறினாள்

மயிலங்கி திவான் சவ்யசாசி, மங்காவின் பதவியேற்புக்கு அனைவருக்குமே அழைப்பிதழை அனுப்பியிருந்தார். அமாவாசை அன்று பட்டாபிஷேகமும் அதற்கு மூன்றாம் நாள், மங்காவுக்குத் திருமணமும் நடைபெற இருந்ததால் பட்டாபிஷேகத்திற்கு வருபவர்கள் திருமணம் முடியும் வரையில் மயிலங்கியில் தங்கக்கூடும் என்பதால் ஏற்பாடுகளை மிகவும் கவனத்துடன் செய்தார், திவான் சவ்யசாசி.

அமாவாசை நாளில் பதவி ஏற்றாள், அலர்மேல் மங்கா. அவளது தலையில் திவான் சவ்யசாசி மகுடத்தைச் சூட்டினார். செங்கோலை, ஸ்ரீரங்கப்பட்டண மன்னர் அளிக்க, வீரவாளினை தளபதி, தத்தாத்ரேயன் அளித்தான். பதவி ஏற்றதும் அரியணையில் இருந்து எழுந்து நின்றாள் அலர்மேல் மங்கா.

"திருமகளின் கஜானா பெட்டகமாகத் திகழ்கிறது மயிலங்கி சாம்ராஜ்யம். மௌரிய இளவரசன் ஒருவர் தெற்கே வந்து, மோகினி என்கிற பெண்ணைக் காதலித்து மணந்து இங்கே மயிலங்கி சாம்ராஜ்யத்தைத் தோற்றுவித்ததாக நமது மூதாதையர்கள் கூறி வருகிறார்கள். தொன்றுதொட்டு, நமது மயிலங்கி எல்லா சமஸ்தானங்களைக் காட்டிலும் மிகவும் புகழ் பெற்று விளங்குகிறது. நமது சமஸ்தானத்தின் வயல்வெளிகளில் அன்னலட்சுமி தாண்டவம் ஆடுகிறாள். ஒவ்வொரு வீட்டிலும் தனலட்சுமி வீற்றிருக்கிறாள். நமது கல்விக்கூடங்களில் வித்யா லட்சுமியும் அரண்மனை கஜானாவில் ஐஸ்வர்ய லட்சுமியும் நடமாடிக்கொண்டிருக்கிறார்கள். இப்படி எட்டு வகை லட்சுமியும் நமது எல்லைகளைக் காக்கும்போது நமக்கு என்ன குறை? நமது மயிலங்கியின் பெருமைகள் குன்றாத வண்ணம் எனது பாட்டனார், ராம ரகோத்தம சூரியப்பா மற்றும் தந்தை ராம ரகோத்தம வேங்கடப்பாவின் வழியில் நான் ஆட்சி செய்வேன் என்கிற உத்தரவாதத்தைத் தருகிறேன்.

விஜயநகர பரம்பரையின் வழித்தோன்றலும் ஸ்ரீரங்கப்பட்டண மன்னருமான திருமலை ரங்கராயர் நமது சாம்ராஜ்யத்திற்கு

மட்டுமல்லாமல், எனது வாழ்க்கைத் துணைவராகவும் திகழப் போகிறார். எனது ஆட்சியில் வளங்கள் அதிகரிக்கும். நமது பொக்கிஷங்கள் இரட்டிப்பாக உயரும் என்று உறுதியளிக்கிறேன். தற்போது போர்கள் நிகழும் சூழ்நிலையில் எனது தந்தை மயிலங்கி பொக்கிஷங்களை எங்கோ மறைத்து வைத்திருக்கிறார். போர் சூழ்நிலை நீங்கியதும் நமது மயிலங்கி குலத்தின் பாதுகாப்பாக திகழும் ஒப்பற்ற ஸ்வர்ண மயூரியும் அதனை வைக்கும் மரகதப் பெட்டகமும் மீண்டும் தேடி எடுக்கப்பட்டு எல்லா பொக்கிஷங்களுடன் மீண்டும் கஜானாவில் வைக்கப்படும்" என்று பலத்த கரகோஷத்தின் இடையே உரை நிகழ்த்தினாள்.

அண்டை நாட்டு மன்னர் என்கிற முறையில் திருமலை ரங்கராயரும் அரியணையில் அமர்ந்திருந்த அலர்மேல் மங்காவின் முன்பாக தலை பணிய மற்றவர்களின் மரியாதையை அமர்ந்துகொண்டு ஏற்ற அலர்மேலம்மா, திருமலை ரங்கராயர் பணிந்ததும் எழுந்து நின்று பதிலுக்குப் பணிந்தாள். வருங்கால கணவனாயிற்றே!

பதவி ஏற்பு விழாவுக்கு, மைசூர் வோடேயார்களுக்கும் அழைப்பு அனுப்பியிருந்தார், திவான் சவ்யசாசி பண்டிதர். ஆனால் அவர்கள் ஸ்ரீரங்கப்பட்டணத்தில் தங்களது தூதராகச் செயல்பட்ட அதிகாரி, ஃபஸ்லுல்லாவை பதவியேற்பு விழாவுக்கு பிரதிநிதியாக அனுப்பியிருந்தனர். பதவி ஏற்பின்போது ஒரு மூலையில் அமர்ந்திருந்த ஃபஸ்லுல்லாவைப் பார்த்ததும் திகைத்தார் திருமலை ரங்க ராயர். மைசூர் அரச குடும்பத்தைச் சேர்ந்தவர்கள் யாரும் வராமல், ஸ்ரீரங்கப்பட்டண தூதரை மயிலங்கிக்கு அனுப்பியிருக்கும் மைசூர் சமஸ்தானத்தின் செய்கை சிறுபிள்ளைத்தனமாக பட்டது. இருப்பினும் அவர் அதைக் கண்டுகொள்ளவில்லை. அலர்மேல் மங்கா சாமராஜ வோடேயாரைத் திருமணம் செய்துகொள்ள மறுத்ததால், அந்தக் காழ்ப்புணர்ச்சியை இங்ஙனம் தீர்த்துக்கொள்கிறார்கள் போலும். நமக்கென்ன! அது மைசூருக்கும் மங்காவுக்கும் இடையே உள்ள தன்மானப் பிரச்னை!

தன்னை நோக்கி பணிவுடன் தலையசைத்த ஃபஸ்லுல்லாவுக்கு, பதிலுக்கு லேசாக தலையசைத்தார் ரங்க ராயர்.

பதவி ஏற்பு விழா முடிந்தது. திவான், திருமண ஏற்பாடுகள் குறித்து மங்காவிடமும் ரங்கராயரிடமும் பேசுவதற்காக அன்றிரவு அரண்மனை உப்பரிகைக்குச் சென்றார்.

அமாவாசை என்பதால் வானில் நிலா காணப்படவில்லை. அரண்மனையின் பின்பாக கோயில் கொண்டிருந்த மோரிய மகாதேவர் ஆலய கோபுரத்தின் உச்சியில் ஒளிர்ந்துகொண்டிருந்த தீபக் கொப்பரையின் ஒளியில்தான் ஒருவரையொருவர் பார்த்து அளவளாவிக் கொண்டிருந்தனர்.

குளிர்ந்த காற்று வீசிக்கொண்டிருக்க அந்த ஆலய கோபுரத்தின் உச்சியில் ஒளிர்ந்த தீபக் கொப்பரையின் ஒளியைத் தவிர, உப்பரிகை இருளில்தான் மூழ்கியிருந்தது. வெள்ளித் தட்டு ஒன்றில் திராட்சைக் கனிகள் கொத்துகொத்தாக வைக்கப்பட்டிருந்தன. ரங்கராயர் மட்டும்தான் அவ்வப்போது ஒரு திராட்சைக் கொத்தை எடுத்து அதனை தனது வயிற்றிற்கு வழியனுப்பிக் கொண்டிருந்தார். மற்ற இருவரும் அதனைத் தொடக்கூட செய்யவில்லை.

'திராட்சைகளையே விட்டு வைக்காமல் கொத்துகொத்தாக உள்ளே தள்ளுபவர், பொக்கிஷங்களுக்கு ஆசைப்படாமலா இருப்பார்?. அதற்குத்தான், எங்கள் அரசியைத் திருமணம் செய்துகொள்ள, நினைக்கிறீர்கள் போலும்?' - ஓரக்கண்ணால் அவரைப் பார்த்தபடி, மனதினுள் நினைத்தார், திவான் சவ்யசாசி.

திருமண ஏற்பாடுகளைப் பற்றி திவான் தொடர்ந்து பேச, ரங்க ராயருக்கு அது சலிப்பினை ஏற்படுத்தியிருக்க வேண்டும். திடீரென்று, மங்காவைப் பார்த்தார், ரங்கராயர்.

"திவான்! அந்த பொக்கிஷக் குறிப்பை பண்டிதர்களால் கூடவா கண்டுபிடிக்க இயலவில்லை?"

"மயிலங்கியில் உள்ள அத்தனை அறிஞர்களையும் கேட்டுவிட்டோம், ராயரே! யாருக்கும் புரியாத விவரமாக இருக்கிறது. நம்மாலே முடியாதபோது, முகலாயர்களால் எங்ஙனம் அந்தப் பொக்கிஷம் இருக்குமிடத்தை அறியமுடியும் என்கிற ஒரு நிம்மதிதான் நமக்கு உள்ளது?" - சவ்யசாசி கூறினார்.

"'எங்கே, அந்தக் குறிப்பை ஒருமுறை கூறுங்கள்...'' - திருமலை ரங்கராயர் கேட்க, சவ்யசாசி அந்த சங்கேதக் குறிப்பை ஒருமுறை ஒப்புவித்தார்.

''அந்திம பெட்டகம்

மயிற்படிகள்

தெற்கு அறை

நிலத்தடி தர்பார்

இரும்புத் தோகை

பச்சை தெய்வம்!

இடக்கண்ணில் கங்கையைக் கொண்டும்

வலக்கண்ணில் கடலைக் கொண்டும்

நோக்கினால் உண்மை புரியும்

பொக்கிஷம் தெரியும்''

இதுதான் ராயரே, மயிலங்கி ரகசிய குறிப்பு!'' - திவான் சவ்யசாசி கூறினார்.

மன்னர் திருமலை ரங்கராயர், தீவிர யோசனையில் ஆழ்ந்தார்..

''பச்சை தெய்வம் என்று இருக்கிறதே. பச்சைமா மலைபோல் மேனியன் திருமால்தானே?. இங்கிருக்கும் திருமால் கோயில்களில் ஆய்வு செய்தீர்களா?'' - ராயர் கேட்டார்.

முதன்முறையாக திருவாய் மலர்ந்தருளினாள், அலர்மேல் மங்கா.

''இங்கே இடறி விழுந்தால் ஒரு திருமால் ஆலயம் உள்ளது, ராயரே! எங்கு என்று சென்று தேடுவது? நிலத்தடி தர்பார் என்பதால் ஒரு நிலவறையில் அந்த பொக்கிஷம் வைக்கப்பட்டிருக்கலாம் என்பது புரிகிறது!'' - அலர்மேல் மங்கா கூறினாள்.

“அந்திமப்பெட்டி என்பதால் ஏதாவது கல்லறைகளில்கூட உனது தந்தையார் பொக்கிஷத்தை ஒளித்து வைத்திருக்கலாம்!” என்று கூறிய திருமலை ரங்கராயர், தனது முகவாயை வருடியபடி அண்ணாந்து நிலவில்லா வானத்தை வெறித்தார்.

“வானம் இப்படியே இருண்டு காணப்படாது! சந்திரன் வளர வளர, எனது சிந்திக்கும் மதியும் வளரும். முழு நிலவு உருவாவதற்குள்ளாக நான் பொக்கிஷத்தைக் கண்டுபிடிக்கிறேன்.” - திருமலை ராயர் கூற, அவரை அதிசயத்துடன் நோக்கினாள் அலர்மேலம்மா.

“‘இடக்கண்ணில் கங்கையைக் கொண்டும்

வலக்கண்ணில் கடலைக் கொண்டும்

நோக்கினால் உண்மை புரியும்’ என்கிற வரிகளில்தான் சூட்சுமம் அடங்கி இருப்பதாக நான் நினைக்கிறேன்” - திருமலை ராயர் கூற, அலர்மேல் மங்கா தலையசைத்தாள்.

“கங்க நாட்டின் தலைநகரான தலக்காட்டிற்கும் ஹொய்சள நாட்டின் பேலூர் நகரத்திற்கும் இடையே துவார சமுத்ரம் என்கிற இடம் இருக்கிறது. கங்கையையும் சமுத்ரத்தையும் குறிக்கும். அந்த நகரத்தில் ஒருவேளை பொக்கிஷம் வைக்கப்பட்டிருக்க வேண்டும் என்பது எனது யூகம்” - மங்கா கூறினாள்.

உடனே திவான் சவ்யசாசியின் மனதில் ஒரு மின்னல் பளிச்சிட்டது. தன்னையும் மறந்து பரபரப்புடன் எழுந்து நின்றார்.

“அரசியாரே! நீங்கள் சொல்வதுபோல இருக்கக்கூடும். நமது மயிலங்கி பரம்பரையின் மன்னர், அதாவது உங்கள் பாட்டனாரின் அப்பா, ராம ரகோத்தம வீரப்பாவின் கல்லறை துவாரசமுத்திரத்தில் இருக்கிறது. ஒருவேளை பொக்கிஷங்களை உங்கள் தந்தை அங்கே ஒளித்து வைத்திருக்கலாம்” - என்றதும் மங்கா அலட்சியமாக அவரைப் பார்த்தாள்.

“இருக்கட்டும்! அங்கேயே பத்திரமாக இருக்கட்டும். போர் சூழ்நிலை நீங்கியதும் ஒருநாள் தேடி எடுக்கலாம். இப்போது அதனைப் பற்றி பேசவேண்டாம். நீங்கள் திருமண ஏற்பாடுகளில்

கவனம் செலுத்துங்கள்'' - மங்கா கூற, ரங்கராயர் ஏமாற்றத்துடன் அவளைப் பார்த்தார்.

''நமது திருமணம் பங்குனி உத்திரத்தில் நடைபெறுகிறது. இப்போதே அந்தத் பொக்கிஷங்களைத் தேடி எடுத்தால், நமது திருமணத்தன்று ரங்கநாயகிக்கு, அவளுடைய திருவாபரணங்களைச் சாற்றலாம் அல்லவா?'' - ரங்கராயர் கேட்டார்.

''கவலைப்படாதீர்கள்! ரங்கநாயகிக்குச் சாற்றுவதற்கு, எனது தனிப்பட்ட ஆபரணங்களைத் தயாராக வைத்திருக்கிறேன். அவற்றைக் கொண்டு உற்சவத்தை நடத்துவோம்!'' என்று கூறினாள், அலர்மேல் மங்கா.

மறுநாள் காலை, தனது தனிப்பட்ட ஆபரணங்களை ரங்கராயரிடம் காட்டினாள் அலர்மேல் மங்கா.

''இவை எனது தாய்வீட்டு சீதனம். ஹரிபாட் சமஸ்தானத்துப் பெண் எனது தாய். அவரது ஆபரணங்களை அந்தபுரத்தில்தான் வைத்திருக்கிறோம். இதனைத்தான் பங்குனி உத்திரம் அன்று ரங்கநாயகிக்கு அணிவிக்கப் போகிறேன்'' - மங்கா கூறினாள்.

ரங்கராயரின் வயிற்றில் அமிலம் சுரந்தது. இவற்றில் பாதிகூட இவரது ஸ்ரீரங்கப்பட்டண கஜானாவில் இல்லை. அன்றாடம் பூட்டிக்கொள்ளவே அந்தப்புரத்தில் இவ்வளவு ஆபரணங்களை மங்கா வைத்திருக்கிறாள் என்றால், மயிலங்கி பொக்கிஷங்கள் எவ்வளவு இருக்கக்கூடும்.

ஸ்தம்பித்து போய் நின்றிருந்தார், திருமலை ரங்கராயர்.

- தொடரும்

அத்தியாயம் 11

பரிமளனை பட்டினி போடு

கொளத்து நாடு சமஸ்தானத்தின் கோலாத்ரி மாளிகை. கோட்டையைப் போன்று பிரமாண்டமாக வாயில் கதவுகள் இல்லாவிட்டாலும் ஒரு ஆலயத்தின் கதவுகளைப் போன்று மணிகள் பொருத்தியிருக்க கம்பீரமாகத்தான் காட்சி அளித்தது.

இருபக்க திண்ணைகளுடன் கூடிய அந்தக் கதவுகளைத் திறந்தால், பெரிய மைதானம் ஒன்று காணப்படும். நூறு யானைகளை வரிசையாக சீவேலி ஊர்வலமாக நிறுத்தக்கூடிய அளவுக்கு விஸ்தீரணமாக இருந்தது அந்த மைதானம். ஆங்காங்கே மரங்கள், காவி வண்ணம் பூசப்பட்ட வட்டமான திண்ணைகளுடன் நிழலைப் பரப்பிக்கொண்டிருந்தன. யானைகள் மைதானத்தில் பிரவேசிப்பதற்காக ஒரு அகன்ற வாசல் மைதானத்தின் மறுகோடியில் காணப்பட்டாலும் கொளத்து நாட்டுக் குலதெய்வமான, இயமவரம்ப மாலனின் ஆண்டு திருவிழாவின் போதுதான், அந்த அகன்ற வாசல் திறக்கப்படும்.

அந்த மைதானத்தின் மையத்தில், நீரூற்றுடன் கூடிய குளம் ஒன்று உண்டு. கொளத்து நாட்டின் பின்புறமாக ஓடும் பாரத புழா ஆற்றில் பெருகி ஓடும் நீர், அந்தக் குளத்தை வந்துசேரும் வண்ணம் ஒரு ஜலத்தாரை அமைக்கப்பட்டிருந்தது. மைதானத்தின் மேற்கு கோடியில் கொளத்து நாட்டின் சமஸ்தான மாளிகை காணப்பட்டது.

கொளத்து நாட்டின் தெற்காகச் சென்றால் மலைபுரம் என்கிற மலபார் வரும். கரைநாடு மயிலங்கி தொடங்கி, மலபாரின் கொளத்து நாடு வரையில் அனைத்துமே, பொக்கிஷங்கள் கொட்டிக் கிடந்த நாடுகள். மன்னர்கள் மட்டுமல்ல, ஜமீன்தார்களும் பெரும் செல்வங்களையும் பொக்கிஷங்களையும் வைத்திருந்தார்கள்..

கொளத்து நாடு, கோலாத்ரி என்கிற பரம்பரையைச் சேர்ந்தவர்களால் ஆளப்பட்டது. பரம்பரை பரம்பரையாகத் திருவிதாங்கூர் மன்னர் குடும்பத்திற்குப் பெண் கொடுப்பவர்கள். ஆனால், திருவிதாங்கூரை விட மிகவும் செல்வந்தர்கள். மூஷிக மன்னர்கள் என்றும் இவர்களை அழைத்தார்கள்.

கொளத்து நாடும் நாவாய் ஜமீன் போன்ற குறுநிலங்களும் ஜமீன்களும் பொக்கிஷங்களால் மட்டுமே, பெரும் கீர்த்தி பெற்றுத் திகழ்ந்தன. கொளத்து நாடு சமஸ்தான மன்னர் பரசு வடக்கன் பெருமாள் கோலாத்ரி, தனது குலதெய்வமான இமயவரம்ப மாலனின் நட்சத்திரமான ஆவணி ரோகிணி திருநாள் அன்று அவனுக்கு ஸ்வர்ண நாணயங்களால் அபிஷேகம் செய்து, அந்த நாணயங்களை பிரசாதமாக சமஸ்தான மக்களுக்கு அள்ளித்தருவார் என்றால், அவரது திரண்ட செல்வத்தைப் பற்றி விவரிக்கவும் வேண்டுமா என்ன?

பரசு வடக்கன் பெருமாள் கோலாத்ரியின் தாய் சுகஜீவன அந்தர்ஜனம், ஒரு வேப்ப மரத்தடியில் அமர்ந்து, நூல் ஒன்றை வாசித்துக் கொண்டிருந்தபோதுதான், தனது புரவியில், வாயு விக்ரமன், மைதானத்தினுள் நுழைந்தான். மரத்தடியில் தனது பாட்டி அமர்ந்திருப்பதைக் கண்டதும், அவளை நோக்கி தனது குதிரையை அதிவேகமாக செலுத்திக்கொண்டு சென்று, குதிரை நிற்பதற்குள்ளாகவே, அதிலிருந்து குதித்தான்.

“நிதானம் தேவை, வாயு விக்ரமா! குதிரை நிற்பதற்குள் இறங்குவதற்கு என்ன அவசரம்?” - சுகஜீவனம் கேட்க, வாயு விக்ரமன், அலட்சியமாக சிரித்தான்.

“பாட்டி! முகலாயர்கள் படைகளுடன் இந்தப் பக்கமாக வருகிறார்களாம். நிற்பதற்கு பொழுது உண்டா நமக்கு? அவசரமாக வந்திருக்கிறேன். தந்தை எனக்காக காத்திருக்கிறார்..?” - வாயு விக்ரமன், கூற, அவனை வாஞ்சையுடன் பார்த்தாள் சுகஜீவனம்.

“உனது அக்கறை மெச்சக்கூடியதுதான். ஆனால், குதிரையில் இருந்து கீழே விழுந்து, காலை உடைத்துக்கொண்டால், போர்க்களத்திற்கு நீ பயன்பட மாட்டாய் என்பதை நினைவில்கொள், பெயரா! உனது தந்தை ‘கிளிக்கூண்டில்’

உனக்காக காத்திருக்கிறான். 'விக்ரமன் வந்து விட்டானா?' என்று இதுவரை நான்கு முறை கேட்டுவிட்டான்.''

பாட்டியை ஒரு முறை நின்று உறுத்துப் பார்த்தான், வாயு விக்ரமன். வெண்மை உடையில், தும்பைப்பூவை போன்ற நரைத்த தலைமுடியுடன், காதில் ஊசலாடும் பாம்படங்களுடன், கழுத்தில் வரிசையாக தொங்கிக்கொண்டிருக்கும் துளசி மாலைகளுடன், நெற்றியிலும், கழுத்திலும் கோபிசந்தனம் துலங்க, அமைதியாக மரத்தடியில் அமர்ந்திருக்கும் இந்த மூதாட்டிதான் கொளத்து நாட்டின் திரண்ட பொக்கிஷங்களுக்கும் புதையல்களுக்கும் அதிபதி என்பதை அறிந்தால் யாரேனும் நம்புவார்களா?

சுகஜீவன அந்தர்ஜனம் படி தாண்டாத அரச குடும்பத்துப் பெண். பல குடும்பங்களில் விதவை மூதாட்டிகள் ஒதுக்கப்பட்டு, கடனே என்று வாழ்ந்துகொண்டிருப்பார்கள். ஆனால், கொளத்து நாடு சமஸ்தானமே இந்த மூதாட்டி சுகஜீவனத்தின் சேலை தலைப்பில்தான் முடிக்கப்பட்டிருந்தது. இராமாயணம் படிப்பதால், பவ்யமாக, தனது சேலை தலைப்பை இழுத்துப் போர்த்திக்கொண்டு அமர்ந்திருக்கிறாள், சுகஜீவனம்.

அவள் எழுந்து முந்தானையை இழுத்து தனது இடையில் சொருகிக்கொண்டால், அவளது ஆர்ப்பாட்டம் வேறு விதமாக இருக்கும். அவளது இடையில் பெரிய சாவிக் கொத்து ஊசலாடிக்கொண்டிருக்கும். அவளது இடையின் பக்கம், இறந்து போன அவளது கணவர் ஆதிசேஷ பெருமாள் கோலாத்ரியையே அவள் நெருங்க விட்டதில்லை என்கிறபோது, மற்றவர்களைப் பற்றிக் கேட்கவும் வேண்டுமா?

அவ்வளவு எச்சரிக்கை உணர்வு கொண்டவள், சுகஜீவனம். அந்த சாவிக் கொத்து வளையத்தில் இருக்கும் சாவிகளில் ஒன்றுதான், கொளத்து நாட்டின் நிகரில்லா செல்வங்கள் பதுக்கி வைக்கப்பட்டுள்ள அறையின் சாவி என்பது மட்டும்தான் வாயு விக்ரமனுக்கே தெரியும். அந்த சாவியைக் கொண்டு, இன்னொரு பெரிய சாவியை எடுத்து, அந்த சாவியை எடுத்து ஒரு பெரிய திறவுகோலை தேடி எடுத்தால்தான், பொக்கிஷங்கள் உள்ள இடத்திற்கே செல்ல முடியும்.

சமஸ்தான மன்னர், பரசு வடக்கன் பெருமாள் கோலாத்ரி, தனது தேவைக்கு ஏதாவது நிதி வேண்டுமென்றால், தனது தாயிடம், மூன்று நாளைக்கு முன்பாகவே கோரிக்கை ஒன்றை வைத்து விடுவார்.

சுகஜீவனம் வெள்ளிக்கிழமைகளில் பொக்கிஷ அறையைத் திறக்க மாட்டார். சனிக்கிழமைதான், மகன் கேட்பதைத் தருவார். அதற்கே ஆயிரம் எச்சரிக்கைகள், அறிவுரைகள்.

'இறைவனின் கொடையாக கிடைத்த செல்வங்களை, படைஎடுத்து வரும் முகலாயர்களிடம் சிக்க விடுவதா? கூடவே கூடாது!' என்றுதான் இராமாயணம் படித்துக்கொண்டிருந்தபோது, சுகஜீவனத்தின் உள்ளத்தில் ஒரு குரல் எதிரொலித்துக்கொண்டிருந்தது.

மாவீரனான பெயரன் வாயு விக்ரமன், ஶ்ரீரங்கபட்டணத்தில் இருந்து திரும்பி வந்துவிட்டது சற்றே நிம்மதியை ஏற்படுத்தினாலும் அலைகடலென ஆர்ப்பரித்து வரும், படைகளை இவர்களால் சமாளிக்க இயலுமா? மனதிற்குள் இறைவனை வேண்டிக்கொண்டிருந்தாள், சுகஜீவனம். 'முகலாயப் படைகள் சற்றும் எதிர்பார்த்திராத ஒரு இடத்தில் எல்லா பொக்கிஷங்களையும் பதுக்கி வைக்க வேண்டும்' என்றுதான் யோசித்துக்கொண்டிருந்தாள், சுகஜீவனம்.

அவளுக்கு ஒரு யோசனை தோன்றியிருந்தது. கொளத்து நாடு சமஸ்தானத்தின் யானைகளை பராமரிக்க, 'கஜ கூடம்' ஒன்று இருந்தது. சமஸ்தானத்திற்கு உரிய சுமார் நாற்பது யானைகள் அங்கே பராமரிக்கப்பட்டு வந்தன. அவற்றைத் தவிர, இமயவரம்ப மாலவன் கோயில் யானைகள் பத்தும் அந்தக் கஜ கூடத்தில்தான் பராமரிக்கப்பட்டு வந்தன. அந்த கஜ கூடம் சத்யபுரி காட்டின் துவக்கத்தில் இருந்தது. அந்தக் கஜ கூடத்திலிருந்து தெற்காக ஒரு இரண்டு நாழிகை நடந்தால், அங்கே 'கஜ காவு' என்கிற ஒரு பகுதி வரும். அடர்ந்த காட்டின் ஒரு பகுதியான கஜ காவில்தான் இறந்து போன யானைகளைப் புதைப்பது வழக்கம். அடையாளத்திற்கு அங்கே ஒரு கல் யானையின் சிலை அமைக்கப்பட்டிருக்கும். எல்லா பொக்கிஷங்களையும் கஜ காவின் நிலத்தடியில் புதைத்துவிட்டு,

முகலாயர்கள் விலகிச்சென்றதும் மீண்டும் அவற்றை எடுத்துப் பத்திரப்படுத்த வேண்டும் என்கிற யோசனை அவளுள் ஏற்பட்டிருந்தது.

பெயரன் சென்ற திக்கையே பார்த்துக்கொண்டு, சற்று நேரம் யோசித்தபடி அமர்ந்திருந்தவள், பிறகு இராமாயண நூலை மூடிவிட்டு, தனது முந்தானையை எடுத்து தோளின்மீது பரத்திக்கொண்டு, எழுந்து கிளிக்கூண்டை நோக்கி நடந்தாள்.

இரும்பு கம்பிகள் அந்த அகன்ற அறையைச் சுற்றி நிற்க, அவை, உயர்ந்துகொண்டே சென்று, அறையின் உச்சியில், வளைந்து ஒரு இரும்பு உருளைக்குள் அடைக்கலம் ஆயின. பார்ப்பதற்கு ஒரு கிளிக்கூண்டை போன்று அந்த அறை காட்சி தந்ததால், அதற்கு கிளிக்கூண்டு என்று பெயர் வைத்திருந்தார்கள். அரண்மனையின் அந்தப் பகுதியை, பூஜை அறையைக் கடந்து சென்றால் மட்டுமே, அடைய முடியும் என்பதால், குடும்பத்தினர் மட்டுமே நடமாடும் பகுதியாக திகழ்ந்தது, கிளிக்கூண்டு. பூஜை அறைக்குள், காவலர்களோ, பணியாளர்களோ வருவதில்லை. கிளிக்கூண்டு அறையை விளக்கி சுத்தம் செய்யும் பணியைக்கூட, சுகஜீவன அந்தர்ஜனமே செய்துவிடுவாள். இல்லையென்றால், பரசு வடக்கன் பெருமாளின் அரசி, கனகமணி அந்தர்ஜனம், அந்தப் பணிகளைச் செய்துவிடுவார்.

கிளிக்கூண்டில் வடக்கன் பெருமாள் மற்றும் கனகமணி அமர்ந்திருக்க, அவர்கள் எதிரே தனது இடையின் இருபுறமும் கைகளை வைத்தபடி அலட்சியமாக நின்றுகொண்டிருந்தான், வாயு விக்ரமன். அவனது புஜங்களிலும், கைகளிலும், நரம்புகள் முறுக்கேறி, வீரம் கொப்பளித்துக் கொண்டிருந்ததை, உள்ளே நுழைந்த சுகஜீவனம் பார்த்தாள்.

ஏறக்குறைய, இவளது கணவன் ஆதிசேஷ பெருமாள் கோலாத்ரியின் சாயலைத் தான் கொண்டிருந்தான், வாயு விக்ரமன். குரலும் கூட இடியென முழங்கும் வண்ணம், வாயு விக்ரமனுக்கு, பாட்டனின் அதே ஆழமான குரல். பாட்டனைப் போன்றே, இவனுக்கும் குரல்வளை ஒரு கோலிகுண்டைப்

போன்று, தொண்டையில் திரண்டு அவன் பேசும்போது மேலும் கீழுமாக உருளுவதைக் காண முடியும்.

“வாயு விக்ரமா! ரங்கநாயகியையும், அரங்கனையும் தரிசித்தாயா?” - கனகமணி கேட்க, தலையசைத்த வாயு விக்ரமன், “கூடவே ரங்காத்மஜாவையும் சந்தித்தேன். எனக்கு மனையாள் கிடைத்துவிட்டாள்! ஸ்ரீரங்கப்பட்டணத்து இளவரசி. நீங்கள்தான் அவளது பெற்றோரிடம் பெண் கேட்க வேண்டும்” என்று சொல்வதற்காக வாயெடுப்பதற்குள், அவனது தந்தை பரசு வடக்கன் பெருமாள் கோலாத்ரி, கவலையுடன் பேசத்தொடங்கினார்.

“வாயு விக்ரமா! மிகவும் அவசரம்! நமது சமஸ்தான மாளிகையின் காவல் தலைவனாக இருந்தானே குணகரன். உடல்நிலையைக் காரணம் காட்டி, நம்மிடம் இருந்து விலகியவன், இப்போது கிழக்கிந்திய கம்பெனியின் ஏவலாளாக சென்றுவிட்டான். அவனது பெயரைக்கூட தோமாசி என்று மாற்றிக்கொண்டு விட்டதாக தகவல் வந்துள்ளது. கிழக்கிந்திய கம்பெனிக்கு, நமது பொக்கிஷங்களைப் பற்றி அவன் தகவல் தெரிவிக்கக்கூடும் என்று எனக்கு ஐயமாக இருக்கிறது. மேலும், முகலாயப் படைகள் வேறு நம்மை நோக்கி வருகின்றன. நம்மால் முகலாயப் படைகளையோ, கம்பெனியின் சதிகளையோ எதிர்கொள்ள முடியும் என்று தோன்றவில்லை. எனக்கு தோன்றியிருக்கும் ஒரே வழி, நமது பொக்கிஷங்களை எங்கேயாவது ஒளித்து வைக்க வேண்டும்! நீ என்ன சொல்கிறாய்?” - மகனின் முகத்தை அவர் நோக்க, பாட்டி சுகஜீவன அந்தர்ஜனம் இடைமறித்தாள்.

“அதுகுறித்து நான் யோசித்துவிட்டேன், பரசு! அத்தனை பொக்கிஷங்களையும், யானைக்காவு பகுதியில், கல் யானை சிலைக்கு பின்பாக, காதும், காதும் வைத்தாற்போல் நிலத்தின் அடியில் புதைத்து வைத்துவிடலாம். முகலாயப் படைகள், இந்தப் பக்கம் வந்தாலும் தெற்கேதான் போவார்கள், மேற்கே காட்டுப் பகுதிக்குச் செல்ல மாட்டார்கள்” - அந்தர்ஜனம் கூற, மற்றவர்களின் முகத்தில் வியப்பு.

“அருமையான யோசனை அம்மா! அதுதான் சரி! யானைக் காவுதான் மிகவும் பொருத்தமான இடம். அங்கே யாருமே போவதில்லை. துஷ்ட மிருகங்கள் நடமாடும் இடம்!” - பரசு வடக்கன் கூற, வாயு விக்ரமன் தந்தையை ஆவலுடன் நோக்கினான்.

“தந்தையே! நமது பொக்கிஷங்களை யானைக் காவில் ஒளித்து வைக்க முயல்வது என்பது சிறு கரண்டியால், கடல்நீரை வேறு ஒரு இடத்தில் சேமித்து வைப்பது போலதான். நமது செல்வங்களைக் கணக்கெடுப்பதற்குள்ளாகவே, முகலாயர்கள் இந்தப் பக்கம் வந்து விடுவார்கள். எனவே, நான் ஒரு யோசனை வைத்திருக்கிறேன். நான் உடனே, செஞ்சிக்கோட்டைக்கு செல்லப் போகிறேன். அங்கே சென்று மராட்டிய மன்னன் சம்பாஜியைச் சந்தித்து, அவரை முகலாயர்களின் மீது படைஎடுக்கச் சொல்லி வற்புறுத்தி, மேற்கே வரும், முகலாயர்களைத் திசைத்திருப்ப போகிறேன். இன்னமும் ஒரு வாரத்தில் காஞ்சி வரதராஜ பெருமாள் ஆலயத்தை முகலாயர்கள் படைஎடுக்க போவதாக தகவல் வந்திருக்கிறது. வரதராஜ பெருமாளைத் தெற்கே உடையார்பாளையத்திற்கு எடுத்து சென்றுவிட்டார்கள். காஞ்சியை அவர்கள் கைப்பற்றிவிட்டு, பிறகே மேற்கே நம்மை நோக்கி வரப்போகிறார்கள். எனவே, அதற்குள்ளாக நான் சம்பாஜியைச் சந்தித்துவிட்டு வருகிறேன். ஆனால்...”

“ஆனால்?” - வடக்கன் பெருமாள் கேட்டார்.

“மராட்டிய மன்னன் சம்பாஜி நமக்காக முகலாயர்களின் மீது படையெடுக்க வேண்டுமென்றால், அவருக்கு தகுந்த வெகுமதி அளிக்க வேண்டும். அதற்கு நீங்கள் தயாராக இருக்க வேண்டும்!” - வாயு விக்ரமன் கூறினான்.

“என்ன வெகுமதி அளிக்க வேண்டும்?” - வடக்கன் புருவங்களை உயர்த்தினார்.

“நம்மிடம் ஸ்வர்ணம் மிகுந்திருக்கிறது. நமது பட்டத்து யானை ‘பரிமளன்’ எடையளவுக்கு நீங்கள் அவருக்கு ஸ்வர்ணத்தைக் கொடுக்க வேண்டும்.” - வாயு விக்ரமன் கேட்டான்.

“அதற்கென்ன! பரிமளன் எடைக்குதானே தங்கம்! நான் தருகிறேன்! நீ சென்று சம்பாஜியைச் சந்தித்துவிட்டு வா!”- என்று பரசு கூறியதும் செஞ்சிக்குப் புறப்படுவதற்குத் தயாரானான் வாயு விக்ரமன்.

வாயு விக்ரமன், தனது புரவியில் செஞ்சிக்குப் புறப்பட, அவனை பரசு வடக்கன் பெருமாள், கனகமணி, சுகஜீவன அந்தர்ஜனம் மற்றும் அரண்மனை பிரதானிகள் வழியனுப்பினர்.

அன்று இரவு, சுகஜீவன அந்தர்ஜனம், யானைக்கூடத்திற்குச் சென்றாள். கூட்டமாக பேசிக்கொண்டிருந்த யானைப் பாகன்கள், சுகஜீவனம் வருவதைப் பார்த்ததும் அவசரமாக எழ, பாகன்களின் தலைவன், பசுபதி பணிகரன் ஓடோடி வந்து பணிவுடன் நின்றான்.

அவனை ஆழமாக பார்த்தாள், சுகஜீவனம்.

“அடேய் பசுபதி பணிகரா! ஒரு பூஜைக்காக பட்டத்து யானை பரிமளன் தேவைப்படுகிறான். எனவே, நாளை முதல் அவனுக்கு உணவைக் கட்டுப்படுத்து. ஒருவேளை மட்டும் உணவளித்தால் போதும்” சுகஜீவன அந்தர்ஜனம் கூற, பாகன் திகைத்தான்.

“அம்மே! பட்டத்து யானை பரிமளன் புதர் யானை வகையைச் சேர்ந்தவன். மிகவும் உயரமாகவும் பலம் பொருந்தியவனாகவும் இருக்கிறான். அவனுக்கு உணவைக் குறைப்பது ஆபத்து. எடை குறைய குறைய, மதம் அதிகமாகும். மதம் பிடித்தால் அவனைக் கட்டுப்படுத்தவே முடியாது. “

பசுபதி சொல்ல, அவனை எரிச்சலுடன் பார்த்தாள் சுகஜீவனம்.

“எனக்குத் தெரியாதா? யானைகளுடன் பிறந்து வளர்ந்தவன் நான். என்னிடமே கதைக்கிறாயா? சொன்னதைச் செய்! பரிமளனுக்கு நாளை முதல் உணவைக் குறைத்துவிடு! இது ரகசிய பூஜை. எனவே, எனது மகனுக்குக்கூட தெரிவிக்க வேண்டாம்!” என்றபடி தொலைவில் தலையாட்டியபடி நின்றிருந்த பரிமளனை வெறித்துப் பார்த்துவிட்டு, தனது மாளிகையை நோக்கி நடந்தாள்.

‘சம்பாஜிக்கு தாங்கள் அரும்பாடுபட்டு சேர்த்திருந்த ஸ்வர்ணத்தைக் கொடுக்கும்படி நிலை வந்தாலும் அது அதிகம் இருக்கக்கூடாது’ என்று மனதினுள் தீர்மானித்தபடி நடந்தாள், சுகஜீவன அந்தர்ஜனம்.

- தொடரும்

அத்தியாயம் 12

திருமணம் என்னும் மாயவலை

காதல் கனவுகளுடன் வாயு விக்கிரமன், செஞ்சி கோட்டைக்குத் தனது குதிரையில் விரைந்துகொண்டிருந்த அதேவேளையில், அப்போதுதான் துளிர்த்திருந்த அவனது காதல் மொட்டினைத் தனது காலால் மிதிப்பதற்கு நிதானமாக நகர்ந்துகொண்டிருந்தது மைசூர் சமஸ்தானத்தை சேர்ந்த ஒரு யானை.

யானையைப் போன்ற நுண்ணறிவு இல்லாவிட்டாலும், தேகத்தில் யானையைத்தான் ஒத்திருந்த அந்தத் தூதுவர், ஸ்ரீரங்கப்பட்டண அரசவையினுள் நுழைந்து நிதானமாக ஆடியசைந்து நடந்தார்.

மைசூர் தர்மபரிபாலன அமைச்சர் பெலகவி சாமண்ணா ஸ்ரீரங்கப்பட்டண மன்னர் திருமலை ரங்கராயரை நோக்கி, பணிவுடன் தலைகுனிய, அவரது தலைப்பாகையைத் தாண்டி, ஊசலாடிக்கொண்டிருந்த குடுமியாகப் பிணைக்கப்பட்டிருந்த சிகை, அவரது தலைப்பாகையின் மீது தாவி நிற்க, தவளை ஒன்று பாறையின் மீது தாவி ஏறியது போன்று தோன்றியது ராயருக்கு.

தூதுவர்கள் எல்லோருமே தவளைகள்தானே! சரியான வார்த்தைகளைத் தேடி எடுத்து தாங்கள் வந்த காரியத்தைச் செவ்வனே செய்து முடிக்க வேண்டியவர்கள், மேதாவிலாசத்துடன் பேசுவதாக நினைத்துக்கொண்டு நுணல்களைப் போன்று வாயைக்கொடுத்து காரியத்தைக் கெடுத்துவிடுவதோடு, நாட்டையும் அல்லவா மாட்டிவிடுகிறார்கள்.

தனது இடையில் சொருகியிருந்த அந்தப் பட்டோலையை எடுத்து நீட்ட, மன்னர் திருமலை ரங்க ராயர், தனது திவான் கிராங்கூர் அனந்தாச்சார்யாரைப் பார்க்க, அவர் தனது

இருக்கையில் இருந்து எழுந்து, ஓலையை வாங்கி மன்னரிடம் நீட்டினார்.

"தாங்களே படித்துவிடுங்கள், திவான்!" - ஸ்ரீரங்கப்பட்டண மன்னர்கூற, அனந்தாச்சார்யர், அந்த பட்டோலையைப் பிரித்தார்.

'ஸ்ரீரங்கப்பட்டண மன்னர் திருமலை ரங்கராயருக்கு, மைசூர் சமஸ்தான மன்னர் சாமராஜ வோடேயார் எழுதிக்கொண்டது வந்தனங்கள். தங்கள் திருமண வைபவத்தில் அடியேன் பங்கேற்கும் ஆவலில் இருந்தேன். எதிர்பாராத விதமான சில அசௌகரியங்களால் என்னால் பயணிக்க முடியவில்லை. வைபவம் நன்றாக நடைபெற்றதாக எங்கள் பிரதிநிதி பஸ்லுல்லா தெரிவித்தார். பரம ஆனந்தத்தில் திளைத்தோம். தங்களுடனான நட்பை உறவாக மாற்றிக்கொள்ள விழைகிறோம்.

எனது மகன் மைசூர் இளவரசன் ராஜாவோடேயாருக்குத் தங்கள் செல்வ மகள் ரங்காத்மஜாவை திருமணம் செய்துவைத்து, ஸ்ரீரங்கபட்டணம் மற்றும் மைசூர் சமஸ்தானங்களுக்கு இடையேயான உறவை பலப்படுத்த எண்ணுகிறேன். இதுகுறித்துத் தங்களது சம்மதத்தை அறிய விழைகிறேன். எனது மகனும் இதுகுறித்த தனது சம்மதத்தை என்னிடம் தெரிவித்துவிட்ட நிலையில், நீங்கள் விரும்பினால், உடனே நாம் இருவரும் இதுகுறித்து சந்தித்து முடிவுசெய்வோம். எனது அமைச்சர் சாமண்ணாவிடம் நல்லதொரு பதிலைத் தெரிவித்து அனுப்புவீர்கள் என்று நம்புகிறேன் வாழ்க நலத்துடன்.'

மைசூர் சமஸ்தான மன்னர் சாமராஜ வோடேயார்.

திவான் படித்து முடித்ததும் அவையில் சிறு சலசலப்பு. மைசூர் மன்னர் தனது மகனுக்கு இளவரசியைத் திடீர் என்று பெண் கேட்டு தூது அனுப்பியது ஸ்ரீரங்கப்பட்டணத்து விஜயநகர பரம்பரைக்குப் பெருத்த ஆச்சர்யமாக இருந்தது. ஸ்ரீரங்கப்பட்டணம் என்கிற ஒரு ராஜ்யத்தைப் பற்றி, தாங்கள் முன்னரோ; பின்னரோ கேள்விப்பட்டதே இல்லை என்பது போலத்தான் இதுவரை மைசூர் மன்னர்கள் நடந்துகொண்டிருந்தனர். திருமலை ரங்கராயர் நண்பனுமில்லை, எதிரியுமில்லை என்பதாக முடியை விழுங்கியது போன்ற உறவுதான் இரு சமஸ்தானங்களுக்கும் இடையே நிலவியது.

அப்படி இருக்கையில், திடீர் என்று சாமராஜவோடேயார் பெண் கேட்டு பட்டோலை அனுப்பியது பெரும் மலைப்பினை ஏற்படுத்தியது.

ஸ்ரீரங்கப்பட்டண மன்னர் தனது பார்வையை உயர்த்தி, உப்பரிகை மாடத்தைக் கவனித்தார். அவரது இரு மனைவிகள், அஸ்வத்தம்மாவும் அலர்மேல் மங்காவும் அரசிகள் அமரும் மாடத்தில் அமர்ந்து சபை நடவடிக்கைகளைக் கவனித்துக்கொண்டிருந்தனர். அஸ்வத்தம்மாவின் முகம் பூரிப்படைந்திருந்தது. தனது ஒரே மகளை மைசூர் மன்னர் பெண் கேட்டிருப்பதைப் பெருமையாக நினைத்தாள். தனது மகள் ரங்காத்மஜா உண்மையிலேயே கொடுத்து வைத்தவள் என்றே எண்ணினாள்.

ஆனால், கூரிய புத்தி படைத்த அலர்மேல் மங்காவின் முகம் திவான் பட்டோலையைப் படித்து முடித்ததுமே இருண்டுபோனது. இந்தப் பட்டோலைக்குப் பின்பாக இருந்த சாமராஜவோடேயாரின் பேராசை புரிந்துபோனது. இவளது மயிலங்கி பொக்கிஷத்தை இவளை மணப்பதன் மூலம் அபகரிக்க நினைத்த வோடேயார், இப்போது இவளது மகளைத் தனது மகனுக்குத் திருமணம் செய்வித்து, கொல்லைப்புறமாக பொக்கிஷத்தைப் பறிக்க நினைக்கிறான்.

திருமலை ரங்கராயரை மணந்ததன் மூலம் தனது பொக்கிஷங்களின் பாதுகாப்பினை ஏற்படுத்திக் கொண்டுவிட்டதாக, இவள் நினைக்க, மைசூர் மன்னர் அதனைக் குறிவைத்தே காய்களை நகர்த்துகிறான். இவள் எச்சரிக்கையுடன் நடந்துகொள்ளவில்லை என்றால், இந்தப் பட்டோலையைக் கொண்டே இவளது கணவனுக்கும் இவளுக்குமிடையே பிரச்னைத் தீயை மூட்டி, அதில் குளிர் காய்வான், மைசூர் மன்னன்.

“எனது மகளுக்கு உனது பொக்கிஷத்தைச் சீதனமாகக் கொடு” என்று இவள் கணவர் கேட்டால், இவள் கொடுத்துதானே ஆக வேண்டும்? கொடுக்க மறுத்தால், மைசூர் போலவே ஸ்ரீரங்கப்பட்டணமும் இவளுக்கு எதிரியாக மாறக்கூடும் என்பதைப் புரிந்துகொண்டாள்.

“சாமண்ணா! உங்கள் மன்னரது பட்டோலை எங்களுக்குப் பெரும் மகிழ்ச்சியை ஏற்படுத்துகிறது. இன்றிரவு தங்கிவிட்டு, நாளை நீர் மைசூர் திரும்பலாம். அதுவரை, எங்கள் விருந்தினர் மாளிகையில் ஓய்வு எடுங்கள். மகாராணிகளிடம் பேசிவிட்டு, எனது மகளின் சம்மதத்தையும் தெரிந்துகொண்டு நாளை பதில் தருகிறேன்” - மன்னன் திருமலை ரங்கராயர் கூற, தலை பணிந்தார், சாமண்ணா.

அன்றிரவு!

மன்னர் ரங்கராயர் உப்பரிகை நந்தவனத்தில் இரு பக்கமும் அஸ்வத்தம்மாவும் அலர்மேல் மங்கம்மாவும் அமர்ந்திருக்க, எதிரே அமர்ந்திருந்த ரங்காத்மஜாவை வாஞ்சையுடன் நோக்கினார்.

“நீ என்னம்மா சொல்கிறாய்? எல்லா விதத்திலும் உனக்கு ஏற்ற கணவனாக திகழ்வான், ராஜாவோடேயார். காண்பதற்கும் கம்பீரமாக இருக்கிறான். வருங்கால மைசூர் சமஸ்தான மன்னன். கீர்த்தியும், பெருமையும் கொண்டவன்” - மன்னர் அடுக்கிக்கொண்டே போக, அஸ்வத்தம்மா வேறு தனது பங்குக்கு அடுக்கினாள்.

“இதுவரை நம்முடன் உறவு வைத்துக்கொள்ளாதவர்கள், அவர்களே உன்னை பெண் கேட்டு வந்திருக்கிறார்கள். யோசிப்பதற்கு என்ன இருக்கிறது? நாளை காலையே சாமண்ணாவிடம் சாதகமான பதிலைக் கூறி அனுப்புங்கள்!” - அஸ்வத்தம்மா கூற, ரங்காத்மஜா தயக்கத்துடன் தனது சிற்றன்னை அலர்மேல் மங்காவை நோக்கினாள்.

“ராயரே! அவர்கள் எளிதாகக் கேட்டுவிட்டார்கள். ஆனால், நமது ரங்காத்மஜாவிற்கு பதினாறு பிராயங்கள்தானே பூர்த்தி ஆகி இருக்கின்றன. அதற்குள் அவளைத் திருமணம் செய்து அனுப்பிவிட வேண்டுமா? நான் இன்னும் அவளுடன் பழகவேயில்லையே! இன்னும் சிறிது காலம் கழித்து அவளுக்கு மணம் செய்விக்கலாம்” - அலர்மேல் மங்கா கூற, திருமலை ரங்கராயர் சட்டென்று தன்னை மறந்து உஷ்ணத்துடன் கூறிவிட்டார்.

“இன்னும் சிறிது காலம் காத்திருப்பதா? பிறகு நான் மரணப் படுக்கையில் கிடக்க, அவளும் உன்னை போன்று ஆலயம் ஆலயமாக அழுதுகொண்டுதானே நிற்பாள். திருமணத்தைக் காலத்தில் செய்ய வேண்டும்!” - ராயர் கூறியதும், அலர்மேல் மங்காவின் முகம் சூம்பியது.

“என் கதை வேறு! அது இப்போது எதற்கு? பூதம் புதையலைக் காப்பது போன்று, எனது வாழ்க்கை மயிலங்கி பொக்கிஷத்துடன் பிணைந்து கிடக்கிறது. பொக்கிஷத்திற்காகதானே என்னைத் திருமணம் செய்ய பலரும் துடித்தனர். நமது ரங்காத்மஜாவுக்கு அத்தகைய சூழ்நிலை இல்லை. நீங்கள் மைசூர் இளவரசனுக்கே அவளைத் திருமணம் செய்து கொடுங்கள். நான் வேண்டாம் என்றா சொல்கிறேன். ஆனால், இன்னும் ஒரு வருடம் அவள் நம்மோடு இருக்கட்டும். எனக்கு அவள் உற்ற துணையாக இருப்பாள்” - அலர்மேல் மங்கா கூறினாள்.

“நீ என்னம்மா சொல்கிறாய்?” - அஸ்வத்தம்மா தனது மகள் ரங்காத்மஜாவை ஏறிட்டு நோக்கினாள்.

“சிற்றன்னை சொல்வதுதான் சரி! நான் அந்த மைசூர் இளவரசர் ராஜா வோடேயாரையே திருமணம் செய்துகொள்கிறேன். ஆனால், எனக்கு ஒரு வருட காலம் அவகாசம் கொடுங்கள். அதற்குள் சிற்றன்னையுடன் சேர்ந்து மயிலங்கி பொக்கிஷத்தைத் தேடி கண்டுபிடிக்க போகிறேன்” - ரங்காத்மஜா கூற, தலையசைத்து மறுத்து தனது ஆட்சேபத்தைத் தெரிவித்தார்.

“அதெல்லாம் முடியாது. ஒரு வருட கால அவகாசத்திற்கு மைசூர் வோடேயார்களை காத்திருக்கச் சொல்வது நியாயம் இல்லை. வரும் துலா காவிரி புஷ்கரத்திற்கு பிறகு உனக்கும் ராஜாவோடேயாருக்கும் திருமணம்” - உறுதியாகக் கூறினார், திருமலை ரங்கராயர். ரங்காத்மஜா சோகத்துடன் சிற்றன்னை அலர்மேல் மங்காவை நோக்கினாள்.

“கவலைப்படாதே! எப்படியாவது உனது காதலன் வாயு விக்ரமனுடன் உன்னை சேர்த்துவைக்கிறேன்” என்கிற நம்பிக்கையூட்டிய கண்களால் அவளை உறுத்து நோக்கிய அலர்மேல் மங்கா, தனது கண்களை ஒருமுறை மூடி திறந்து சிமிட்டினாள்.

திருமலை ரங்கராயர் அங்கிருந்து எழுந்து நடக்க, சிற்றன்னையின் தோளினைத் தாவிப் பற்றினாள் ரங்காத்மஜா.

"உங்களுக்கு எப்படி எனது நன்றியைத் தெரிவிக்கப் போகிறேன் சிற்றன்னையே!" - ரங்காத்மஜா நா தழுதழுக்க கூறினாள்.

``மிகவும் உற்சாகப்படாதே. அந்த ராஜா வோடேயார் நீ சம்மதம் தெரிவித்துவிட்டாய் என்று உன்னையே சுற்றிக்கொண்டிருப்பான். உனது காதலன், வாயு விக்ரமனால் உன்னை நெருங்கவே முடியாது. நீ வேறு ஒருவரைக் காதலிக்கிறாய் என்பதை வோடேயார்கள் அறிந்துகொண்டால், வேறு வினையே வேண்டாம். உனது தந்தையின் மீது போர் தொடுப்பார்கள்" - அலர்மேலம்மா கூறினாள்.

"நான் வாயு விக்ரமனை எப்படி சந்திப்பது?" - கவலையுடன் கேட்டாள் ரங்காத்மஜா.

"நான் புது மணப்பெண்ணாக ஒரு மாதம்தான் ஸ்ரீரங்கப்பட்டணத்தில் வாசம் புரியப்போகிறேன். நான் மயிலங்கி அரசி என்பதை மறந்துவிடாதே. வரும் பூரண நிலவன்று நான் மயிலங்கி புறப்படுவேன். அதற்குள் நான் ஏதாவது ஏற்பாடு செய்கிறேன். பயப்படாதே! அங்கே எனது அரண்மனையில் உனது எதிர்காலத்தைப் பற்றி திட்டம் தீட்டுவோம். எனது திவான் மூலமாக வாயு விக்ரமனை வரவழைக்கிறேன். நீ எவ்வளவு காலம் வேண்டுமானாலும் அவனுடன் அளவளாவிக் கொண்டிருக்கலாம்!" -அலர்மேல் மங்கா கூறினாள்.

"இதென்ன விந்தை. சிற்றன்னை என்பவள் மிகவும் கொடியவளாக இருப்பாள் என்று அறிந்திருக்கிறேன். நீங்கள் பெற்ற அன்னையைக் காட்டிலும் அன்பு செலுத்துகிறீர்களே!" - ரங்காத்மஜா கண்கலங்க, அவளை ஆதூரத்துடன் அணைத்து அவள் தலையை வருடிக்கொடுத்தாள், அலர்மேல் மங்கா.

"நீ மைசூர் இளவரசன் ராஜா வோடேயாரை மணக்கக் கூடாது என்பதில் உன்னைவிட நான்தான் தீவிரமாக இருக்கிறேன். காரணம், அவர்களது குறி, எனது மயிலங்கி பொக்கிஷம். நீயே நான் மைசூர் இளவரசனைத்தான் திருமணம் செய்துகொள்வேன்

என்றால்கூட அதற்கு நான் எதிர்ப்பு தெரிவிப்பேன்.” - மங்கா கூற, ரங்கத்மஜா நெகிழ்ந்தாள்.

“உங்களை தாயாக அடைந்ததற்கு நான் பாக்கியம் செய்திருக்கிறேன்” - தனது தலையை, மங்காவின் மங்காவின் தோளில் சரிக்க, அவள் தனது இடதுகரத்தால் அவளது தலையை வருடினாள்.

“இந்த மாதிரி, தாயின் தோளில் சரிந்து அழுவதற்கு எனக்குத் தாய் கிடைக்கவில்லை, ரங்காத்மஜா! எனது மனக்குமுறல்களையும் ஆற்றாமையையும் கேட்கும் பொறுமை எனது தந்தைக்கு இல்லை. உனக்கு தந்தையும் தாயும் இருந்தாலும், அவர்கள் உனது மன விருப்பங்களுக்குச் செவி சாய்ப்பார்கள் என்றும் தோன்றவில்லை. என்னால் முடிந்த உதவியை உனக்கு செய்ய வேண்டும் என்று எண்ணுகிறேன். அதேசமயம், என் மீது முழுவதுமாகவும் நம்பிக்கை வைக்காதே! எனக்கென்று பல கடமைகள் உள்ளன. மயிலங்கி பொக்கிஷங்களைத் தேடுவதுதான் எனது தலையாய பணி. நடுவே உனக்கும் உதவி செய்கிறேன். நல்லது நடந்தால் அது உனது பாக்கியம்! நடக்காமல் போனால் என் மீது வருத்தம் கொள்ளாதே” - அலர்மேல் கூற, அவளை நெகிழ்ச்சியுடன் பார்த்தாள் ரங்காத்மஜா.

“நீங்கள் எனது தந்தையை எதற்காக மணந்துகொண்டீர்கள்? அவரைக் கண்டதும் காதல்கொண்டீர்களா?”

கலகலவென்று சிரித்தாள், அலர்மேல் மங்கா. “எனது தந்தை மரணப் படுக்கையில் இருந்தார். அவர் இறந்ததும் மைசூர் வோடேயார்கள் மயிலங்கியைக் கைப்பற்ற திட்டம் தீட்டிக்கொண்டிருந்தனர். மயிலங்கியைக் காப்பாற்ற, எனக்கு ஒரு ஆண் துணை வேண்டும் என்பதற்காகவே உனது தந்தையைத் திருமணம் செய்துகொண்டிருக்கிறேன். மற்றபடி மைசூர் வோடேயார்கள் மாளிகைக்குப் போகும் பெண்கள் நிச்சயம் சுகப்பட மாட்டார்கள். அதைத் தெரிந்துதான் நான் மைசூர் மன்னரை மணக்க மறுத்தேன். இப்போது நீ அவர்களின் பார்வையில் சிக்கி இருக்கிறாய். அந்த ராஜ வோடேயாரை காட்டிலும் கொளத்து நாடு விக்ரம வடக்கன் பெருமாள் உன்னை தங்கத்தட்டில் ஏந்தி பத்திரமாகப் பாதுகாப்பான். நீ

அவனைத்தான் மணந்துகொள்ள வேண்டும்" - அலர்மேல் மங்கா கூறினாள்.

மறுநாள் காலை, சாமண்ணா புறப்படுவதற்குத் தயாராக வர, அவரது கையில் பட்டோலை ஒன்றை அளித்தார், திருமலை ரங்கராயர்.

"மைசூர் சமஸ்தான இளவரசருக்குப் பெண் கொடுக்க நான் கொடுத்து வைத்திருக்க வேண்டும். ஆனால், இப்போதுதான் நான் திருமணம் செய்துகொண்டுள்ள நிலையில், உடனே எனது மகளுக்குத் திருமணம் செய்ய விரும்பவில்லை. மேலும், முகலாயர்கள் படை எடுத்துவரும் இந்தச் சூழ்நிலையில் திருமணத்தை நடத்த இயலாது. போர் அபாயம் நீங்கியதும், பன்னிரண்டு ஆண்டுகளுக்கு ஒருமுறை குரு துலா ராசியில் வரும்போது நடைபெறும் காவிரி துலா ஸ்நானம் வைபவத்தை மிக விமரிசையாக கொண்டாட உள்ளேன். எனவே, துலா காவேரி புஷ்கரம் முடிந்ததும், திருமணத்தை விமரிசையாக வைத்துக்கொள்ளலாம் என்று தீர்மானித்திருக்கிறேன். எப்படி இருந்தாலும் எனது மகள் மைசூர் இளவரசுக்குத்தான் என்பதில் மாற்றுக் கருத்து இல்லை!" திருமலை ரங்கராயர் பதில் ஓலையை சாமண்ணாவிடம் நீட்டியபடி கூறினார்.

"என்ன சொல்கிறார், திருமலை ராயர்?" - அம்பா விலாச ஆலோசனை அறையில் தனது முன்பாக தலையைப் பணிந்தபடி நின்ற, சாமண்ணாவை கேட்டார், மைசூர் மன்னர் சாமராஜ வோடேயார்.

"தனது மகளை நமது இளவரசருக்குத் திருமணம் செய்து தர பரிபூரண சம்மதத்தைத் தெரிவித்தார், ரங்கராயர்... ஆனால், துலா காவேரி புஷ்கரம் முடியும் வரையில் அவகாசம் கேட்கிறார். தானே இப்போதுதான் திருமணம் செய்துகொண்டதால், இந்த அவகாசம் தனக்குத் தேவை என்கிறார்" - சாமண்ணா கூறியதும், மன்னரும் அவர் மகனும் உரக்க நகைத்தனர்.

"எனது திருமணத்திற்கும் அவர் செய்துகொண்ட திருமணத்திற்கும் என்ன தொடர்பு? ஒருவேளை, எனக்கு நெற்பொரியிடுவதற்கு ஒரு மைத்துனனைத் தயார்செய்ய

நினைக்கிறாரோ என்னவோ?" - ராஜா வோடேயார் கேலியாக கூற, மற்றவர்கள் பலமாகச் சிரித்தனர்.

"காரணம் அதுவல்ல, இளவரசே! அவகாசம் கேட்பது மயிலங்கி பொக்கிஷத்தைத் தேடத்தான். அதனைக் கண்டுபிடித்து நமக்கு சீதனமாக கொடுக்க எண்ணுகிறார் போலும்" - என்று சாமண்ணா கூறியவுடன், சாமராஜ வோடேயார் மற்றும் ராஜா வோடேயார் இருவருமே முகமலர்ந்தனர்.

அப்போது --

திவான் தொட்டே நீலலோகிதர் யோசனையுடன் எழுந்தார்.

"மன்னா! எனக்கு ஒரு யோசனை!"

"கூறுங்கள் திவான்!" - சாமராஜர் கூற, அனைவரது பார்வையும் அவர் மீது பதிந்தன.

- தொடரும்

அத்தியாயம் 13

ஸ்ரீரங்கப்பட்டண மன்னர் திருமலை ராயரிடம், அவரது மகள் ரங்காத்மஜாவை, தனது மகன் ராஜா வோடேயாருக்கு பெண் கேட்டிருந்த மைசூர் மன்னர் சாமராஜ வோடேயார், மயிலங்கி பொக்கிஷத்தைப் பற்றி பேசிக்கொண்டிருக்க, திடீரென்று எழுந்து நின்றார் திவான் தொட்டே நீலலோகிதர்.

"மன்னா! எனக்கு ஒரு யோசனை" என்றார்.

"கூறுங்கள் திவான்!" சாமராஜர் கூற, அனைவரது பார்வையும் அவர் மீது பதிந்தன.

"நான் மயிலங்கி பொக்கிஷங்களைப் பார்த்திருக்கிறேன். கணக்கிடமுடியாத ஆபரணங்கள். இளவரசி ரங்காத்மஜாவின் திருமணத்தின்போது, திருமலை ரங்க ராயர் நமக்கு அந்தப் பொக்கிஷங்களைத் தருவார் என்பது என்ன நிச்சயம்? அவர் ஒப்புக்கொண்டாலும், அலர்மேல் மங்கா அதற்கு ஒப்புக்கொள்வாளா? சக்களத்தி பெண்ணிற்கு எனது ஆபரணங்களை எதற்கு தர வேண்டும் என்று கேட்க மாட்டாளா? அப்படியே அவள் தர சம்மதித்தாலும், முழுவதுமாக நமக்குத் தர அவள் என்ன பிச்சியா? ஏற்கெனவே, ஒருமுறை நாம் அலர்மேல் மங்காவால் ஏமாற்றப்பட்டுவிட்டோம். மீண்டும் நாம் ஏமாறக் கூடாது. முழு பொக்கிஷங்களையும் அவர்கள் தருவதற்கு முன்பாக, நாமாக எடுத்துக்கொண்டால்..?"

ராஜா வோடேயாரின் கண்கள் பேராசையால் விரிந்தன.

"முடியுமா திவான்..?".

"முடியாதது ஒன்றுமில்லை" என்றவர், தனது இடையில் சொருகியிருந்த ஓலையை எடுத்து வாசிக்கத் துவங்கினார்.

அந்திம பெட்டகம்

மயிற்படிகள்

தெற்கு அறை

நிலத்தடி தர்பார்

இரும்புத் தோகை

பச்சை தெய்வம்!

இடக்கண்ணில் கங்கையைக் கொண்டும்

வலக்கண்ணில் கடலைக் கொண்டும்

நோக்கினால் உண்மை புரியும்.

"என்ன இது?" - சாமராஜ வோடேயார் திகைப்புடன் கேட்டார்.

"இதுதான் மயிலங்கி ரகசியம்! தொண்டனூர் ஜோதிடர் வாசஸ்பதியை சந்தித்து, மயிலங்கி பொக்கிஷம் மறைத்து வைக்கப்பட்டிருக்கும் இடத்தை ஜோதிட ரீதியாக அறிவதற்கு முயற்சித்தாள் அலர்மேல் மங்கா. ஆனால் பாவம், அவளுக்கு அந்த ஜோதிடரைப் பற்றிய உண்மை தெரியாது. தொண்டனூர் வாசஸ்பதி வேறு யாரும் அல்ல! எனது மைத்துனியின் கணவர்தான் அவர். அவர் எனக்கு ஒரு ஓலையில் அந்த ரகசியத்தைப் பற்றிய குறிப்புகளை அனுப்பிவிட்டார். சுவடியில் குறித்து வைத்திருக்கிறேன்!" - திவான் நீலலோகிதர் கூற, ராஜா வோடேயார் தனது கைகளைத் தட்டியபடி பேரானந்தத்துடன் எழுந்தான்.

"உம்மை திவானாக அடைந்ததற்கு இந்த சமஸ்தானம் பெருமைப்படுகிறது!" என்றபடி அவரை நோக்கி தலைகுனிய, உச்சி குளிர்ந்து போனார் நீலலோகிதர்.

"அந்த ஓலையை என் வசம் ஒப்படையுங்கள். மயிலங்கி பொக்கிஷத்தை நான் தேடி எடுத்து, நமது அம்பா விலாசத்து கஜானாவில் சேர்த்துவிடுகிறேன்" ராஜா வோடேயார் குதூகலத்துடன் சொல்ல, திவான் அந்த ஓலையை அவனிடம் நீட்டினார்.

“மயிலங்கி பொக்கிஷம் இருக்கும் இடத்தை சங்கேத குறிப்புகளின் மூலம் தெரிவித்திருக்கிறார், மறைந்த மயிலங்கி மன்னர் வேங்கடப்பா. அவர் குறிப்பிட்டிருக்கும் அந்த சங்கேத மொழிகள், அவரது மகள் அலர்மேல் மங்காவுக்கு விளங்கவில்லை. எனவேதான், எனது மைத்துனியின் கணவர் வாசஸ்பதியிடம் வந்து கேட்டிருக்கிறாள்” - திவான் கூற, அலட்சியத்துடன் அவரைப் பார்த்து சிரித்தான்.

“அவளுக்கு முன்பாக நான் மயிலங்கி பொக்கிஷத்தைக் கைப்பற்றுவேன். எனது தந்தையை போல் எனக்கு சகிப்புத்தன்மை கிடையாது. விரைவில், ஸ்ரீரங்கப்பட்டணம், மயிலங்கி, ரங்காத்மஜா, மயிலங்கி பொக்கிஷம் அனைத்துமே, நம் வசம் வந்து சேர்ந்துவிடும்.” - ஆணவத்துடன் கொக்கரித்த ராஜா வோடேயார், கையில் இருந்த ஓலையில் குறிப்பிடப்பட்டிருந்த குறிப்புகளை உரக்க வாசித்தான்.

‘தட் தட்’ என்று ஒலி எழுப்பியபடி வீசிக்கொண்டிருந்த பங்காவின் வேகம் சற்றே குறைந்தது. பங்காவை பிணைத்திருந்த கயிற்றைப் பற்றியபடி, அறையினுள் நிகழ்ந்த அத்தனை உரையாடல்களையும் மனதில் பதிவுசெய்துகொண்டிருந்த, பங்காவின் கயிற்றைப் பற்றியிருந்த.சிறுவன், தனது மனதில் அந்தக் குறிப்புகளைப் பதியவைக்க வேண்டியிருந்ததால், அவனது கவனம் சிதற, அதனால் பங்காவின் சீரான வேகம் குறைந்தது. பேராசையுடன் பொக்கிஷங்களைப் பற்றி நினைத்துக்கொண்டிருந்ததால், ஆலோசனையறையில் இருந்தவர்கள் அனைவருமே பங்கா நின்றுபோனதை கவனிக்கத் தவறினார்கள்.

பங்கா வீசிக்கொண்டிருந்த சிறுவன் நதிம், தான் அமர்ந்திருந்த மேடையில் முழங்காலிட்டு அமர்ந்தபடி, சுவரில் பங்காவில் பிணைக்கப்பட்டிருந்த கயிறு நுழைவதற்காக உருவாக்கப்பட்டிருந்த துளையினில் தனது செவிகளைப் பதித்து, ராஜா வோடேயார் வாசித்துக்கொண்டிருந்த குறிப்புகளை மனதில் பதியவைத்தான்.

ஆலோசனை முடிந்ததும், சபை கலைய, நதிம் ஷா தனது மனதில் பதியவைத்திருந்த குறிப்புகளை மனதினுள் மீண்டும் மீண்டும்

உருவேற்றியபடி, மைசூர் நகரின் எல்லையில் இருந்த அடகூர் காடுகளை நோக்கி நடந்தான்.

* * * *

கொளத்து நாடு சமஸ்தானத்தின் கோலாத்ரி மாளிகையைவிட்டு தனது குதிரையில் வாயு விக்ரமன் புறப்பட்ட அதே நேரம், அவனது பயணத்திற்கு கட்டியம் கூறுவது போன்று, பெரிதாக இடி இடித்தது. தொடர்ந்து மின்னல் வெட்டத் தொடங்கியது. கருவூருக்கு சென்று, பின்னர் வடக்கில் சென்று, செஞ்சிக் கோட்டையை அடைய வேண்டும். வழக்கமாக மன்னர்கள் செல்லும் பாட்டை அதுதான். ஆனால், பிரயாண நேரம் அதிகம் எடுக்கும் என்பதால், பாரமகல்* காட்டு வழியே பயணிக்க நிச்சயித்தான்.

(பாரமகல்* தற்போது தருமபுரி மாவட்டம். அதற்கு முன்பு அதியமான் ஆண்ட தகடூர் பகுதியாக விளங்கியது. ஹொய்சளர்கள் சமயபுரத்தைக் கைப்பற்ற படையெடுத்தபோது, இந்தப் பகுதியைக் கைப்பற்றி பாரமகல் என்று பெயரிட்டனர். பின்னர் 1792-ல் திப்பு சுல்தானிடமிருந்து கிழக்கிந்திய கம்பெனி இதனைக் கைப்பற்றியது. அதற்கு தர்மபுரி என்று பெயர் வழங்கப்பட்டது. ஹோகேனேக்கல் இதன் பகுதிதான்.)

கொளத்து நாட்டின் எல்லையைக் கடந்து, பாரமகல் காட்டிற்குள் நுழைந்தபோதே பலத்த மழை தொடங்கிவிட்டது. அவன் தெப்பலாக நனைந்துவிட்டாலும், அதைப்பற்றி கவலைகொள்ளாமல் தொடர்ந்து பயணிக்க, மழையின் வேகம் அதிகரித்துக்கொண்டே போனது. காட்டின் அடர்ந்த மரங்களின் ஊடே, சகதியில் பயணிப்பதற்கு வாயு விக்ரமனின் குதிரை திணற, வேறு வழியில்லாமல் எங்காவது தங்கிவிட்டுப் போகவேண்டியதுதான் என்று நினைக்க, சிறிது தூரம் இருளில் தொடர்ந்தான். தொலைவில் உயரத்தில் ஒரு ஒளிக்கீற்று தோன்றியது. கவனித்துப் பார்த்ததில் மலைக்கோயில் ஒன்றின் உச்சியில் தீபம் ஒன்று ஒளிர்ந்துகொண்டிருப்பது புரிந்தது. அந்தக் கோயிலை நோக்கி தனது குதிரையைச் செலுத்தினான்.

சிறிது தொலைவே சென்றிப்பான். வழியில் ஒரு சிறிய ஆலயம் ஒன்று இருந்தது. அதன் அருகே, கற்பாறையினால்

இயற்கையாகவே உருவாகியிருந்த குகை ஒன்று தெரிய, அதன் உள்ளே வெளிச்சம் தெரிந்தது. உள்ளே யாரோ இருக்கிறார்கள் என்பதை யூகித்து, அந்த குகையை நோக்கி தனது குதிரையைச் செலுத்தினான். குகையின் முன்பாக குதிரையை நிறுத்திவிட்டு, அதன் உள்ளே ஓடிச்சென்றான்.

உள்ளே ஒரு முதியவர் ஒரு மூலையில் ஒடுங்கியபடி அமர்ந்திருந்தார். தனது உடலை ஒரு கருமை நிற போர்வையால் போர்த்தியிருந்தார். அவரது முன்பாக ஒளிர்ந்துகொண்டிருந்த காடா விளக்கு ஒன்று, வெளியே வீசிய பலத்த காற்றில் நர்த்தனம் ஆடிக்கொண்டிருந்தது. தனது கையில் இருந்த தடியைத் திட்டில் ஊன்றி, அதனை தனது இரு கைகளால் பற்றியபடி மழையை வெறித்துப்பார்த்தபடி அமர்ந்திருந்தார், அந்த முதியவர். இடுங்கியிருந்த அந்த முதியவரின் கண்கள் வியப்பினால் விரிந்தன.

"யாரப்பா நீ? இந்த நடுநிசியில் பயணிக்கின்றாயே? மிகவும் ஆபத்தான காட்டுப் பகுதி பாரமகல்! காவிரி இங்கே மலைப்பாறைகளின் ஊடே உக்கிரமாக பாய்கிறாள். ஏராளமான புதைகுழிகளும் இங்கே உள்ளன. அப்படி இருக்கும்போது இந்த இரவில் இந்தக் காட்டின் வழியே பயணிப்பது முறையா?" - அந்த முதியவரின் குரலில் இருந்தது அக்கறையா, இல்லை அச்சுறுத்தலா?

அவருக்குப் பதில் அளிப்பதற்கு முன்பாக. சற்றே அந்தத் முதியவரை எடை போட்டுவிட்டு, பிறகு பேசத் தொடங்கினான்.

"பெரியவரே! நான் கொளத்து நாட்டு இளவரசன், வாயு விக்ரமன் ஒரு ராஜாங்க காரியமாக செஞ்சி கோட்டைக்குச் செல்கிறேன்" - வாயு விக்ரமன் கூற, அவனை வியப்புடன் நோக்கினார், அந்த முதியவர்.

"இந்த நடுநிசியில், அதுவும் கொட்டும் மழையில் ஒரு இளவரசன் பயணிக்கிறான் என்றால், தலை போகும் அவசரமாக இருத்தல் வேண்டும். அதைப் பற்றி நான் கேட்பதும், அதற்கு நீர் விடைகொடுப்பதும் முறையில்லைதான். என்றாலும், சில விஷயங்களை நான் கேட்க வேண்டியிருக்கிறது இளவரசே! நேற்று தொண்டை நாட்டிலிருந்து சில யாத்ரீகர்கள் வந்தனர்.

முகலாயப் படைகள், பூவிருந்தவல்லியில் முகாமிட்டிருப்பதாக அறிந்தேன். அவர்களது இலக்கு, மேற்குமலை நாடுகளில் குவிந்திருக்கும் பொக்கிஷங்கள் என்றும் அறிந்தேன். நீங்கள் இளவரசன் என்பதால் இதுகுறித்து உங்களுக்கு தகவல் வந்திருக்கும் என்று நினைக்கிறேன்." - அந்த முதியவர் கேட்டதும், மனதினுள் அதிர்ந்தான் வாயு விக்ரமன்.

தான் செஞ்சி கோட்டைக்குச் சென்று எதுகுறித்து சிவாஜியின் மகன் சம்பாஜியுடன் பேச இருக்கிறானோ, அதுகுறித்தே அந்த முதியவர் பேசுவதைக் கண்டதும், வியப்பினால் அவனுக்கு வார்த்தைகள் வரவில்லை.

பிறகு தன்னையே சுதாரித்துக்கொண்டு, அந்த முதியவரை ஏறிட்டுப் பார்த்தான்.

"பெரியவரே! தாங்கள் யார்?"

"இளவரசே! எனது பெயர் வில்வநாதன். எனது மூதாதையர்கள் தகடூரைச் சேர்ந்தவர்கள். அதியமானுக்கு ஊழியம் செய்தவர்கள். ஹொய்சளர்களோடு சேர்ந்து தலக்காடு யுத்தத்தில் போர் புரிந்த குடும்பம் எங்களுடையது. பெரும் செல்வந்தரான எனது தந்தைக்கு நான் ஒரே மகன்.

ஒருமுறை தீர்த்தமலைக்கு* யாத்திரை மேற்கொண்டேன். அங்கே சென்றபோது, அந்த மலையின் அழகு என்னை மிகவும் கவர்ந்தது. அங்கே இருந்த பன்னிரு தீர்த்தங்களிலும் நீராடினேன். இதோ இங்கே இருப்பதுதான் அனுமான் தீர்த்தம். பன்னிரு தீர்த்தங்களில் ஒன்று. இதில் நீராடிய பிறகு, என்னுள் ஒரு பரவசம். எல்லாவற்றையும் துறந்துவிட்டு, இங்கேயே தூங்கிவிட்டேன். என்னை அழைக்க வந்த உறவினர்களிடம், எனது ஆஸ்திகளையெல்லாம் ஒப்படைத்துவிட்டேன். நீங்களே அனுபவித்துக்கொள்ளுங்கள் என்று கூறிவிட்டேன்.. இங்கே நிம்மதியாக வாழ்ந்து வந்தேன்... ஒரு மாதம் முன்பு வரையில்..." என்றார் வில்வநாதன்.

(* தீர்த்தமலை, தருமபுரி மாவட்டம் அரூர் பகுதியிலிருந்து ஏழு கி.மீ தொலைவில் உள்ளது. 900 படிகளுடன் கூடிய மலைக்கோயில். ஏழாம் நூற்றாண்டில் திருப்பணிகள்

செய்யப்பட்டது. இராமன் வழிபட்ட தலம். இங்கே பன்னிரு தீர்த்தங்கள் உள்ளன.)

"ஒரு மாதம் முன்பு வரையிலா?" - அவரை வியப்புடன் நோக்கினான்.

"ஆம்! கடந்த மாதம் இந்த பகுதியில் நிலச்சரிவு ஏற்பட்டது. ஒரு மலைப்பாறை உருண்டு விழுந்தது. நீங்கள் நம்பமாட்டீர்கள், இளவரசே! அந்தப் பாறை இருந்த இடத்தில் ஒரு சிறு வழி தென்பட்டது. அதன் உள்ளே ஒரு காலபைரவர் சிலை ஒன்று இருந்தது. அதன் முன்பாக இரண்டு பெட்டகங்கள் இருந்தன. அவை முழுவதும் தங்க நாணயங்களால் நிரம்பியிருந்தன. எனது ஆஸ்தியை வேண்டாம் என்று விட்டொழித்தவனுக்கு, சோதிப்பது போன்று இரண்டு பெட்டகங்கள் நிறைய பொற்காசுகள் கிடைத்தால் அதை வைத்துக்கொண்டு என்ன செய்வது? தகுந்த நபரிடம் கொடுத்துவிடலாம் என்று காத்திருக்கிறேன். பெட்டகங்களைப் பத்திரப்படுத்தியிருக்கிறேன். நீங்களோ இளவரசர்! உங்கள் கஜானாவில் சேர்த்துக்கொள்ளுங்கள். மக்கள் சேவைக்காகவாவது பயன்படட்டும்" - வில்வநாதன் சொல்ல, வாயு விக்ரமன் சிரித்தான்.

"பெரியவரே! நான் செஞ்சிக் கோட்டைக்கு எதற்கு செல்கிறேன் தெரியுமா? முகலாயப் படைகள் எங்களது பொக்கிஷங்களைக் கொள்ளையடிக்க வருகின்றன. எங்களது பொக்கிஷங்களைப் பதுக்கிவைக்க நினைக்கிறோம். அது உடனடியாக நடக்கின்ற காரியம் இல்லை என்பதால், செஞ்சிக் கோட்டைக்கு சென்று மன்னர் சம்பாஜியின் உதவியைக் கோரப்போகிறேன். அவர் முகலாயர்களுடன் யுத்தம் செய்து, அவர்களை மேற்கே நகரவிடாமல் தடுத்தால், அதற்குள் நாங்கள் எங்களது பொக்கிஷங்களைப் பத்திரப்படுத்தி விடுவோம்" என்றான் வாயு விக்ரமன்.

"நல்லதாக போயிற்று! நீங்கள் பதுக்கிவைக்கும் உங்கள் பொக்கிஷங்களோடு இந்தத் தங்க காசுகளையும் பதுக்கிவையுங்கள். அவற்றை யாரிடமாவது கொடுத்துவிட்டால், நான் நிம்மதியாக கண் மூடுவேன்."

“இல்லை பெரியவரே! நீங்கள் அந்தத் தங்க நாணயங்களைக் கொண்டு, தீரத்தமலை ஆலயத்திற்கு வரும் ஏழைகளுக்கு உதவுங்கள். எனக்கு அவை வேண்டாம். எங்களிடம் நிறைய உள்ளன. எங்களை காப்பாற்ற உள்ள சம்பாஜிக்கே நாங்கள் கஜதுலாபாரம் செய்து எடைக்கு எடை தங்க நாணயங்களை அளிக்கப் போகிறோம்!” - வாயு விக்ரமன் கூறினான்.

“நல்ல காரியம்! அப்படியானால் இந்தத் தங்க நாணயங்கள் சம்பாஜிக்கு பயன்படட்டும். நீங்கள் செய்யும் கஜ துலாபாரத்திற்கு இவை தேவைப்படட்டும். மறுக்காமல் நீங்கள் அவற்றை வாங்கிக்கொள்ளுங்கள்!” - வில்வநாதன் கூற, அவனால் மறுத்துப் பேச முடியவில்லை.

“நீங்கள் அப்படி விரும்பினால், நான் அவற்றை ஏற்கிறேன். நான் சென்று சம்பாஜியிடம் பேசிவிட்டு, கஜ துலாபாரம் செய்வதற்கு முன்பாக, உம்மிடம் உள்ள பெட்டகங்களை எடுத்துக்கொள்கிறேன்.” -என்று கூறியதும், சட்டென்று மழை நின்றுபோனது.

“பார்த்தாயா! உன்னையும் என்னையும் சந்திக்க வைப்பதற்குத்தான், இந்த நடுநிசியில் உன்னைப் பயணம் செய்யவைத்து, மழையை உண்டாக்கி, உன்னை என்னிடம் கொண்டுவந்து சேர்த்திருக்கிறான் ஈசன். தீர்த்தமலை ஈசனிடம் நான் அன்றாடம் மன்றாடிக்கொண்டிருந்தேன்! அனைத்தையும் துறந்த என்னிடம், எதற்கு பொக்கிஷங்களை அளித்தாய் என்று! அவை சம்பாஜிக்கு உதவட்டும் என்றுதான் ஈசன் திருவுள்ளம் கொண்டிருக்கிறான் போலும். காலதாமதம் செய்யாமல், நீங்கள் பெட்டகங்களை எடுத்து செல்லுங்கள். மரணம் எந்த வேளையிலும் என்னை அணுகலாம். எனவே, நான் பெட்டகங்களைப் பத்திரப்படுத்தி வைத்திருக்கும் இடத்தைக் காட்டுகிறேன். ஒருவேளை, நீங்கள் அவற்றை நாடி வரும்போது நான் உயிருடன் இல்லையென்றால், பெட்டகங்களை நீங்கள் எடுத்துச்செல்லலாம் அல்லவா?” என்ற வில்வநாதன், கைத்தடியை ஊன்றிக்கொண்டு மெதுவாக எழுந்தார். குகையை விட்டு அவர் வெளியேற, அவரைப் பின்தொடர்ந்தான் வாயு விக்ரமன்.

இதென்ன சோதனை! பொக்கிஷங்களைப் பதுக்குவதற்கு சம்பாஜியின் உதவியை நாடி இவன் செல்ல, புதிய பொக்கிஷம் ஒன்று இவனைத் தேடிவருகிறதே? சிறு வயது முதலாக அலுக்க சலிக்க பொக்கிஷங்களைப் பார்த்திருக்கிறான். இப்போது இதோ ஒன்று கிடைக்கிறது.

வில்வநாதனைத் தொடர்ந்தான் வாயு விக்ரமன். குளிர் காற்று அவனது உடலைத் தழுவ, அதனால் உண்டான சிலிர்ப்பினில் அவனையும் அறியாமல் அவனது மனம் ரங்காத்மஜாவை நாடியது. அவள் மூலமாக வேறு அவனை நாடி இன்னும் பெரிய பொக்கிஷங்கள் அவனுக்கு கிட்டப்போவதை அப்போது வாயு விக்ரமன் அறியவில்லை.

- தொடரும்

அத்தியாயம் 14

செஞ்சியில் ஓர் அஞ்சிடாத சிங்கம்

வில்வநாதன், தீர்த்தமலையின் ஹனுமான் தீர்த்தம் பின்புறம் இருந்த மலைக்குகையில், காலபைரவரின் சிலையின் முன்பாக, இரு மரபெட்டகங்களில் பதுக்கி வைக்கப்பட்டிருந்த ஸ்வர்ண நாணயங்களைக் காட்ட, அதனை சமயம் வரும்போது எடுத்துக்கொள்வதாக கூறிவிட்டு, உடனேயே செஞ்சிக்கு புறப்பட்டான் வாயு விக்ரமன்.

தொடர்ந்து பெய்த பலத்த மழை, அவனது பயணத்திற்கு அதிக சிரமங்களை ஏற்படுத்தி, இயற்கையிலேயே வேகத்திற்கு பெயர்போன அவனை தாமதப்படுத்தியது. செஞ்சிக் கோட்டையை அவன் அடைந்த வேளையில், ஒரு நாள் ஓய்வுக்கு பிறகு உதித்திருந்த சூரியன், அவனது தேகத்தை சுட்டெரிக்கத் தொடங்கினான்.

செஞ்சியின் பெருமைகளைப் பற்றி அதிகம் கேள்விப்பட்டிருந்தாலும், அந்த காலை வெயிலில், ராஜகிரி, சந்திரகிரி, மற்றும் சிம்மகிரி என்னும் மூன்று மலைகளுடன் கம்பீரமாக செஞ்சி நின்றதை முதன்முறையாக கண்டான் விக்ரமன். முந்தைய நாள் பெய்த மழைக்கு அடையாளமாக, ஒன்றிரண்டு மழை மேகங்கள் சந்திரகிரியின் உச்சியை சுற்றி மிதந்துக்கொண்டிருந்தன.

வாயு விக்ரமன் செஞ்சிக்கு வந்ததில்லையே தவிர, அதன் சரித்திரங்களைப் பற்றி நிறையவே அறிந்திருந்தான்.

செஞ்சியின் புராதன பெயர் சிங்கபுரி! மராட்டிய மன்னரான சிவாஜி, “பாரத மண்ணில் எவரும் உட்புகமுடியாத கோட்டைகளுள் சிறந்தது” எனக் கூறுமளவுக்கு அரண் செய்யப்பட்ட கோட்டையாக திகழ்ந்தது செஞ்சி. ஆங்கிலேயர்களும், செஞ்சிக் கோட்டையை `கிழக்கின் டிராய்'

என்று அழைக்கத் தொடங்கியிருந்தனர். முகலாயர்களோ செஞ்சியை `பாதுஷாபாத்' என்று அழைத்தனர்.

திருவரங்க கலாப காலத்தில், படையெடுப்புகளுக்கு பயந்து திருவரங்கத்தைவிட்டுப் புறப்பட்ட அரங்கன், எட்டயபுரம், திருநெல்வேலி, திருவனந்தபுரம், கோழிக்கோடு, பாலக்காடு, முந்திரிப்பூ மலை *(Silent Valley)* சத்தியமங்கலம் காடுகள், மேல்கோட்டை, திருமலை என்று சுற்றித் திரிந்து, கடைசியில் செஞ்சியின் சந்திரகிரியில்தான் பல ஆண்டுகள் தங்கியிருந்தார் என்பதை வாயு விக்ரமன் அறிந்திருந்தான்.

வாயு விக்ரமன், ராஜகிரியை நோக்கி தனது குதிரையை செலுத்தினான். மராட்டிய மன்னன் சம்பாஜி அங்கேதான் தங்கியிருந்தான். செஞ்சிக்கு புறப்படும்போதே, தனது ஆசான், நந்தன பணியக்காரரிடம் செஞ்சியைப் பற்றியும், சம்பாஜியைப் பற்றியும் தகவல்களை சேகரித்திருந்தான்.

சிவாஜியின் மகன் சம்பாஜி அதிக மதிநுட்பம் படைத்தவன். அவனது சிந்திக்கும் திறனை கூர்மைப்படுத்தக்கூடிய மூலிகை சாற்றை அவன் அன்றாடம் அருந்தி வருவதாக அறிந்திருந்தான் வாயு விக்ரமன்.

சிறந்த சமையல் நிபுணனான சம்பாஜி, மராட்டியத்தில் இருந்து தருவித்த ஒரு வகை புளி சாற்றில், மூலிகைகளை சேர்த்து, ஒரு வகை கலவையை செய்து, அதனை நீரில் சேர்ந்து கொதிக்கவைத்து அருந்தியதால்தான், அவனது மதிநுட்பம் கூர்மையாக இருப்பதாக பலரும் பேசிக்கொண்டனர். தான் உருவாக்கியிருந்த அந்த மூலிகை கலவைக்கு தனது பெயரான `சம்பாரம்' என்று பெயரிட்டிருந்தான்.

(இந்த சம்பாரத்தை நீரில் சேர்த்துப் பொங்கவிட, அதுவே இன்றைய சாம்பார்.)

நாளடைவில் தமிழகத்தில் கிடைத்த புளியைக்கொண்டே சாம்பார் தயாரித்தான் சம்பாஜி.

சிவாஜியின் அளவு வேகம் கொண்டவனல்ல சம்பாஜி மகராஜ்! ஆனால், அதீத விவேகம் கொண்டவன் என்று கூறி இருந்தார் வாயு விக்ரமனின் ஆசான், நந்தன பணியக்காரர்.

தனது வருகையைக் குறித்து வாயு விக்ரமன் முன்கூட்டியே ஓலை அனுப்பியிருக்கவில்லை என்றாலும், இவனது கோலாத்ரி வடக்கன் பரம்பரையை சேர்ந்திருந்த திருநாவாய் பகுதியை சேர்ந்த சூட்சும சுந்தர பெருமாள் நாயனார் என்கிற ஜோதிடர்தான், மராட்டிய போசலே மன்னர்களுக்கு ஜோதிட ஆலோசகராக இருந்தார். அவரை சந்தித்து எப்படியும் அவர் மூலம் சம்பாஜியை சந்தித்துவிட முடியும் என்கிற நம்பிக்கையில் வாயு விக்கிரமன் இருந்தார்.

ராஜகிரியின் காவலர்களிடம், தான் சூட்சும சுந்தர பெருமாள் நாயனாரை சந்திக்க வந்திருப்பதாக தெரிவித்ததும், அவர்கள் பணிவுடன் கோட்டைக் கதவை திறந்துவிட்டனர். சுந்தர பெருமாள் நாயனார் என்கிற ஆஸ்தான ஜோதிடரின் பெயர் மட்டும் அந்தப் பணிவுக்கு காரணமில்லை. வாயு விக்ரமனின் கம்பீரமும், அவன் குதிரையை செலுத்தியவிதமும்கூட, அந்தக் காவலர்களுக்கு அவன் அரச குடும்பத்தைச் சேர்ந்தவன் என்பதைப் புரியவைத்தது.

"சம்பாஜியிடம் பேசிப் பார்! சாம தான பேத தண்டம் ஆகியவற்றைப் பிரயோகித்து, படையெடுத்து வரும் முகலாயர்களுக்கு எதிராக உதவி கேள். நமது பொக்கிஷங்களைக் காப்பாற்ற அவர் முன்வராவிட்டால், அவர் போர் புரிய மறுத்துவிட்டால், நான் சொல்லும் ரகசிய தகவலை அவரது காதில் தெரிவி. அதற்கு பிறகு அவர் நமது கோரிக்கைக்கு உடன்படுவார்!" - நந்தன பணியக்காரர் கூறியிருந்தார்.

நந்தன பணியக்காரரின் தாய் வழி பாட்டி, செஞ்சி நாயக்கர் வம்சத்தை சேர்ந்தவள். எனவே, அவர் செஞ்சியைப் பற்றிய அனைத்து விவரங்களையும் அறிவார்.

சூட்சும சுந்தர பெருமாள் நாயனார் இறை வழிபாட்டில் ஆழ்ந்திருந்ததால், அவர் ஆராதனையை முடிக்கும் வரையில் காத்திருந்தான் வாயு விக்ரமன். அவர் அறையை விட்டு வெளிவர, எழுந்து பணிவுடன் தலை குனிந்தான்.

"ஸ்வாமி! நான் கொளத்து நாடு வடக்கன் பெருமாள் கோலாத்திரி மன்னரின் மகன், வாயு விக்ரமன். முகலாய படைகள் எங்கள் மேற்கு புலத்தை நோக்கி வந்து, பொக்கிஷங்களைக்

கொள்ளையடிக்கப் போவதாக தகவல் வந்துள்ள நிலையில், மராட்டிய மன்னர் சம்பாஜி மகாராஜின் உதவியை நாடி வந்திருக்கிறேன்" என்றதும், சுந்தர பெருமாளின் கண்களில் பரவசம்.

"மிக மகிழ்ச்சி! பால்யத்தில் நான் திருநாவாயில்தான் வசித்தேன். சற்றே சிரம பரிகாரம் செய்துகொண்டு, பிறகு மன்னரை சந்திக்கலாம்" என்றவர், பிற்பகல், சம்பாஜி கொலு மண்டபத்திற்கு புறப்படுவதற்கு முன்பாக, அவனது அந்தரங்க அறைக்கு இட்டுச்சென்றார் சுந்தரபெருமாள்.

சம்பாஜியை பணிந்து வணங்கி நின்றான் வாயு விக்ரமன்.

"மன்னரே! கோலாத்ரி பரம்பரையை சேர்ந்தவர், இளவரசர் வாயு விக்ரமர்! தங்களை சந்திப்பதற்காக இரவு முழுவதும் பயணித்து நம் சிங்கப்புரி வந்திருக்கிறார்!" - சுந்தர பெருமாள் கூற, கம்பீரமாக தனது முன்பு நின்ற விக்ரமனை, அதிசயத்துடன் நோக்கினான் சம்பாஜி.

உருண்டு திரண்ட, கொழுகொழுவென்ற அவனது தேகம், அவன் உணவுப் பிரியன் என்பதை ஊர்ஜிதம் செய்தது. இருப்பினும், முகத்தில் மிளிர்ந்த நெடிய மீசையும், கண்களில் காணப்பட்ட தீர்மையும், அவன் சுத்த வீரன் என்பதையும் உணர்த்தியது.

"இரவெல்லாம் பயணிக்கும்படி அப்படி என்ன தலைபோகும் காரியம்?" - தனது மீசையை வருடியபடி கேட்டான் சம்பாஜி.

"முகலாயர்கள் பூவிருந்தவல்லி வரை வந்துவிட்டார்கள். செங்கழு நீர் பற்றையும் கைப்பற்றிவிட்டார்கள். அவர்களது உடனடி இலக்கு காஞ்சிபுரம். அங்கிருக்கும் ஆலய செல்வங்களைக் கவர்ந்து செல்ல திட்டமிட்டுள்ளனர். அதன்பிறகு மேற்கே நகர்ந்து, மைசூர் தொடங்கி, மயிலங்கி, கொளத்து நாடு, ஹரிபாட் போன்ற சமஸ்தானங்களில் உள்ள பொக்கிஷத்தைக் கொள்ளையடிக்கப் போகின்றனர் என்கிற தகவல் வந்துள்ளது. மயிலங்கி மன்னர் தனது பொக்கிஷங்களை ஏற்கெனவே பதுக்கிவிட்டார். ஆனால், எங்கள் சமஸ்தானங்கள் இன்னும் அதனை செய்யவில்லை" - வாயு விக்ரமன் கூறினான்.

"ஔரங்கசீப்பின் படைகள் பூவிருந்தவல்லியில் முகாமிட்டுருப்பதை அறிந்தேன். ஆனால், இந்த விஷயத்தில் நான் என்ன செய்ய முடியும்?" - சம்பாஜி புருவங்களை உயர்த்தினான்.

"நீங்கள் முகலாயப் படைகளை மேற்கே செல்லவிடாமல், பூவிருந்தவல்லியிலேயே மடக்கிப் போட்டுவிட்டால், அந்தக் கால அவகாசத்தில் நாங்கள் எங்கள் பொக்கிஷங்களைப் பதுக்கிவிடுவோம்" - வாயு விக்ரமன் கூற, அவனை பிரமிப்புடன் பார்த்தான் சம்பாஜி.

"எங்களை முகலாயர்களுடன் போர் புரிய சொல்கிறாயா?" - சம்பாஜி கேட்டான்.

"போர் புரிய சொல்லவிலை. மேற்கு பகுதியை நோக்கி அவன் எடுக்க உள்ள படையெடுப்பை சற்றே தாமதப்படுத்த வேண்டுகிறோம். அவ்வளவே!" - வாயு விக்ரமன் கூறினான்.

"இதில் மராட்டியர்களுக்கு என்ன லாபம் கிடைக்கப் போகிறது? நீங்கள் உங்கள் பொக்கிஷங்களைப் பத்திரப்படுத்த, நாங்கள் எங்கள் ஆஸ்தியை செலவழித்து, முகலாயர்களின் மீது படை எடுக்க வேண்டுமா?" - வாயு விக்ரமனை ஆழமாக பார்த்தான் சம்பாஜி.

"எங்கள் பொக்கிஷங்களில் பாதி உங்களுக்கு தருகிறோம். எங்கள் பட்டத்து யானையின் எடைக்கு தங்களுக்கு ஸ்வர்ணம் கொடுக்கிறோம்!" - வாயு விக்ரமன் கூற, தீர்த்தமலையில் தான் கண்ட ஸ்வர்ண பெட்டகங்கள் அவனது கண்முன்பாக நிழலாடின.

'பொக்கிஷங்கள் எங்களுக்குத் தேவையில்லை விக்ரமரே! எங்கள் கஜானாவே நிரம்பி உள்ளன!" -சம்பாஜி கூறினான்.

சம்பாஜி போரிடும் மனநிலையில் இல்லை என்பதை புரிந்துகொண்ட வாயு விக்ரமன், நந்தன பணியக்காரர் கூறிய கடைசி அஸ்திரத்தை பிரயோகித்தான்.

"எங்கள் பொக்கிஷங்கள் உங்களுக்குத் தேவையில்லை மகராஜ்! ஆனால், உங்கள் பொக்கிஷங்கள் உங்களுக்குத்

தேவைப்படலாம் அல்லவா? நீங்கள் எங்களுக்கு உதவினால், உங்கள் செஞ்சியில் மறைந்திருக்கும் ஒரு பொக்கிஷத்தைப் பற்றிய தகவலை தங்களுக்கு தெரிவிப்பேன்." - வாயு விக்ரமன் எச்சரிக்கையுடன் சொற்களைத் தேர்ந்தெடுத்தான்.

வாயு விக்ரமனை அலட்சியம் செய்தபடி, கொலு மண்டபத்திற்கு செல்வதற்காக, இரண்டு அடிகளை வைத்திருந்த சம்பாஜி, அவன் கூறியதை கேட்டதும், திகைப்புடன் நின்று திரும்பி நோக்கினான்.

"அப்படி வாருங்கள் வழிக்கு!" - என்று கூறுவதை போன்று, அஞ்சிடாத சிங்கமாக புன்முறுவலுடன சம்பாஜியை நோக்கியபடி நின்றிருந்தான் வாயு விக்ரமன்

- தொடரும்

செஞ்சியைப் பற்றிய குறிப்புகள்:

சிங்கப்புரி என்பது சோழர் காலத்திய பெயர். காடவ கோப்பெருஞ்சிங்கன் என்னும் அரசன் இப்பகுதியை ஆண்டு வந்தான். வரலாற்றறிஞர் திரு க.அ.நீலகண்ட சாஸ்திரி, தன்னுடைய சோழர்கள் பற்றிய நூலில், 'விக்கிரம சோழன் உலா' காடவனைப் பற்றி குறிப்பிடப்படுகிறது. அக்காடவன் வலிய போர் யானைகளைக் கொண்டவன். அவன் வலிமையான கோட்டைகளையும் மதில்களையும் கொண்ட செஞ்சியார் கோன் என்பவன் ஆவான் எனக் குறிப்பிடுகிறார்.[1] விக்கிரம சோழன் உலாவில்,

கடியரணச் செம்பொற் பதணஞ் செறியிஞ்சிச்
செஞ்சியர்கோன் கம்பக் களியானைக் காடவனும்

- (விக்கிரம சோழன் உலா - கண்ணி 79 & 80)

பொருள்: காவல் கொண்ட மதிலையுடைய சிவந்த பொன்னாலாகிய மேடைகள் நெருங்கிய கோட்டை சுற்றிய செஞ்சியர்கோனாகிய தூணிற் கட்டப்படுஞ் செருக்குடைய யானையைக்கொண்ட காடவன் என்பவனும், என்றுள்ளது.

செஞ்சிக் கோட்டையைப் பற்றி கிடைக்கும் இந்தச் சான்றே மிகப் பழமையான சான்றாகும் என்பதாக அவர் தெரிவிக்கிறார்.

சேந்தமங்கலத்தைத் தலைநகராகக் கொண்டு ஆட்சி செய்துவந்த காடவன் கோப்பெருஞ்சிங்கன், சோழ மன்னன் மூன்றாம் ராஜராஜ சோழனை சிறை பிடித்த செய்தி, வயலூர் கல்வெட்டின் மூலம் நமக்கு தெரியவருகிறது. மூன்றாம் ராஜராஜனை செஞ்சியை அடுத்த அன்னமங்கலம் எனும் ஊரின் மலைக்குகையில் சிறை வைத்ததற்கு ஆதாரமாக அக்குகையில் காணப்படும் சிற்பமும் அதில் பொறிக்கப்பட்ட எழுத்துகளும் உறுதிபடுத்துகின்றன. எனவே, செஞ்சிக் கோட்டையைக் கட்டிய செஞ்சியர் கோன் காடவனின் 12-ஆம் நூற்றாண்டு மற்றும் கோப்பெருஞ்சிங்கன் ஆட்சிக் காலமான 13-ஆம் நூற்றாண்டிலும் செஞ்சிக் கோட்டை காடவர்களின் ஆட்சிக்குட்பட்ட ஒரு பகுதியாகவே இருந்துள்ளது என்பதாகவே ஆய்வுகள் தெரிவிக்கின்றன. அதன் பிறகு விசயநகர நாயக்கர்கள், மராட்டியர், முகலாயர், ஆற்காடு நவாப்புகள் பிரஞ்சுக்காரர், ஆங்கிலேயர் ஆகியோரின் ஆளுகையில் மாறி மாறி இருந்து வந்துள்ளது.

அனந்த கோன் தொடர்பான சான்றுகள்:

நாராயணன் என்ற வரலாற்று ஆய்வாளர் கருத்தின்படி செஞ்சிக்கு அருகிலுள்ள மேலச்சேரி கிராமத்தில் கி. பி. 1200-ஆம் ஆண்டருகில் அனந்த கோன் என்னும் இடையர் குலத்தை சேர்ந்தவர் தன் ஆடுகளை மேய்க்கையில் மேற்கு மலைகளில் இருந்த பொந்துகளில் புதையலை கண்டறிந்ததாகவும், அதன்பிறகு அதைச்சுற்றிய பல கிராமங்களில் உள்ள சிறு ஆட்சியாளர்களை தோற்கடித்து, கமலகிரி என்னும் கோட்டையை கட்டியதாகவும் கூறுகிறார். பின்னர், தன் பெயரில் அதை `அனந்தகிரி' என்று பெயர் மாற்றியதாகவும் கூறுகிறார். கோனார் குலத்தவர்கள் 1190 முதல் 1270 வரை செஞ்சியை ஆண்டதாகவும், பின்னர் குறும்பர் குலத்தைச் சேர்ந்த கோபலிங்க கோன் சோழர்களின் கீழ் இந்தப் பகுதியை ஆண்டதாகவும் வரலாற்று நூல்களில் தகவல்கள் உள்ளன.

செஞ்சிக் கோட்டை முகலாயர் வசம் வந்த பிறகு கோட்டையின் தலைவராக புத்தோல்கண்ட் ராஜ்புத் இனத்தவரான சரூப் சிங்கை

நியமித்தார். *1707*-இல் அவுரங்கசீப் இறக்கும்வரை ஆற்காடு நவாப்பிடம் செலுத்திவந்த கப்பத்தை நிறுத்திவிட்டார். *1714*-இல் சரூப் சிங் இறந்த பிறகு, இவரின் மகன் தேசிங்கு தன் *22* வயதில் பட்டத்துக்கு வந்தார். ஆற்காடு நவாப்புடன் நடந்த போரில் தேசிங்கு வீர மரணம் அடைந்தார். கோட்டை ஆற்காடு நவாப்பின்கீழ் வந்தது. இதன்பிறகு பிரஞ்சுக்காரர், ஆங்கிலேயர் ஆகியோரின் ஆளுகையில் மாறி மாறி இருந்து வந்தது. *1780*-இல் இந்தக் கோட்டையை ஐதர் அலி கைபற்றினார். இறுதியில் *1799*-இல் கோட்டை ஆங்கிலேயர் வசம் வந்து சேர்ந்தது.

இன்றும் செஞ்சியின் பழைய பெயர் சிங்கப்புரியை தாங்கி, சந்திரிகிரிக்கு வடக்கே *11* கி.மீ தொலைவில் சிங்கவரம் என்கிற மலை இருக்கிறது. சிங்கபுரி கோட்டம் என அழைக்கப்பட்டிருந்த அந்தப் பகுதி செஞ்சிக்கு உட்பட்டது. இப்பொழுதும் செஞ்சிக்கு அருகே சிங்கவரம் என்கிற மலை உள்ளது. அதன் மீது அரங்கநாதன் ஆலயம் ஒன்று உள்ளது. செஞ்சி அந்தக் காலத்தில் பெரிய நிலபரப்பு கொண்ட ஊராக இருந்திருக்கலாம் என்பதற்கு சான்றாக அமைந்துள்ளது.

- தொடரும்

அத்தியாயம் 15

மலையுச்சியில் ஒரு சங்கேத குறிப்பு

"**எ**ங்கள் பொக்கிஷங்கள் உங்களுக்குத் தேவைப்படலாம் அல்லவா! நீங்கள் எங்களுக்கு உதவினால், உங்கள் செஞ்சியில் மறைந்திருக்கும் ஒரு பொக்கிஷத்தைப் பற்றிய தகவலைத் தங்களுக்குத் தெரிவிப்பேன்" - வாயு விக்ரமன் எச்சரிக்கையுடன், சொற்களைத் தேர்ந்தெடுத்தான்.

கொலுமண்டபத்திற்கு புறப்பட்ட சம்பாஜி, திகைப்புடன் அவனைத் திரும்பி நோக்கினான்.

"எங்கள் பொக்கிஷங்களா?" - சம்பாஜி புருவத்தை நெரித்தான்.

"நீங்கள் தற்போது தங்கியிருக்கும் செஞ்சிக் கோட்டையின் சரித்திரம் தெரியுமா உங்களுக்கு?" - வாயு விக்ரமன் கூற, தன்னை மறந்து ஆவலுடன் அவனை நெருங்கினான் சம்பாஜி.

"அதிகம் அறிந்திலேன்! மிகவும் பாதுகாப்பான கோட்டை என்று எனது தந்தை சத்ரபதி சிவாஜி புகழ்ந்திருக்கிறார். எனக்கு மிகவும் பிடித்த இடமாக இருப்பதால், தஞ்சை அரண்மனையில் தங்காமல், இங்கிருந்து ஆட்சி புரிந்துகொண்டிருக்கிறேன்!" - சம்பாஜி கூறினான்.

வாயு விக்ரமனின் மனக்கண்ணில், தீர்த்தமலை அனுமன் தீர்த்தம் பின்பாக இருந்த குகையில் காலபைரவன் சிலையின் முன்பாக வைத்திருந்த பெட்டகங்களில் குவிக்கப்பட்டிருந்த ஸ்வர்ண நாணயங்கள் கண்ணில் நிழலாடின.

செஞ்சி நாயக்கர் வம்சத்தை சேர்ந்த நந்தன பணியக்காரரின் பாட்டி கூறியதாகப் பல தகவல்களை அவர் கூறியிருக்க, தீர்த்தமலையில் அவன் சந்தித்திருந்த வில்வநாதனும் மலைக்குகைகளில் குவிந்திருக்கும் பொக்கிஷங்களைப் பற்றி

பல அரிய தகவல்களை கூறியிருந்தார். சம்பாஜிக்கு அவற்றை பற்றி கூறி, அவனது நல்லெண்ணத்தை பெற்று, முகலாயப் படைகளுக்கு எதிராக அவனைப் போர்தொடுக்க வைக்கும் முடிவுடன்தான், வாயு விக்ரமன் பொக்கிஷங்களைப் பற்றி குறிப்பிட்டான்.

அவன் எதிர்பார்த்தது போன்று அது சம்பாஜியின் ஆர்வத்தை தூண்டிவிட, வாயு விக்ரமனை உறுத்து நோக்கினான்.

“செஞ்சியில் பொக்கிஷமா? ஆதாரம் உள்ளதா?” - கணீரென்று வெண்கல மணியாக ஒலித்தது சம்பாஜியின் குரல்.

“மகராஜ்! எதையும் ஆதாரம் இல்லாமல் நான் பேச மாட்டேன். உங்கள் சந்திரகிரி மலைக்கு வடக்கே சிம்மகிரி* என்கிற ஓர் மலை இருக்கிறது அல்லவா? அந்த மலையின் உச்சியில் ஒரு ரங்கநாதர் ஆலயம் உள்ளது. அந்த மலைக்கும் உங்கள் சந்திரகிரி மலைக்கும் இடையே ஒரு நீண்ட சுரங்கம் உள்ளது. அங்கிருந்துதான் மகேந்திர பல்லவர், களப்பிரர் பதுக்கிவைத்திருந்த பொக்கிஷங்களைக் கைப்பற்றினார். இன்னமும் அவர்கள் பதுக்கிவைத்திருந்த பொக்கிஷங்கள் மிகுதி உள்ளதாக அறிகிறேன்!” - வாயு விக்ரமன் கூற, சம்பாஜி அவனை மௌனமாக பார்த்தான்.

பிறகு, தனது ஜோதிடர் சூட்சும சுந்தர பெருமாள் நாயனாரை முகம் மலர நோக்கினான்.

“நாயனாரே! விக்ரமன் நிறைய தகவல்களுடன் வந்திருக்கிறான். இரவெல்லாம் வேறு பயணம் செய்திருக்கிறான். அவன் சற்று ஓய்வெடுக்கட்டும். நான் கொலு மண்டபத்திற்கு சென்று மந்திராலோசனையை முடித்துவிட்டு வருகிறேன். நமது விருந்தாளியாக அவன் தங்கட்டும். இன்று மாலை நானும் அவனும் சிங்ககிரி மலைக்கு செல்கிறோம். அவன் கூறும் ஆதாரம் இருக்கிறதா என்று பார்த்துவிட்டு, பிறகு முகலாயப் படைகளை சந்திப்பது பற்றி யோசிப்போம்” என்றபடி தனது சணல் காலணி “கர்ர்... கர்ர்” என்று ஒலியெழுப்ப, அங்கிருந்து நடந்துசென்றான் சம்பாஜி.

* * * *

அன்று மாலை, சிங்ககிரியின் மலை உச்சியில் நின்றுகொண்டிருந்தனர், சம்பாஜியும் வாயு விக்ரமனும். ஆதிரங்கநாதன் சந்நிதியில், பட்டர் தீபாராதனை காட்டிக்கொண்டிருந்தபோதே, ஆவலை தாளமாட்டாமல் சம்பாஜி கேட்டுவிட்டான்.

"பட்டர் சுவாமி! இந்த மலையில் சுரங்கங்கள் உள்ளனவா?"

தீபாராதனை தட்டுடன் வந்த பட்டர், சம்பாஜியைப் பணிந்தார்.

"கோனார்கள் இந்தப் பகுதியை ஆண்டபோது, போர்க்காலங்களில் தங்கள் குடும்ப பெண்கள் பாதுகாப்புடன் இருப்பதற்காக, சந்திரகிரியிலிருந்து இந்த சிம்மகிரி ஆலயத்திற்கு ஒரு சுரங்கம் அமைத்தார்கள். அது இப்போதும் உள்ளது மகாராஜா! இதோ, இந்த ஆலயத்தின் அருகே உள்ள ஆதிதேவர் சமண பசடியில்தான் அந்தச் சுரங்கத்தின் நுழைவாயில் உள்ளது என்று எனது தந்தையார் கூறியிருக்கிறார்" - பட்டர் கூறியதும், சம்பாஜி கேள்வியுடன் அவரை நோக்கினான்.

"நீங்கள் அந்தச் சுரங்கத்தைப் பார்த்திருக்கிறீர்களா?"

"மகாராஜா! அடியேனுக்கு தெரியாது. நான் இதுவரை அந்தச் சுரங்கத்தைப் பார்த்ததில்லை. ஆனால், எனது தந்தையார் ஒரு விடுகதை கூறுவார். யானையின் மூக்கையும், சிங்கத்தின் உடலையும், காளியின் கோபத்தையும் சேர்த்தால் சுரங்கம் இருக்கும் இடம் தெரியும் என்பார். நானும் பல முறை இந்த விடுகதையைக் கொண்டு, சுரங்கத்தை தேடிப் பார்த்தேன். என்னால் கண்டுபிடிக்க இயலவில்லை" - பட்டர் கூற, சற்றே நம்பிக்கையுடன் விக்ரமனைப் பார்த்தான் சம்பாஜி.

"விக்ரமா! பட்டரின் கூற்றினைப் பார்த்தால், இங்கே நீ கூறியது போல சுரங்கம் இருப்பது ஊர்ஜிதமாகிவிட்டது. அதன் நுழைவாயிலை பார்த்த பிறகு, நான் உனது கோரிக்கையை நிறைவேற்றுகிறேன். உங்கள் நாட்டு பொக்கிஷங்கள் பத்திரமாக இருக்கும். முகலாயப் படைகள் பூவிருந்தவல்லியை விட்டு மீண்டும் வடபுலத்திற்கு விரட்டி அடிக்கப்படும் என்கிற உத்தரவாதத்தை தருகிறேன். இதனை ஆதி அரங்கன் முன்பாக கூறுவதால் எனது வார்த்தைகளை நீ

நம்பலாம்!" - சம்பாஜி கூற, அரங்கனை நோக்கி ஒருமுறை கைகூப்பிய வாயு விக்ரமன், நட்புடன் சம்பாஜியைப் பார்த்தான்.

"அரங்கன் என்னுடன் கூடவே வருகிறான் என்பதற்கு இதுவும் ஒரு சாட்சி. ஸ்ரீரங்கப்பட்டண ஆலயத்தில் எனக்கு வாழ்க்கைத் துணையாக ஒரு பொக்கிஷம் கிடைத்தது. இங்கே பல பொக்கிஷங்களைக் காட்டிலும் விலைமதிப்பில்லா, சத்ரபதி சிவாஜியின் குலத்தோன்றல் சம்பாஜி மகாராஜின் நட்பு, அரங்கனின் முன்பாக எனக்கு கிடைத்துள்ளது. இதற்கு மேல் எனக்கு என்ன வேண்டும் மகராஜ்? சுரங்கத்தைக் கண்டுபிடித்த பின்னரே நாம் சிங்கவர மலையின் மீதிருந்து இறங்குவோம்" - வாயு விக்ரமன் கூறினான்.

அரங்கன் சந்நிதியை விட்டு விலகிய சம்பாஜியும் வாயு விக்ரமனும், சமண பசடியின் உள்ளே நுழைந்தார்கள்.

இருவரும் சுற்றிலும் பார்வையை ஓடவிட்டனர். ஆதிதேவர் மோன தவத்தில் சிற்பமாக அமர்ந்திருந்தார். சுற்றி பல நிர்வாண தீர்த்தங்கரர்களின் சிற்பங்கள் நின்றிருந்தன.

"யானையின் மூக்கு, சிங்கத்தின் உடல், காளியின் கோபம் - மூன்றும் சேர்த்தால் சுரங்கம் இருக்கும் இடம் தெரியும் என்றாரே, பட்டர்! உனக்கு ஏதாவது புரிகிறதா? எனது தமிழ் அறிவு, அவ்வளவு ஆழமானது அல்ல" - சம்பாஜி சிரித்தான்.

"எனது அறிவை நான் கசக்கி பிழிந்துகொண்டிருக்கிறேன் மகராஜ்! எனது வீர வாளை கூர்மையாக வைத்திருக்கிறேனே தவிர, எனது சிந்தையைக் கூராக்க தவறிவிட்டேன்" - விக்ரமனும் சிரித்தான்.

"நட்பாகிவிட்டோம்! இனியும் மகராஜ் எதற்கு? என்னை சம்பாஜி என்றே அழைக்கலாம்!" என்றான் சம்பாஜி.

புதிய நண்பர்கள் இருவரும், செஞ்சி சிங்ககிரியின் உச்சியில் புராதன சுரங்கம் இருக்கும் இடத்தை தேடிக்கொண்டிருந்தனர்.

* * * *

ஆற்காடு அரண்மனை உப்பரிகையில் நடன நிகழ்ச்சிகள் நடைபெற்றுக்கொண்டிருக்க, அந்த அமைதியான இரவில், தபேலாவின் இசையும், சதங்கையின் இனிமையான கொஞ்சல்களும், அனைவரது உள்ளங்களையும் கிறங்கச்செய்தன.

ஆனால், ஔரங்கசீப்பின் பிரியமான பெயரனான ஜஹந்தர் ஷாவுக்கு இவையெல்லாம் சுவாரஸ்யப்படவில்லை. இவனுடைய மனத்துக்கினியவளான லால் குன்வரின் நடன அசைவுகளுக்கு ஈடாவார்களா இந்த தட்சிண பிரதேச நடனமணிகள்? தந்தத்தில் செதுக்கியதை போன்ற மேனியைக் கொண்டவள், லால் குன்வர். வெள்ளைவெளேரென்று கழுவப்பட்ட பளிங்கு சிலையாக ஜொலிப்பவள். அவளது உடலில் எங்குமே ஒரு மருவோ, மச்சமோ அல்லது தழும்புகளோ இன்றி வெள்ளை ரோஜாவாகப் பரிமளிப்பவள். வானில் தெரிந்த நிலவில், தனது காதலி லால் குன்வரின் முகத்தை தேடினான் ஜஹந்தர் ஷா! திடீரென்று தனது திவானில் இருந்து எரிச்சலுடன் எழுந்தான் ஜஹந்தர்.

“நாளை மறுநாள் காஞ்சிபுரத்தைப் படையெடுக்கப் போகிறோம். நாளை நான் பூவிருந்தவல்லி நாசரேத் கோட்டைக்குப் போகிறேன். எனவே, நான் இன்று பொழுதோடு உறங்கச் செல்கிறேன்...” என்று கூறியபடி ஜஹந்தர் ஷா நகர, நடனப் பெண்மணிகள் குனிந்து கையால் நெற்றியில் ஸலாம் வைத்தபடி அங்கிருந்து அகன்றாரகள்.

ஜூல்பிகர் அலி கான், நிதானமாக எழுந்து தனது அறையை நோக்கி நடக்க, மாலையில் அரண்மனையில் ஏற்றப்பட்டிருந்த தீபங்கள் அணையத் தொடங்கியிருந்தன. தனது ஹரேம் இருந்த மண்டபத்திற்குச் செல்வதற்காக ஒரு நீண்ட இடைக்கழியில் திரும்ப, அங்கே இடைக்கழியில் இவருக்காகக் காத்திருந்தான் ஜலால் அலி கான். உடன் ஒரு மனிதன் நின்றிருந்தான். அருகே சென்று அந்த மனிதனின் முகத்தைக் கண்டதும், சற்றே வெலவெலத்துப் போனார் நவாப் ஜூல்பிகர்.

ஔரங்கசீப்பின் இளைய மகன் முகம்மது காம் பக்ஷ் தான் இவருக்காக ஆவலுடன் காத்திருந்தான்.

“தந்தை ஔரங்கசீப்பிடம் இருந்து ஒரு ரகசிய செய்தி கொண்டுவந்திருக்கிறேன்” என்றவன் சுற்றும்முற்றும் பார்த்துவிட்டு, ஜூல்பிகர் அலி கான் செவியில் ஏதோ கிசுகிசுத்தான். அந்த இருள் சூழ்ந்த இடைக்கழியில், முகம்மது காம் பக்ஷ்சின் கிசுகிசுத்த குரலே, அங்கே அச்சத்தை உண்டாக்கியது. ஔரங்கசீப் சொன்னதகவலை ஜூல்பிகர்காதில் பாய்ச்சியதும், தனது கடமையை முடித்துவிட்ட திருப்தியில் அவரை நோக்கினான்.

“நான் கூறிய இந்த விவரங்கள் பாத் கானுக்கும், ஜஹந்தர் ஷாவுக்கும் தெரிய வேண்டாம் என்று எனது தந்தை ஔரங்கசீப் தெரிவிக்க சொன்னார்!” - முகமது காம் பக்ஷ் கூற, ஜூல்பிகர் அரண்டுபோய் தலையசைத்தான்.

பூவிருந்தவல்லியிலோ, ஔரங்கசீப்பிற்குத் தெரியாமல் தான் காஞ்சிபுரத்தில் கொள்ளையடிக்கும் பொக்கிஷங்களில் சரிபாதியைத் தான் எழுப்பியிருந்த நாசரேத் கோட்டை, ரகசிய நிலவறையில் பதுக்கிவைத்துவிடப் பரபரத்துக்கொண்டிருந்தான் பாத் கான்.

ஜஹந்தரோ வேறு ஒரு உலகில் இருந்தான். தனது ஆருயிர் காதலி லால் குன்வருக்கு, மயிலங்கி பொக்கிஷங்களைக் காதல் பரிசாக அளிக்க வேண்டும் என்று அவளது நினைவுகளிலேயே ஆழ்ந்திருந்தான்.

படையெடுப்புக்கு பயந்து, முன்பே காஞ்சி வரதன் விக்கிரகங்களை தெற்கே உடையார் பாளைய காடுகளுக்கு எடுத்துச்சென்றுவிட, காமாட்சிஅம்மனும் ஏகாம்பரேஸ்வரனும், திருவானைகாவலுக்கு எடுத்துச்செல்லப்பட்டனர். காஞ்சியை ஆண்ட கோல்கொண்டா மன்னர்களால், முகலாயப் படைகளை எதிர்கொள்ள முடியவில்லை. பாத் கான் தலைமையில் ஆலயங்களில் புகுந்த முகலாயப் படைகள், அவற்றின் திரண்ட திருவாபரணங்களையும், ஸ்வர்ணங்களையும் வசப்படுத்தினர். மறக்காமல் பாத் கான் அவற்றில் பாதியைத் தனது நிலவறையில் பதுக்கினான்.

“காஞ்சியை முழுவதுமாக கைப்பற்றியதும் அடுத்தபடியாக நாம் மைசூர், ஸ்ரீரங்கப்பட்டணம், மலபார் பகுதிகளைக் குறிவைக்க

இருக்கிறோம்" - பாத் கான் கூற, ஜஹந்தர் ஷா உற்சாகத்தில் குதித்தான்.

'லால் குன்வர்! மயிலங்கி பொக்கிஷங்களோடு உன்னை மிக விரைவில் சந்திக்கிறேன்' என்று மனதினுள் காதல் வசனங்களைப் பேசிக்கொண்டிருந்தான்.

பாத் கான் தனது நாசரேத் கோட்டையின் அடியில் எழுப்பப்பட்டிருந்த ரகசிய நிலவறையில், தான் காஞ்சியில் கைப்பற்றிய பொக்கிஷங்களைப் பதுக்கி வைத்துக்கொண்டிருந்த அதேவேளையில்தான், பரங்கிப்பேட்டை என்கிற போர்டோ நோவோவின் புரசை மர காடுகளின் நடுவே இருந்த போர்டோ நோவோ அபேயில் கிழக்கிந்திய கம்பெனியின் முக்கிய அதிகாரிகள் ஆலோசனை நடத்திக்கொண்டிருந்தார்கள்.

ஔரங்சீப்பின் காலில் பணிந்து மன்னிப்பு கோரியிருந்த கிழக்கிந்திய கம்பெனி அதிகாரி ஜோசையா சைல்ட், அவரது தளபதி ஆர்த்தர் பர்கண்டி, அவன் மனைவி கேதரின் பர்கண்டி, சார்லஸ் நார்தம்பர்லாண்ட், ரிச்சர்ட் ஆஷ்லி, அட்மைரல் டிமதி ஹெட்ஜெஸ் ஆகியோர் அங்கே அமர்ந்திருந்தனர்.

"ஔரங்கசீப்பின் காலில் விழுந்த அவமானத்தை முதலில் துடைக்க வேண்டும். நம்மை எவ்வளவு கேவலப்படுத்தினார்கள். நமக்கு ஆதரவாக, நமது மன்னர் இரண்டாம் ஜேம்ஸ் பன்னிரண்டு போர்க் கப்பல்களை அனுப்புகிறார். விரைவில், தட்சிணப் பகுதியே நமது வசம் வரவேண்டும்" - ஜோசையா சைல்ட் கூற, அவரை எரிச்சலுடன் ஒருமுறை பார்த்துவிட்டு, கணவன் பர்கண்டியை நோக்கி கண்ணசைத்தாள் கேதரின்.

"தட்சிணப் பிரதேசம் யாருக்கு வேண்டும்? இந்தக் கடும் வெம்மையில் யார் வெகு காலம் தங்கியிருப்பது? பொக்கிஷங்களை வைத்திருக்கும் சமஸ்தானங்களைக் கைப்பற்றினோமா, பொக்கிஷங்களைச் சேகரித்தோமா, நமது நாட்டுக்குத் திரும்பினோமா என்றுதான் நாம் செயல்பட வேண்டும்..." - ஆர்த்தர் பர்கண்டி கூறியதும், அனைவரும் அவன் கூறியதை ஆமோதிப்பது போன்று தலையாட்டினர்.

“அதற்குத்தான் நாங்கள் லண்டனில் இருந்து வந்திருக்கிறோம். குறிப்பாக, மயிலங்கி பொக்கிஷத்தைக் கைப்பற்றி கொண்டு வரவேண்டும் என்று மன்னர் ஜேம்ஸ் மற்றும் அரசி மேரியின் உத்தரவு” - நார்தம்பர்லாண்ட் கூறியதும், கேதரின் முகம் சுருங்கியது.

‘இங்கிலாந்து, ஸ்காட்லாண்ட் என்று பல அரண்மனைகளை, செல்வங்களை, தங்கள் வசம் வைத்துக்கொண்டு, இன்னும் பேராசையுடன் அலைகிறார்கள் இங்கிலாந்து மன்னரும் அரசியும். இன்னமும் ஏன் பொக்கிஷங்களுக்கு அலைகிறார்கள்? இனி இவர்கள் கைப்பற்றும் பொக்கிஷங்கள் எல்லாமே கேதரின் பர்கண்டியைத்தான் சேரும்! மயிலங்கி பொக்கிஷத்தை நான்தான் அனுபவிக்கப் போகிறேன்!’ என்று தனக்குள் கூறிக்கொண்டிருந்தாள்.

அதே இரவில் -

ஸ்ரீரங்கப்பட்டண அரண்மனையில் உறக்கம் வராமல் படுத்திருந்தாள் அலர்மேல் மங்கா. ‘தந்தை மறைத்து வைத்திருக்கும் பொக்கிஷத்தைத் தேடிக் கண்டுபிடித்து அதனைப் பத்திரப்படுத்த வேண்டும். மைசூர் அரச பரம்பரையினர், அந்தப் பொக்கிஷத்தை அடையத் துடிக்கின்றனர். அவர்கள் கைக்கு அதனை எட்டவிடக் கூடாது’ என்று தனக்குள் உறுதிபூண்டாள் அலர்மேல் மங்கா.

ஆனால், அவளது மயிலங்கி பொக்கிஷத்தை அடைய மைசூர் சமஸ்தானம் மட்டுமா அலைகிறது? இங்கிலாந்து மன்னர் ஜேம்ஸ் தொடங்கி, ஔரங்கசீப்பின் பெயரன் ஜஹந்தர் ஷா என்று இன்னும் பலரும் அலைகிறார்கள் என்பதை அவள் அறியவில்லை. ஏன்! அவளது பக்கத்தில் படுத்து குறட்டை விட்டபடி உறங்கிக்கொண்டிருக்கும் கணவன் திருமலை ரங்க ராயரும் மயிலங்கி பொக்கிஷத்தை அடைவதற்காகத்தான் அவளை திருமணம் செய்துகொண்டிருக்கிறார் என்பதனை அவள் இன்னமும் அறியவில்லை, பாவம்!

* * * *

*களப்பிரர்கள் சிம்மவர்ம பல்லவனின் காலத்தில் தமிழகத்தினுள் நுழைந்தார்கள். 200 வருடங்கள் அவரது கைப்பிடியில் இருந்தது தமிழ் மண். அப்போதுதான் பல சமண பசடி (ஆலயங்களை) எழுப்பினர். செஞ்சிக்கு வடக்கே 11 கி.மீ தொலைவில் உள்ள சிங்கவர மலை உச்சியின் மீதுதான், தங்கள் கொள்ளையடித்த பொக்கிஷங்களை பதுக்கிவைத்தனர். கோனார் மன்னர்களின் ஆட்சியில், போர்க்காலத்தில் ராஜகிரி மன்னரின் மலையாகவும், சந்திரகிரி அரசுகளின் மலையாகவும் கருதப்பட்டு வந்தது. சந்திரகிரியின் மீது இருந்த அந்தப்புரத்தில் அரசிகள் வசித்தனர். போர்க்கால படையெடுப்பின்போது, அரசிகள் தப்பிச்செல்வதற்காக சந்திரகிரியில் தொடங்கி, சிம்மவரம் என்கிற சிம்மகிரி வரை ஒரு சுரங்கம் அமைக்கப்பட்டது. அந்தச் சுரங்கத்தில்தான் களப்பிரர்கள் பொக்கிஷங்களைப் பதுக்கிவைத்தனர். அந்தப் பொக்கிஷங்களைத் தேடி கண்டுபிடித்து பல்லவ கஜானாவில் சேர்த்தான், மகேந்திர பல்லவன். சிம்மகிரி என்கிற சிங்கவரத்தை தனது ஆளுமையில் வைத்திருந்தான் மகேந்திர பல்லவன். இப்போதும் சிம்மவர மலையின் உச்சியில் ஆதிரங்கநாதர் ஆலயத்திற்கு மிக அருகில் சமண தீர்த்தங்கரர் ஆதிதேவருக்கு சமண பசடி உள்ளது. இங்கிருந்து செஞ்சி சந்திரகிரி மலைக்கு சுரங்கம் உள்ளது - மண்டகப்பட்டு கல்வெட்டு.

- தொடரும்

அத்தியாயம் 16

காளியின் பாதி

‘**யா**னையின் மூக்கு, சிங்கத்தின் உடல், காளியின் பாதி’ - என்கிற சங்கேத குறிப்பைக்கொண்டு, மலை முழுவதும் அலசித் தேடினார்கள். சிங்ககிரி என்கிற அந்த மலையின் மீது உள்ள ரங்கநாதர் கோயில் தொடங்கி, அருகே இருந்த ஆதிதேவர் சமண ஆலயம் உள்ளே வரை, சல்லடை போட்டுத் தேடினார்கள். சுரங்கம் இருப்பதற்கு அறிகுறியே தென்படவில்லை. ஒரு கட்டத்தில், மராட்டிய மன்னர் சம்பாஜிக்கு அலுப்பு தோன்றிவிட்டது.

“இம்மாதிரி மலைக்கோயில்கள், குகைகள் இருக்குமிடத்தில் புதையல்கள் இருக்கின்றன என்று பாமரர்கள் பேசிக்கொண்டுதான் இருப்பார்கள். நாம் அதனை நம்பி நமது பொழுதை வீணடித்துக்கொண்டிருக்கிறோம் என்று நினைக்கிறேன்” - சம்பாஜி கூறினான்.

“இந்தப் புதையல் கிட்டவில்லையென்றாலும், உங்களுக்காக மலை நாட்டில் பல புதையல்கள் காத்திருக்கின்றன, சம்பாஜி! மேற்கே உள்ள சமஸ்தானங்கள், ஜமீன்கள் அனைத்துமே தங்களது பாதுகாப்பு கிடைத்தால் போதும் என்கிற நிலையில்தான் உள்ளன. எங்களது பொக்கிஷங்களைக் காப்பாற்ற உதவினால், தங்களுக்கு தேவையான செல்வங்களை அள்ளித் தருவதற்கு சித்தமாக இருக்கின்றனர்” - வாயு விக்ரமன் கூறினான்.

“உதவி கேட்டவர்களுக்கு, மராத்திய வம்சம் உதவாமல் போனதாக வரலாறே கிடையாது. கோல்கொண்டா அரசர்களுக்கும், பாமினி அரசர்களுக்கும் இடையே போர் மூண்டபோது, கோல்கொண்டா மன்னர்கள் படையுதவி கேட்டதால்தானே, எனது தந்தை சிவாஜி தெற்கே வந்தார். புதையல்கள் கிடைக்கின்றதோ இல்லையோ, எனது உதவி

உங்களுக்கு நிச்சயம் கிட்டும். ஆனால், தற்போது உள்ள சூழ்நிலையில் முகலாயர்களுக்கு எதிராக பூவிருந்தவல்லிக்கு படையெடுத்துச் செல்ல வேண்டுமானால், உபகரணங்களும் தளவாடங்களும் ஆட்பலமும் அதிகம் தேவை. அதற்காகத்தான் நீ சொன்னவுடன் புதையலைத் தேடினேன். உங்களை நிதி கேட்டு சிரமப்படுத்தாமல், எனது படைகளை நானே பலப்படுத்திக்கொள்ள வேண்டும் என்கிற எண்ணத்தில்தான், இப்போது மலைமீது சுரங்கத்தை தேடிக்கொண்டிருக்கிறேன். தவிர, எனக்கு புதையலை அடைய வேண்டும் என்கிற பேராசை இல்லை" - சம்பாஜி கூறியதும், வாயு விக்ரமன் நெகிழ்ந்தான்.

"ஷியா முஸ்லிம்களான கோல்கொண்டாவுக்கும், சன்னி முஸ்லிம்களான பாமினி அரசர்களுக்கும் இடையே சத்ரபதி சிவாஜி, அமைதியை நிலைநாட்ட முயன்று, அது தோல்வி அடைந்ததால்தான், அவர் கோல்கொண்டாவை ஆதரித்தார் என்கிற தகவலை நாங்கள் அறிவோம். அதனால்தான், முகலாயப் படைகளுக்கு எதிராக உங்கள் ஆதரவை நாடி நிற்கிறோம். நீங்கள் போர்கூடப் புரிய தேவையில்லை. முகலாயர்கள் மேற்கே வராதபடி, சற்று அவர்களை திசை திருப்பினால் போதும். அதற்குள் நாங்கள், எங்கள் பொக்கிஷங்களைப் பதுக்கிவிடுவோம்" - வாயு விக்ரமன் கூறினான்.

"நல்லது! அப்போது புறப்படலாமா?" - சம்பாஜி கேட்க, விக்ரமன் தலையசைத்தான்.

அப்போது கோயில் பட்டர் இரு தொன்னைகளில், புளியோதரை அன்னத்தை கொண்டுவந்து, சம்பாஜியிடமும் விக்கிரமனிடம் அளித்தார்.

"அரங்கன் அமுது செய்த புளியன்னம்!" - என்றவுடன், சம்பாஜி ஆவலுடன் அதனை வாங்கிக்கொண்டான்.

சம்பாஜி உணவுப் பிரியன். குறிப்பாக, புளி தொடர்பான உணவை மிகவும் விரும்பி உண்பான்.

புளியோதரை அன்னத்தை ரசித்து உண்ண தொடங்கியவன், விக்ரமனைப் பார்த்தான்.

"புளிப்பு தன்மை நமது சிந்தனையைத் தூண்டச்செய்கிறது. எங்கள் மராத்தியதில் கிடைக்கும் ஒரு வகை புளியைக் கொண்டு, அதில் திப்பிலி, லவங்கம், மிளகு, சுக்கு என்று மூலிகைகளை சேர்த்து, உரலில் இடித்து அதனை தூளாக்குவேன். அதனைக் கொதிக்கும் நீரில் கலந்து குடிப்பேன். எங்கள் மராட்டிய அரண்மனையில் இந்த மூலிகை கலவை மிகவும் பிரபலம். சம்பா என்கிற எனது பெயரைத்தான் அந்த மூலிகை கலவைக்கு வைத்திருக்கிறேன். சம்பார கலவைக்கு தேவையான எங்கள் வகை புளி இந்தப் பகுதிகளில் கிடைக்கவில்லை என்றாலும், தமிழ் மண்ணின் புளி இன்னும் அதிக ருசியாக இருக்கிறது" - சம்பாஜி கூறினான்.

(இந்த சம்பார கலவையைக் கொண்டு செய்வதுதான் சாம்பார். அதற்குமுன்பு தமிழ்நாட்டில், சாம்பார் என்கிற வழக்கு இல்லை. குழம்பு என்றுதான் கூறுவார்கள். தஞ்சையை ஆண்ட சம்பாஜியைப் போற்றும் விதமாகத்தான், தஞ்சையின் ஒரு வகை நெல்லுக்கு சம்பா என்று பெயரிடப்பட்டதாகவும் அப்பகுதியில் கூறுகிறார்கள்.)

புளியோதரை அன்னத்தை உண்டதும், ஒரு மரக்குடுவையில் பட்டர் கொணர்ந்த நீரை இருவரும் பருகினார்கள்.

அப்போது அவர்கள் பின்பாக பேச்சுக் குரல் கேட்க, இருவரும் திரும்பி நோக்கினர். ஒரு முதியவரும் அவரது பெயரனும்தான் பேசிக்கொண்டிருந்தார்கள்.

"பெயராண்டி! இருட்டிக்கொண்டு வருகிறது. நாம் வீட்டிற்கு புறப்படுவோமா?" - முதியவர் கேட்க, பெயரன் கிளம்புவதற்கு மனமில்லாமல் தலையசைத்தான்.

"இன்னும் சற்று நேரம் இருப்போம், பாட்டா! என்னை அந்த யானையின் மீது ஏற்றி விடு! நான் அமர்ந்துகொண்டு, ராஜா மாதிரி பவனி வருகிறேன்!" - பெயரன் சொன்னான்.

"அது யானை இல்லையடா, பெயராண்டி! அது யாளி! யானையின் தும்பிக்கை, சிங்கத்தின் உடல் இரண்டையும் கொண்டிருக்கும். மிகவும் உக்கிரமான பிராணி. சிங்கம் பசித்தால் வேட்டையாடும். புலி பார்த்தாலே வேட்டையாடும்.

யாளியின் துதிக்கை மிகவும் ஆற்றல் வாய்ந்தது. தொலைவில் இருப்பவர்களின் வாடையைப் பிடித்து, அவர்களைத் தேடிப்போய் வேட்டையாடும். அவ்வளவு வலிமை மிக்கது.

"இந்த விலங்கின் பெயர் என்ன?" - யாளி சிற்பத்தின் மீது அமர்ந்திருந்த பெயரன் கேட்டான்.

'"யாளி! யானையில் முன் பாதி! காளியின் பின்பாதி!" - என்றதும் திடுக்கிட்டு எழுந்தனர், சம்பாஜியும் வாயு விக்கிரமனும்.

இதற்கு மேல் அவர்களுக்கு புரியவில்லையென்றால், அரச குடும்பத்தை சேர்ந்தவர்களாக இருக்க முடியாதே.

பட்டர் கூறிய சங்கேதமொழி இதுதான். யானையின் மூக்கு அதாவது தும்பிக்கை, சிங்கத்தின் உடல் மற்றும் காளியின் சீற்றம்! இந்த யாளி சிலையின் பின்பாகத்தான் சுரங்க ரகசியம் இருக்கிறது போலும்!

யானையைப் போன்று தும்பிக்கை கொண்டிருப்பது யாளி. அதன் உடல் சிம்மத்தை போன்று இருக்கும். காளியின் பாதி சீற்றம். ஐயமேயில்லை! சுரங்கத்தின் முகப்புக்கும் இந்த யாளி சிலைக்கும் ஏதோ தொடர்பு இருக்க வேண்டும்.

ரங்கநாதரின்ஆலயத்திற்கும்,ஆதிதேவரின்சமணஆலயத்திற்கும் இடையே, மத்தியில் இருந்தது அந்த யாளியின் சிலை. ஒரே கல்லினால் வடிக்கப்பட்டிருக்க வேண்டும். அந்தச் சிற்பம் கலை வேலைப்பாடுகளுடன் காணப்பட்டது. யாளியின் கண்கள், இரு பெரும் பந்துகளாக வெளியே துருத்திக்கொண்டிருந்தன. அதன் பற்களும், கூறிய கால் நகங்களும், மிகத் தத்ரூபமாக காணப்பட்டன.

வாயு விக்ரமன், அரங்கன் ஆலயத்திற்கு சென்று பட்டரிடம் சொல்லி, ஒரு தீப்பந்தத்தை வாங்கிக்கொண்டான். சரியாக அந்த பாட்டனும் பெயரனும் புறப்பட்டுச்செல்ல, சம்பாஜியும் விக்ரமனும் அந்த யாளி சிலையை அணுகினார்கள்.

கதிரவன் மறைந்துவிட, இப்போது சிம்மகிரி மலையுச்சியை இருள் சூழ்ந்தது. சம்பாஜி தீப்பந்தத்தை பிடித்தபடி நிற்க, வாயு விக்ரமன் அந்த யாளியின் சிலையை ஒரு முறை சுற்றிவந்து,

பிறகு அசைத்துப் பார்த்தான். ம்ஹூம்! அந்தச் சிலை சற்றும் அசைந்துகொடுக்கவில்லை.

தீப்பந்தத்தை அங்கே ஒரு பாறையின் பிளவில் சொருகிவிட்டு, இப்போது சம்பாஜியும் வாயு விக்ரமனுக்கு உதவி செய்தான். இருவரும் வெகுநேரம் போராடியும் அந்தச் சிலை அசைந்து கொடுக்கவில்லை. விக்கிரமன் நான்கைந்து அடி பின்பாக நடந்து சிலையை உறுத்து நோக்கினான்.

பிறகு ஒரு மரக்கிளையை உடைத்து, மீண்டும் சிலையை நெருங்கி, சிலையின் பீடத்தில் மூடியிருந்த மண்ணைக் குத்தி, குவிந்திருந்த மண்ணை அப்புறப்படுத்தினான். இப்போது, யாளியின் பீடம் ஒரு வட்டமான இரும்புத் தட்டின் மீது நிறுத்தப்பட்டிருப்பது புரிந்தது. நிச்சயம் அந்த வட்டமான தட்டு சுழலக்கூடியது என்பதைப் புரிந்துகொண்ட விக்ரமன், சம்பாஜியை அழைத்தான். இறுகியிருந்த மண் இப்போது நீங்க, சம்பாஜியும் வாயு விக்கிரமனும் அதிக பலம்கொண்டு சிலையை நகர்த்த பிரயத்தனப்பட்டார்கள். ஒரு கட்டத்தில், விக்கிரமன் யாளியின் துதிக்கையை பிடித்து தள்ள, கிழக்கே நோக்கியிருந்த சிலை, சுழன்று மேற்கே பார்த்து நின்றது.

'என்னைத்தானே தேடினீர்கள்! இதோ இருக்கிறேன்' என்று சுரங்கம் வாயைப் பிளந்து நிற்க, வாயு விக்ரமன் தீப்பந்தத்தை உள்ளே காட்டி ஆய்வுசெய்தான். பாறைகளில் படிக்கட்டுகள் வெட்டப்பட்டிருக்க, இருவரும் தீப்பந்தத்துடன் உள்ளே நிதானமாக இறங்கினார்கள். செங்குத்தாக இறங்கிய சுரங்கம், ஒரு திருப்பத்தில் பாதையாக செல்லத்தொடங்கியது.

"இந்தப் பாதைதான் செஞ்சியின் சந்திரகிரி மலைக்கு செல்கிறது. அரச குடும்பத்து பெண்கள் போர்க்காலங்களில் தப்பிச் செல்வதற்காக இந்தப் பாதையை அமைத்திருக்கிறார்கள்" - என்றபடி விக்ரமன் முன்பாக நடக்க, சம்பாஜி அவனைப் பின்தொடர்ந்தான்.

சற்று தொலைவிலேயே, அவர்களை அதிகம் சிரமப்படுத்தாமல் ஒரு சிறு திட்டின் மீது ஐந்தாறு பாக்கு மர பெட்டகங்கள் தென்பட்டன. ஏறக்குறைய, தீர்த்தமலையில் வில்வநாதன்

விக்ரமனுக்கு காட்டியிருந்த அதேபோன்ற பெட்டகங்கள்தான். சிரமப்பட்டு விக்ரமன் அந்தப் பெட்டகங்களைத் திறந்தான்.

உள்ளே ஸ்வர்ண கட்டிகள் தகதகத்துக்கொண்டிருந்தன. களப்பிரர் பதுக்கி இருந்த சொர்ணம்தான். மகேந்திர பல்லவன் எடுத்தது போக, மிகுதியிருந்த ஸ்வர்ண கட்டிகள்.

சம்பாஜி பிரமிப்புடன் ஸ்வர்ண கட்டிகளையும், வாயு விக்கிரமனையும் மாறி மாறி பார்த்தான்.

"கவலைப்படாதே விக்ரமா! முகலாயர்களை நான் விரட்டி உங்கள் சமஸ்தானங்களைக் காப்பாற்றுகிறேன்!" - சம்பாஜி கூற, விக்ரமன் உற்சாகத்துடன் அவனைப் பார்த்தான்.

* * * *

விஜய விலாசம்!

ஸ்ரீரங்கப்பட்டண மன்னர் திருமலை ரங்க ராயரின் அரண்மனை. மாளிகையில் நுழைந்ததும், உப்பரிகை படிகளில் ஏறினால், வலதுபுறம் அஸ்வத்தம்மாவின் அந்தபுரத்திற்கு செல்லும் இடைக்கழியும், இடதுபுறம் ரங்காத்மஜாவின் அந்தபுரத்திற்கு செல்லும் இடைக்கழியும் காணப்படும். ரங்காத்மஜாவின் அறைக்கு அருகிலேயே அலர்மேல் மங்காவுக்கும் ஒரு அறை ஒதுக்கப்பட்டிருந்தது. மங்கா பெரும்பாலான நாள்களில் மயிலங்கி அரண்மனையில்தான் இருப்பாள். எப்போதாவது அவசர காரியம் இருந்தால் மட்டுமே, ஸ்ரீரங்கப்பட்டணம் வரவேண்டிய தேவை இருந்தது. அப்போது வரும்போது தங்குவதற்காக ஓர் அறை ரங்காத்மஜாவின் அறை அருகிலேயே ஒதுக்கப்பட்டிருந்தது.

மயிலங்கி அரண்மனை மிகவும் விஸ்தாரமானது. ரங்காத்மஜாவின் அந்தப்புரம் அளவிற்கு மங்காவின் பள்ளியறையே இருக்கும். இருப்பினும், தனக்கு ஒதுக்கப்பட்ட சிறிய அறையைப் பற்றி கவலைப்படாமல், ஸ்ரீரங்கப்பட்டணம் வரும்போதெல்லாம் மங்கா அந்த அறையில்தான் தங்குவாள்.

அன்று - திவான் கீராங்கூர் அனந்தாச்சார்யாரின் பெயரனுக்கு பெயர் சூட்டும் வைபவத்துக்கு, மன்னர் திருமலை ரங்க ராயர்,

அஸ்வத்தம்மா மற்றும் ரங்காத்மஜா மூவரும் சென்றிருந்தனர். அஸ்வத்தம்மா மன்னருடன் சென்றிருந்ததால், மங்கா வைபவத்திற்கு போகவில்லை. பொழுதுபோகாமல், விஜய விலாசத்தை சுற்றிப் பார்த்துக்கொண்டிருந்தாள். கணவர் திருமலை ரங்க ராயரின் பணியறைக்குள் நுழைந்தவள், அறை முழுவதும் வியப்புடன் கண்களை சுழலவிட்டாள்.

திருமலை ரங்க ராயர் வேட்டைப் பிரியர் போல இருக்கிறது. அறையின் சுவரில் அவர் வேட்டையாடிய மிருகங்களின் தலைகள், வரிசையாக மாட்டப்பட்டிருந்தன. காட்டெருமை, கலைமான், சிறுத்தைபுலி, கரடி என்று மிருகங்களின் தலைகளைப் பார்த்தபடி நடந்தாள். அவற்றின் கண்கள் குரூரமாக இவளை நோக்கின. அந்த விலங்குகளின் தலைகளைப் பார்த்தபடி நடந்தவள், தன்னையும் அறியாமல் ஒரு மேஜையின் மீது மோதிக்கொண்டாள். சுதாரித்துக்கொண்டவளின் பார்வை மேஜையின் மீது பதிந்தது. மேஜையின் மீது ஒரு பட்டோலை வைக்கப்பட்டிருந்தது. தந்த பிடிகளில் பட்டு துணியால் நெய்யப்பட்ட பட்டோலை. அது சுருளாக மடித்து பட்டு நூலால் கட்டப்பட்டிருந்தது. சற்றே யோசித்துவிட்டு, அந்தப் பட்டோலையை கையிலெடுத்து விரித்து படித்தாள்.

ஆயிரம் மின்னல்கள் அவளது உடலில் பாய்ந்தது போன்று அதிர்ச்சி ஏற்பட்டது. இவளது கணவன் திருமலை ரங்க ராயர்தான் கடிதத்தை எழுதியிருந்தார்.

இவளது மயிலங்கி ரகசியத்தைப் பற்றிய சங்கேத குறிப்புகளை திருமலை ரங்க ராயர் குறித்திருந்தார்.

“மானனீய (மரியாதைக்குரிய) வெங்கோப பட்ராயரு,

நமஸ்காரா! மயிலங்கி ரகசியம் குறித்த சங்கேத குறிப்புகளை இந்த ஓலையில் தெரிவித்திருக்கிறேன். கஜேந்திர இடிகா மூலம் ஓலையை அனுப்புகிறேன். தங்களது புதையலை தேடும் பணிகளுக்கு ஆகர்ஷ கௌடே மற்றும் கஜேந்திர இடிகா இருவரும் உங்களுக்கு பக்கபலமாக இருப்பர்கள். மயிலங்கி பொக்கிஷத்தைக் கண்டுபிடித்து எப்படியாவது எனது கஜானாவில் சேர்த்துவிடுவீர்கள் என்று நம்புகிறேன். ஜோதிடமும் பொக்கிஷ சாஸ்திரமும் அறிந்த தங்களால்

இந்தப் பணியை செவ்வனே செய்து முடிக்க முடியும் என்று எண்ணுகிறேன். எந்த உதவி தேவையென்றாலும் என்னை தாங்கள் அணுகலாம். இந்த விஷயம் எனது மனைவி அலர்மேல் மங்காவுக்கு எந்தக் காரணம் கொண்டும் தெரிய வரக்கூடாது."

வாழ்த்துகளுடன் மன்னர்

திருமலை ரங்கா ராயர்,

விஜய விலாசம்,

ஸ்ரீரங்கப்பட்டணம்

என்று குறிப்பிட்டிருந்த மன்னர், மயிலங்கி ரகசியத்தின் சங்கேத குறிப்புகளை வரிசைப்படுத்தி, அதன் கீழே தனது ராஜ முத்திரையைப் பதித்திருந்தார்.

அதிர்ந்துபோய் நின்றிருந்தாள் மங்கா. தனக்கும் மயிலங்கி பொக்கிஷங்களுக்கும் பாதுகாப்பு வேண்டும் என்பதற்காகதான், இவள் திருமலை ரங்க ராயரை மணந்திருக்க, துரோகத்தின் ஊற்றுக்கண்ணாக விளங்குவது இவளுக்கு மங்கலநாணை அணிவித்தவரேவா?

அதிர்ச்சியில் மங்கா நின்றிருக்க, அவளது கூர்மையான செவிக்கு யாரோ அந்த அறையை நோக்கி நடந்துவரும் காலடி ஒலிகள் கேட்டன. சட்டென்று அந்தப் பட்டோலையை சுருட்டி மேஜையின் மீது கிடாசிவிட்டு, சுற்றுமுற்றும் பார்த்தாள். அரசாங்க சுவடிகள், பட்டோலைகளைப் பத்திரப்படுத்தி வைக்க ஒரு பெரிய போஷண பெட்டகம் ஒரு மூலையில் வைக்கப்பட்டிருந்தது. சக்கரங்களுடன் கூடிய அந்தப் பெட்டகத்தை சற்றே நகர்த்த, பெட்டகம் நகர்ந்து முன்னால் வந்தது. அதன் பின்பாக பதுங்கிக்கொண்டாள் மங்கா.

பிறகுதான் தான் செய்த தவறை உணர்ந்தாள். "நாம்தான் அரசியாயிற்றே! எதற்காகப் பதுங்க வேண்டும்! வந்தவன் எவனாக இருந்தாலும், அதிகாரத்தைப் பயன்படுத்தி மிரட்டியிருக்கலாமே!" - என்று யோசித்தாள்.

"ஏன் இவ்வளவு தாமதம் கஜேந்திரா? உனக்காக எவ்வளவு நேரம் காத்திருப்பது? மயிலங்கி அரசிக்கு தெரியாமல் இதை உன்னிடம்

கொடுக்க சொன்னார், மன்னர். அரசியோ, அரண்மனையைச் சுற்றி பார்க்கிறேன் பேர்வழி என்று சுற்றிக்கொண்டே இருந்தார். அவர் கண்களில் பட்டோலை படுவதற்குள், உன்னிடம் அதனை சேர்ப்பித்துவிட வென்றும் என்று தவித்துக்கொண்டிருந்தேன். இந்தா பட்டோலை! எடுத்துச் சென்று பட்ராயரிடம் சேர்த்துவிடு" என்றது அந்தக் குரல்.

"சரி சந்திரப்பா! நான் புறப்படுகிறேன்" - கஜேந்திரன் விடைபெற, அவனை வழியனுப்புவதற்காக சந்திரப்பாவும் சென்றான்.

சந்திரப்பா யார் என்பதை யூகித்தாள் மங்கா! திருமலை ரங்க ராயரின் அந்தரங்க செயலர். அவன் வகிக்கும் பதவிக்கு பெயர் ரகஸ்யகிருதன். அதாவது, மன்னரின் ரகசிய உத்திரவுகளை நிறைவேற்றுபவன்.

தான் இருந்த இடத்திலிருந்து வெளிவராமல், யோசனை செய்தபடி அமர்ந்திருந்தாள் மங்கா.

யார் இந்த வெங்கோப பட்ராயர்?

- தொடரும்

அத்தியாயம் 17

ஆடு புலி ஆட்டம்

போர்டோ நோவோ அபே!

பகல் நேரங்களில் பெரும்பாலும் நிசப்தமாக, மரங்களின் ஊடே மறைந்திருக்கும, இந்த வெள்ளை மாளிகை! பறவைகள் கூவி எழுப்ப நினைத்தாலும், கடற்கரை காற்றில் அசைந்தாடும் பிரமாண்ட மரங்கள், தங்களது கிளைகளால் அதன் பக்கவாட்டு சுவர்களைத் தட்டி எழுப்பினாலும், அந்த மாளிகையின் மோன நிலை குலையாது. ஆனால், சூரியன் மறையும் வரையில்தான் இந்த அமைதி.

அதன்பிறகு சூழ்நிலை முற்றிலுமாக மாறிப்போகும். உறக்கத்திலிருந்து எழும் கும்பகர்ணனைப் போன்று, அந்த மாளிகை சுறுசுறுப்படையும். சமையலறையில் சமைக்கப்படும் பறப்பன, ஊர்வன மற்றும் நடப்பன இனங்களின் மாமிசங்கள், பின்னிரவில் நடைபெற உள்ள கேளிக்கைகள் மற்றும் ரகசிய ஆலோசனைக் கூட்டங்களை ஊர்ஜிதம் செய்யும். பக்கத்தில் உள்ள உற்சாக பான கிடங்கில், கண்ணாடி ஜாடிகள் மற்றும் கோப்பைகள் ஒன்றுக்கொன்று உரசி, 'கிளிங் கிளிங்' என்று முனகிக்கொண்டிருக்கும்! முதலிரவுக்கு தயாராகும் புதுப்பெண்ணைப் போல, கண்ணாடிக் கோப்பைகள் கழுவி துடைக்கப்பட்டு மெழுகு வெளிச்சத்தில் மின்னும்! கோப்பையில்தான் அந்த மாளிகையின் விருந்தாளிகள் அன்றிரவு குடியேறுவார்கள்.

அபேயின் ஹவுஸ் கீப்பர் என்கிற மாளிகையின் தலைமை நிர்வாகி, மார்கரெட் என்கிற மாகி, சமையலறை, மதுபான அறை, டைனிங் ஹால், பால் டான்ஸ் ரூம் என்று ஒவ்வொரு அறையாக மேற்பார்வையிட்டுக்கொண்டிருந்தாள். பொதுவாகவே, ஆங்கிலேயர்களுக்கு எல்லாமே நேர்த்தியாகவும் கச்சிதமாகவும்

வைக்கப்பட்டிருக்க வேண்டும். அதுவும், கேளிக்கை, உணவு மேஜை, நடனமாடும் பால் அறைகளில் அனைத்தும் ஒழுங்குமுறையோடு இருக்க வேண்டும். டேபிள் மேனர்ஸ் என்கிற மேஜை ஒழுங்குமுறையை வலியுறுத்துவார்கள். ஆனால், இந்த ஜென்டில்மேன் பண்புகள் எல்லாமே தங்களுக்குள்தான் பரிமாறிக்கொள்வார்கள். இந்தியர்கள் என்றால் கிள்ளுகீரைதான். போர்டோ நோவோ அபேக்குள் மண்ணின் மைந்தர்கள் யாருமே நுழைந்துவிட முடியாதபடி பலத்த காவல் உண்டு.

அபேயின் நிர்வாகி மாகி, தானே ஒரு மகாராணி போன்ற மாதிரியில் சமையலறையை நோக்கி நடந்து வந்தாள். பணிப்பெண் ஆமி காஸ்பர் மற்றும் பெட்யூலா ஹேண்ட்ஸ்பெர்க் ஆகியோர் இருபுறமும் நிற்க, செஃப் அர்னால்டு அவர்களிடம் எதைப் பற்றியோ கூறிக்கொண்டிருக்க, அவர்கள் வாயைப் பிளந்தபடி கேட்டுக்கொண்டிருந்தனர்.

அவர்களைக் கண்டிப்பதற்காக வாய் திறந்த மாகி, சற்று நிதானித்தாள். அவளது கவனம் அர்னால்டின் பேச்சில் பதிந்தது.

“ஆமி! எதற்காக நம் துரைமார்கள் எல்லோரும் இந்த வனாந்தரத்தில், மாளிகை கட்டியிருக்கிறார்கள் என்று நினைக்கிறாய்? நமது குளிர்ந்த லண்டனை விட்டு எதற்காக இந்த போர்டோ நோவோவில் பல நோவுகளை சந்தித்துகொண்டு இருக்கிறார்கள்? எல்லாம் பேராசைதான்! இந்தப் பகுதிகளில் தடுக்கி விழுந்தால் புதையல்களும் பொக்கிஷங்களும் உள்ளன. நமது பூமியைவிட இந்த மண் வளமானது. நிலத்திற்கு மேலே தானியங்கள் விளையும்! நிலத்திற்கு கீழே பொக்கிஷங்களும் விளையும். மிகவும் செல்வந்தர் பூமி இது. அகப்பட்ட வரையில் சுருட்டுவதற்குத்தானே, நமது தலைவி கேதரின் பர்கண்டியும் அவளது கணவர் பர்கண்டியும் இங்கே முகாமிட்டு இருக்கிறார்கள்.

நாம் எத்தனை நாளைக்குத்தான் அவர்களுக்கு சமைத்துப் போட்டுக்கொண்டு, அவர்கள் தின்ற தட்டுகளைக் கழுவி வைப்பது? அந்தப் புதையல்கள் நமக்கு கிடைத்தால், கேதரின் பர்கண்டியையும், பர்கண்டியையும் நாம் தின்ற

தட்டுகளைக் கழுவ வைக்கலாம். நேற்று இரவு எனது பணியை முடித்ததும், நாகப்பட்டினத்தை சேர்ந்த பரோபகாரி என்கிற மந்திரவாதியைப் பார்த்தேன். அவன் கூறிய தகவல்கள் எனக்கு பிரமிப்பை ஏற்படுத்தின. நமது போர்ட்டோ நோவாவின் பழைய பெயர் வருணபுரி என்கிறான். தங்கம் மழையாக பெய்த பகுதியாம். இந்தப் பகுதிக்கு தங்கம்பாடி என்று பெயர் இருந்ததாம். தங்கம் இருப்பது தெரியக்கூடாது என்று பிற்காலத்தில் தரங்கம்பாடி என்று பெயரிட்டுவிட்டார்கள் என்றான். நீங்கள் இருவரும் உதவி செய்தால், நாமும் தங்கப் புதையல்களைத் தேடி எடுக்கலாம்" என்று கண்களில் மயக்கத்துடன் அர்னால்டு கூற, ஆமியும் பெட்யூலாவும் வாய் பிளந்து கேட்டுக்கொண்டிருந்தனர்.

அதற்குமேல் மாகிக்கு பொறுக்க முடியவில்லை. கோபத்துடன் அவர்களை நோக்கி நடந்தவள், இடையில் கையை வைத்துக்கொண்டு, ஆமியையும் பெட்யூலாவையும் மாற்றி மாற்றி கண்களில் கனல் தெறிக்க பார்த்தாள்.

"நான்சென்ஸ்! ஸ்டாப் யுவர் காக் அண்ட் புல் ஸ்டோரீஸ் (Stop your cock and bull stories)! போயி வேலையைப் பாருங்க! நம்ம கேதரின் பர்கண்டி, இங்கிலாந்து மகாராணி மேரி மாடேனாவையே தனது தட்டைக் கழுவ வைப்பாள். அவளை உங்க தட்டைக் கழுவ வைக்கப் போகிறீர்களா?" என்றாள் மாகி

ஆமியும் பெட்யூலாவும் அச்சத்துடன் விலகியோட, அர்னால்டு தனது பணியைக் கவனிப்பதற்காகத் திரும்ப, மாகி அவனைத் தடுத்தாள்.

"வெயிட் அர்னால்டு! நீ பேசுவதைக் கேட்டேன். அந்த அறிவில்லா பெண்களிடம் என்ன உதவி எதிர்பார்க்கிறாய்? நான் உனக்கு உதவி செய்கிறேன். நானும் நீயும் சேர்ந்து புதையலைத் தேடி எடுப்போம். எனக்கும் வாழ்க்கையில என்ன இருக்கிறது? எனது கணவர் பெங்கால் போரில் உயிரை இழந்துட்டான். சம்பந்தமே இல்லாம இந்த பாரத மண்ணில் வந்து அவன் இறந்ததற்கு, இந்த மண்தானே எனக்கு நஷ்ட ஈடு கொடுக்க வேண்டும்!" - மாகி ஆர்வத்துடன் கூற, அவளைத் தயக்கத்துடன் பார்த்தான் அர்னால்டு.

‘இந்த மாகியை நம்ப முடியாது. நூல் விட்டு, எல்லா தகவல்களையும் போட்டு வாங்கிவிட்டு, கேதரின் பர்கண்டிக்கு தலையலங்காரம் செய்யும்போது, வார்த்தைகளுக்கும் அலங்காரம் செய்து, அவள் காதில் பாய்ச்சிவிடுவாள்!’ - அவளைத் தொடர்ந்து சந்தேகத்துடன் பார்த்தான் அர்னால்டு.

“கவலைப்படாதே! உனது சந்தேகம் எனக்குத் தெரிகிறது. நான் கேதரினிடம் ஒன்றும் கூற மாட்டேன். கேதரினும் பர்கண்டியும் பேசிய பல பொக்கிஷ ரகசியங்களை நானும் ஒட்டுக் கேட்டிருக்கிறேன். எனது ரகசியங்கள் உனக்கும், உனது ரகசியங்கள் எனக்கும் பரஸ்பரம் உதவி செய்யும். எனவே, நாம் இனி கூட்டாகவே பணியாற்றலாம். அந்த மூளை கெட்ட பணிப்பெண்களைவிட நான் சிறந்த ராஜதந்திரி! மறந்துவிடாதே! நான் லண்டன் அரசர் இரண்டாம் ஜேம்ஸின் தூரத்து உறவு. இங்கிலாந்து பாராளுமன்றத்தால் தலை சீவப்பட்டு இறந்த, முதலாம் சார்லஸ் மன்னனின் மகள் ஹென்ரீட்டாவின் வம்சத்தை சேர்ந்தவள். எனது தலையெழுத்து, மன்னன் குடும்பத்தில் பிறந்தும் காதலித்த குற்றத்திற்காக இந்த ஹவுஸ் கீப்பர் பணியைச் செய்கிறேன். நான் மீண்டும் லண்டனுக்கு போகும்போது பணக்காரியாக போக வேண்டும். நானும் அரச குடும்பத்து மாளிகை ஒன்றை வாங்கி, அதில் ராஜபோகத்துடன் வசிக்க வேண்டும். அதற்கு நீதான் உதவ வேண்டும்” - மாகி கூற, இப்போது சற்று துணிவுடன் அவளைப் பார்த்தான் அர்னால்டு.

“என் நண்பன் பரோபகாரி எனக்கு ராமாயணக் கதை சொல்லி இருக்கிறான். அதில் ஹனுமான் சஞ்சீவ மலையைத் தூக்கிசென்று லட்சுமணனை காப்பாற்றுவானாம். அதுபோல, உங்களுக்காக இந்த போர்டோ நோவோ அபேயை ஹனுமான் போல சுமந்துசென்று, லண்டனில் வைக்கிறேன். நீங்கள் அதில் வாழலாம். ஆனால், அதற்கு முன் நீங்கள் எனக்கு ஒரு பெரிய உதவி செய்ய வேண்டும்” - அவளை எச்சரிக்கையுடன் நோக்கினான் அர்னால்டு.

ஆங்கிலேயர்களிடம் ஒரு வழக்கம். அநாவசியமாகச் சொற்களை வீணடிக்க மாட்டார்கள். நமது மக்கள் இரண்டு வார்த்தைகளில் கூற வேண்டியதை நூறு வார்த்தைகளில் கூறுவார்கள். ஆனால், ஆங்கிலேயர்கள் ஆயிரம் சொற்கள் கூறவேண்டிய

இடத்தில், ஒரு சொல்லையும் உதிர்க்காமல், கண்களாலேயும் முகபாவங்களாலேயும் மட்டுமே பேசுவார்கள்.

அந்த வகையில், ஆயிரம் சொற்களைப் பேசி அர்னால்டுவின் நம்பிக்கையைப் பெறுவதைவிட, தனது கண்களாலேயே பேசி அவனது நம்பிக்கையைப் பெற்றாள். "அர்னால்டு, உனக்காக எதையும் செய்ய சித்தமாக இருக்கிறேன்" - என்கிற முகபாவத்துடன் அவனை நோக்கினாள்.

அர்னால்டு முன்னெச்சரிக்கை உடையவன்தான். ஆனால், மாகியின் அந்த ஒரு பார்வையில் சிக்குண்டுவிட்டான். காரியம் ஆக வேண்டும் என்னும்போது, பெண்களின் கண்களில் ஒரு பனித்திரை விழும். அந்தப் பனித்திரை பெண்களின் இதயத்தில் உள்ள ரகசியங்கள் வெளியேறாமல் பாதுகாக்கும். அதேசமயம், எதிரில் நிற்கும் ஆண்களையும் தலைக்குப்புற விழ வைக்கும். அந்தப் பனித்திரையில் தென்படும் உணர்வு, ஆண்களுக்கு மோகத்திரையாகத்தான் தோன்றும்.

போரில் கணவனை இழந்திருந்ததால், மாகி தேக சுகத்திற்கு அலைகிறாள் என்று தவறாக யூகம் செய்துகொண்ட அர்னால்டின் வாய் பிளந்தது. பெண்களின் கண்களில் பனித்திரை விழுந்தால், ஆண்களின் இதயத்தை மூடியிருக்கும் இரும்புத்திரை தகர்ந்துவிடும் அல்லவா?

"மாகி!" என்று அவனது குரல் குழைந்தது. வழக்கமாக "மேடம் ஹவுஸ் கீப்பர்" என்று தலை பணிந்து சொல்பவன், "மாகி" என்று கொஞ்சலுடன் குழைய, அவன் தனது வலையில் சிக்குண்டுவிட்டான் என்பதைப் புரிந்துகொண்டாள் மாகி.

"மாகி! பரோபகாரி ஒரு தகவலைச் சொன்னான். மயிலங்கி பகுதியில் பெரிய பொக்கிஷம் இருக்கிறதாம். அதை எடுக்க எடுக்க, கிணற்றில் தண்ணீர் ஊறுவது போல ஊறிக்கொண்டே இருக்குமாம். அதை அபகரிப்பது குறித்து, இன்றைக்கு உப்பரிகையில் ஆலோசனைக் கூட்டம் நடைபெறப் போகிறது. நேற்று லண்டனில் இருந்து வந்திருக்கும் ரிச்சர்ட் ஹோவார்டு மற்றும் டென்னிஸ் நார்த்தம்பர்லாண்டு தலைமையில் இன்றைக்கு நள்ளிரவு எல்லோரும் திட்டம் தீட்டப் போகிறார்கள். நமது இரண்டாம் ஜேம்ஸ் மன்னர், பன்னிரண்டு

போர்க்கப்பலை அனுப்பியிருக்கிறார். அதில் பொக்கிஷங்களை நிறைத்து லண்டனுக்கு அனுப்ப போகிறார் பர்கண்டி. அவர்கள் இன்றைக்கு இரவு என்ன பேசுகிறார்கள் என்பதைக் கேட்டு எனக்குத் தெரிவிக்க வேண்டும். தகவல்கள் தெரிந்தால், பரோபகாரியின் உதவியோடு, நாம் அதைக் கைப்பற்றலாம். காரணம், அவன் பொக்கிஷ சாத்திரம், ஜோதிடம், மாய மந்திர தந்திரம் எல்லாம் அறிந்தவன். காளியின் உபாசகன். எனவே, அவனது உதவியுடன் நமக்கு தேவையான பொக்கிஷங்களை எடுத்துக்கொள்ளலாம்" என்றான்.

"நிச்சயம் தகவல்களைச் சேகரிக்கிறேன்! ஆனால், அந்த *Sparrow*-வை நான் சந்திக்க வேண்டும். அவனிடம்தான் விவரங்களைச் சொல்வேன்" என்றாள் மாகி.

"*Sparrow* இல்லை. பரோபகாரி!" - அர்னால்டு கூறினான்.

"ஐ ஆம் லீஸ்ட் பாதர்ட்! நான் அவனை *Sparrow*-னுதான் கூப்பிடப் போறேன்" என்ற மேகி, விரிந்த குடையாக பரவி நின்ற தனது கவுன் தரையில் புரள நடந்து சென்றாள். அவள் நடந்து சென்றது, ஒரு ஆவி மிதந்து செல்வது போல் அர்னால்ட்டுக்கு தோன்றியது.

* * * *

மங்கா தனது சிறிய பள்ளியறையில் இன்னமும் யோசித்தபடிதான் அமர்ந்திருந்தாள். அவளது தந்தை பதுக்கிவைத்திருந்த அவளுக்கு சொந்தமான மயிலங்கி பொக்கிஷம், நாளொரு மேனியும் பொழுதொரு வண்ணமுமாக புகழடைந்து, அதனை அபகரிப்பதற்கு அன்றாடம் புதிய மனிதர்கள் முளைத்துக்கொண்டே இருந்தனர்.

மைசூர் சமஸ்தானம், முகலாய பாத் கான், இங்கிலாந்து மன்னன் இரண்டாம் ஜேம்ஸ், பர்கண்டி மற்றும் அவன் மனைவி கேதரின் பர்கண்டி, கோல்கொண்டா மன்னர்கள் என்று பட்டியல் நீண்டுகொண்டே இருந்தது. போதாதகுறைக்கு, இப்போது அர்னால்டு, மாகி, பரோபகாரி என்கிற புதிய குழாம் ஒன்று முளைத்திருந்தது.

ஆனால், இவர்களை பற்றியெல்லாம் ஒன்றும் அறியாமல் தான் மணந்திருந்த ரங்க ராயரின் பேராசையைக் குறித்து

யோசித்துக்கொண்டிருந்தாள். தனது கணவன் ஸ்ரீரங்கப்பட்டண மன்னர் திருமலை ரங்க ராயரே தனது பொக்கிஷங்களைக் குறி வைக்கின்றார் என்பது மங்காவுக்கு பேரதிர்ச்சியாக இருந்தது. யாரையும் நம்ப இயலாது! தான் தனியொருவளாக உலகில் கைவிடப்பட்டு இருக்கிறோம் என்று அப்போதுதான் அவளுக்கு உறைந்திருந்தது.

ஆக, இவள் செய்துகொண்ட திருமணத்தால் ஒரு பயனும் இல்லை. இவள் தந்தை நிம்மதியாக கண்ணை மூடுவதற்கு வேண்டுமானால் இவளது திருமணம் உதவியிருக்கலாம். ஆனால், திருமணம் என்கிற பந்தத்தின் மூலம், தானும் தனது பொக்கிஷங்களும் ரங்க ராயருக்கு அடிமைப்பட்டிருப்பதை நன்றாகவே புரிந்துகொண்டாள்.

ஒன்று மட்டும் வெகு நன்றாக புரிந்தது. இவளது பொக்கிஷத்தை அடையத் துடிப்பவர்கள், இடையில் நிற்கும் இவளைத் தீர்த்துக்கட்டிவிட்டாவது அதை அடைந்தே தீருவார்கள். பொக்கிஷங்கள் மறைவாக இருக்கும் வரையில்தான் இவளுக்கு பாதுகாப்பு. அதற்குள்ளாக இவள் உதவிக்கு நம்பிக்கையான ஆட்களைத் தேர்ந்தெடுத்து, அவர்கள் மூலம் தனது மயிலங்கி பொக்கிஷங்களைத் தேட வேண்டும்.

சுவடியில் இவளது தந்தை வேங்கடப்பா புரியும்படி குறிப்புகளை எழுதியிருந்தால், இந்நேரம் அவற்றைக் கைப்பற்றி இருக்கலாம். ஆனால், புரியும்படி எழுதாமலும், இறப்பதற்கு முன்பாக விவரங்களைக் கூறாமலும் மறைந்துவிட்ட, தந்தையின் மீது முதன்முறையாக மங்காவுக்கு கோபம் பொங்கியது.

ஆண்கள் எல்லோருமே கோழைகள்தான்! தங்களால் ஒரு பிரச்சனையைச் சமாளிக்க இயலவில்லையென்றால், அதனைப் பெண்களில் தோளின் மீது சுமத்திவிட்டு, தாங்கள் நழுவிவிடுகிறார்கள். பிரச்சனையைச் சமாளித்ததும், ஓடிவந்து அணைத்துக்கொண்டு, "கவலைப்படாதே! உனது பாதுகாப்பு எனது வசம்" என்று உச்சி முகர்ந்து நாடகமாடுவார்கள்.

ஆத்திரத்தில் உதட்டைக் கடித்தபடி, சாளரம் வழியாக நோக்கிக்கொண்டிருந்தாள். சரியாக, அரண்மனை துணிகளைத்

துவைப்பதற்கு சலவைத் தொழிலாளி ஒருவன் துணி மூட்டைகளைக் கழுதைகளின் மீது அடுக்கி ஓட்டிச் சென்றான்.

'நானும் அந்தக் கோவேறு கழுதைகளும் ஒன்றுதான். அவை துணி மூட்டைகளைச் சுமக்கின்றன. நான் பொக்கிஷங்களைச் சுமக்கிறேன்' என்று நினைத்தபடி நின்றாள். அங்ஙனம் நினைத்துக்கொண்டதும், அவளுக்கு சிரிப்பு தோன்ற, குரல் விட்டு சிரிக்கத் தொடங்கினாள். அதே சமயம், அவளது பின்பாக பாத ரட்சைகளின் ஒலி கேட்டது.

சிரித்தபடி திரும்பி நோக்கினாள் மங்கா!

"அடடே! எனது ஆருயிர் மயிலங்கி மயிலின் முகத்தில் நகை தாண்டவமாடுகிறதே! அரங்கன் ஆலயத்தில் கண்ணீரும் கம்பலையுமாக நின்ற இந்த மயிலின் முகத்தில் முதன்முறையாக சிரிப்பைக் காண்கிறேன். இன்று எனது ஜென்மம் சாபல்யம் அடைந்தது" - போலி கொஞ்சலுடன் அருகே வந்து, மங்காவின் முகவாயை வருடினார் ரங்க ராயர்.

மங்காவின் தேகமெங்கும் அருவருப்பு தீயாக தகித்தது. அவளது கண்களின் முன்பாக, வெங்கோப பட்ராயர் என்பவருக்கு மன்னர் ரங்க ராயர் எழுதியிருந்த பட்டோலை நிழலாடியது. சந்திரப்பாவின் மூலம் இவளுக்கு எதிராக சதியை அரங்கேற்றிக்கொண்டே, இவளைக் கொஞ்சுவதற்கு எப்படி மனம் வருகிறது?

சட்டென்று திரும்பி, பாரம் சுமக்கும் கழுதைகளைச் சுட்டிக்காட்டினாள்.

"மன்னர்களை போலவே கோவேறு கழுதைகளும் பாரம் சுமக்கின்றன. மன்னராகிய நீங்கள் மகுடத்தை சுமக்கிறீர்கள். உங்களது அழுக்கு துணிகளை அந்தக் கழுதைகள் சுமக்கின்றன. உங்கள் துணிகளின் அழுக்குகள் கழுதைகளை ஒட்டாது. ஆனால், மக்கள் செய்கிற தவறுகள் மன்னராகிய உங்களை ஒட்டும்! என்ன விந்தை என்று நினைத்தேன். அதனால் சிரித்தேன்" - மங்கா தொடர்ந்து கூறினாள்.

'அவள் ஹாஸ்யமாக கூறுகிறாளா, இல்லை வேறு ஏதாவது பொருள் அவளது கூற்றில் உள்ளதா?'

அவளது முகத்தைக் கூர்ந்து கவனித்த ரங்க ராயர், அவள் ஹாஸ்யத்துடன் பேசுவதாகத் தீர்மானித்துக்கொண்டு தொடர்ந்தார்.

"மங்கா! எனது மனையாள் அஸ்வத்தம்மாவுக்கு தலைக்காவேரியில் ஒரு பிரார்த்தனை இருக்கிறதாம். அதனால், இன்னும் ஒன்றிரண்டு நாள்களில் நான் எனது குடும்பத்துடன் தலைக்காவேரி பயணிக்க போகிறேன். இங்கு நீ தனியாக எதற்கு இருக்க வேண்டும்? நீ மயிலங்கி புறப்பட்டு போ!" - ரங்க ராயர் கூற, மங்கா அவரை விசித்திரமாக பார்த்தாள்.

"இது என்ன மடமை! முகலாயர்கள் படையெடுத்து வர உள்ளார்கள். எந்த போதிலும் அவர்கள் நமது கதவைத் தட்டுவார்கள். இவ்வேளையில் தீர்த்த யாத்திரையா?" - எரிச்சலுடன் கேட்டாள் மங்கா.

"அந்தக் கொளத்து நாட்டு இளவரசன், அவன் பெயரை மறந்துவிட்டேன், அவன்தான் சம்பாஜியிடம் தூது சென்றிருக்கிறானே! எனக்கு என்னவோ மராட்டியர்கள், முகலாயர்களை மடக்கிப் போடுவார்கள், அவர்களை இந்தப் பக்கம் வர விடமாட்டார்கள் என்று தோன்றுகிறது!" - ரங்க ராயர் சொல்ல, மங்காவின் அருவருப்பு இன்னமும் கூடியது. என்ன மன்னர் இவர்? போரைப் பற்றி நினையாமல், பொக்கிஷங்களைப் பற்றி மட்டுமே நினைக்கிறார்!

"அப்படியென்றால் நானும் தலைக்காவேரி வருகிறேன். எனக்கும் தலைகாவேரிக்கு வர வேண்டும் என்று ஆசையாக இருக்கிறது. என்னையும் அழைத்துச் செல்லுங்கள்!" - மங்கா கூறினாள்.

ரங்க ராயர் தயங்கினார். "இல்லை மங்கா! இது அஸ்வத்தம்மா நேர்ந்துகொண்ட பிரார்த்தனை. அவளுடன் பயணிப்பது உனக்கு பிரச்சனையாக இருக்கும். நமது திருமணத்திற்கு பிறகு நீங்கள் இருவரும் பேசிக்கொள்வதே இல்லையே" - ரங்க ராயர் கூறினார்.

"பரவாயில்லை. அவர் கண்களில் படாமல் நான் வருகிறேன். எப்படியும் நான் மயிலங்கி அரசி என்பதால் எனக்கென்று

தனியாக ரதம் உள்ளது. நான் அதில் வருகிறேன். பேச்சுத் துணைக்கு ரங்காத்மஜா இருக்கிறாள்'' - விடாப்பிடியாக கூறினாள் மங்கா.

''நாம் புதுமணத் தம்பதிகள்! தலைக்காவேரி சரசமாட உகந்த இடம்! நாம் இருவரும் தனியாகப் பின்னர் அங்கே பயணிப்போம். நீ இல்லையென்றாலும், எனது மனம் உன்னையே சுற்றிக்கொண்டிருக்கும்'' - ராயர் கூறினார்.

''மயிலங்கியின் பொக்கிஷமான என்னை உங்கள் இதயம் எப்போதும் சுற்றிக்கொண்டே இருக்கும் என்பதை நான் அறிவேன். ஆனால். மயிலங்கி பொக்கிஷம் போன்று என்னையும் ஒளித்துவைத்து கொண்டிருப்பீர்கள், அப்படித்தானே! சரி! நான் மயிலங்கி சென்று தொலைக்கிறேன்!'' - வேண்டாவெறுப்பாக கூறிய மங்கா, மீண்டும் சாளரத்தின் வழியாகத் திரும்பி நோக்க, அவளது இரு தோள்களின் மீது வாஞ்சையுடன் கைகளைப் போட்டார் ரங்க ராயர். ஆனால், மங்காவின் கூரிய செவிகள் அவர் விடும் நிம்மதி பெருமூச்சை கேட்கத் தவறவில்லை.

தனது கணவர் தன்னுடன் ஆடு புலி ஆட்டம் ஆடுகிறார்! அவரது திடீர் தலைக்காவேரியின் விஜயத்திற்கு பின்னால் ஏதோ சதி உள்ளது. எனவேதான், இவளைத் தவிர்க்கிறார்! மங்காவை திருமணம் செய்துகொள்ளும்போது, அஸ்வத்தம்மாவிடம் அச்சப்படாத அவர், இப்போது தலைக்காவேரிக்கு விஜயம் செய்யும் போதினிலே எதற்கு தயக்கம் காட்ட வேண்டும்?

ஒருவேளை, வெங்கோப பட்ராயரிடமிருந்து ஏதாவது தகவல் வந்துள்ளதோ? இவளுக்கு பின்பாக ஏதாவது திரைமறைவு உள்ளடி வேலைகள் நடக்கின்றதோ?

அப்போதுதான் மங்கா அந்தத் தீர்மானத்திற்கு வந்தாள்! மயிலங்கிக்கு போகிறேன் என்று சொல்லிவிட்டு, மன்னரைப் பின்தொடர்ந்து தலைகாவேரிக்குச் செல்ல வேண்டும்!

மங்கா திரும்பிச் செல்லும் மன்னர் ரங்க ராயரின் பரந்த முதுகையே யோசனையுடன் வெறித்துப் பார்த்தாள்.

(குறிப்பு: சிதம்பரம் அருகில் உள்ள பரங்கிப்பேட்டையில் ஆங்கிலேயர்களும், மாயவரம் அருகில் உள்ள தரங்கம்பாடி

என்கிற ட்ரான்கோபாரில் டச்சுக்கார்களும் காலனிகளை நிறுவியிருந்தனர். இருப்பினும், வியாபாரம் பொருட்டு இருவரும் ஒருவரின் காலனியை மற்றொருவர் உபயோகித்துக்கொள்ள உடன்படிக்கை செய்திருந்தனர். பரங்கிப்பேட்டைக்கும் தரங்கம்பாடிக்கும் 52 கி.மீ தொலைவுதான்.)

- தொடரும்

அத்தியாயம் 18

பகீசாவில் ஒரு நாடகம்

தில்லியின் ஷாலிமார் பாக்! அதிகார மையமான முகலாய அரண்மனை நந்தவனத்தில், அழகிய நீரூற்றுகளும், வாசம் பரப்பிய நந்தவன மலர்களும், பெண்ணின் இடையைப் போன்று, அழகாக வளைந்த கூரைகளும், அந்தப் பெண்ணின் இடையைத் தழுவிய வலுவான ஆணின் கரத்தைப் போன்று கூரையைத் தாங்கி நிற்கும் உறுதியான தூண்களும், தடவாவிகளில் மிதக்கும் அன்னப் பறவைகளும், ஔரங்கசீப் நல்ல ரசனையுள்ள பாதுஷா என்பதை நிரூபித்தன.

இந்த அழகிய ஷாலிமார் பாக் நந்தவனத்தில், தான் பூரண ஒளியைப் பரப்பினால்தான், பூவுடன் சேர்ந்து நாரும் மணப்பது போல, கவிஞர்களின் பாடல்களில், நந்தவனத்தைப் பாடும்போது தன்னையும் போற்றுவார்கள் என்பது போன்று, தனது முழுமையான ஒளியையும் அந்த நந்தவனத்தில் பாய்ச்சிக்கொண்டிருந்தது முழு நிலா.

அந்தத் தோட்டத்தில் அடர்ந்த மரங்களின் ஊடே, தனியாக ஒரு பாதை பிரிந்து செல்லும். அந்தப் பாதையின் முடிவில்தான் நூர் பகீசா இருந்தது. நந்தவனத்தினுள் ஒரு பிரத்தியேக நந்தவனம் அது. மயிலங்கி பொக்கிஷத்திற்காக தெற்கே சென்றிருக்கும், ஜஹந்தர் ஷாவின் ஆருயிர் காதலி லால் குன்வர் வசிக்கும் மாளிகை அது. லால் குன்வரின் உண்மை பெயர், இம்தியாஸ் மெஹல்!

இம்தியாஸ் சிறு பெண்ணாக அரண்மனை ஊழியத்திற்குதான் வந்தாள். ஆனால், தனது நடன திறமையால், மிக வேகமாக உயர்ந்து, ஔரங்கசீப்பின் பார்வை அவள் மீது பட்டு, விரைவில் லால் குன்வர் என்கிற பெயர் மாற்றம் பெற்று, ராஜ நர்த்தகியாக அங்கீகரிக்கப்பட்டு, அரண்மனையிலேயே தங்குவதற்கு

பிரத்தியேக மாளிகை ஒன்றையும் பெற்றிருந்தாள். அந்த மாளிகைதான் நூர் பகீசா. அதில், தனக்கு பின்பாட்டு பாடும் ஜபீன் அஷ்ரபியுடன் வாழ்ந்து வந்தாள் லால் குன்வர்.

ஔரங்கசீப்பின் பிரியமான பெயரன், ஜஹந்தர் ஷாவின் ஆருயிர் காதலி லால் குன்வர் என்பதால், நூர் பகீசா ஷாலிமார் பாகின், அதிகார மையமாக மாறிக்கொண்டிருந்தது.

இதனால், மன்னரின் பிரியத்தைப் பெற விரும்பியவர்களும், அரசவையில் பதவிகளைப் பெற துடித்தவர்களும், இந்த நூர் பகீசா செல்லும் பாதையில் அதிகம் தென்பட்டனர். கையில் பரிசுப் பொருள்களுடன், லால் குன்வரின் சந்திப்புக்காக நூர் பகீசாவின் முன்பு தவம் கிடந்தனர்.

இந்த அதிகார மையத்தின் மூளையாகச் செயல்பட்டது, லால் குன்வரின் நான்கு சகோதரர்கள். குஷால் கான், நியாமத் கான், நம்தத் கான் மற்றும் கன்சத் கான் ஆகிய நால்வரும் தங்கள் சகோதரியின் மூலம் ஜஹந்தர் ஷாவின் அபிமானத்தைப் பெற்று, அரசவையில் நல்ல பதவிகளைப் பெற்றிருந்தனர். நம்தத் கான் முகலாய கஜானாவின் கணக்காளர் பதவியைப் பெற்றிருந்தான். இன்னொரு சகோதரன், கன்சத் கான் அரசவைக் கவிஞராக வலம் வந்துகொண்டிருந்தான். மூத்த சகோதரன் குஷால் கான், அரண்மனை பாதுகாப்பு அதிகாரியாக திகழ்ந்தான். நியாமத் கான் அரண்மனையில் பணியில் இல்லை என்றாலும், வங்காளத்தில் உள்ள முகலாய நவாப் சயிஷ்டா கானின் ஆலோசகராக இருந்தான்.

ஜஹந்தர் ஷாவின் காதலியாக இருந்தாலும், லால் குன்வர் ஒரு மகாராணிக்குரிய சலுகைகளுடன்தான் திகழ்ந்தாள்.

ஔரங்கசீப் தனது மகன் பட்டத்து இளவரசன் பகதூர் ஷாவைவிட, தனது பெயரன் ஜஹந்தர் ஷாவை மிகவும் நேசித்தார். தனது மனைவிகளைவிட, மற்ற மகன்கள், மகள்களைவிட, தனது அபிமானத்திற்குரிய பெயரனுக்கு பல விசேஷ சலுகைகளைத் தந்திருந்தார். தனக்கு கிடைத்திருந்த அந்தச் சிறப்பு சலுகைகளை ஜஹந்தர் ஷா தனது காதலிக்கு தர, அவள் தனக்கு கிடைத்த சலுகைகளை அதிகாரங்களாக மாற்றிக்கொண்டாள்.

ஔரங்கசீப் ஜஹந்தர் ஷாவுக்கு கொடுத்த சலுகைகளை, அவன் தனது காதலிக்கு தர, அவளோ அந்தச் சலுகைகளை தனது நான்கு சகோதரர்களுக்கு தர, அந்த நால்வரும் அரண்மனையின் முடிசூடா மன்னர்களாக வலம் வந்துகொண்டிருந்தனர்.

இதனை ஜீரணிக்கமுடியாத அரசவை அதிகாரிகள், ஔரங்கசீப்பின் மற்ற மகன்களையும் மகள்களையும் லால் குன்வரின் குடும்பத்திற்கு எதிராகத் தூண்டி வந்தனர். ஆனால் ஔரங்கசீப், ஜஹந்தர் ஷா சொல்வதைத்தான் கேட்டு வந்ததால், அவர்களால் ஒன்றுமே செய்ய இயலாமல், பொறுமையுடன் லால் குன்வரின் குடும்பத்தை ஒழிப்பதற்கு தக்க சமயத்திற்காக காத்திருந்தனர்.

அதற்கு தக்க தருணம் ஒன்று அமைந்தது. ரமலான் மாதம் துவங்குவதற்கு ஒரு வாரம் முன்பாக, ஔரங்கசீப் தனது எல்லா மனைவிகளையும் நந்தவனத்துக்கு வரவழைத்தார். அனைவருக்கும் சீனத்துப் பட்டுத் துணியில் தங்க ஜரிகளுடன் கூடிய முத்துகள் பதித்த ஹிஜ்ஜப் (தலையை மட்டும் மூடும் துகில்) ஒன்றை ஒவ்வொருக்கும் பரிசளித்தார். பட்டத்து அரசி, அவுரங்காபாடி மெகல், இரண்டாவது மனைவி தில்ரஸ் பானு பேகம் மற்றும் மூன்றாவது மனைவி நவாப் மெகல் ஆகியோர் தங்களது பரிசைப் பெற்றுக்கொண்டனர்.

ஔரங்கசீப்பின் கண்கள் அடுத்ததாக தனது பிரியமான ராபியா சிக்கந்தரை தேடியது. அவளைக் காணவில்லை என்றவுடன், அருகில் இருந்த வஜிர் இ ஆஜாம் (பிரதம மந்திரி) ஜுல்ஃபிகர் அலி கானின் மீது கேள்வியுடன் பதிந்தது.

“வாஜிர் இ ஆஜாம்! நான் இட்ட கட்டளைகள் முழுவதும் செயல்படுத்தப்படவில்லை என்பதை காண்கிறேன். எனது அரசிகளுடன், பிரிய நாயகிகளும் இங்கே வர சொல்லியிருந்தேன். ஆனால், ராபியா இங்கே இல்லையே?” - ஔரங்கசீப்பின் குரலில் ஏமாற்றமும் எரிச்சலும் மிகுந்திருந்தது.

“ஆலம்பனா! அழைப்பு விடப்பட்டது! ஆனால், ராபியா பேகம் வசிக்கும் ஆய்னா மெகலில் (கண்ணாடி மாளிகை) நிலைமை சரியில்லை என்று யூகிக்கிறேன். அதனால் அவர் வராமல்

இருந்திருக்கலாம்"- வஜீர் இ ஆஜாம் ஜுல்ஃபிகர் கூற, சற்றே யோசித்தபடி நின்றார் ஔரங்கசீப்.

பணிப்பெண் ஒருவளை அழைத்தார் ஔரங்கசீப்.

"உயிரே போவதாக இருந்தாலும், இங்கே வந்து எனது கண்ணெதிரே உயிரை விட சொல், ராபியாவை" - என்று ஔரங்கசீப் சொன்னதும், அதிர்வுடன் ராபியாவின் கண்ணாடி மாளிகைக்கு விரைந்தாள் தோழி.

நடுக்கத்துடன் விரைந்து வந்தாள் ராபியா.

அதுவரையில் எரிச்சலில் இருந்த ஔரங்கசீப், ராபியாவின் அழகிய நடையையும், பால் வண்ண முகத்தையும் கண்டதும் அவரது கோபமெல்லாம் உருகிப் போக, ஆவலுடனும் ஆசையுடனும் ராபியாவை நோக்கினார்.

"என்ன விஷயம் ராபியா? எனது ரமலான் பரிசைக்கூட வாங்கிக்கொள்ள வராதபடிக்கு, உனக்கு என்ன பிரச்சனை!" - ஔரங்கசீப் கேட்க, தயக்கத்துடன் சுற்றும் முற்றும் பார்த்தாள் ராபியா. பிறகு ஔரங்கசீப்பின் செவிகளினுள் கிசுகிசுத்தாள்.

"எனது தங்கை நாதியாவிடம் ஒருவன் எல்லைமீறி பழகிக்கொண்டிருக்கிறான். நடனப் பயிற்சிக்கும் அவள் வருவதில்லை. தாங்கள்தான் இதற்கு ஒரு முடிவு கட்ட வேண்டும்."

"யார் அவன்?" - ஔரங்கசீப் திகைத்தார்.

"அவனைக் காண்பதற்கு அதிக தூரம் செல்ல வேண்டாம் ஆலம்பனா! நமது அரண்மனை ஆய்னா மெகல் வாயிலில் இருக்கும் அசோக மரத்தினடியில் இருவரும் பேசிக்கொண்டிருக்கிறார்கள்!" - ராபியா சொல்ல, கண்கள் சிவக்க ஔரங்கசீப் அவள் குறிப்பிட்ட இடத்தை நோக்கி நடந்தார்.

சற்று நின்று திரும்பி நோக்கி இருந்தால், வஸிர் இ ஆஜாம் மற்றும் தனது மனைவிகளும், ராபியாவும் ரகசியமாக ஒருவரையொருவர் பார்த்து சிரித்துக்கொள்வதை ஔரங்கசீப் கண்டிருக்கலாம். அங்கே லால் குன்வரின் செல்வாக்கினை ஒழிக்க வேண்டும்

என்பதற்காக ஒரு நாடகம் அரங்கேறிக்கொண்டிருந்ததை ஔரங்கசீப் அறிந்திருக்கவில்லை! ஜஹந்தர் ஷா தெற்கே சென்றுள்ள நிலையில், அவன் இல்லாதபோது, லால் குன்வரையும் அவளது குடும்பத்தினரையும் சிறையில் தள்ளுவதற்காக திட்டமிட்டிருக்கும் சதி என்பது தெரியாமல், ஔரங்கசீப் உக்கிரத்துடன் நடக்க, அவர்கள் மன்னரை ஓட்டமும் நடையுமாக பின்தொடர்ந்தனர். ராபியாவும் நாதியாவும் இந்த நாடகத்தின் கதாபாத்திரங்கள்தான் என்பதும், அவர்களைத் தயார்செய்தது ஜஹந்தர் ஷாவின் தந்தையும், பட்டத்து இளவரசனுமான பகதூர் ஷா என்பதும் அதிகப்படியான தகவல்கள்.

அரண்மனை அதிகாரி குஷால் கான் தனது இருப்பிடமான, நூர் பகீசாவை நோக்கிக் நடந்துகொண்டிருந்தான். சகோதரி லால் குன்வர் உதவியோடு, முகலாய அரசவையில் நான்கு சகோதரர்களும் பெரிய பதவிகளை வகித்துகொண்டிருக்கின்றனர். ஜஹந்தர் ஷாவுக்கு லால் குன்வரின் மீது காதல் இருக்கும் வரையில், இவர்களை யாரும் அசைக்க முடியாது. ஔரங்கசீப்பிற்கு பிறகு, பகதூர் ஷா பதவிக்கு வருவான். அதற்குப் பிறகு ஜஹந்தர் ஷா அரியணை ஏறுவான். ஔரங்கசீப் இறந்த பிறகு, ஜஹந்தர் ஷா பதவிக்கு வந்தால் எவ்வளவு நன்றாக இருக்கும்! இவனையே ஜஹந்தர் ஷா, வஸிர் இ ஆஜாமாக நியமிப்பார் அல்லவா?

தன்னை நோக்கி ஔரங்கசீப்பின் ஆருயிர் காதலி ராபியா பேகத்தின் தங்கை நாதியா வருவதைக் கண்டதும், குஷால் கான் தயங்கி நின்றான். நாதியா அவனை நெருங்கியதும், ஒருமுறை தான் மனப்பாடம் செய்திருந்த வசனத்தை கூறிப் பார்த்துக்கொண்டாள்.

“ஹொஜூர்! நான் ராபியாவின் தங்கை நாதியா! உங்களிடம் ஒரு சேதி தெரிவிக்க விரும்புகிறேன். தங்களது சகோதரன், கவிஞர் கன்சத் கான் அவர்களின் கவிகளால் நான் பெரிதும் ஈர்க்கப்பட்டு இருக்கிறேன். நான் அவரை உயிருக்குயிராக நேசிக்கிறேன். நிக்காஹ் செய்தால் அவரைத்தான் செய்துகொள்ள வேண்டும் என்கிற முடிவில் இருக்கிறேன். தாங்கள்தான் எனக்கு இந்த

விஷயத்தில் உதவி செய்ய வேண்டும்!" என்றவுடன் அதிர்ந்தான் குஷால் கான்.

எனது சகோதரன் கன்சத்துக்கு இப்படி ஒரு யோகமா? ஆலம்பனாவின் காதலியின் தங்கை அவனை மணந்தால், அவன் ஔரங்கசீப்பின் சகதலையன் ஆகிவிடுவானே!

(தலை என்றால் கேப்டன்! சக தலையன் என்றால் வைஸ் கேப்டன்! ஒரு குடும்பத்தில் மூத்த பெண்ணை மணக்கும் பெரிய மாப்பிள்ளை தலையன் என்றால், இரண்டாவது மகளை மணக்கும் சின்ன மாப்பிள்ளை, பெரிய மாப்பிள்ளை என்கிற தலைவனுக்கு சகதலையன். இந்த சகதலையன் என்கிற சொல்லே, சுருங்கி, சகலை என்று ஆகிவிட்டது.)

இவனது தம்பி ஆலம்பனாவுக்கே சகதலையன் என்றால், இவர்களது குடும்பத்தின் அதிகாரம் இன்னமும் உச்சத்திற்கு உயரும். ஆலம்பனாவே இவனை வஜீர் இ ஆஜாமாக நியமிப்பாரே!

உற்சாகத்துடன் நதியாவை பார்த்தான் குஷால் கான்.

"நான் எனது தம்பியுடன் பேசிப் பார்க்கிறேன். நிச்சயம் உங்களது காதலுக்கு பிரச்சனை எதுவும் வராமல் நான் பார்த்துக்கொள்கிறேன்" என்று கூறும்போது, ஔரங்கசீப் குடும்பத்தினர் மற்றும் ராபியா உடன்வர, அங்கே தோன்றினார்.

சற்று நேரம் அவர்கள் இருவரையும் உறுத்துப்பார்த்தபடி நின்றார் ஔரங்கசீப்!

அங்கே அமைதி தவழ்ந்தது. பாதுஷா பொங்கி எழப்போகிறார். உடனடியாக குஷால் கான் கைது செய்யப்படுவான் என்று அனைவரும் ஆவலுடன் எதிர்பார்க்க, மன்னரின் முகத்தில் திடீர் சிரிப்பு.

"நான் ஒரு தீர்மானத்திற்கு வந்துவிட்டேன்! இது என் கட்டளை! ரமலான் மாதம் முடிந்ததும், குஷால் கான் அரண்மனை அதிகாரி பொறுப்பில் இருந்து விடுவிக்கப்பட்டு, முல்தான் மாகாணத்தின் நவாப்பாக நியமிக்கப்படுகிறான். அவன் புறப்படுவதற்கு முன்பாக, நாதியா சிக்கந்தரை அவன் நிக்காஹ் செய்துகொள்ள

வேண்டும் என்பது எனது கட்டளை" - ஔரங்கசீப் சொல்ல, குஷால் கான் திகைத்துப்போய் நின்றான். அவன் மட்டுமா திகைத்தான்? குஷால் கானையும், லால் குன்வரையும் அவளது மற்ற சகோதரர்களையும் குடும்பத்தோடு ஒழிக்க வேண்டும் என்று திட்டமிட்டிருந்த ஔரங்கசீப்பின் மனைவியர், வசீர் இ ஆஜாம் ஜுல்ஃபிகர் அலி கான், ராபியா மற்றும் நாதியா அனைவருமேதான் உறைந்துபோய் நின்றார்கள்.

ஔரங்கசீப்பின் மனதில் ஓடும் திட்டங்களை அவரது மனசாட்சியாலேயே புரிந்துகொள்ள இயலாது.

* * * *

"சென்று வா... நண்பா! உங்கள் கொளத்து நாடு மட்டுமல்ல, மயிலங்கி, ஹரிபாட், மைசூர் மற்றும் எல்லா மலைநாட்டு சாம்ராஜ்யங்களும் பத்திரமாக இருக்கும். பூவிருந்தவல்லியில் பாசறை அமைத்திருக்கும் முகலாயப் படைகளை மீண்டும் வடபுலத்திற்கே ஓட்டுகிறேன். நீ எந்தக் கவலையும் கொள்ளாமல் சென்று வா! உங்களது பொக்கிஷங்களை ஒளித்து வைக்கக்கூட தேவையில்லை. முகலாயப் படைகள் மேற்கு பக்கமாக வராமல் எங்கள் மராத்திய படைகள் உடனடியாக புறப்பட்டு செல்லும்."

சம்பாஜி, வாயு விக்ரமனின் கைகளைப் பற்றி உறுதியளிக்க, உற்சாகத்துடன் தலை குனிந்து சம்பாஜியின் கைகளை விக்ரமன் முத்தமிட்டான்.

"கோல்கொண்டா நவாபுக்களுக்கே உதவிய சத்ரபதியின் புதல்வன் எங்களைக் கைவிடமாட்டார் என்கிற உறுதியில்தான் நான் நடுநிசி என்றுகூடப் பாராமல் செஞ்சிக்கு பயணித்தேன். எனது நம்பிக்கை வீண் போகவில்லை. ஆனால், நாங்கள் எங்கள் பட்டத்து யானை பரிமளனின் எடைக்கு எடை தங்களுக்கு ஸ்வர்ணம் கொடுக்க விரும்புகிறோம். தாங்கள் அதைப் பெற்றுக்கொள்ள அவசியம் கொளத்து நாட்டுக்கு விஜயம் செய்ய வேண்டும்!" - வாயு விக்கிரமன் கூற, சம்பாஜி சிரித்தான்.

"நீதான் எனக்கு வேண்டிய பொன்னை, சிம்மகிரி மலை சுரங்கத்தில் கண்டெடுத்து கொடுத்திருக்கிறாயே! இதற்கு மேல்

எனக்கு எதற்கு பொன்?" - சம்பாஜி கேட்க, இப்போது விக்ரமன் சற்றே வெட்கத்துடன் சிரித்தான்.

"தங்களை கஜதுலாபாரத்துக்கு மட்டும் அழைக்கவில்லை. போர் நிலைமை மாறியதும், நான் ஸ்ரீரங்க பட்டண இளவரசி ரங்காத்மஜாவை திருமணம் செய்ய உள்ளேன். நீங்கள் அதற்கு அவசியம் வந்து என்னை வாழ்த்த வேண்டும்!" - விக்ரமன் கூற, உற்சாகத்துடன் அவனது கையைப் பற்றி குலுக்கினான் சம்பாஜி.

"ஓ! விவகாரம் அப்படி போகிறதா? எனது திருமணத்திற்கு வா என்று கூறுவதை விட்டுவிட்டு, கஜதுலாபாரம் அது இது என்று ஏன் சுற்றி வளைக்கிறாய்? அவசியம் நான் திருமணத்திற்கு வருகிறேன்!" என்ற சம்பாஜி, அரண்மனை சந்திரகிரியின் மலையடிவாரம் வரை வந்து, கொளத்து நாட்டிற்கு புறப்பட்ட வாயு விக்ரமனுக்கு விடை கொடுத்தான்.

"நேற்றுதான் உன்னை முதன்முதலாக சந்தித்தேன் விக்ரமா. இன்று உன்னைப் பிரியும்போது பல வருடங்களாக பழகிய ஒருவரை பிரிவது போன்று உணர்கிறேன்" சம்பாஜி உணர்ச்சியுடன் கூற, அவனை புன்சிரிப்புடன் பார்த்தான் வாயு விக்ரமன்.

"சென்று வருகிறேன் சம்பாஜி" என்று தனது புரவியின் மீது தாவி ஏறிய வாயு விக்ரமன், தொலைவில் சென்றதும் ஒரு முறை சம்பாஜியை திரும்பி நோக்கினான். தொலைவில் சிறு புள்ளியாக தெரிந்தான் சம்பாஜி.

தான் சம்பாஜியைச் சந்திப்பது அதுவே முதலும் கடைசியும் என்பதை உணராமல், கையை உயர்த்தி அவனை நோக்கி அசைத்தான். தொலைவில் தெரிந்த அந்தப் புள்ளியும் அசைவது தெரிந்தது. இப்போது ஒரு புள்ளியாக தெரியும் சாம்பாஜியின் உருவத்திற்கு விரைவில் ஒரு முற்றுப்புள்ளி வைக்கப்படும் என்பதை அறியாமல், கொளத்து நாட்டை நோக்கி தனது பயணத்தை தொடர்ந்தான் வாயு விக்ரமன்.

- தொடரும்

அத்தியாயம் 19

யானை காவு

கொளத்து நாடு! பகல் வேளையிலேயே கதிரவனின் கிரணங்கள் புகாவண்ணம், அடர்ந்த மரங்கள் பந்தல் அமைத்திருக்கும் அந்த அரண்மனையின் விஸ்தாரமான மைதானம், நள்ளிரவில் இருள் போர்வையை நன்றாக இழுத்துப் போர்த்திக்கொண்டிருந்தது. தாங்கள் நடமாடும் வேளையில் உங்களுக்கு இந்த மைதானத்தில் என்ன வேலை என்று கேட்பது போன்று, இரவுப் பறவைகள் மரங்களின் கிளைகளில் அமர்ந்து, தங்களது ஆட்சேபத்தை வெளிப்படுத்திக்கொண்டிருந்தன. அந்த மைதானத்தின் மையத்தில் இருந்த நீரூற்றின் நடுவில் இருந்த சிற்பத்தின் உச்சியில் இருந்த கப்பரையில் தீபம் ஒளிர்ந்துகொண்டிருந்தாலும், அந்த விஸ்தாரமான மைதானத்திற்கு அந்த வெளிச்சம் போதவில்லை.

மைதானத்தின் ஒரு மூலையில் இருந்த அகன்ற கதவுகள் திடீரென்று திறந்துகொண்டன. இருளில் மலைகள் நகருவது போன்று, நான்கைந்து யானைகள் அந்த மைதானத்தில் பிரவேசித்தன. ஒவ்வொரு யானையும் பிரமாண்டமான சரக்கு வண்டியோடு பிணைக்கப்பட்டிருந்தன. யானைகள் வழக்கமாக அணிந்திருக்கும் வெண்கல மணிகள் அனைத்துமே அவிழ்த்து வைக்கப்பட்டிருந்தன. அந்த இரவுக்கு தேவை பூரண அமைதி. காரணம், முகலாயப் படையெடுப்புக்குப் பயந்து, கோலாத்ரி பரம்பரையின் பொக்கிஷங்களை யானை காவு என்கிற காட்டுப் பகுதியில் பதுக்க தயாராகிக்கொண்டிருந்தது அரண்மனை.

இன்னமும் வாயு விக்ரமன் செஞ்சியில் இருந்து திரும்பியிருக்கவில்லை. ஒருவேளை சம்பாஜி முகலாயர்களின் மீது படையெடுத்துச் சென்று, அவர்களது முன்னேற்றத்தை தடை செய்யாமல் இருந்துவிட்டால், பொக்கிஷங்களுக்கு ஆபத்து என்பதால், முன்கூட்டியே அவற்றை பதுக்கிவிடலாம்

என்கிற யோசனையை அவனது பாட்டி, சுகஜீவன அந்தர்ஜனம் கூறியிருந்தாள். எனவேதான், பொக்கிஷங்களைப் பாதுகாத்து வைக்க, அந்த நள்ளிரவைத் தேர்ந்தெடுத்திருந்தது அரண்மனை.

இதற்கென்று நம்பிக்கையாக பன்னிரண்டு பணியாட்கள் தேர்தெடுக்கப்பட்டிருந்தனர். ஒவ்வொருவரும் கட்டுமஸ்தான ஆகிருதியும், மிடுக்கும் கொண்டிருந்தனர். பணியக்காரரர்கள் (பணிக்கர்கள்) என்று அழைக்கப்பட்ட அவர்கள், வேலைக்கு அஞ்ச மாட்டார்கள். கடுமையாக உழைப்பார்கள். அவர்கள் அனைவரும் அரண்மனைக்குள் செல்வதும், தோளினில் பெட்டகங்களை சுமந்து வருவதுமாக இருந்தனர்.

மைதானத்தின் ஒரு மூலையில், பெரிய பானையில் கள் நிரப்பப்பட்டிருந்தது. பொக்கிஷங்களை வண்டியிலேற்றி, முந்திரிப்பூ மலை (இப்போதைய *Silent Valley*) காட்டில் இருக்கும், யானை காவுக்கு எடுத்துச் செல்லவேண்டும். அங்கிருந்து இறந்த யானைகளைப் புதைக்கும் இடுகாட்டுக்கு நான்கு காதம் நடக்க வேண்டும். அங்கே குழிதோண்டி பொக்கிஷங்களைப் புதைக்க வேண்டும். இரவெல்லாம் அவர்களுக்கு அதிக பணி இருக்கக்கூடும் என்பதால், அவர்களுக்காக விசேஷமாக கள்ளை காய்ச்ச சொல்லியிருந்தாள் அந்தர்ஜனம்.

பரிமளன் என்கிற பட்டத்து யானை, சற்றே ஆயாசத்துடன் காணப்பட்டது. அந்தர்ஜனத்தின் கட்டளையின் பெயரில் ஒரு வேளை உணவை அதன் பாகன் குறைத்திருந்ததால், சோர்வுடன் காணப்பட்டது. அது அரண்மனை நியதிதான். போர்க்காலங்களில் யானைகளுக்கு உணவைக் குறைத்து அதனை மதம் கொள்ள செய்து, போர்க்களத்திற்கு இட்டுச்செல்வார்கள். உணவு கிடைக்காத கோபத்தை, எதிரிகளின் மீது காட்டும் யானைகள்.

சுகஜீவன அந்தர்ஜனம், கையில் ஒரு கழியுடன் அரண்மனை குறட்டில் கம்பீரமாக நின்றுகொண்டிருந்தாள். தூக்கி வாரி உச்சியில் முடிந்திருந்த கொண்டை. கொண்டையின் உள்ளிருந்து அருவி போன்று பாய்ந்த சுருள்முடி கற்றைகள். காதுகளில் ஸ்வர்ண பாம்படம், கழுத்தில் துளசி மணி மாலை, கையில் வெள்ளிக் காப்பு என்று தோரணையோடு நின்றுகொண்டிருந்தாள். அவள் உடுத்தியிருந்த வெள்ளை சீலை, அந்த இருளில் பளிச்சென்று ஒளியிட்டு, கரிய வானின்

முழுமதியாக ஜொலித்தாள். இங்கும் அங்கும் அவள் நகரும்போது, காலில் அவள் அணிந்திருந்த மரக்கட்டைகளால் செய்திருந்த பாதரட்சை ‘டக் டக்’ என்று ஒலித்து, பணியக்காரர்களை அச்சுறுத்தியது.

அப்போது பணியக்காரன் ஒருவன், நவரத்தின குவியலை வைத்திருந்த ஒரு வெள்ளிப் பெட்டகத்தை திறந்து அதன் உள்ளே ஆர்வத்துடன் பார்க்க, அதைக் கவனித்துவிட்டாள் அந்தர்ஜனம்.

“அடேய் பொன்னானி பரமேஸ்வரா! உன் கண்ணைப் பிடுங்கி கோட்டானுக்கு போட! ஔரங்கசீப் கண்ணுலகூட இவ்வளவு பேராசை இருக்காது! பொக்கிஷப் பெட்டியைத் திறந்து பார்க்கிற அளவு துணிச்சல் இருக்கா உனக்கு? எல்லா பெட்டகங்களை சுத்தி, ‘நீலி பந்தனம்’ செஞ்சிருக்கேன். எதன் மேலாவது கையை வைத்தால், சூரிய உதயத்தையே பார்க்க முடியாது! ரத்தம் கக்கி இறந்து போவாய்!” - என்று சுகஜீவனம் வீறிட்டு அலற, பயந்துபோன பொன்னானி பரமேஸ்வரன், சட்டென்று அந்த வெள்ளிப் பெட்டகத்தை மூடி, பாக்கு மரப் பெட்டியில் வைத்தான்.

எல்லா பொக்கிஷங்களையும் வண்டிகளில் ஏற்றியதும், அந்தர்ஜனம் எல்லா பணியாட்களையும் அழைத்தாள்!

“பாவம்! மிகவும் களைத்துப் போயிருப்பீர்கள்! உங்களுக்காக கள் காய்ச்சப்பட்டு அதோ அந்தப் பானையில் வைத்திருக்கிறேன். எல்லோரும் கள் குடித்துவிட்டு புறப்படுங்கள்!” என்று அந்தர்ஜனம் கூறியவுடன், பணியாட்கள் பாய்ந்துச் சென்று கள் நிரம்பியிருந்த பானையைச் சூழ்ந்துகொண்டனர்.

தனது குதிரையில் சில வீரர்களுடன் யானைகாவுக்கு புறப்பட்டார் மன்னர் வடக்கன் பெருமாள். அவரைத் தொடர்ந்து, பொக்கிஷ வண்டிகளை இழுத்தபடி யானைகளும் செல்ல, வண்டிகளின் பின்பாக காவலர்கள் சிலர் சென்றனர்.

அந்த வண்டிகள் செல்வதையே சுகஜீவன அந்தர்ஜனமும், அவளது மருமகள் கனகமணியும் பார்த்துக்கொண்டு நின்றார்கள்.

“எல்லாவற்றையும் திரட்டி அனுப்பியாகிவிட்டது! ஏதோ நமது நித்ய பயன்பாட்டுக்காக சில ஆபரணங்களும்,

திருநாவாய் முகுந்தன் உற்சவத்துக்கு நாம் கொடுக்கிற வெள்ளி கலயங்களும்தான் இருக்கின்றன! அவற்றை வைத்துக்கொண்டு முகலாயர்கள் நாக்கைதான் வழிக்க முடியும்!" - நிம்மதி பெருமூச்சு ஒன்றை சிந்தியபடி சுகஜீவனம் கூறினாள்.

"அம்மே! முகலாயர்களை விட்டுத் தள்ளுங்கள்! இந்தப் பணியக்காரர்களை நம்பமுடியுமா? யானை காவுல பொக்கிஷங்கள் பத்திரமாக இருப்பதாக நாம் எப்படி நிம்மதியா இருக்க முடியும்? அவர்கள் அதனை எடுத்துக்கொள்ள மாட்டார்களா அல்லது எடுக்க முடியவில்லை என்றால்கூட, எதிரிகளுக்கு தகவல் தெரிவிக்க வாய்ப்பு இருக்கிறது அல்லவா?" என்றாள் கனகமணி.

சுகஜீவனம் அலட்சிய புன்னகையுடன், மைதானத்தில் நடுவே சுட்டிக்காட்டினாள்.

"அங்கே பார்!" - சுகஜீவனம் ஓரிடத்தைச் சுட்டிக் காட்டினாள். அந்த திக்கில் நோக்கிய கனகமணியின் பார்வை அந்தச் சட்டிப்பானையின் மீது பதிந்தது.

"என்ன அது?" கனகமணியின் புருவங்கள் உயர்ந்தன.

"அந்த ஆட்களை கள் குடியுங்கள் என்று ஏன் வருந்தி வருந்தி சொன்னேன் தெரியுமா? அவர்கள் விஷயத்தை வெளியில் சொல்லக்கூடும் என்கிற பயம் எனக்கு மட்டும் இல்லாமலா இருக்கும்? அந்தக் கள்ளில் அரணைதுரிசு கலந்து காய்ச்சப்பட்டிருக்கிறது. அரணைதுரிசு மயில் துத்தத்தைவிடப் பயங்கர விஷம்! சாம்பல் நிறத்தில் இருக்கும். கள்ளில் நன்றாகக் கரைந்துவிடும்! குடித்த உடன் ஒன்றும் பலன் தெரியாது. சூரிய ஒளி தேகத்தில் பட்டதும், முதலில் தோலில் நமைச்சலும், அரிப்பும் ஏற்படும். கண்கள் எரியும். நாளை காலையில உயிரை வாங்கிவிடும்" - என்றதும் கனகமணி அதிர்ந்தாள்.

"போர் வந்தால்தான் உயிர்கள் பிரியும் என்று நினைத்தேன். ஆனால், படையெடுப்புகளுக்கு முன்பாகவே உயிர்கள் காவு வாங்கப்படும் என்பதை இப்போதுதான் தெரிந்துகொண்டேன்!" - கனகமணி தேகம் நடுங்க கூறினாள்.

“அதுதான் கனகம், அரசியல்! இப்போது உன் மீது எனக்கு நம்பிக்கை உள்ளது! என்மீது உனக்கு நம்பிக்கை உள்ளது. அதுவரையில்தான் நீயும் நானும் நிம்மதியாக இருக்கலாம். நாளைக்கே உன் மீது எனக்கு சந்தேகங்கள் வரலாம் அல்லது என் மீது உனக்கு ஐயங்கள் வரலாம்! அப்படி ஒரு நிலை தோன்றினால், உனக்கும் எனக்கும் அந்தப் பணியக்கார ஆட்களின் கதிதான்!” - சற்று காட்டமாக கூறிவிட்டு கஜானா அறையைப் பூட்டியவள், சாவிகள் முடிக்கப்பட்டிருந்த சேலை முந்தானையைச் சுழற்றி அலட்சியமாக தோளின் மீது பரத்தியபடி பாதரட்சைகள் ஒலிக்க, அங்கிருந்து அகன்றாள் அந்தர்ஜனம்.

தனது மாமியார் சுகஜீவன அந்தர்ஜனம் கூறியது, தனக்கு விடுத்த எச்சரிக்கையா அல்லது விளக்கமா என்பது புரியாமல், அரண்டுபோய் நின்றிருந்தாள் கனகமணி.

* * * *

ஔரங்கசீப் குஷால் கானை அன்புடன் பார்த்தான்.

“எனது ஆசைநாயகி ராபியாவின் தங்கை நதியாவை நிக்காஹ் செய்துகொள்ள உனக்கு சம்மதம்தானே குஷால் கான்?” - ஔரங்கசீப் தனது கைகளைப் பின்பாக கட்டிக்கொண்டு மெதுவாக நடைபோட, உடன் நடந்த குஷால் கான், என்ன பதில் சொல்வது என்று விழித்தான்.

‘ஆலம்பனா! உண்மையில் நாதியா எனது தம்பி கன்சத் கானைதான் காதலிக்கிறாள். அதை கூறுவதற்குத்தான் என்னிடம் வந்தாள்!’ என்கிற உண்மையை ஒரு கணம் கூறிவிடத்தான் நினைத்தான். ஆனால், முல்தான் மாகாணத்தின் வலிமை வாய்ந்த நவாப் பதவி அவனது கண்களின் முன்பாக நிழலாடியது.

‘அப்படியென்றால் கன்சத் கானை முல்தானின் நவாபாக நியமிக்கிறேன் என்று ஆலம்பனா கூறிவிட்டால், சகோதரர்களில் மூத்தவனான இவனுக்கு என்ன மரியாதை? மேலும், ராபியாவைவிட நாதியா இன்னமும் பேரழகு வாய்ந்தவள். அவளை தனது ஆசைநாயகியாக வைத்துக்கொள்ளாமல், தனக்கு விட்டுக்கொடுப்பதே ஔரங்கசீப்பின் பெரிய மனதைக்

காட்டுகிறது. வலிய வரும் அதிர்ஷ்டத்தை எதற்கு எட்டி உதைக்க வேண்டும்?'

"ஹொசூர்! நதியாவை திருமணம் செய்துகொள்ள வேண்டும் என்கிற ஆசையைவிட, உங்களது கட்டளையை நிறைவேற்ற வேண்டும் என்கிற ஆசைதான் எனக்கு அதிகமாக உள்ளது" - குஷால் கான் கூறினான்.

"ஓ அப்படியா! எனது ஆசைகளை நிறைவேற்றும் ஆசை உனக்கு அதிகமா குஷால்?" ஔரங்கசீப் சட்டென்று நின்று, குஷால் கானை உறுத்துப் பார்த்தான்.

"அதில் சந்தேகமென்ன ஆலம்பனா! நீங்கள் கண்களால் உத்தரவிடுங்கள். நான் எனது தலையால் செய்து முடிக்கிறேன்!" - குஷால் கான் கூறினான்.

'உனது தலை எனக்கு தேவைப்படும் வேளையில் நிச்சயம் கேட்கிறேன்!' - மனதினுள் கூறிக்கொண்ட ஔரங்கசீப், குஷால் கானை புன்சிரிப்புடன் நோக்கினான்.

"எனக்கு லால் குன்வர் நடனத்தை தனியாகப் பார்க்க வேண்டும் போலிருக்கிறது! உனது சகோதரர்கள் மற்றும் லால் குன்வர். அவளுக்கு பின்பாட்டு பாடும் ஜபீன். மாளிகையில் வேறு யாரும் இருக்கக்கூடாது. எனது பிரிய பெயரன் ஜஹந்தர் ஷா உங்களை நன்கு கவனிக்க வேண்டும் என்று சொல்லிவிட்டுத்தான் தெற்கே சென்றான். இனி இந்த முகலாய சாம்ராஜ்யத்தில் உங்கள் குடும்பம் பெரிய பங்கை வகிக்கப் போகிறது. காரணம், எனது ஜஹந்தரின் பிரிய பட்டத்து அரசி உங்கள் சகோதரி லால் குன்வர் அல்லவா?" - ஔரங்கசீப் கூற, உச்சி குளிர்ந்து போனது குஷால் கானுக்கு.

"நிச்சயம் ஏற்பாடு செய்கிறேன் ஆலம்பனா!" - குஷால் கான் கூறினான்.

* * * *

அன்றிரவு -

லால் குன்வர் மிக அழகாக தன்னை அலங்கரித்துக்கொண்டு, ஔரங்கசீப் முன்பாக பணிந்து ஸலாம் செய்துவிட்டு, இடுப்பில்

கைகளை வைத்துகொண்டு நிற்க, ஜபீன் தயக்கத்துடன் வந்து நின்றாள்,

ஔரங்கசீப்பிற்கு மிகவும் பிரியமான பாடகி, ஜபீன். அவள் மீது அன்பும் மரியாதையும் வைத்திருந்தான். மன்னர் தன்னிடம் சகோதர வாஞ்சை கொண்டிருப்பதை உணர்ந்த ஜபீனும், அதனைத் தவறாகப் பயன்படுத்தாமல்தான் இருந்தாள். தான் அவர் தளபதி பாத் கானின் ஆசைநாயகியாக திகழ்வதை அறிந்தால் மன்னர் கோபப்படுவாரோ என்று அவள் நடுங்க, அவரோ அதனை கண்டுகொள்ளவேயில்லை. பாத் கான், ஜபீன் இருவருமே அவருக்கு பிரியமானவர்கள் என்பதால், அவர் அதனைப் பொருட்படுத்தவில்லையோ என்னவோ?

ஆனால், இன்று லால் குன்வரின் நடனத்தைக் காண அவர் வருகிறார் என்றதும், ஜபீனின் மனதில் லேசான நடுக்கம். மனதில் ஒருவித நெருடல்! ஒருவேளை, அவரது பிரியமான பெயரன் ஜஹந்தர் ஷா, நடன மாது லால் குன்வரை காதலிக்கும் சேதி அவருக்கு தெரிந்திருக்குமோ? வழக்கமாக தனியாக எந்த நடன நிகழ்ச்சியையும் காண வரமாட்டார் மன்னர். இன்றைக்கு எதற்காக தனியாக லால் குன்வரின் நடனத்தைப் பார்க்க வருகிறார்?

அன்றைய நடனத்திற்கு லால் குன்வர் தேர்தெடுத்த பாட்டு வேறு, ஜபீனை கவலைகொள்ளச் செய்திருந்தது. தனக்கும் ஜஹந்தர் ஷாவுக்கும் இடையே நிலவும் காதலை வர்ணிக்கும் பாட்டு வேறு.

‘நான் ஒரு நொறுங்கும் தேவதை!

தனிமையில் வாடும் என் இதயத்தைக் கேள்

முழுவதும் உடைவதற்கு முன்பாக

தெற்கே சென்ற அன்பே,

ஓடோடி வந்து என்னை சேகரித்து

இதயத்தில் வைத்துக்கொள்!’

“வேண்டாம் குன்வர்! இந்தப் பாட்டு மன்னரின் கோபத்தை அதிகரிக்க செய்யும்” என்று ஜபீன் எவ்வளவு கெஞ்சியும், லால் குன்வர் ஒப்புக்கொள்ளவில்லை.

“ஆலம்பனா, எங்கள் திருமணத்திற்கு சம்மதம் தந்துவிட்டதாக, எனது சகோதரன் குஷால் கான் தெரிவித்தான்! எனவே, நீ துணிவுடன் இந்தப் பாட்டை பாடு!” - என்றாள் லால் குன்வர்.

ஔரங்கசீப்பை சுற்றி லால் குன்வரின் சகோதரர்கள் நால்வரும் அமர்ந்திருக்க, லால் குன்வர் உற்சாகத்துடன் துள்ளிக் குதித்து ஆடினாள். அவளது சதங்கை ஒலியும், ஜபீனின் இனிய குரலும், அந்த நூர் பகீசா மாளிகையில் இனிமையைப் பரப்ப, முதல் பாட்டு முடிந்ததும் ஔரங்கசீப், ஜபீனை பார்த்தார்.

“ஜபீன்! பாடியது போதும்! நான் லால் குன்வரிடம் தனியாகப் பேச வேண்டும்! லால் குன்வர்... இல்லை இல்லை... இம்தியாஸ் மெஹல்! எனது பெயரன் ஜஹந்தர் ஷாவை ஏதோ பொக்கிஷத்தைக் கொண்டு வரச் சொல்லி தெற்கே அனுப்பியிருக்கிறாயாமே? அதென்னவோ மயிலங்கி பொக்கிஷமாமே! கொஞ்சம் விவரமாக சொல்! அவசரம் இல்லை! நிதானமாக சொல்! ஜபீன் நீ வெளியேறலாம்! இனி லால் குன்வர் நடனமாடப் போவதில்லை. இன்றிரவு நீ நமது அரண்மனையில் தங்கு! நாளை உனக்கு வேறு ஏற்பாடு செய்கிறேன். காரணம், இந்த நூர் பகீசாவில், லால் குன்வரும் அவளது நான்கு சகோதரர்களும் இனிமேல் சிறை இருக்க போகிறார்கள்!” - என்றபடி ஔரங்கசீப் கையைத் தட்ட, திபுதிபுவென்று காவலர்கள் உள்ளே வந்து நின்றார்கள்.

“ஜபீன் வெளியேறியதும், இந்த மாளிகையின் எல்லா கதவையும் அடைத்துவிடுங்கள்!” ஔரங்கசீப் கூற, ஜபீன் மன்னருக்கு ஸலாம் ஒன்றை வைத்துவிட்டு நகர்ந்தாள்.

லால் குன்வரும் அவளது சகோதரர்கள் நால்வரும் வெலவெலத்துப் போய் நின்றார்கள்.

நூர் பகீசாவின் கதவுகள் ஓங்கி அறையப்பட்டு மூட, அந்த ஒலிகள் ஜபீனின் குலையை நடுங்கச் செய்தன. நந்தவனத்தில் குளிர்க்காற்று வீசியும், ஜபீனின் முகத்தில் முத்து முத்துகளாக

வியர்வைத் துளிகள்.. அவளுடைய கமீஸ் வியர்வையில் தொப்பலாக நனைந்திருந்தது.

'அய்யோ! எனது காதலன் பாத் கான் ரகசியமாக பொக்கிஷங்களைக் களவாடி தெற்கில் பதுக்கி வைக்கப்போவதாக கூறியுள்ளாரே! அந்த ரகசியமும் ஔரங்கசீப்பிற்கு தெரிய வந்தால்? பாத் கானை எப்படி எச்சரிப்பது?'

ஜபீன், கலவரத்துடன் யோசித்தபடி நடந்தாள்.

- தொடரும்

அத்தியாயம் 20

கணவனே கண்கண்ட பகைவன்

தலைக்காவேரியை நோக்கிச் சென்றுகொண்டிருந்தது, மன்னர் திருமலை ரங்க ராயரின் பரிவாரம். ரதம் ஒன்றில் அஸ்வத்தம்மாவும், ரங்காத்மஜாவும் அமர்ந்திருக்க, ரதத்திற்கு முன்பாக, மன்னர் ரங்க ராயரும், திவான் கீராங்கூர் அனந்தாச்சாரியாரும் தத்தம் குதிரைகளில் பயணித்துக்கொண்டிருந்தனர். சுற்றி ஒரு நாற்பது வீரர்கள் குதிரைகளில் அவர்களைப் பின்தொடர்ந்து கொண்டிருந்தனர்.

'மயிலங்கி பொக்கிஷத்தைக் கைப்பற்றிவிட்டால், பிறகு மங்கா எப்படி போனால் நமக்கென்ன? வேண்டுமென்றால் என்னுடைய இளைய தாரமாக ஸ்ரீரங்கப்பட்டணத்தில் வாசம் செய்யட்டும். இல்லையேல், பொக்கிஷங்களை இழந்த மயிலங்கி குறுநிலத்தின் பொம்மை அரசியாக, ஆட்சி செய்யட்டும். பொக்கிஷம் கிடைக்கும் வரையில்தான் மங்கா என்னும் தேவையற்ற சுமைக்கு மரியாதை' - என்று சுயநலத்துடன் நினைத்தபடி தலைக்காவேரியை நோக்கிச் சென்றுகொண்டிருந்தார் மன்னர் ரங்க ராயர்.

ஆனால் -

எந்த மயிலங்கி பொக்கிஷத்தை அடைவதற்காக தீவிரத்துடன் சென்றுக்கொண்டிருந்தாரோ, எந்த அலர்மேல் மங்காவை அலட்சியமாக தேவையற்ற பாரம் என்று எண்ணிக்கொண்டிருந்தாரோ, அந்த அலர்மேல் மங்கா, ஒரு குதிரையில் ரகசியமாக மன்னரின் பரிவாரத்தை தொடர்ந்து வந்துகொண்டிருந்தாள். யார் அந்த வெங்கோப பட்ராயர்? கஜேந்திர அடிகா மற்றும் ஆகர்ஷ கௌடே என்கிற இரு படைவீரர்களின் உதவியோடு வெங்கோப பட்ராயர் இவளுடைய மயிலங்கி பொக்கிஷங்களைத் தேடிவருவதாக

தெரிகிறது. தந்தை வைத்து சென்ற குறிப்புகளடங்கிய சுவடியை, இவளால்தான் யூகிக்க இயலவில்லை. ஒருவேளை, வெங்கோபருக்கு ஏதாவது தெரிய வந்திருந்தால்...?

தான் பின்தொடர்ந்து வருவதை மன்னரின் பரிவாரம் அறியாதவண்ணம், அடர்ந்த மரங்களிடையேயும், பாறைகளின் பின்பாகவும் அவ்வப்போது தனது குதிரையைச் செலுத்தி, மங்கா அவர்களைப் பின்தொடர்ந்தாள். ஆனால், அதே சமயம் அவர்களைத் தனது கண்பார்வையிலிருந்து நழுவ விடாமல் சென்றாள்.

தலைக்காவேரியை நெருங்க, காற்றில் குளிர்ச்சியை உணரமுடிந்தது. குடகு மலை தொலைவில் பனிப்போர்வையின் ஊடே தெரிந்தது. பிரம்மகிரி மலைத்தொடர்ச்சியின் ஒரு பகுதிதான் குடகு.

மன்னரின் பரிவாரம், தலைக்காவேரிக்கு மிக அருகில் இருந்த பாகமண்டலா என்கிற கிராமத்தை அடைந்து, அங்கிருந்து இடப்புறமாக ஒரு காட்டுப்பாதையில் சென்றது.

(தலைக்காவேரி, கர்நாடகாவின் குடகு மாவட்டத்தில் பாகமண்டலாவிலிருந்து 7 கி.மீ மற்றும் மடிகேரியிலிருந்து 48 கி.மீ தொலைவில் உள்ளது. இது, கேரள மாநிலத்தின் காசர்கோடு மாவட்டத்தின் எல்லைக்கு அருகில் அமைந்துள்ளது.)

மன்னரின் பரிவாரம், அந்தக் காட்டுப்பாதையில் நான்கு காதங்கள் பயணித்ததும், பாதை ஒரு ஆஸ்ரமத்தின் முன்பாக முடிந்தது.

'இதுதான் வெங்கோப பட்ராயரின் ஆஸ்ரமமாக இருக்கக்கூடும். மன்னர் குழாம் இங்குதான் தங்கப்போகிறார்கள் போலிருக்கிறது!' என்று யூகித்தபடி, தனது குதிரையை அடர்ந்த காட்டிற்குள் செலுத்தியவள், மறைவாக ஒரு மரத்தில் அதனைப் பிணைத்துவிட்டு, இரண்டு முறை அதன் பிடரியில் தட்டிக்கொடுத்துவிட்டு, வெங்கோபரின் ஆஸ்ரமத்தை நோக்கி நடந்தாள்.

ஆஸ்ரமத்தை நெருங்க, பேச்சுக் குரல்கள் கேட்டன. மன்னர் ரங்க ராயரின் வெண்கல மணியென குரல் கேட்டதும், மங்காவுக்கு

தேகமெல்லாம் பற்றி எரிந்தது. கணவனாக இவளைக் காப்பாற்ற வேண்டியவர், இவளது பொக்கிஷங்களைப் பறிக்க சூழ்ச்சி செய்கிறாரே? கணவனே கண்கண்ட தெய்வம் என்று இவளது தாய் சிறுவயதில் கூறியிருக்கிறாள். ஆனால், இவளுக்கு கணவனே கண்கண்ட பகைவனாக அல்லவோ இருக்கிறார்?

காய்ந்த சருகுகள் இவளது காலடியில் நொறுங்கி பொடிபட, அதனால் எழுந்த ஒலி, பலமாக கேட்டது. எனவே, தனது வேகத்தைக் குறைத்து, அடிமேல் அடியெடுத்து வைத்து நிதானமாக ஆஸ்ரமத்தினுள் நுழைந்தாள். ஏராளமான சிறு சிறு குடில்கள் காணப்பட, மையத்தில் ஒரு பெரிய குடில் காணப்பட்டது. அதுதான் வெங்கோபரின் பர்ணசாலையாக இருக்க வேண்டும். மன்னர் வந்திருப்பதால், எல்லா சீடர்களும் வெங்கோபரின் ஆஸ்ரமத்தின் வாயிலில் குழுமியிருக்க, உள்ளே பேச்சுக் குரல் கேட்டது. மைய ஆஸ்ரமத்தை சுற்றி சீடர்கள் நிற்பதால், இவளால் அருகே சென்று உள்ளே நடப்பதை காணமுடியாது! என்ன செய்யலாம்?

வெங்கோபர் ஆஸ்ரமத்தை சுற்றி தனது கிளைகளால் பந்தல் அமைத்திருந்தது ஒரு ஆலமரம். இவள் செய்த பாக்கியம், அந்தப் பரந்த ஆலமரத்தின் ஒரு விழுது, இவள் மறைந்திருந்த பக்கமாகத்தான் இருந்தது. ஆலமரத்தின் மீது ஏறி, கிளைகளில் ஊர்ந்தபடி, வெங்கோபரின் பர்ணசாலையை நெருங்க முடியும். உள்ளே நடப்பதை காண இயலாவிட்டாலும், அவர்களின் உரையாடலைக் கேட்க முடியும்.

சற்றும் யோசிக்காமல், அந்த விழுதுகளைப் பற்றிக்கொண்டு, இப்படியும் அப்படியும் ஊஞ்சலாடி, சற்றே உயரத்தை அடைந்ததும், தனது கால்களால் ஆலமரத்தின் ஒரு கிளையைச் சுற்றி வளைத்துப் பிடித்தாள். அந்தக் கணம் தன்னை வீராங்கனையாக வளர்த்திருந்த தந்தை வெங்கடப்பாவுக்கு நன்றி கூறினாள். எதிர்காலத்தில் தனது மகள் மயிலங்கி பொக்கிஷங்களைக் காப்பதற்கு தன்னந்தனியாக போராட வேண்டியிருக்கும் என்பதை தீர்க்கதரிசனத்துடன் உணர்ந்திருந்தாரோ என்னவோ? அதற்குரிய துணிவுடனும், வீர சாகஸங்களையும் செய்வதற்கு மகளைப் ப்ழக்கியிருந்தார் போலும்.

மங்கா கிளைக்கு கிளை தாவி, பர்ணசாலையை நெருங்க, ஒரு கிளையில் குரங்குகள் கூட்டமாக அமர்ந்திருந்தன. இவள் முன்னேறுவதைக் கண்டு அவை கீறிச்சிட்டபடி இங்கும் அங்கும் தாவ, அவற்றின் அலறல்களால் கவனம் திரும்பிய சில சீடர்கள் அண்ணாந்து மரத்தைப் பார்த்தார்கள். சட்டென்று அடர்த்தியான இலைப் பகுதியின் பின்பாகப் பதுங்கினாள் மங்கா. நல்லவேளையாக, பசுமை வண்ண சேலையை அணிந்திருந்தாள். இலைகளின் ஊடே உறுத்து நோக்கினால்தான் இவள் புலப்படுவாள்.

ஆனால் -

கம்பீர மன்னரும், பேரழகிகளான அரசி அஸ்வத்தம்மாவையும், அவளது மகள் ரங்காத்மஜாவையும் காணும் ஆர்வத்தில், அந்த சீடர்கள் மீண்டும் பார்வையை ஆஸ்ரமத்தினுள் திருப்ப, மங்கா சுவாசத்தை சீராக விட்டாள்.

பிறகு மீண்டும் மெதுவாக ஊர்ந்து, ஆஸ்ரமத்தின் பின்பக்கமாகச் சென்ற ஒரு கிளைக்கு மாறி, தொடர்ந்து முன்னேறினாள். அந்தக் கிளை சற்றே தாழ்வாக நிலத்தை நோக்கி சென்றதால், இவள் அதில் ஊர்ந்துசெல்ல, அது இப்படியும் அப்படியுமாக அசையத் தொடங்கியது. இனியும் தொடர்ந்து சென்றால், இவளது பாரம் தாளாமல் கிளையே முறிந்து விழலாம். யோசித்தபடி தான் இருந்த பகுதியில் இருந்து குனிந்து நோக்கினாள். வெங்கோபர் அமர்ந்திருந்த பீடமும், அவர் முன்பாக தர்ப்பை பாயில் உட்கார்ந்திருக்கும் மன்னர் ரங்கா ராயரின் கால்களும் தெரிந்தன. பின்பாக நிற்கும் அஸ்வத்தம்மா மற்றும் ரங்காத்மஜாவின் சேலைகளும் தெரிந்தன. மங்கா செவிகளைக் கூராக்கினாள்.

“ராயரே! நீங்கள் கஜேந்திர அடிகா மூலம் ஓலை அனுப்பியதும், எனது மூளைக்கு வேலை கொடுக்கத் தொடங்கிவிட்டேன். நீங்கள் கொடுத்த குறிப்புகளை எனது சிந்தையில் செலுத்தி ஆய்வு செய்துவிட்டேன். இந்தப் பொக்கிஷ குறிப்புகளை ஓலையில் வடித்திருக்கும் மயிலங்கி மன்னரின் புத்திக்கூர்மையைப் பாராட்டாமல் இருக்க முடியவில்லை” - வெங்கோபர் கூற, மன்னர் பொறுமையை இழந்தார்.

“எனது மாமனாரின் பெருமைகளைக் கேட்பதற்காக நான் இங்கே வரவில்லை ராயரே! எந்த வேளையிலும் முகலாயர்கள் மலை நாட்டு பகுதிகளின் மீது படையெடுத்து வரலாம். அவர்கள் வருவதற்கு முன்பாக பொக்கிஷங்களை எனது வசம் நான் கொண்டுவர விரும்புகிறேன். நான் அனுப்பிய குறிப்புகளைக் கொண்டு, புதையல் தொடர்பாக ஏதாவது தகவல்கள் தெரிந்ததா?” - ரங்க ராயர் கேட்டார்.

“கண்டுகொண்டேன் ராயர்! மயிலங்கி ரகசிய ஓலையின் சங்கேத குறிப்புகளைக் கண்டுகொண்டேன்” வெங்கோபர் புன்சிரிப்புடன் ஒருமுறை, அந்த ஓலையில் வடிக்கப்பட்டிருந்த குறிப்புகளை ஒப்புவித்தார்.

(கன்னடத்தில்)

கோனய பேட்டிகே
நவிலு மெடிலுகாலு
தக்ஷிண மெலிகே
நில தர்பாரு
கபின கரிகாலு
ஹசிறு தேவரு!
- எடகணு கங்கேவாகி மத்து
பலகணு சமுத்திரவாகி
அடக சத்யவூ

- மயிலங்கி ரஹஸ்யா

(தமிழில்)

அந்திம பெட்டகம்
மயிற்படிகள்
தெற்கு அறை
நிலத்தடி தர்பார்
இரும்புத் தோகை
பச்சை தெய்வம்!

இடக்கண்ணில் கங்கையைக் கொண்டும்
வலக்கண்ணில் கடலைக் கொண்டும்
நோக்கினால் உண்மை புரியும்.

- மயிலங்கி ரகசியம்

"முதல் வரி அந்திம பெட்டகம் என்கிறது. அப்படி என்றால் ஒருவருடைய பிருந்தாவனம் அல்லது சமாதி என்று தெரிகிறது.

இரண்டாவது வரி மயிற்படிகள் என்று குறிப்பிடப்பட்டுள்ளது. படிகள் என்றால் ஒன்று ஏற வேண்டும் அல்லது இறங்க வேண்டும். நாம் ஏற வேண்டும் என்றே வைத்துக்கொள்வோம்.

'மூன்றாவது வரி, தெற்கு அறை என்கிறது. இங்குதான் சூட்சுமம் இருக்கிறது. முதல் வரியில் அந்திம என்று தொடங்கிவிட்டு மூன்றாவது வரியில் அறை என்று குறிப்பிடப்பட்டுள்ளதை தொடர்புபடுத்தி பார்க்க வேண்டும். ஆக, அந்திம அறை என்றால் கல்லறை. மயிலங்கி சமஸ்தானத்தின் தெற்கு பகுதியில் ஏதாவது மலையின் மீது மகானின் சமாதி ஏதாவது இருக்கிறதா என்று தேடிப் பார்க்க வேண்டும்.

நாலாவது வரி நிலத்தடி தர்பார் என்று குறிப்பிடப்பட்டுள்ளது. ஆக சமாதி, பிருந்தாவனம் என்று எப்படி கூறினாலும், நிலத்தடியில் தர்பாரை நடத்தும் ஒரு மன்னரோ, அல்லது மகானின் பிருந்தாவனத்திலோ பொக்கிஷங்கள் புதைக்கப்பட்டுள்ளன என்பதை யூகிக்க முடிகிறது.

இடக்கண்ணில் கங்கையைக் கொண்டும் வலக்கண்ணில் கடலைக் கொண்டும் நோக்கினால் உண்மை தெரியும் என்று கடைசி வரி குறிப்பிடுகிறது. அது நிச்சயம், இடப்புறமாக பாயும் ஆறு ஒன்றும், வலப்புறமாக பாயும் ஆறு ஒன்றும் கூடும் இடம் என்பதை உணர்த்துகிறது.

எனவே, மயிலங்கி பொக்கிஷம் இருக்கும் இடம் இதுதான்! மயிலங்கி சமஸ்தானத்தின் தெற்கே, இரு ஆறுகள் கூடும் இடத்தில், மலையின் மீது இருக்கும் ஒரு மகானின் சமாதியின் அடியில் பொக்கிஷங்கள் இருக்கக்கூடும். பச்சை தெய்வம் என்று குறிப்பு இருப்பதால், அந்த மகான் ராம பக்தனாக இருந்திருப்பார்.

கரிய தெய்வம் என்றால் கிருஷ்ணன். எனவே, மயிலங்கியின் தெற்கு பகுதியில், ராமன் ஆலயம் உள்ள மலையின் மீது சமாதி இருக்கிறதா என்று உடனே தேட வேண்டும்!" - வெங்கோபர் கூற, பரபரப்படைந்தார் மன்னர் ரங்க ராயர்.

"ஆகர்ஷா! உடனே நீயும் கஜேந்திர அடிகாவும் பத்து வீரர்களுடன் சென்று தேடுங்கள். எச்சரிக்கை! மயிலங்கியில் இருக்கும் புல் பூண்டுக்குக்கூட நீங்கள் பொக்கிஷங்களைத் தேடுவது தெரிய கூடாது!" - ரங்க ராயர் கட்டளையிட, ஆகர்ஷ கௌடே தலையசைத்துவிட்டு, அடிகாவுடன் நகர்ந்தான். பத்து வீரர்களுடன் அவர்கள் புறப்பட்டுச் செல்வது, குதிரைகளின் குளம்படிகளின் ஒலியைக்கொண்டு அறியமுடிந்தது.

மரக்கிளையில் படுத்திருந்தபடி உள்ளே நிகழும் உரையாடல்களைக் கவனித்துக்கொண்டிருந்த மங்கா, கண்களை மூடி யோசித்தாள். மைசூருக்கு தெற்கு எல்லையில் உள்ள மயிலங்கியின் அருகே இரண்டு ஆறுகள் ஓடுகின்றன. யாகச்சி என்கிற யாக சாட்சி நதியும், மைசூரிலிருந்து பாயும் காவிரியின் கிளையான இடமூரி ஆறும் மயிலங்கியின் தெற்குப் பகுதியில் ஒன்றிணைகின்றன. அதன் கரையில் ஒரு சிறிய குன்று உள்ளது. அங்கே மயிலங்கி சமஸ்தானத்தின் மூதாதையர் ராம பாசப்பா என்கிற ஒருவர், மன்னராக திகழ்ந்து பிறகு பதவியை உதறிவிட்டு, துறவியாக குன்றின் மீது தவம் செய்யத் தொடங்கினார். அவர் அப்படியே சமாதி நிலையை அடைந்துவிட, மங்காவின் பாட்டனார் சூரியப்பா அந்தக் குன்றின் மீது ஒரு அனுமான் கோயிலை எழுப்பினார். அந்த ஆலயத்தின் பின்புறம் பாசப்பாவின் சமாதி உள்ளது. ஒருவேளை, வெங்கோபர் குறிப்பிடும் அந்த பாசப்பாவின் சமாதியில்தான் பொக்கிஷங்களைத் தந்தை மறைத்து வைத்திருக்கிறாரோ?

ஆக, தலைக்காவேரிக்கு வந்தது வீண் இல்லை. நல்லவேளையாக ஸ்ரீரங்கப்பட்டண அரண்மனையில் ரங்க ராயரின் மேஜையின் மீது கிடந்த பட்டோலையை இவள் வாசித்திருந்தாள். இல்லையேல், இவள் வெங்கோப பட்ராயரை பற்றி தெரிந்துக்கொண்டிருக்க மாட்டாள். தந்தை குறிப்பிட்டிருக்கும் ரகசிய சங்கேதங்களை அறியமுடியாமலேயே போயிருக்கும்.

தன்னையே மெச்சிக்கொண்டவள், மீண்டும் வந்த வழியே ஊர்ந்துசெல்ல தொடங்கினாள்.

ஆகர்ஷ கௌடேவும் கஜேந்திர அடிகாவும், ராம பாசப்பாவின் சமாதியைக் கண்டுபிடிப்பதற்குள் தான் அங்கே சென்று பொக்கிஷங்களைப் பத்திரப்படுத்த வேண்டும் என்கிற உத்வேகத்துடன், மயிலாங்கியை நோக்கி தனது குதிரையை விரைவாக செலுத்தினாள் மங்கா!

- தொடரும்

அத்தியாயம் 21

குணதிசை, குடதிசை

மைசூர் அம்பா விலாசம்.

மைசூர் பட்டத்து இளவரசன், ராஜா வோடேயார், அம்பா விலாச அரண்மனையின் உப்பரிகையில் உலாவியபடி, தொலைவில் தெரிந்த சாமுண்டீஸ்வரி தேவியின் மலைக் கோயிலையே வெறித்துப் பார்த்துக்கொண்டிருந்தான். அவனது ஆருயிர் தோழனும், திவான் தொட்ட நீலலோகித லிங்காயத்தின் மகனுமான ஹரி பிரசன்னா ஓர் இருக்கையில் அமர்ந்திருந்தான்.

ராஜா வோடேயாரின் மனதில் பலவித புதிய எண்ணங்கள் தோன்றிக்கொண்டிருப்பதை பிரசன்னா அறிவான்.

“எனது மூதாதையர்கள், பொம்மை மன்னர்களாக, ஏதோ பதவிக்கு வந்தோம். மன்னராக அமர்ந்தோம். அதோ தெரியும் சாமுண்டி தேவி கோயிலின் உற்சவங்களைத் தொடங்கி வைத்தோம். அவர்கள் கட்டிய பரிவட்ட மரியாதைகளைப் பெற்றுக்கொண்டோம் என்று வாழ்ந்துவிட்டார்கள். எனது பாட்டன் நரசிம்ம சாமராஜ வோடேயாரும் போர்க்களம் ஏகவில்லை. எனதுதந்தைசாமராஜவோடேயாரும்ஒருஅலங்கார மன்னராகத்தான் திகழ்கிறார். நான் அரியணையை அப்படி நினைக்கவில்லை. எனது பெயரே ராஜா வோடேயார்! ராஜாவாக வாழப் போகிறேன். போர்க்களங்களை அலங்கரிப்பேன். பொக்கிஷங்களைச் சேகரிப்பேன். தட்சிணத்தின் மாபெரும் சமஸ்தானம் மைசூர் என்பதை நிரூபிப்பேன்” என்று அடிக்கடி பிரசன்னாவிடம் கூறிக்கொண்டிருந்தவன், இன்று அது குறித்துதான் தீவிரமாக யோசித்துக்கொண்டிருந்தான் என்பது பிரசன்னாவுக்கு தெளிவாகப் புரிந்தது.

உப்பரிகையில் தங்கியிருக்கும் போதினில், மன்னர்கள் அருந்துவதற்காக ஒரு குடுவையில் எப்போதும் பழரசம்

வைக்கப்பட்டிருக்கும். அதைத் தந்தத்தினால் செதுக்கப்பட்ட முக்காலி ஒன்றின் மீது வைத்திருப்பார்கள். முக்காலியில் முன்பாக இருக்கையில் அமர்ந்திருந்த பிரசன்னாவின் பார்வை, அதன் மீது வைக்கப்பட்டிருந்த சுவடி ஒன்றின் மீது பதிந்தது. அந்தச் சுவடி பறந்து சென்றுவிடாமல் இருக்க, அதன் மீது பழரச குடுவையை இருத்தியிருந்தான் ராஜா வோடேயார். மயிலங்கி ரகசியம் குறிக்கப்பட்டிருந்த அந்தச் சுவடியை ஆவலுடன் கையில் எடுத்தான் பிரசன்னா.

மயிலங்கி ரகசியத்தை ஒருமுறை வாசித்தான்.

“எடகணு கங்கேவாகி மத்து பலகணு சமுத்ரவாகி அடக சத்யவு! (இடக்கண்ணில் கங்கையைக் கொண்டும் வலக்கண்ணில் கடலைக் கொண்டும் நோக்கினால் உண்மை புரியும்)!” பிரசன்னா குரல்விட்டு வாசிக்க, அவனைத் திரும்பி நோக்கினான் ராஜா வோடேயார்.

“ஆம்! அதுதான் எனது வருங்கால சிறிய மாமியார் அலமேலு மங்கா பதுக்கி வைத்திருக்கும் மயிலங்கி ரகசியம். உனக்கு ஏதாவது புரிகிறதா?” - ராஜா வோடேயார் கேட்க, பிரசன்னா தலையசைத்தான்.

“யாருக்கும் புரியக்கூடாது என்று எழுதப்பட்டிருக்கும் சங்கேத குறிப்பு. எனக்கு மட்டும் உடனே புரிந்துவிடுமா? இருந்தாலும் எனது மூளைக்கு வேலை கொடுக்கிறேன்” என்றவன் யோசித்துக்கொண்டிருக்க, ராஜா வோடேயார் அவனை யோசிக்கவிட்டு, மீண்டும் உப்பரிகையில் உலாவத் தொடங்கினான்.

அப்போது அம்பா விலாசம் அரண்மனையினுள் ஒரு குதிரை வீரன் நுழைவதைக் கண்டு ராஜா வோடேயார் சற்றே வியப்புடன் உப்பரிகையின் கைப்பிடி சுவரை பற்றியபடி நின்றான்.

மஞ்சள் தலைப்பாகையுடனும், விஜயநகர சமஸ்தானத்தின் பன்றி, வாள் மற்றும் சூரியன் சின்னம் வடிக்கப்பட்ட மஞ்சள் கொடியுடனும், அந்த வீரன் உள்ளே நுழைய, தனது வருங்கால மாமனார், ஸ்ரீரங்கப்பட்டண மன்னர், திருமலை ரங்க ராயர் ஏதோ சேதி அனுப்பியுள்ளார் என்பதை புரிந்துகொண்டான் ராஜா.

“நண்பா! தகவல் வருகிறது. என்னவாக இருக்கும்? நீ யோசித்துக்கொண்டே இரு! நான் இதோ வந்துவிடுகிறேன்” என்றபடி தந்தை அமர்ந்திருக்கும் ஆலோசனை அறையை நோக்கி நடைபோட்டான். இவன் அறையில் நுழைந்தபோது, சரியாக அந்த தூதுவனும் பின்னாலேயே வந்து நின்றான்.

“மகாராஜா! ஸ்ரீரங்கப்பட்டண மன்னர் திருமலை ரங்க ராயர் அனுப்பியிருக்கும் சேதி” என்று பணிவுடன் நீட்ட, மன்னர் ஓலையை வாங்கி பிரித்துப் படித்தார்.

‘குடும்பத்துடன் மஹாபலச்சலம் (சாமுண்டீஸ்வரி கோயில்) சென்று தரிசனம் செய்ய உள்ளேன். அப்படியே ஒரு முக்கிய சேதி குறித்து தங்களுடன் விவாதிக்க விரும்புகிறேன். குடும்பத்துடன் அம்பா விலாசத்துக்கு வரும் வெள்ளிக்கிழமை வருகிறேன்! - திருமலை ரங்க ராயர்’ என்று என்று ஓலை கூறியது.

“உங்கள் மன்னரை வரவேற்க ஆர்வத்துடன் காத்திருக்கிறேன் என்று நான் தெரிவித்ததாக சொல், தூதுவரே!” - மன்னர் ஐந்தாம் சாமராஜ வோடேயார் கூற, தூதன் பணிவுடன் தலைகுனிந்துவிட்டு அகன்றான்.

“தந்தையே! அப்படி என்ன முக்கியமான சேதி இருக்க முடியும்? எங்கள் திருமணம் குறித்து ஏதாவது முக்கிய முடிவு எடுத்திருக்கிறாரா... இல்லை, மயிலங்கி பொக்கிஷம் பற்றி ஏதாவது தகவல் கிடைத்துள்ளதா?” - ராஜா வோடேயார் வினவினான்.

“எனக்குத் தெரியவில்லை! முக்கிய விவாதம் செய்யவேண்டி மைசூர் வருவதற்கு, சாமுண்டி தரிசனத்தை ஒரு காரணமாக கூறுகிறார் என்று நினைக்கிறேன்” - மன்னர் கூறினார்.

“அந்த மயிலங்கி பொக்கிஷத்திற்காகதான் ராயரை எல்லாம் மன்னர் என்று மரியாதை செய்யவேண்டியிருக்கிறது. உமிழ்நீரை துப்பியது போன்று ஒரு சமஸ்தானம். அதற்கு ஒரு மன்னர்! அவருக்கு ஒரு மகள்! அவளை நான் மணக்க வேண்டும்” - அலட்சியமாக கூறினான் ராஜா வோடேயார். இன்னும் அவன் ரங்காத்மஜாவை நேராக கண்டிருக்கவில்லை. தான் அவளைக் காணும்போது, மயிலங்கி பொக்கிஷத்தைப் பற்றி முற்றிலுமாக

மறந்துவிடப் போகிறான் என்பதை அப்போது அவன் அறியவில்லை.

"மகனே! உனது கோபம், வெறுப்புகளையெல்லாம் ஒதுக்கிவிட்டு, ரங்க ராயர் குடும்பத்துடன் வரும்போது அவர்களுக்கு சிறப்பான வரவேற்பினை நல்க வேண்டும்! புரிந்ததா? இந்த முறை மயிலங்கி பொக்கிஷம் நமது கைகளை விட்டு நழுவக்கூடாது!" - மன்னர் கூற, வேண்டாவெறுப்பாக தலையசைத்தான் ராஜ வோடேயார்.

மீண்டும் உப்பரிக்கைக்கு சென்றபோது, நண்பன் பிரசன்னா நின்ற நிலையைக் கண்டு திகைத்தான். பிரசன்னா கிழக்கே பார்த்து நின்று, தனது கரங்களை இடப்புறமும் வலப்புறமும் அசைத்துக்கொண்டிருந்தான்.

"என்ன செய்கிறாய் நண்பா? யோகாப்யாஸமா?" - ராஜா வோடேயார் கேட்க, சிரித்தான் பிரசன்னா.

"யோகாப்யாஸம் இல்லை! உனக்கு யோகம் அடிக்க போகிறது என்பதை எனது கைகளால் உணர்த்துகிறேன்!" - பிரசன்னா கூறினான்.

"சற்று புரியும்படியாக சொல்!"

"பொதுவாக நாம் குண திசை என்கிற கிழக்கு திசையைப் பார்த்துதான் நிற்போம், அமருவோம்! இப்போது எனது கைகள் சுட்டிக்காட்டும் திசையில் எந்த ஊர்கள் உள்ளன என்பதைக் கூறு!" - பிரசன்னா கூற, அவனது கைகள் காட்டும் திசைகளை உறுத்து நோக்கினான் ராஜா வோடேயார்.

"உனது வலக்கை காட்டும் திசையில் ஹொய்சளர்களின் பழைய தலைநகரம், துவார சமுத்திரம் (தற்போது ஹளபேடு) உள்ளது. உனது இடக்கை காட்டும் திசையில் பழைய கங்க நாட்டு தலைநகரம், தலக்காடு உள்ளது" - ராஜா வோடேயார் கூறினான்.

"மிகவும் சரி! இப்போது குண திசையான கிழக்கிலிருந்து, குட திசையான மேற்கு நோக்கி நிற்கிறேன். காரணம், நமது நாட்டின் பண்டைய பெயர் குட நாடு. எனவேதான் காவிரி

உற்பத்தியாகும் மலைப்பகுதியை குடகு மலை என்று அழைக்கிறோம். திருவரங்கத்தில் அரங்கன், குண திசை பாதம் வைத்து, குட திசையில் தலை வைத்து, தெற்கே நோக்கி சயனித்திருக்கிறார்" என்றபடி பிரசன்னா இப்போது மேற்கு நோக்கி நின்றான்.

"சொல் நண்பா! இப்போது எனது கைகள் சுட்டிக்காட்டும் திசையில் எந்தெந்த ஊர்கள் உள்ளன?" - பிரசன்னா வினவினான்.

"இப்போது உனது இடக்கை துவார சமுத்திரத்தையும், வலது கை தலக்காடு நகரையும் சுட்டிக்காட்டுகின்றன!" - ராஜா வோடேயார் கூற, அவனை நோக்கி கண்சிமிட்டினான் பிரசன்னா.

"இப்போது எனது கைகளுக்குப் பதிலாக, எனது கண்களை இருத்தி பார்!" - பிரசன்னா சிரிக்க, ராஜா வோடேயார் யோசித்தான்.

"எடகண்ணு கங்கேவாகி, பலகண்ணு சமுத்ரவாகி!" - என்று அவன் கூறி முடிப்பதற்குள்ளாக, உற்சாகத்துடன் குதித்தான் பிரசன்னா.

"இதுதான் நண்பா மயிலங்கி ரகசியம்! நமது மைசூர் அரண்மனை கிழக்கு பார்த்து சாமுண்டி மலையை நோக்கி நிற்க, மயிலங்கி அரண்மனை மேற்கு நோக்கி நின்றிருக்க வேண்டும். அவர்களுக்கு இடப்புறம் கங்க நாட்டு தலைநகரம், தலக்காடு! நமக்கு தலக்காடு வலதுபுறம். மயிலங்கிக்கு வலப்புறம் துவார சமுத்திரம் என்கிற ஹளபேடு! நமக்கு துவார சமுத்திரம் இடப்புறம். இப்போது புரிகிறதா? இடக்கண்ணில் கங்கையை வைத்து, வலது கண்ணில் சமுத்திரத்தை வைத்து... என்பதற்கு பொருள்!"

பிரமித்துப் போனான் ராஜா வோடேயார்! "அப்படியென்றால், மயிலங்கி பொக்கிஷம் எங்கே உள்ளது? துவார சமுத்ரத்திலா, இல்லை தலக்காட்டிலா?"

"அவசரப்படாதே! இந்த இரண்டு இடங்களிலும் இல்லை! மத்தியில்தான் எங்கோ உள்ளது!" - பிரசன்னா கூறினான்.

"மத்தியில், நமது மைசூர் நகரம்தானே உள்ளது!" - திகைத்தான் ராஜா வோடேயார்.

“ஆம்... வேங்கடப்பா சாமர்த்தியமாகப் பாலுக்கு பூனையைக் காவல் வைப்பது போல, நமது எல்லையிலேயே எங்காவது வைத்திருக்க வேண்டும். பச்சை தெய்வம், நிலவறை என்கிற குறிப்புகளை வைத்துப் பார்த்தால், நமக்கு வெகு அருகில், உள்ள ஒரு திருமால் கோயிலை குறிப்பிடுவதாக நினைக்கிறேன். தேடிப் பார்க்கலாம்!” - பிரசன்னா கூற, அவனை உற்சாகத்துடன் அணைத்துக்கொண்டான் ராஜா வோடேயார்.

“உனது தந்தையைவிடச் சமர்த்தனாக இருக்கிறாய். எனது திவான் நீதான்!” - என்று ராஜா வோடோயர், ஹரி பிரசன்னாவை தட்டிக்கொடுத்தான்.

* * * *

தலைக்காவேரியில் இருந்து புறப்பட்ட மங்கா, நள்ளிரவு என்றும் பாராமல் மயிலாங்கிக்குப் பயணித்துக்கொண்டிருந்தாள். வழியெல்லாம் மழை பெய்ததால் அவள் பல இடங்களில் மழை விடுவதற்காக ஒதுங்கி, காத்திருந்து மழை நின்ற பிறகே பயணத்தை தொடர்ந்தாள்.

மயிலங்கி என்னும் மலங்கி சமஸ்தானம்.

இன்னும் பொழுது விடிந்திருக்கவில்லை என்பதால், ஆழ்ந்த உறக்கத்தில் இருந்தது மயிலங்கி.

விடிவதற்கு கட்டியம் கூற, விடிவெள்ளி தயாராகிக்கொண்டிருந்த வேளையில், புயலென மயிலங்கியினுள் நுழைந்தது, மங்காவின் குதிரை. தனது சேலைத் தலைப்பினால் முக்காடு போட்டிருந்த மங்கா, குதிரையை அரண்மனையை நோக்கி செலுத்தினாள்.

“நான் ஸ்ரீரங்கப்பட்டணம் செல்லும் நாட்களில் நீங்கள் மயிலங்கி அரண்மனையிலேயே இரவு தங்கிவிடுங்கள்” என்று திவான் சவ்யசாசியிடம் ஏற்கெனவே கட்டளை இட்டிருந்ததால், அவர் அரண்மனையில்தான் இருக்க வேண்டும் என்பதை யூகித்து, குதிரையின் வேகத்தைக் கட்டுப்படுத்தாமல், தொடர்ந்து அரண்மனையை நோக்கி பயணித்தாள். தங்கள் அரசிதான் அந்த விடியல் வேளையில் வருகிறாள் என்பதைக் கண்டு பரபரப்படைந்த இரவு காவலர்கள், அவளது குதிரை

பின்பாகவே ஓடிவந்து, அதனை தங்கள் வசத்திற்கு கொண்டுவர, குதிரையில் இருந்து தாவிக் குதித்த மங்கா, ஒரு காவலனை சுட்டுவிரலால் அழைத்தாள்.

"மிக மிக அவசரம்! திவான் சவ்யசாசியை உடனே எழுப்பி நமது ஆலோசனை அறைக்கு வரச் சொல்!" - என்றபடி தனது அந்தப்புரத்தை நோக்கி நடந்தாள்.

மயிலங்கி பொக்கிஷங்களை அடைய பேராசையுடன் மைசூர் சமஸ்தானம் தீட்டும் திட்டங்கள், இவளது கைப்பிடித்த கணவன் ரங்க ராயரின் திரைமறைவு சதிகள், இவற்றையெல்லாம் தவிடுபொடியாக்கி, தந்தை பதுக்கி வைத்துள்ள பொக்கிஷங்களைத் தேடி எடுத்து பத்திரப்படுத்த வேண்டும். இதுவரையில் தந்தை எழுதி வைத்திருந்த பட்டோலையில் குறிப்பிடப்பட்டிருந்த சங்கேத மொழிகள் புரியவில்லை. இப்போது வெங்கோப பட்ராயரின் கூற்றில் இருந்து, அவை மயிலங்கிக்கு தெற்கே உள்ள குன்றில் பாசப்ப சமாதியில் இருக்கக்கூடும் என்று தெரியவருகிறது. கஜேந்திராவும் ஆகர்ஷணனும் வருவதற்குள் அதனைக் கண்டெடுக்க வேண்டும்.

யோசித்தபடி ஆலோசனை அறைக்கு சென்றாள். இரவெல்லாம் பயணித்ததால் உறக்கம் கண்களைத் தழுவ முயன்றாலும், சூழ்நிலையின் அவசரத்தை மனதில்கொண்டு திவானுக்கு காத்திருந்தாள். திவானும் கண்களில் உறக்கம் கலையாமல், கொட்டாவி உதிர்த்த வாயை, இரு கைகளாலும் மூடியபடி வந்தார்.

"திவான்! கணவன் அடித்தாலும் அடித்தான்! கண் மலம் (புளிச்சை) நீங்கி சுத்தமானது என்பார்கள். அது போல, எனது கணவர் ரங்க ராயர் மயிலங்கி பொக்கிஷங்களை அபகரிக்க சதி செய்தாலும், அந்தச் சதியினால் எனக்கு நன்மை விளைந்துள்ளது. தந்தை வடித்து வைத்த சங்கேத மொழிகளில் ஒருவித தெளிவு பிறந்துள்ளது.

மயிலங்கி சமஸ்தானத்தின் தெற்கே உள்ள பாசப்பா குன்றில் உள்ள அந்த மகானின் பிருந்தாவனத்தில், மயிலங்கி

பொக்கிஷங்கள் பதுக்கிவைக்கப்பட்டிருக்கலாம் என்று யூகிக்கிறேன்!" என்றதும், வாய் பிளந்தார் திவான் சவ்யசாசி. இந்த முறை அவர் வாய் பிளந்தது கொட்டாவி விடுவதற்காக அல்ல!

- தொடரும்

அத்தியாயம் 22

போர் முரசு முழங்கியபோது...

ஔரங்கசீப்பின் பிரதம அமைச்சர் வாஜிம் இ ஆஜாம், ஜுல்ஃபிகர் அலி கான் அவரது வலது கரம் என்றால், தெற்கில் ஆற்காடு நவாப்பாக அவர் நியமித்திருந்த மற்றொரு ஜுல்ஃபிகர் அலி கான் அவரது இடது கரம். நூர் பகீசா மாளிகையில் விடிய விடிய ஜஹந்தர் ஷாவின் காதலி, லால் குன்வரிடமும், அவளது நான்கு சகோதரர்களில் மூத்தவனான குஷால் கானிடமும் விசாரணை செய்ததில், ஜஹந்தர் ஷா போர் புரியும் ஆர்வத்தில் தெற்கே செல்லவில்லை. பொக்கிஷங்களைக் கைப்பற்றும் ஆர்வத்தில்தான் தானாக முன்வந்து படைகளைத் தலைமை தாங்கிச் சென்றிருக்கிறான் என்பதை ஔரங்கசீப் அறிந்தார்.

எழுபது வயதைக் கடந்துவிட்ட பாதுஷாவுக்கு, முதல் முறையாக இதயத்தில் ஒருவித வலி எழுந்தது. தனது நான்கு மகன்கள், இரண்டு மகள்களையும் கடந்து, பெயரன் ஜஹந்தர் ஷாவிடம் பாசமும் நேசமும் வைத்திருந்தார். ஔரங்கசீப்பின் மகனும், பட்டத்து இளவரசனும், ஜஹந்தர் ஷாவின் தந்தையுமான பகதூர் ஷாவுக்குக்கூட, அவர் சலுகைகளை அளித்ததில்லை. ஆனால், ஜஹந்தருக்கு விசேஷ அதிகாரங்களை அளித்திருந்தார். அந்த அதிகாரத்தைக் கொண்டுதான் அவனது காதலி லால் குன்வரும், அவளது நான்கு சகோதர்களும் குளிர்காய்ந்து கொண்டிருப்பதை உணர்ந்தார்.

லால் குன்வர் மற்றும் அவளது நான்கு சகோதரர்களிடம் விசாரணை செய்துவிட்டு, நூர் பகீசாவை விட்டு வெளியே வந்த ஔரங்கசீப், கைகளை பின்பாகக் கட்டிக்கொண்டு நடைபோட, உடன் நடந்தார் வாஜீர் இ ஆஜாம் ஜுல்ஃபிகர் அலி கான். சற்று முன்பாக, நூர் பகீசா மாளிகையில் இருந்து வெளியேறி இருந்த ஜபீன் அஷ்ரபி, அடர்ந்த செடிகளின் பின்பாக இருள் திரையின்

ஊடே, மெதுவாக அவர்களது உரையாடலை செவிமடுத்தபடி, ரகசியமாக பின்தொடர்ந்துகொண்டிருந்தாள்.

“என்ன செய்யப்போகிறீர்கள் ஆலம்பனா? தங்கள் பெயரன் ஜஹந்தர் மயிலங்கி பொக்கிஷத்திற்காகத்தான் தெற்கே சென்றிருக்கிறார் என்பது தெரிகிறது.” ஜுல்ஃபிகர் கூறினார்.

“அவனை உடனே திரும்பி வரச் சொல்லி கட்டளை அனுப்புங்கள் வாஜிர்! இப்போது எனது மனதில் புதிய திட்டங்கள் தோன்றிவிட்டன!” ஔரங்கசீப் கூற, ஆலம்பனாவை ஆவலுடன் பார்த்தார் ஜுல்ஃபிகர் அலி கான்.

“உடனே எனது இளைய மகன் முகமது கான் பக்ஷ்ஷை தெற்கே அனுப்புங்கள். ஜஹந்தர் ஷா உடனே தில்லி திரும்ப வேண்டும். அவனது காதலியும் அவளது சகோதரர்களும், நூர் பகீசாவில் சிறைவைக்கப்பட்டிருப்பதை அவனுக்குத் தெரிவிக்க வேண்டாம். மிகவும் ரகசியமாக வைத்திருங்கள்.” - ஔரங்கசீப் கூறினார்.

“ஆலம்பனா! பாத் கானை என்ன செய்வது? குஷால் கான் கூறிய சம்பவத்தைக் கவனித்தீர்களா? குஷால் கானின் நண்பன் குர்ரம்மை பாத் கான் கொன்றுவிட்டானாம். ‘எனக்கு ஏதாவது நேர்ந்தால், அதற்கு காரணம் பாத் கான்’ என்று குஷால் கானுக்கு ஓலை அனுப்பி இருப்பதாகக் கூறுகிறான். தங்களுக்குத் தெரியாமல் பாத் கான் தனியாகப் பொக்கிஷங்களை வேட்டையாடி இருப்பதாகத் தெரிகிறது” - ஜுல்ஃபிகர் அலி கான் கூறினார்.

“பாத் கானை விட்டுப் பிடிப்போம்! அவனால் எங்கும் செல்ல முடியாது. ஆனால், அதைவிட முக்கியமான பணி உள்ளது. லால் குன்வர் குறிப்பிடும் மயிலங்கி பொக்கிஷத்தைக் காட்டிலும், பெரிய பொக்கிஷத்தைக் கைப்பற்ற சரியான தருணம் அமைந்துள்ளது. அந்தப் பொக்கிஷம்தான் பொக்கிஷங்களில் எல்லாம் தலை! மராத்திய சிவாஜி காலத்திலேயே நான் அடைய நினைத்த பொக்கிஷம், இப்போது பாதுகாப்பின்றி இருக்கிறது. அதைக் கைப்பற்ற சரியான தருணம் வந்துவிட்டது” - ஔரங்கசீப் கூறினார்.

ஔரங்கசீப் மற்றும் வாஜிர் இ ஆஜாம் பேசுவதைக் கேட்டபடி, நந்தவன செடிகளின் பின்பாக இருளில் பதுங்கியபடி, அவர்களைப் பின்தொடர்ந்த ஜபீன் அஷ்ரபி நடுநடுங்கி போனாள்.

ஆலம்பனா ஜஹந்தர் ஷாவை திரும்பி தில்லிக்கு வரச் சொல்லியிருக்கிறார். லால் குன்வர் மற்றும் அவளது நான்கு சகோதரர்கள் நூர் பகீசாவில் சிறை வைக்கப்பட்டிருக்கின்றனர் என்பதை அறிந்ததும் ஜபீன் அரண்டு போனாள். பொக்கிஷ ஆசையில் தனது ஆருயிர் காதலன் பாத் கான் ஏதாவது தவறான நடவடிக்கைகளை எடுத்து, ஆலம்பனாவின் கோபத்திற்கு ஆளாகிவிடப் போகிறானே என்று இவள் பயந்தது உண்மையாகிவிட்டது. பாத் கானை விட்டுப் பிடிப்போம் என்று ஆலம்பனா கூறியது, அவளது இதயத்தைப் பிளக்கச் செய்திருந்தது.

அவளது மனம் காதலன் பாத் கானை நினைத்தது. தெற்கே சென்றிருக்கும் அவன், இப்போது பூவிருந்தவல்லி என்கிற ஒரு வனப் பிரதேசத்தில் தங்கியிருப்பதாக புறா மூலம் செய்தி அனுப்பியிருந்தான்.

(குறிப்பு: புறாவின் கால்களில் கடிதங்களைக் கட்டி அனுப்பும் அஞ்சல் சேவை, உலகிலேயே இப்போது இந்தியாவின் ஒடிஷா மாநிலத்தில் மட்டும்தான் தொடர்கிறது. ஒடிஷா காவல்துறையில் இன்னமும் 50 புறாக்களுக்குத் தகுந்த பயிற்சியும் உணவும் அளித்து இதற்காகவே வளர்த்து வருகின்றனர். இருபது நிமிடங்களில் இருபது கி.மீ பயணிக்கும். இரண்டாயிரம் கி.மீ வரை பறக்கக்கூடிய தகவல் புறாக்கள், புவியீர்ப்பு ஆற்றலைப் பின்தொடர்ந்து புறப்பட்ட இடத்திற்கே திரும்பிவிடும் வல்லமை உள்ளவை. உலகப் போர்களில் சேதி சுமந்து சென்ற புறாக்களுக்குத் தங்கப் பதக்கம் வழங்கப்பட்டது. ஒடிஷா காவல்துறையால் 1946-ல் 200 புறாக்களுடன் இந்தச் சேவை தொடங்கியது. அதற்கும் முன்னால் இந்தப் புறாக்கள் ராணுவத்தின் அஞ்சல் சேவைப் பிரிவில் செயல்பட்டன. இவை யாரோ - யாருக்கோ எழுதிய கடிதங்களைக் கொண்டுபோய்க் கொடுக்காது. ஒரு ராணுவப் பாசறையிலிருந்து இன்னொரு

பாசறைக்கோ, தலைமையிடத்துக்கோ அனுப்பும் ரகசியச் செய்திகளை வழி மாறாமல் கொண்டுபோய்ச் சேர்க்கும்.)

ஜபீன் மிகவும் முன்னெச்சரிக்கை உடையவள். அரண்மனையிலிருந்து என்றுமே புறாக்களின் மூலம் தூது விடுவதோ அல்லது சேதிகளைப் பெற்றுக்கொள்வதோ இல்லை. தூது புறாக்களை வேட்டையாடுவதற்கு என்று அரண்மனையில் சில காவலர்கள் அலைகின்றனர். எனவே, புறாக்களின் மூலம் தூது விடுவதற்கும், தகவல்களைப் பெற்றுக்கொள்வதற்கும், ஒரு மறைவான இடத்தைத் தேர்தெடுத்திருந்தாள். தனக்கு கதக் நடனம் பயில்வித்த ஹேமந்த பண்டிதரின் மாளிகையைத்தான் இதற்காக நாடினாள். ஹேமந்த பண்டிதரின் மகன் ஜெகதீஷ் இதற்கென்றே ஐம்பது புறாக்களை வளர்த்து வருகிறான். அவன் மூலமாகத்தான் பாத் கானுக்கு தகவல் அனுப்ப வேண்டும். பூவிருந்தவல்லியில் பாசறை அமைந்திருப்பதாக சென்ற முறை தகவல் அனுப்பி இருந்த பாத் கான், ஔரங்கசீப்பிற்கு தெரியாமல் நசரத்பேட்டை கோட்டையில் இரு நிலவறைகளை அமைத்து, அவற்றில் தங்களது இருவரின் எதிர்கால வாழ்விற்காகப் பொக்கிஷங்களைச் சேகரித்து வருவதாக கூறியிருந்தான்.

அந்தத் தகவல் அவளுள் உற்சாகத்தை ஏற்படுத்தி இருந்தாலும், கூடவே ஆலம்பனாவுக்கு இந்த உண்மை தெரியவந்தால் பாத் கான் மற்றும் தனது உயிருக்கு ஆபத்து என்பதால், கூடிய வரையில் அரண்மனையில் இருக்கும்போது யாருடனும் எவ்வித தகவல்களையும் பரிமாறிக்கொள்ளாமல் அமைதியாக இருந்தாள். மைய அரண்மனைக்குப் போகும் எண்ணத்தை விட்டுவிட்டு, ஷாலிமார் பாக் நந்தவனத்தை விட்டு வெளியேறி, ஹேமந்த பண்டிதரின் மாளிகையை நோக்கி நடந்தாள். இருள் தாண்டவமாடும் அந்த வேளையில், அதிக நடமாட்டம் இல்லாமல் இருந்தது அவளுக்கு வசதியாகப் போனது. பண்டிதரின் மாளிகை உப்பரிகையில் நின்றிருந்த ஜெகதீஷ், தொலைவிலிருந்து இவள் வருவதைக் கவனித்துவிட்டு, தனது கையை நீட்டி அசைத்தான். உடனேயே இரண்டு வெள்ளைப் புறாக்கள் பறந்து வந்து அவன் நீட்டிய கையில் அமர்ந்துகொண்டன.

ஹேமந்தபண்டிதரிடம் ஆசிபெற்றுக்கொண்டு, அவரது மனைவி தாரா தேவியின் குசல விசாரிப்புகளுக்கு பொறுமையாகப் பதில் அளித்துவிட்டு, உப்பரிகைக்கு விரைந்தாள். ஜெகதீஷும் ஜபீனும் சிறு வயது முதல் ஒன்றாக கதக் கற்றுக்கொண்டு சகோதர வாஞ்சையுடன் வளர்ந்திருந்தனர். ஜபீனுக்காக எதை வேண்டுமானாலும் செய்வான் ஜெகதீஷ். பலமுறை பண்டிதர் வீட்டில் பாத் கானும் இவளும் ரகசியமாக சந்திப்பதற்கு ஜெகதீஷ் உதவியிருக்கிறான்.

"ஜெகதீஷ்! எனக்கு நிற்க நேரமில்லை. அமர அவகாசம் இல்லை. பேசப் பொழுது இல்லை! அரண்மனைக்கு உடனே திரும்ப வேண்டும். பாத் கானுக்கு உடனே ஒரு தகவலை அனுப்ப வேண்டும்" என்றவள், மாடத்தில் வைக்கப்பட்டிருந்த துண்டு துகில் ஓலையை எடுத்து, மயிலிறகால் கருஞ்சாந்தில் தோய்த்து விரைவாக சேதியை வரைந்தாள்.

'அன்பே,

இங்கு நிலைமை சரியில்லை. லால் குன்வரும் அவளது நான்கு சகோதரர்களும், ரகசியமாக ஜஹந்தர் ஷா மூலம் தட்சிணத்தில் உள்ள பொக்கிஷங்களைக் குறிவைத்தது ஆலம்பனாவுக்குத் தெரிந்துவிட்டது. குறிப்பாக, மயிலங்கி பொக்கிஷங்கள் குறித்து, லால் குன்வரும் அவளது சகோதரர்களும் விசாரணை செய்யப்பட்டு வருகிறார்கள். அநேகமாக, நூர் பகீசாவில் அவர்கள் சிறைவைக்கப்படுவார்கள் என்பதால், என்னை ஆலம்பனா மைய அரண்மனையில் தங்கிக்கொள்ளும்படி சொல்லிவிட்டார். ஜஹந்தர் ஷாவை உடனே தில்லிக்கு திரும்பும்படி கட்டளை இட்டிருக்கிறார். எனவே, எச்சரிக்கையுடன் நடந்துகொள்ளுங்கள். உங்கள் செயல்பாடுகள் மிகவும் ரகசியமாக இருக்க வேண்டும். வெளியே கசிந்தால் நம் இருவருக்குமே ஆபத்து! நமக்கு பொக்கிஷங்கள் வேண்டாம்! மனநிம்மதி இருந்தால் போதும்!

உங்களது பிரியமானவள்'

என்று எழுதிவிட்டு, ஓலையைச் சுருட்டி ஜெகதீஷிடம் நீட்டினாள்.

“ஜெகதீஷ்! நேராக பாத் கானிடம் சென்று சேர்ந்துவிடுமா? யாரிடமாவது சிக்கிவிடப் போகிறது?” - பதற்றத்துடன் வினவினாள் ஜபீன்.

“நீயும் தகவல் அனுப்பும் ஒவ்வொரு முறையும் இப்படித்தான் கேட்கிறாய், ஜபீன்! இந்தப் புறா பறந்து சென்று நேராக பாத் கானின்மடியில்சென்றுதான்விழும். மேலும், இந்தப்புறாகலிங்க நாட்டைச் சேர்ந்தது. இவை எதிரிகளிடம் சிக்கிக்கொள்வதற்கு முன்பு, கண்காணாமல் பறந்து சென்று வேகமாகத் தரையில் மோதி தற்கொலை செய்து கொண்டுவிடும். எனவே, உனது ஓலை பாத் கானைத் தவிர வேறு யாரிடமும் சிக்கிவிடாது” - ஜெகதீஷ் உத்தரவாதம் தர, ஜபீன் சற்றே மனநிம்மதியுடன் அரண்மனைக்குப் புறப்பட்டாள்.

* * * *

மராத்தியர்களின் காவிக்கொடி, நுனியில் இரண்டு பகுதிகளாகப் பிரிந்து, செஞ்சிக் கோட்டையின் மும்மலைகளின் உச்சியில் அசுரத்தனமாக வந்து பாறைகளில் மோதிய காற்றில் படபடத்துக்கொண்டிருந்தது. கிருஷ்ணகிரி, சக்கிலிதுர்கம் என்கிற சந்திரகிரி மற்றும் ராஜகிரி என்கிற மூன்று மலைகளும் கம்பீரமாக நிற்க, கோனார்கள் சந்திரகிரியின் உச்சியில் ராணிக் கோட்டையையும், ராஜகிரியின் மீது ராஜா கோட்டையையும் எழுப்பியிருந்தனர். இரண்டு கோட்டைகளும், மராத்திய மன்னன் சத்ரபதி சிவாஜியின் மனதுக்கு மிகவும் உகந்தவை! மிகவும் பாதுகாப்பாக சிவாஜி கருதிய அந்தக் கோட்டைகளின் மீது முகலாயர்களுக்கும் ஒரு கண் உண்டு. அதனை அவர்கள் ‘பாதுஷா பாத்’ என்று அழைத்தனர். ஆங்கிலேயர்களும் ‘டிராய் ஆப் தி ஈஸ்ட் (*Troy of the East*) என்று புகழும் அளவுக்கு செஞ்சியின் மீது ஈடுபாடு கொண்டிருந்தார்கள். ஆனால், மராத்தியர்களின் பலமான பிடிக்குள் இருந்து செஞ்சி நழுவாமல்தான் இருந்தது.

ராஜகிரி மலை உச்சியில் இருந்த தனது கொலு மண்டபத்தில், அரசவையைக் கூட்டியிருந்தார் சம்பாஜி.

“நமது மராத்தியப் படைகள் பூவிருந்தவல்லியை நோக்கிப் புறப்படட்டும்! முகலாயப் படைகளின் மேற்கே நோக்கிச்

செல்லும் திட்டத்தை முறியடித்து, மீண்டும் வடக்கே விரட்டி அடிக்க வேண்டும்" - தனது படைத் தலைவன் துக்காஜி தத்தோவிடம் சம்பாஜி உத்தரவிட்டார். அவர் அங்ஙனம் அறிவித்த அடுத்த சில மணித்துளிகளில், மூன்று மலைக்கோட்டைகளிலும் போர் முரசங்கள் ஒலிக்கத் தொடங்கின.

போர் முரசங்களின் ஒலி, சந்திரகிரி ராணிக் கோட்டை அந்தப்புரத்தில் கேட்க, சாம்பாஜியின் மகள் பவானி தேவி தனது தாய் ஜேசுபாயின் முகத்தை கவலையுடன் நோக்கினாள்.

"எல்லாம் அமைதியாகத்தானே சென்றுகொண்டிருக்கிறது. திடீர் என்று எதற்கு இந்த போர் முரசம்?" சம்பாஜியின் மகள் பவானி தேவி தாயைக் கேட்க, அவளோ தனது மகன் ஷாஹுவைப் பார்த்தாள்.

"எனக்கு எப்படித் தெரியும்? நான் இந்த ராணிக் கோட்டை மலையிலேயே அடைந்து கிடக்கிறேன். சந்திரகிரிக்கு அன்றாடம் செல்லும் உனது அண்ணன்தான் அங்கே என்ன நடக்கிறது என்று சொல்ல வேண்டும்!" - ஜேசுபாய் கூறினாள்.

"என்னிடம் மட்டும் தந்தை சொல்லுவாரா? நம் ராஜ ஜோதிடர், சூட்சம சுந்தரப் பெருமாள் நாயனாரை கேட்டேன். கொளத்து நாட்டு இளவரசன் வாயு விக்ரமன் வந்திருந்தானாம். முகலாயர்களால் தங்கள் பொக்கிஷங்களுக்கு ஆபத்து நேரிடக்கூடும் என்பதால், நம் மன்னரின் உதவியை நாடியிருக்கிறான். தந்தையும் அவனுக்கு உதவுவதாக வாக்களித்து இருக்கிறாராம். அதனால்தான் இந்தப் போர் முரசம்" - ஷாஹு சொல்ல, பவானி வியப்புடன் அவனை நோக்கினாள்.

"அவர்களது பொக்கிஷங்களைக் காப்பதற்கு நாம் ஏன் போர் புரிய வேண்டும்?"

"உனக்குத் தெரியாது! அந்த இளவரசன் நமது செஞ்சி சிங்ககிரி மலையில் ரங்கநாதர் கோயிலுக்கு அருகே இருந்த சுரங்கத்தில் இருந்து, ஸ்வர்ண நாணயங்களைத் தேடிக் கொடுத்தானாம். களப்பிரர் காலத்து ஸ்வர்ணங்கள்! எனவேதான் நமது தந்தை அவனுக்கு உதவ முற்படுகிறார்" - ஷாஹு கூறினான்.

"எல்லாம் சரி அம்மா; நமது ராய்கட் கோட்டையைச் சிற்றப்பன் ராஜாராமிடம் கொடுத்துவிட்டு, நாம் இன்னமும் எவ்வளவு நாளைக்கு இங்கே செஞ்சியில் வசிக்கப் போகிறோம்? எனக்கு சிறிய தந்தையிடம் நம்பிக்கையே இல்லை. அவர் மீது ஒரு கண் பார்வை வைத்திருப்பது நல்லது அல்லவா?"

(குறிப்பு: மராட்டியர் தலைநகரில் போசலே அரச வம்சத்தவர் வசிக்கும் கோட்டை, ராய்கட் கோட்டை. சிவாஜியின் முதல் மனைவி சாய் போன்ஸ்லேக்கு பிறந்தவன் சம்பாஜி. பிரசவத்தின்போதே சாய் போன்ஸ்லே இறந்துவிட, பாட்டி ஜீஜாபாயிடம் வளர்ந்தான் சம்பாஜி. சிவாஜி சோயராபி என்கிற பெண்ணை மறுமணம் செய்துகொண்டார். சிவாஜியும் சம்பாஜியும், கோல்கொண்டா மன்னரின் அழைப்பில், காஞ்சிபுரத்தின் மீது படையெடுத்தபோது, தஞ்சை, செஞ்சி ஆகியவற்றைக் கைப்பற்றினார்கள். தனது சார்பாக சம்பாஜியை செஞ்சியில் ஆளச் செய்துவிட்டு, சிவாஜி ராய்கட் கோட்டைக்குத் திரும்பினார். சிவாஜி மரணம் அடைய, சோயராபி தனது மகன் ராஜாராமை அரியணையில் அமர்த்த முயல, சம்பாஜி போராடி அரியணையைக் கைப்பற்றினான். ஆனால், தம்பியின் மீது உள்ள பாசத்தில் அவனை மன்னித்து, தனது சார்பாக ராய்கட் கோட்டையை ஆளச் செய்தான்.)

ஷாஹூவும் தனது தமக்கை கூறுவதை ஆமோதித்தான்.

"அம்மா! நீ மன்னரை எச்சரிக்க வேண்டும்! ஏற்கெனவே சிறு வயதில் ராஜாராமின் தாய் நமது அரியணையை அபகரிக்க முயற்சி செய்திருக்கிறார். முகலாயர்கள், ராஜாராம் சிற்றப்பனுக்கு அரியணை ஆசை காட்டி, நமது தந்தைக்கு எதிராகத் திசை திருப்ப அதிக காலம் ஆகாது. அப்பா ஏன் இந்த விஷயத்தில் அலட்சியம் காட்டுகிறார் என்பது தெரியவில்லை. நீ அவருக்குப் புரியவைக்க வேண்டும்" - என்றதும், ஜேசுபாய் தலையசைத்தாள்.

இன்னும் இரண்டு நாட்களில், பூவிருந்தவல்லி நாசரத்பேட்டையில் முகலாயர்கள் முகாமிட்டிருந்த நாசரேத் கோட்டையை நோக்கி, மராட்டியப் படைகள்

புறப்படப்போகின்றன என்கிற நிலையில், அன்றிரவு ராணி கோட்டைக்கு தங்குவதற்கு வரும், சம்பாஜியிடம், ராஜாராமை வளர்ப்பது ஆபத்து என்பதைப் புரியவைக்க வேண்டும் என்று ஜேசுபாய் உறுதி பூண்டிருந்தாள்.

- தொடரும்

அத்தியாயம் 23

நாசிகாபரணம்

நள்ளிரவு முழுவதும் பயணித்து மயிலங்கிக்கு வந்து சேர்ந்திருந்த அலர்மேல் மங்கா, திவான் சவ்யசாசியை அவசரமாக அழைத்து, மயிலங்கிக்கு அருகே இருந்த பாசப்பா குன்றில் அவரது ஜீவசமாதியில் பொக்கிஷங்கள் பதுக்கி வைக்கப்பட்டிருக்கலாம் என்கிற தனது ஐயத்தை கூறினாள்.

“எனது கணவரின் ஆட்கள், கஜேந்திர அடிகாவும், ஆகர்ஷன கௌடேவும், வெங்கோப பட்ராயரின் ஆட்களும் வருவதற்குள் நீங்கள் பொக்கிஷங்களைத் தேடிக் கண்டு எடுங்கள்” என்று மங்கா உத்தரவிட்டு இருந்ததால், மறுநாள் பொழுது விடிந்ததும், பன்னிரண்டு ஆட்களுடன் திவான் சவ்யசாசியே பாசப்பா குன்றத்திற்கு புறப்பட்டு சென்றிருந்தார்.

மங்காவின் அறையைச் சுத்தம் செய்வதற்காக வந்த தோழி திரிபுரா, மகாராணி சோர்வுடன் படுக்கையில் கிடப்பதைக் கண்டு திகைத்தாள். உடனே ஓடிச்சென்று, அந்தப்புரத்து தலைமைத் தோழி வேங்கடிக்கு தெரியப்படுத்தினாள்.

சிறிய வயதிலேயே தாயை இழந்திருந்த மங்காவுக்கு, பாதுகாப்பாகவும் அரணாகவும் இருப்பவள் வேங்கடி. மங்காவின் பெண்மை முகிழத் தொடங்கி, பிறகு ஒரு நாள் மலர்ந்தபோது, வலியாலும் உடல் உபாதைகளாலும் மங்கா கலங்கி, ஆறுதல் சொல்வார் இன்றி நிற்க, அப்போதெல்லாம் ஒருதாயாகஅவள்பக்கலில்நின்று இயற்கைஅவளது மேனியில் எழுதிய புதிய அத்தியாயங்களைப் பற்றியெல்லாம் விவரித்து, இவையெல்லாம் பெண்மை என்னும் பூரணத்துவத்தை அடைவதற்கான படிகள் என்பதை விளக்கியிருந்தாள் வேங்கடி.

மங்காவின் பாட்டி, திவ்யலஹரியின் காலத்தில் அரண்மனை பணியில் சேர்ந்திருந்த வேங்கடி, இன்று அறுபது அகவைகளை கடந்திருந்தும் பணியில் தொடர்கிறாள் என்றால், அதற்கு காரணமே மங்கா அவளிடம் செலுத்திய தாய்ப் பாசம்தான். மங்காவை வளர்த்தவள் என்கிற முறையில், அரசி என்ற பதவியைக் கடந்து, அவளுக்கு ஆலோசனைகளைக் கூறும் உரிமைகளை வேங்கடி பெற்றிருந்தாள்.

மஞ்சத்தில் துவண்டு கொடியாகக் கிடந்த மங்காவைக் கண்டதும் துணுக்குற்றாள் வேங்கடி.

“அலர்மேலம்மா! என்ன நேர்ந்தது? ஒரு மாத காலம் வரையில் புகுந்த வீடு ஸ்ரீரங்கப்பட்டண விஜய விலாசத்தில் தங்கப்போவதாககூறிவிட்டுப்போனாய்! இரண்டே வாரங்களில் வந்து நிற்கிறாயே! ஏன் சோர்வாகக் காணப்படுகிறாய்? உடல்நிலை சரியில்லையா? காய்ச்சலா?” என்று மங்காவின் நெற்றியிலும் கழுத்திலும் கை வைத்து வெம்மையைப் பரிசோதித்தாள் வேங்கடி.

அவளது தொடுதல், மங்காவின் மனதிற்கு இதத்தைத் தந்தது.

“உடல்நிலைக்கு கேடொன்றும் இல்லை வேங்கடி! மனதுதான் சரியில்லை! இருந்தும் கெடுத்தான், செத்தும் கெடுத்தான் என்பது போன்று எனது தந்தை எனக்கு ஒரு ஏற்பாடும் செய்யாமல் சென்றுவிட்டாரே என்கிற குழப்பம்தான் மனதில் பாரமாக நிலவுகின்றது. தந்தை நிம்மதியாக கண்மூட வேண்டும் என்கிற ஒரு எண்ணம் மட்டுமே மனதில் மேலோங்கி இருந்ததால், திருமலை ரங்க ராயர் குறித்து விசாரிக்காமல் திருமணம் செய்துகொண்டுவிட்டேன். மைசூர்காரர்களை அருகே அண்டவிடக் கூடாது என்பதால், ஸ்ரீரங்கப்பட்டண மன்னரின் பக்கம் சென்றேன். இப்போது தீச்சட்டிக்கு பயந்து தீயில் குதித்த கதையாகிவிட்டது” - மங்கா சலித்துக்கொண்டாள்.

“இதனை நான் எதிர்பார்த்தேன் அலர்மேலம்மா! ஒரு பெண்ணை ஒருவன் திடீரென்று மனைவியாக ஏற்றுக்கொள்ள முன்வருகிறான் என்றால், அது காதலினாலோ, பரிவினாலோ அல்ல! அழகும் செல்வமும்தான் பிரதானமாக இருக்கும்! உனது வாழ்க்கையே மயிலங்கி பொக்கிஷங்களுடன் பின்னிப்

பிணைந்திருப்பதால், உனக்கு இப்படி எல்லாம் நேருகிறது. பேய்க்கு வாழ்க்கைப்பட்டுவிட்டாய்... புளிய மரம் ஏறத்தானே வேண்டியிருக்கும்? இதனால் மனம் தளராதே! நீயும் ஒரு அரசி என்பதை நினைவில் வைத்துக்கொள்! உனது சமஸ்தான மக்களுக்காக, நீ சோர்ந்துவிடாமல் பணியாற்றத்தான் வேண்டும்.''

"போராட நான் தயார் வேங்கடி! ஆனால், எங்கிருந்து தொடங்குவது என்றே தெரியவில்லை. தந்தை எழுதி வைத்துவிட்டுச் சென்றிருக்கும் சங்கேத குறிப்புகள் ஒன்றுமே புரியவில்லை. புதுப்புது யூகங்கள் தோன்றுகிறதே தவிர, மீண்டும் புறப்பட்ட இடத்துக்கேதான் வந்து சேருகிறேன். புதையலைப் பற்றிய முதல் குறிப்பு அறிவதற்குள், புதிதாகப் பலர் புதையலைப் பற்றி அறிந்துகொண்டு அபகரிக்கத் திட்டமிடுகிறார்கள். பொக்கிஷங்கள் எல்லா நாடுகளிலும்தானே உள்ளன. நமது மயிலங்கி பொக்கிஷங்களை மட்டும் ஏன் அனைவரும் குறிவைக்கின்றனர்? எனது கணவனே எனக்குத் தெரியாமல், அதனை அடைவதற்கு முயல்கிறாரே?'' - வேதனையுடன் கூறினாள் மங்கா.

"அதற்குக் காரணம் நீ தனித்து விடப்பட்ட ஒரு பெண்! பேரழகியாகவும் இருக்கிறாய்! மயிலங்கியின் பொக்கிஷங்கள் ஒப்பற்றவை! எல்லாம் புராதன காலத்து செல்வங்கள்! பல்வேறு ஆத்மாக்கள் மனிதர்களாகப் பிறந்து, அவரவர் கர்ம பலனுக்கேற்ப, மன்னராகவோ, ஆண்டியாகவோ, புலவனாகவோ, போர் வீரனாகவோ திகழ்வது போல, உயர் ரகக் கற்கள் தங்களது பஞ்சபூத பலன்களால், திருவாபரணங்களாக ஒருங்கிணைகின்றன. உனது மயிலங்கி பொக்கிஷம், விலைமதிப்பில்லாதது மட்டுமல்ல... மிகவும் சக்தி வாய்ந்தது. நாம் ஆபரணங்களை வெறும் அழகுப் பொருட்களாகவும், விலைமதிப்புள்ள பொக்கிஷமாகவும் பார்க்கின்றோம். உண்மையில், பொக்கிஷங்கள் பேசும் ஆற்றல் உடையவை. அவை யாரிடம் சேரவேண்டுமோ, அவர்களைத்தான் சேரும். அவற்றை அனுபவிக்கத் தகுதியில்லாதவர்கள் அபகரிக்க நினைத்தால், அந்தப் பொக்கிஷங்கள் அழிவை உண்டாக்கும். இதைப் பலர் அறிவதில்லை. உன்னிடமிருந்து மயிலங்கி பொக்கிஷங்களை அபகரிக்க நினைப்பவர்களை அந்தப்

பொக்கிஷமே அழித்துவிடும் அலர்மேலம்மா! அதனால் மனம் கலங்காதே! ஆகவேண்டியதைப் பார்!" - வேங்கடி கூற, சற்றே ஆறுதலுடன் எழுந்து அமர்ந்த மங்கா, வேங்கடியை ஆவலுடன் நோக்கினாள்.

"எனது ஆறுதலுக்காக இப்படிப் பேசுகின்றாயா, இல்லை உண்மையிலே பொக்கிஷங்களுக்கு அழிக்கும் ஆற்றல் உள்ளதா?" - மங்கா இமைகள் படபடக்க கேட்டதும், அந்த அபலைப் பெண்ணின் மீது வேங்கடிக்கு பரிவு அதிகரித்தது.

"ஆறுதலுக்காக கூறவில்லை அலர்மேலம்மா! பெண்கள் ஆபரணங்களை அணிவது அழகுக்கு என்று பலரும் நினைக்கிறார்கள். தவறு! அவை அழகுக்காக மட்டுமல்ல! அரணுக்காக! மக்களுக்கு அரண் அரண்மனை! பெண்களுக்கு அரண் ஆபரணங்கள்! எனவேதான், பெரியவர்கள் அவற்றை ஆபத்து காலத்தில் அரண்கள் என்று அழைத்திருக்க வேண்டும். பெண்களின் ஆபரணங்கள் ஒவ்வொன்றிற்கும் ஒரு விளக்கம் உள்ளது. தலை நிமிராமல் நடப்பதற்கு தலையின் உச்சியில் நிமிராக்கொடி (ராக்கொடி) என்று அணிவார்கள். பெண்கள் ஏன் தலை நிமிரக் கூடாது என்று கேட்பாய். பெண்களின் சாதாரண பார்வையைக்கூட, அழைப்பாக ஏற்று பின்தொடரும் ஆண்களைத் தவிர்த்து, எல்லையில் நிறுத்தி வைக்கவே, நிலத்தைப் பார்த்து நடக்கச் சொன்னார்கள். பெண்களின் நெற்றியின் உச்சியில் சூடாமணி அணிகிறார்கள்! ஏன் தெரியுமா? ஆண்கள் மூளை உறுதியான கபாலத்தில் இருப்பதால், எவ்வளவு சிந்தித்தாலும் அவர்களின் மூளை சூடு அடையாது. ஆனால், பெண்களின் மூளை சகதியைப் போன்று மென்மையாக உள்ளதால், அவர்களது மூளை வேகமாக சூடு அடைந்துவிடும். எனவே, அவர்களுக்கு குளிர்ச்சியை உண்டாக்கும் கற்களைக்கொண்டு சூடாமணியை அணிவித்தார்கள். பெரிய வைரக் கற்களாய் செவியில் தோடு செய்து அணிகிறார்கள் பெண்கள். வைரக் கற்களின் பாரம் தாங்காமல், செவி மடல்கள் கிழிந்துவிடும் என்பதால், அக்கற்களின் பாரத்தை சமன்படுத்த, மாட்டலுடன் கூடிய சீரமைக்கி (ஜிமிக்கி என்று தற்போது மருவிவிட்டது) அணிவித்தார்கள். வைரக் கற்களின் பாரத்தை சமன்படுத்தி சீரமைப்பதால், அது சீரமைக்கி! மேலாக்கு அங்கி வழியாமல் இருக்க வங்கி! சுவாசத்திற்காக பிராண வாயுவை

உள்வாங்கி கெட்ட காற்றை வெளிப்படுத்தும் நாசி என்னும் புலனை உந்தச் செய்யும் புல்லாக்கு" - என்று அடுக்கிக்கொண்டே போகலாம். நமது மூதாதையர்கள் அனைத்தையுமே காரண காரியத்தோடு விதித்திருக்கிறார்கள். இதையெல்லாம் எதற்கு உனக்குச் சொல்கிறேன் தெரியுமா?" என்றவள் சுற்றுமுற்றும் தயக்கத்துடனே பார்த்தாள்.

வேங்கடி கூறுவதை வியப்புடன் கேட்டுக்கொண்டிருந்த அலர்மேல் மங்கா, அவள் எச்சரிக்கையுடன் சுற்றுமுற்றும் நோக்குவதைக் கண்டதும், ஆவலுடன் அவளது முகத்தையே கூர்ந்து கவனித்தாள். அரண்மனையில் மூன்று தலைமுறைகளாகப் பணியாற்றும் இம்மாதிரி தாதிகளுக்கு, பல தகவல்களும் ரகசியங்களும் மனதின் ஆழத்தில் புதைந்திருக்கும். அத்தகைய ரகசியம் ஒன்றைப் பற்றி அவள் பேசப்போகிறாள் என்பது மங்காவுக்குப் புரியவர, நின்றுகொண்டிருந்த வேங்கடியை இழுத்து தனது பக்கத்தில் அமரச் செய்தாள் மங்கா.

வேங்கடி தொடர்ந்தாள்.

"அலர்மேலம்மா! உங்களது பாட்டி, திவ்யலஹரி மலை நாடு ஹரிபாத (தற்போதைய ஹரி பாட்) சமஸ்தானத்தை சேர்ந்தவர். அவர் மயிலங்கி மன்னருக்கு மனைவியாக வாக்கப்பட்டு இங்கே வந்தபோது, இருநூறு மாட்டு வண்டிகளில் சீதனங்களைக் கொண்டு வந்தார் என்று எனது தாயார் கூறியிருக்கிறார். உங்கள் பாட்டி அணிந்து வந்த ஆபரணங்களில் மிகவும் விலைமதிப்பில்லாதது, ஒரு ஆபரணம். நமது அரண்மனையில் உள்ள தெற்கு கோபுர அறைதான் அவரது அந்தப்புரமாக இருந்தது. எனது தாய்தான் சீதனங்களைக் கொண்டு கஜானாவில் வைத்தார். மகராணி திவ்யலஹரி தேவி என்று மயிலங்கி மக்களால் அன்புடன் போற்றப்பட்டார். அவரது அழகுக்கு அழகு சேர்த்தது, அவர் அணிந்திருந்த அந்த ஆபரணம். அதன் பெயர் நாசிகாபரணம்" - வேங்கடி கூறினாள்.

(நாசிகாபரணம் என்பது நாசியில் அணியும் ஆபரணம் (மூக்கில் அணியும் நத்து). ஸ்வர்ண வளையத்தில் விலைமதிப்பில்லா நன்முத்துகளை கோர்த்து, அந்த வளையத்தை மூக்கின் துளையில் அணிவார்கள். அதன் வால் பகுதியாக, சிறு முத்துகளால் கோர்க்கப்பட்ட ஸ்வர்ண சங்கிலி முடிவில் கொக்கியுடன்

நீண்டிருக்கும். அந்தக் கொக்கியை செவிக்கு மேல் கூந்தலில் மாட்டிக்கொள்வார்கள்.)

திவ்யலஹரியின் தாயார் அதனை மகளுக்கு அணிவித்து, "மகளே! இது ஆபரணம் மட்டும் அல்ல! இது உன்னை ரட்சிக்கப் போகும் அரண்! எனவே இதனை எப்போதும் அணிந்திரு!" என்று சொன்னாராம். எனவே, திவ்யலஹரி தேவி அதை எப்போதும் அணிந்திருந்தார்கள். அலர்மேலம்மா! நீயும் இந்த நாசிகாபுராணத்தை அணிந்து பார்! பொக்கிஷங்களுக்காக உன்னைக் குறிவைக்கும் தீய சக்திகளிடமிருந்து, அது நிச்சயம் உன்னைக் காக்கும் அது மட்டுமல்ல! உனது குழம்பிய சிந்தைக்கும் அது தீர்வினை வழங்கும்!" - வேங்கடி கூறினாள்.

"எங்கே இருக்கிறது அந்த நாசிகாபரணம்?" - மங்கா திகைப்புடன் கேட்டாள்.

"நாம் இன்று அதிகம் புழங்காத அரண்மனையின் தெற்கு கோபுர பகுதியில்தான் உங்கள் பாட்டியின் அந்தப்புரம் இருந்தது. இப்போது அந்தப் பகுதிக்கு செல்லும் வழியில் தானிய மூட்டைகளை அடுக்கி வைத்திருப்பதால், அந்தப் பகுதிக்கு யாரும் போவதில்லை. உங்கள் பாட்டியார் உபயோகப்படுத்திய அறையில்தான் அவர் உபயோகித்த நாசிகாபரணம் இருக்க வேண்டும்" - வேங்கடி சொன்னாள்.

"நல்லது! இன்று மாலை நான் ஸ்ரீரங்கப்பட்டணம் போகலாம் என்று இருந்தேன். அதற்கு பதிலாக நாளைக் காலையில் புறப்படுகிறேன்! நீ அரண்மனை அதிகாரியிடம் சென்று பாட்டியின் அறைக்கான திறவுகோலை வாங்கி வைத்துக்கொள். மதிய உணவிற்குப் பிறகு நாம் நாசிகாபரணத்தை தேடி எடுத்துக்கொள்வோம்." - மங்கா கூற, வேங்கடி தலையசைத்தாள்.

அரண்மனையில் வெகு காலம் புழக்கத்தில் இல்லாத, பூட்டியே கிடந்த மூதாதையர் ஒருவரின் அறையிலிருந்து, அவர் அணிந்திருந்த ஆபரணம் ஒன்றை எடுத்து அணிந்துகொள்ளும்படி வேங்கடி கூறிய யோசனை, மங்காவின் குழம்பிய மனதிற்கு ஒரு நல்ல அருமருந்தாய் தோன்றியது. நீரில் மூழ்கிக்கொண்டிருக்கும் ஒரு மனிதன், தன் பக்கமாக மிதந்துவரும் மரப் பலகையைப் பற்றிக்கொண்டாவது கரையேற

நினைப்பது போல, புள்ளிமானை விரட்டும் ஓநாய்களாக தன்னைப் பொக்கிஷங்களுக்காக குறிவைக்கும் பலம் பொருந்திய மன்னர்களிடமிருந்து தன்னைக் காத்துக்கொள்ள ஒரு வழியைத் தேடிக்கொண்டிருந்த மங்காவுக்கு, வேங்கடி கூறிய நாசிகாபரணம் அப்போதைக்கு பெரும் ரட்சையாகத் தோன்றியதில் வியப்பில்லை.

ஆனால் -

பொதுவாக, சகோதரர்கள் பன்னிரண்டு ஆண்டுகாலம் உறவு வைத்துக்கொள்ளாமல் இருந்தால், அவர்கள் மீண்டும் உறவைப் புதுப்பித்துக்கொள்ள நினைக்கும்போது, ஒரு ஆலயத்தில்தான் சந்திக்க வேண்டும் என்று சாத்திரம் கூறுகிறது.

பாழடைந்த கிணற்றில் நீர் இருந்தாலும், பல ஆண்டுகளாக அந்த நீர் சேந்தப்படாமல் இருந்தால், அந்த நீரையும் உபயோகிக்க கூடாது. அந்தப் பாழுங்கிணற்றில் இறங்குவதால், விஷவாயு தாக்கி உயிரிழக்கும் அபாயமும் உள்ளது.

அன்று மங்கா தனது பாட்டியின் அறையில் இருந்து தேடி எடுக்கப்போகும் அந்த நாசிகாபரணம்தான் பின்னாளில் மைசூர், தலக்காடு, மலங்கி ஆகிய பகுதிகளின் பேரழிவுக்கு காரணமாக இருக்கப்போகிறது என்பதை அப்போது மங்கா அறியவில்லை.

சரித்திரத்தை திசை திருப்பப் போகும் நாசிகாபரணத்தை எடுப்பதற்காக, அந்த மதிய உணவிற்கு பிறகு, மயிலங்கி அரண்மனையின் தெற்குப் புறப் பகுதியை நோக்கி நடந்துகொண்டிருந்தனர் மங்காவும், வேங்கடியும்.

தலக்காடு மறலகல்லி (தலக்காடு மண்மூடி போகட்டும்)

மலங்கி மடுவகல்லி (மலங்கி மடுவாக மாறட்டும்)

மைசூரு தொரகே மக்களில்லாதே ஹோகல்லி

(மைசூரு மன்னர்களுக்கு வாரிசு இல்லாமல் போகட்டும்)

என்று புகழ்பெற்ற, இன்றுவரை இந்த மூன்று பகுதிகளையும் பாதித்திருக்கிற ஒரு சாபத்தை விதிக்கப் போகிற சக்தியாக திகழப் போகிறது, அந்த நாசிகாபரணம். இதை முன்பே

தெரிந்திருந்தால், அலர்மேல் மங்கா என்னும் அந்த நல்லிதயம் படைத்த பெண், தனது மாளிகையின் தெற்குப் பகுதிக்கு நிச்சயம் சென்றிருக்க மாட்டாள்.

ஆனால், காலம் என்கிற சக்கரம், இறைவனையே ஆட்டி வைக்கும்போது, பேதை மங்கா எம்மாத்திரம்?

- தொடரும்

அத்தியாயம் 24

புதையல் என்னும் புதைகுழி

மங்கா, வேங்கடி பின்தொடர, மயிலங்கி அரண்மனையின் தென்புறப் பகுதியை நோக்கி நடந்தாள். மேற்குத் திசையை நோக்கி நின்ற மயிலங்கி அரண்மனையின் முன் பகுதியிலேயே கொலுமண்டபம், ஆலோசனை அறை, அந்தப்புரங்கள் அனைத்துமே இருந்தன. அரண்மனையின் வடப்புறத்தில் கஜானா மற்றும் அலுவலறைகளும், கிழக்குப் புறத்தில் பணியாட்கள், காவலர்கள், தளவாடங்கள் வைக்கும் அறைகள் ஆகியவையும் இருந்தன. அரண்மனையின் தெற்குப் புறத்தில்தான், தானியக் கிடங்குகள், உக்கிராண அறைகள் (ஸ்டோர்ரூம்) ஆகியவை இருந்தன. இந்த நான்கு பகுதிகளையும் இணைக்கும் பெரிய நிலா முற்றம் ஒன்று மையத்தில் இருந்தது.

நிலா முற்றத்தில் நுழைந்த இருவரும், இடப்புறமாக திரும்பி தெற்குப் பகுதியில் நுழைந்தனர். மதிய உணவு வேளை என்பதால், பணியாட்கள் மற்றும் தாதிகளின் நடமாட்டம் அதிகமில்லை. ஆங்காங்கே காவலர்கள் தங்களது கடமையைச் செய்தபடி நின்றிருந்தனர்.

வழியெங்கும் சாக்கு மூட்டைகளில் தானியங்கள் அடுக்கப்பட்டிருந்தன. மயிலங்கியில், தனலட்சுமியும், ஐஸ்வர்யலட்சுமியும் மட்டுமல்ல... தான்யலட்சுமியும் நடமாடிக்கொண்டிருந்தாள். சாக்கு மூட்டைகளின் ஊடே தனது சிலம்பம் ஒலிக்க நடந்தாள், அலர்மேல் மங்கா. அதற்கு பின்பாட்டு பாடியது, வேங்கடியின் காலில் அவள் அணிந்திருந்த தண்டைகள். அக்காலத்தில், அந்தந்த பிராயங்களுக்கேற்ப பெண்களுக்கு காலாபாரணங்கள் அணிவிப்பார்கள். குழந்தைகளுக்கு கால்காப்பு, சிறுமிகளுக்கு நூபுரங்கள், கன்னிப்பெண்களுக்கு கொலுசு, திருமணமான பெண்களுக்கு சிலம்பு, முதிய பெண்களுக்கு தண்டை என்று

காலாபரணங்களைக் கொண்டே பெண்களின் அகவையை அறியலாம்.

திருமணமானதால் மங்கா சிலம்பமும், முதியவளான வேங்கடி தண்டைகளும் அணிந்திருந்தார்கள். தண்டை அதிக கனமுள்ளது. முதுமையின் தளர்ச்சியால் நடை துவளும்போது, தண்டைகள் கால்களுக்கு வலுவேற்றி விழாமல் நடப்பதற்கு உதவும்.

தானிய மூட்டைகளைக் கடந்து முதல் தளத்திற்குச் சென்ற படிகளில் ஏறிய இருவரும், மேலே நீண்டிருந்த இடைக்கழியை அடைந்தனர். இடைக்கழியில் வரிசையாக அறைகள் அமைந்திருந்தன. மையத்தில் வாயில் பெரிய பூட்டு ஒன்று ஊசலாடிக்கொண்டிருந்த அறையை நோக்கி நடந்தனர். வேங்கடி தனது கையில் இருந்த திறவுகோலால், அந்தப் பெரிய பூட்டினைத் திறக்க, நீண்ட நாள் திறக்கப்பட்டிராத அந்தப் பூட்டு சோம்பலுடன் திறந்துகொண்டது.

“இதுதான் ஒருகாலத்தில் உங்கள் பாட்டி திவ்யலஹரியின் அந்தப்புரமாக இருந்தது. நான் உங்கள் பாட்டிக்கு சிறுபெண்ணாக சாமரம் வீசி இருக்கிறேன். இன்னமும் எனக்கு நன்றாக நினைவில் இருக்கிறது. ஒரு முறை சிறுபெண்களாகிய தோழிகள் நாங்கள் எல்லோரும் நந்தவனத்தில் புஷ்பப்பந்து விளையாடிக்கொண்டிருந்தபோது மகாராணி திவ்யலஹரியும் எங்களுடன் விளையாட்டில் கலந்துகொண்டார். தான் புஷ்பப்பந்து விளையாடியதை யாரிடமும் சொல்ல வேண்டாம் என்று ரகசியமாக கட்டளையும் இட்டார்.” புன்முறுவலுடன் பழைய நினைவுகளில் ஆழ்ந்தாள் வேங்கடி.

அந்த அறை மிகவும் விஸ்தாரமாக இருந்தது. அறையின் மையத்தில் ஒரு திட்டு இருக்க, அதன் மீது பெரிய கூராளத்துடன் காணப்பட்ட தந்த கட்டில் ஒன்று காணப்பட்டது. அவள் பாட்டி திவ்யலஹரி உபயோகித்த படுக்கை.

(ஆளம் என்றால் துணி விரிப்பு. கூரையை மறைக்கும் விதமாக ஆலயங்களில் விரிக்கப்படும் துணிக்கு கூராளம் என்று பெயர். மன்னர்கள், நவாபுகள் நடத்தும் ஜமா பந்திக்கு விரிக்கப்படும் துணிவிரிப்பின் பெயர் ஜமக்காளம்.)

சுவரில் பாட்டி திவ்யலஹரியின் ஓவியம் ஒன்று மாட்டப்பட்டிருந்தது. ஒரு மான் குட்டியை மடியில் வைத்தபடி ஓவியத்தில் சிரித்துக்கொண்டிருந்தாள் திவ்யலஹரி.

"அதோ அவர் நாசியில் அணிந்துகொண்டிருக்கும் ஆபரணம்தான் நாசிகாபரணம்!" - வேங்கடி சுட்டிக்காட்ட, அந்த ஓவியத்தை மங்கா உறுத்துப்பார்த்தாள். முத்துகளால் கோர்க்கப்பட்ட வளையம் ஒன்று அவளது மூக்கின் நுனிப்பகுதியை மறைத்திருந்தது. அதிலிருந்து புறப்பட்ட சிறு முத்துகள் கோர்க்கப்பட்ட தங்கச் சங்கலி இடப்புற செவியின் மடல் வரை நீண்டு, அதன் மேலே கூந்தலில் பிணைக்கப்பட்டிருந்தது. அந்த ஆபரணம் திவ்யலஹரியின் கம்பீரத்தை அதிகரித்துக் காட்டியதை மங்கா உணர்ந்தாள்.

"அந்த ஆபரணம் இப்போது இருக்கிறதோ இல்லையோ? ஒருவேளை மயிலங்கி பொக்கிஷங்களுடன் அதுவும் பதுக்கப்பட்டுவிட்டதோ?" - மங்கா கேட்க, தலையசைத்தாள் வேங்கடி

"உங்கள் பாட்டியார் கடைசி வரை நாசிகாபரணத்தை அணிந்திருந்தார். அவர் இறந்த பிறகுதான், அதைக் கழற்றினார்கள்! இந்த அறையில்தான் அவர் தான் அன்றாடம் அணிந்த தனது தனிப்பட்ட ஆபரணங்களை வைத்திருந்தார். இங்கே தேடிப் பார்ப்போம்!" - என்றபடி வேங்கடி நாசிகாபரணத்தை தேடத் தொடங்கினாள்.

நீண்ட தேடல்களுக்கு பிறகு, அந்தக் கட்டிலின் பஞ்சணையை அகற்றிப் பார்த்தபோது, தந்த கட்டிலின் மையத்தில் இருந்த வட்டமான மூடியைக் கவனித்தார்கள். எவ்வளவு முயன்றும் அந்த மூடியைத் திறக்க இயலவில்லை. வேங்கடி பழம் நறுக்கும் சிறு கத்தியைக் கொண்டு அந்த மூடியின் ஓரத்தை நெம்பியபோது, அது சற்றே உயர, தனது மற்றொரு கையால் அதைப் பற்றி மூடியை நீக்கினாள். வெளியே பார்ப்பதற்கு உறங்கும் மஞ்சம் போன்று தெரிந்தாலும், மேல்மூடியை நீக்கியதும், அது பொருட்களை வைக்கும் ஒரு பெட்டகமாகவே தோன்றியது. பழைய விளக்குகள், வெள்ளிக் கலயங்கள், முத்து மாலைகள், பவளங்கள், எழுதுகோல்கள், ஓலைகள்,

கடவுளர்களின் பிரதிமைகள் என்று பல பொருட்கள் உள்ளே கிடக்க, மயில் உருவம் பொறிக்கப்பட்ட ஒரு சிறு வெள்ளிப் பெட்டகத்தை வெளியே எடுத்தாள் மங்கா.

அதனை திறந்து பார்த்தபோது, உள்ளே இருந்தது, இவர்கள் தேடிக்கொண்டிருந்த திவ்யலஹரியின் நாசிகாபரணம்.

அந்த ஆபரணத்தை கையில் எடுத்துப் பார்க்க, மிகவும் கனமாக இருப்பதைக் கண்டு திகைத்தாள். இவ்வளவு கனமான ஒரு ஆபரணத்தையா மூக்கில் சுமந்துகொண்டிருந்தார் பாட்டி? இதை எப்படி அன்றாடம் அணிந்துகொண்டிருந்தார்?

சாளரம் அருகே அதை எடுத்துச்சென்று, சூரிய ஒளியில் அதனைக் கவனித்தாள். பல வருடங்கள் கட்டிலின் உள்ளேயே கிடந்தும், பளபளப்பு இம்மியும் குறையாமல், ஆபரணம் ஜொலித்தது. இப்படி ஒரு ஆபரணம் இருப்பதை இதுநாள் வரை மங்கா அறிந்திருக்கவில்லை. உண்மையைச் சொன்னால், அரண்மனையின் இந்தப் பகுதிக்கெல்லாம் இவள் வந்ததேயில்லை. எப்போதாவது, கிழக்குப் பகுதியில் வசிக்கும் பணியாட்களுக்கு வேட்டி, சேலை பரிசளிப்பதற்காக, தெற்குப் பகுதி வழியாக கிழக்குப் பகுதிக்கு செல்வாள். மற்றபடி இந்த அறைகளில் எல்லாம் அவள் நுழைந்ததேயில்லை. பாட்டியின் அறையில் நாசிகாபரணம் போன்று இன்னமும் பல ஆபரணங்கள் இருக்கலாம். ஆனால், அவற்றையெல்லாம் தேடுவதற்கு அவகாசமும் பொறுமையும் இல்லை. முதலில் கண்டு எடுக்க வேண்டியது மயிலங்கி பொக்கிஷம்தான்.

‘பாட்டியார் தனது ரட்சையாக இந்த ஆபரணத்தைத்தான் அணிந்துகொண்டார் என்றால், இந்த ஆபரணம் என்னையும்தான் ரட்சிக்கட்டும்’ என்று மனதில் நினைத்தபடி ஒரு இருக்கையில் சென்று அமர்ந்தாள், அலர்மேல் மங்கா.

அவள் அந்த நாசிகாபரணத்தை அணிந்துகொள்ள தீர்மானித்துவிட்டாள் என்பதை புரிந்துகொண்ட வேங்கடி, புன்முறுவலுடன் அவளை நோக்கி வந்து, அதைக் கையில் வாங்கினாள்.

ஒரு வாழைக்காய் நுழையுமளவுக்கு வட்டமாக இருந்தது அந்த வளையம். வளையத்தின் நுனியில் இரு ஊசிகள். ஒன்று

பெரியதாகவும் மற்றொன்று சிறியதாகவும் இருந்தது. மங்காவின் நாசித்துளை வழியாக சிறிய ஊசியை நுழைத்து, பெரிய ஊசியினுள் அதனை பிணைத்தால், அது பூட்டிக்கொண்டுவிடும். வளையத்தில் பெரிய பவழம் ஒன்று காணப்பட, அதன் இருபுறமும் நன்முத்துக்கள் ஊசலாடிக்கொண்டிருந்தன. மங்கா ஏற்கெனவே அணிந்திருந்த மூக்குத்தியைக் கழற்றிவிட்டு, நாசிகாபரணத்தின் முனை ஊசியை அவளது மூக்கின்துவாரத்தில் எளிதாக நுழைத்து பெரிய ஊசியோடு வேங்கடி அதனை பிணைத்தாள். பிறகு அதன் வால்பகுதியாக நீண்டிருந்த, சிறிய முத்துகளுடன் கூடிய அதன் பொற்சங்கிலியைக் கன்னத்தின் மீதாக எடுத்துச்சென்று, செவிக்கு மேலாக கூந்தலில், அதன் கொக்கியை மாட்டினாள்.

மங்காவுக்கு கனகச்சிதமாக பொருந்தியது அந்த நாசிகாபரணம். நீண்ட நாட்கள் கட்டிலின் பெட்டகத்தில், வெள்ளி பெட்டியினுள் சிறைப்பட்டிருந்த அந்த நாசிகாபரணம், மங்காவின் தலையசைப்பிற்கேற்றபடி நடனமாடத் தொடங்கியது. விடுதலை பெற்றுவிட்டோம் என்கிற களிப்பில், முத்துகள் ஒன்றையொன்று கரங்குலுக்கிக்கொண்டன. மையத்தில் இருந்த பெரிய பவழம், இனி இந்த முகத்திலேயே நாம் நிரந்தரமாகத் தவழ வேண்டும் என்கிற உத்வேகத்துடன், ஏற்கெனவே சிவந்திருந்த மங்காவின் முகத்திற்கு, தனது செம்மை வண்ணத்தையும் சேர்த்தது.

“அப்படியே ஓவியத்தில் இருந்து திவ்யலஹரி தேவியார் இறங்கி வந்தது போன்று இருக்கிறது!” - வேங்கடி மங்காவின் தலையின் இருபுறமும் தனது கைகளை வழித்து தனது சிரசின் பக்கங்களில் சொடக்கிக்கொண்டாள்.

அலர்மேல் மங்கா, தனது மயிலங்கி மாளிகையில், பாட்டியின் அறையிலிருந்து நாசிகாபரணத்தை தேடியெடுத்துக்கொண்டிருந்த அந்த உச்சி வெயில் கொளுத்திக்கொண்டிருந்த நன்மதிய வேளையில் -

பல சம்பவங்கள் நடைபெற்றுக்கொண்டிருந்தன.

* மராட்டியப் படைகள் செஞ்சியிலிருந்து புறப்பட்டு பூவிருந்தவல்லியை நோக்கிச் சென்றுகொண்டிருந்தன.

பூவிருந்தவல்லி மற்றும் கல்பாக்கம் அருகில் உள்ள கடப்பாக்கம் ஆலம்பாறை கோட்டைகளைக் கைப்பற்ற வேண்டும் என்று சம்பாஜி தனது படைகளுக்கு உத்தரவிட்டிருந்தான்.

* ஒரு பக்கம் மராட்டிய படைகள் படையெடுத்து வருவதாக சேதி வர, மறுபுறம் புறா விடு தூது மூலம், அவனது ஆருயிர் காதலி ஜபீன் அஷ்ரபி அனுப்பியிருந்த ஓலையில் குறிப்பிடப்பட்டிருந்த சேதி நெஞ்சை அறுக்க, இரு புறம் அடி வாங்கும் மத்தளமாக கலங்கிக்கொண்டிருந்தான் பாத் கான். லால் குன்வரும், அவளது சகோதரர்களும், நூர்பகீசாவில் சிறைவைக்கப்பட்டிருப்பதாகவும், லால் குன்வரின் சகோதரன் குஷால் கான், தனது நண்பன் குர்ரமை பாத் கான் கொலை செய்துவிட்டதாக ஆலம்பனாவிடம் புகார் கூறியதாகவும் சேதியில் படித்தவுடன், இடிந்து போய்விட்டான் பாத் கான். பொக்கிஷ ஆசையில் மதுபானத்தில் நஞ்சைக் கலந்து குர்ரமைக் கொலை செய்திருந்தான். ஆனால், குர்ரம் குஷால் கானின் ஆருயிர் நண்பன் என்பதை யோசிக்கத் தவறிவிட்டான். முன்னெச்சரிக்கையாக குர்ரம் இப்படி ஒரு ஓலையை தனது நண்பன் குஷால் கானுக்கு அனுப்பிவிட்டிருப்பான் என்று இவன் கண்டானா என்ன? ‘பொக்கிஷ ஆசையில் அவசரப்பட்டுவிட்டோமே! இப்போது ஆலம்பனாவுக்கு எல்லாம் தெரிந்துவிட்டிருக்குமே’ என்று கலவரத்துடன் அமர்ந்திருந்தான்.

* ஆற்காடு நவாப் ஜூல்ஃபிகர் அலி கான், மொகலாய சக்கரவர்த்தி ஔரங்கசீப்பின் ஆணைப்படி, அவரது பெயரன் ஜஹந்தர் ஷாவை தில்லிக்கு அனுப்பிவிட்டு, மயிலங்கி பொக்கிஷத்தைத் தேடும் பணிகளை தான் ஏற்றிருந்தார்.

* தில்லியில் ஔரங்கசீப் சம்பாஜியை பிடிப்பதற்கு ஒரு புதிய திட்டத்தை அரங்கேற்றிக்கொண்டிருந்தார்.

* பரங்கிப்பேட்டையில், இங்கிலாந்தில் இருந்து வந்திருந்த டென்னிஸ் நார்தம்பேர்லேண்ட் மற்றும் ரிச்சி என்கிற ரிச்சர்டு ஹோவர்டு ஆகியோர், பர்கண்டி, கேத்தரின் பர்கண்டி ஆகியோருடன் அமர்ந்து பொக்கிஷங்களைக் கைப்பற்றுவதற்கு திட்டம் வகுத்துக்கொண்டிருந்தனர். இந்த ஆலோசனையில் பங்குகொண்டிருந்தான், கொளத்து நாட்டு கணக்காளராக திகழ்ந்து, ஆங்கிலேய கிழக்கிந்திய கம்பெனியில் பணியாளராக

மாறி, தோமாசி என்று பெயரை மாற்றிக்கொண்டிருந்த குணபரன். அன்றிரவு, நார்த்தம்பர்லாண்ட் மற்றும் ரிச்சியுடன், கொளத்து நாட்டுக்கு புறப்படத் தயாராகிக் கொண்டிருந்தார்கள்.

* தங்கள் சாம்ராஜ்யத்திற்கு பெரும் கேட்டினை ஏற்படுத்தப் போகும், நாசிகாபரணத்தை தங்களது எதிரி அலர்மேல் மங்கா அணிந்துகொண்டுவிட்டதை, அறியாமல், மைசூர் சமஸ்தானத்து பட்டத்து இளவரசன், ராஜா வோடேயார் தனது ஆருயிர் நண்பன் ஹரி பிரசன்னாவுடனும், தனது பரிவாரங்களுடனும், திருமுக்கூடல் நரசிம்மபுரத்திற்கு* சென்றுகொண்டிருந்தான். கங்க நாட்டுத் தலைநகர் தலக்காடு பகுதிக்கும், துவார சமுத்திரம் என்கிற ஹளபேடு பகுதிக்கும் இடையே மையத்தில், மைசூருக்கு மிக அருகே இருந்தது, திருமுக்கூடல் நரசிம்மபுரம். காவிரி, கபினி மற்றும் ஸ்படிக நதி மூன்றும் சங்கமமாகும் திருமுக்கூடலின் கரையில் இருந்தது நரசிம்மபுரம். ‘எடகணு கங்கேவாகி, பலகணு சமுத்ரவாகி அடக சத்யவு’ (இடது கண்ணை கங்கையாகவும், வலது கண்ணை கடலாகவும் கொண்டு நோக்கினால்) என்கிற சங்கேத குறிப்பின்படி, தலக்காடு மற்றும் ஹளபேடுவுக்கு இடையிலான பச்சை தெய்வமாகிய திருமால் கோயிலான, திருமுக்கூடல் நரசிம்மபுரத்தில்தான் மயிலங்கி பொக்கிஷங்கள் பதுக்கி வைக்கப்பட்டிருக்க வேண்டும் என்று அனுமானித்து அங்கே பொக்கிஷங்களைத் தேடிக்கொண்டிருந்தார்கள்.

மங்கா நாசிகாபரணத்தை அணிந்ததுகொண்டிருந்தபோது இன்னொரு சம்பவமும் நடைபெற்றது. மங்காவின் கணவன் ஸ்ரீரங்கப்பட்டண மன்னர் திருமலை ரங்க ராயர் மற்றும் வெங்கோப பட்ராயர் அனுப்பிய ஆட்களுடன், கஜேந்திர இடிகா மற்றும் ஆகர்ஷண கௌடே ஆகியோர் பாசப்பா குன்றத்து சமாதியில் மயிலங்கி பொக்கிஷங்களைத் தேடிக்கொண்டிருந்தனர். அவர்களுக்குத் தெரியாமல், மயிலங்கி திவான் சவ்யசாசியும் தனது ஆட்களுடன் மயிலங்கி பொக்கிஷங்களைத் தேடிக்கொண்டிருந்தார்.

மயிலங்கி பொக்கிஷம் என்பது புதைகுழி. இந்தப் புதைகுழியில் சிக்கியவர்களால் மீளவே முடியாது! ‘என்னைத் தேடுவோர் தேடட்டும்! நான் யார் கண்ணிலும் சிக்காமல், எப்போது

வெளிவர வேண்டுமோ அப்போது தானாக வருவேன்' என்பது போன்று, அலர்மேல் மங்காவின் பொக்கிஷங்கள், எங்கோ மறைந்து இருக்கின்றன.

"உங்களுக்கு காப்பாக இருக்கட்டும்" என்று வேங்கடி கூறியதால், தனது பாட்டியின் நாசிகாபரணத்தை எடுத்து அணிந்துகொண்டிருக்கிறாள் மங்கா! அது அவளுக்கு காப்பாக இருக்குமா என்பது போகப் போகத்தான் தெரியும்!

- தொடரும்

** (குறிப்பு: திருமுக்கூடல் நரசிம்மபுரம் இப்போது திருமுக்கூடலு நரசிபுரா என்கிற பெயரில் காவிரி, கபினி, மற்றும் ஸ்படிக சரோவரின் சங்கமத்தின் கரையில் உள்ளது. இந்தக் கிராமத்தில் பல ஆலயங்கள் தொல்லியல் துறையின் கீழ் உள்ளன.)*

அத்தியாயம் 25

ஒரு யூகம், ஒரு வியூகம்

அலர்மேல் மங்காவின் முகத்தில் ஜொலித்த நாசிகாபரணத்தை பிரமிப்புடன் பார்த்துக் கொண்டிருந்தாள் வேங்கடி.

"அலர்மேலம்மா! நீ வேண்டுமானால் பாரேன்! இதை அணிந்துகொண்ட வேளை, நீ உனது எதிரிகளை வெற்றிகொள்வாய். அவர்களை எதிர்கொள்ளும் துணிவும், தன்னம்பிக்கையும் உனக்கு உண்டாகும். உனக்கு சொந்தமான மயிலங்கி பொக்கிஷங்களைத் தேடி எடுத்து அவற்றைப் பத்திரப்படுத்துவாய்" - வேங்கடி கூற, தனது நாசியில் கனத்த நாசிகாபரணத்தை கையால் ஒருமுறை தொட்டுப் பார்த்துக்கொண்டாள் மங்கா.

"எதிரிகளை வெற்றிகொள்வது இருக்கட்டும். எனது எதிரிகள் யார் என்பதே இன்னும் உறுதிப்படவில்லையே? ஓநாய்களிடம் சிக்கிய புள்ளிமானாக தவிக்கிறேன். யாரை நம்புவது, யாரை நம்பக்கூடாது என்று தெரியவில்லை" - விரக்தியுடன் மங்கா கூற, பரிவுடன் அவளது தலையைக் கோதினாள் வேங்கடி.

"யோசித்துப் பார், அலர்மேலம்மா! உனக்கென்று யாராவது இருப்பார்கள்! அவர்களை உதவிக்கு வைத்துக்கொள்" - வேங்கடி சொல்ல, மங்காவின் மனதில் உடனே, ஸ்ரீரங்கப்பட்டண இடமூரி ஆற்றின் கரையில் தான் சந்தித்த ரங்காத்மஜாவின் காதலன் வாயு விக்ரமன் நினைவுக்கு வந்தான்.

"ஒருவன் இருக்கிறான்! ஆனால், அவன் கொளத்து நாட்டு இளவரசன். சம்பாஜியை சந்திப்பதற்காக செஞ்சிக்குச் சென்றிருக்கிறான். எனக்கு மிகவும் பிடித்த ரங்காத்மஜாவின் காதலன். ரங்காத்மஜாவின் மூலம் அவனை எனது பணிகளில் ஈடுபடுத்தலாம். அவன் இப்போது செஞ்சியில் இருக்கிறானா அல்லது கொளத்து நாடு திரும்பிவிட்டானா என்று தெரியவில்லை. சம்பாஜி முகலாயர்களின் படைகளைச்

சந்திக்க முடிவுசெய்துவிட்டாரா, அல்லது முகலாயர்கள் இந்தப் பக்கம் படையெடுத்து வரப்போகிறார்களா? ஒன்றுமே விளங்கவில்லை. அதன் நடுவே, நான் மயிலங்கி பொக்கிஷங்களைத் தேட வேண்டும் நிம்மதியாக எந்தப் பிரச்னைகளும் இல்லாமல், வீணையை இசைத்துக்கொண்டு ஒரு சுதந்திரப் பறவையாக திரிந்துகொண்டிருந்தேன். தந்தையின் திடீர் மரணம், எல்லாவற்றையும் மாற்றிவிட்டது" - மங்கா சலிப்புடன் கூறினாள்.

"நம்பிக்கையை நழுவவிடாதே மங்கா! இதுவரையில் உனது பாட்டி திவ்யலஹரிதேவியார் அணிந்திருந்த நாசிகாபரணத்தைப் பற்றி அறியாமல் இருந்தாய். இன்று அது உனது நாசியை அலங்கரிக்கிறது. ஊரெல்லாம் நீ தேடும் மயிலங்கி பொக்கிஷம், கடைசியில் உனது மூக்கின் அடியிலேயே கிடைக்கப்போகிறது, பார்த்துக்கொண்டே இரு!" - வேங்கடி கூறினாள்.

மங்கா பெரும் மனக்குழப்பத்தில் இருந்தாள். எனவே, வேங்கடி கூறிய சொற்கள் அவள் மனதில் பதிவாகவில்லை. அவள் மட்டும் சற்றே கவனித்து வேங்கடி கூறியதை மனதில் உள்வாங்கி இருந்தால், அவளுடைய பிரச்னைகள் பல அப்போதே தீர்ந்திருக்கும். 'மூக்கின் அடியிலேயே புதையல் கிடைக்கும்' என்கிற வேங்கடியின் சொற்கள் ஒரு பெரிய தகவலை மங்காவுக்கு சொல்லியிருக்கக் கூடும். ஆனால், அவள்தான் எதையும் யோசிக்கும் நிலையில் இல்லையே!

"எப்படியாவது நான் வாயு விக்ரமனை சந்தித்து அவனது உதவியைக் கோரப்போகிறேன். அவனை விட்டால் இப்போது எனக்கு வேறு நாதி இல்லை. அதற்கு முன்பாக நான் ரங்காத்மஜாவை சந்தித்துப் பேசவேண்டும். அவள் கூறினால்தான் வாயு விக்ரமன் எனக்கு உதவுவான். வேங்கடி! நாளை காலை நான் ஸ்ரீரங்கப்பட்டணம் செல்கிறேன். திவான் சவ்யசாசியும் புதையலைத் தேட பாசப்பா குன்றம் சென்றிருக்கிறார். எனவே, நீ நமது தனாதிகாரி பலராம எப்பாரை வரச்சொல்! திவான் திருப்பி வரும் வரை அவர் பொறுப்புகளைக் கவனிக்கட்டும்" - என்று சொல்லிக்கொண்டிருந்தபோதே, தோழி சந்திரகலா வந்து நின்று, தலையைக் குனிந்து பணிந்தாள்.

“அரசியாரே! ஒரு குதிரை வீரர் வந்திருக்கிறார். தங்களை அவசரமாகச் சந்திக்க வேண்டும் என்கிறார். பெயர் அடையாளங்களைக் கேட்டேன். அதற்கெல்லாம் நேரமில்லை. நான் உங்கள் அரசியை உடனே காண வேண்டும் என்று சொன்னதாகச் சென்று கூறு என்று மட்டும் கூறினார்” - சந்திரகலா கூற, திகைப்புடன் இருக்கையில் இருந்து எழுந்தாள்.

‘கணவர் திருமலை ரங்கராயர் யாராவது வீரனிடம் தகவலைச் சொல்லி அனுப்பியிருக்கிறாரா? இவள் அவரைப் பின்தொடர்ந்து வந்ததை அறிந்துகொண்டுவிட்டாரா? அல்லது திவான் சவ்யசாசிதான் புதையல் கிடைத்துவிட்டது என்கிற தகவலை வீரன் ஒருவனிடம் சொல்லி அனுப்பியிருக்கிறாரா?’

பரபரப்புடன் முன் மண்டபத்தை நோக்கி வேங்கடி பின்தொடர, நடந்தாள் அலர்மேல் மங்கா.

முன்மண்டபத்தில் நுழைந்தவள், திகைத்துப்போய் நின்றாள். கொளத்து நாட்டு இளவரசனும், ரங்காத்மஜாவின் காதலனுமான வாயு விக்ரமன்தான் பொறுமையின்றி இப்படியும் அப்படியும் உலாத்திக்கொண்டிருந்தான். அவனது கை அவ்வப்போது அவனது இடையில் சொருகப்பட்டு இருந்த வாளின் கைப்பிடியைப் பற்றுவதையும், மங்கா கவனிக்கத் தவறவில்லை.

“வந்தனங்கள் மகாராணி!” - விக்ரமன் மங்காவைப் பணிய, அவள் புன்னகைத்தாள்.

“கும்பிடப் போன தெய்வம் எதிரே வந்தது!” என்று புன்னகைத்தபடி விக்ரமனிடம் கூறிய மங்கா, திரும்பி வேங்கடியைப் பார்த்தாள்.

“நான் இப்போதுதானே உன்னிடம் கூறினேன். கொளத்து நாட்டு இளவரசன் ரங்காத்மஜாவின் ஆருயிர் காதலன்” என்றதும், சட்டென்று இடைமறித்தான் விக்ரமன்.

“ஆருயிர் காதலன் என்று நீங்கள்தான் சொல்கிறீர்கள். ஆனால், அதற்கான அறிகுறிகள் ஒன்றுமே கிடைக்கவில்லை. அன்று தங்களுடன் அவளை ஸ்ரீரங்கப்பட்டண இடமூரி ஆற்றின் கரையில் சந்தித்ததுதான் கடைசி! அதற்குப் பிறகு அவளை நான் சந்திக்கவில்லை! உங்களுக்கெல்லாம் நல்ல தகவலை உரைக்க

வேண்டும் என்று செஞ்சியில் இருந்து எனது தந்தையைக்கூட சந்திக்கச் செல்லாமல், ஸ்ரீரங்கப்பட்டணம் வந்த எனக்கு நல்ல பரிசு கொடுத்திருக்கிறீர்கள்'' - விரக்தியுடன் கூறினான் விக்ரமன்.

''ஏன் என்ன ஆனது? நல்ல தகவல் என்று சொல்கின்றீர்கள்! என்றால், குரலில் விரக்தி ஏன்?'' - மங்கா திகைத்தாள்.

''செஞ்சியை விட்டு புறப்பட்டபோது நல்ல சேதியாகத்தான் இருந்தது. ஸ்ரீரங்கப்பட்டணத்தில் கிடைத்த செய்தி, அந்த நல்ல தகவலால் ஏற்பட்ட உற்சாகத்தை உடைத்துவிட்டது'' - பெருமூச்சு ஒன்றைச் சிந்தினான் விக்ரமன்.

''ஆவலை வளர்க்காதீர்கள். தகவலைக் கூறுங்கள்'' தனது மூக்கில் ஊசலாடிக் கொண்டிருந்த நாசிகாபரணத்தை ஒருமுறை கையால் தொட்டுப் பார்த்துக்கொண்டாள் மங்கா. இதனை அணிந்த வேளை, நல்ல சேதி வருகிறதா அல்லது கெட்ட செய்தி வருகிறதா?

''நல்ல சேதியை முதலில் கூறட்டுமா அல்லது கெட்ட செய்தியைக் கூறட்டுமா?'' - விக்ரமன் தொடர்ந்து வினாக்களை எழுப்பி மங்காவை சோதித்தான்.

''நல்ல சேதியை முதலில் கூறுங்கள்!'' - மங்கா பொறுமையை இழந்தாள்.

''சம்பாஜி தனது படைகளுடன், பூவிருந்தவல்லி புறப்பட்டுச் சென்றுகொண்டிருக்கிறார். முகலாயப் படைகளை மேற்கே நகரவிடாமல், மீண்டும் வட புலத்திற்கு விரட்டத் தீர்மானித்திருக்கிறார். எனவே, நமது பொக்கிஷங்களுக்கு இனி ஆபத்து இல்லை!'' என்றதும் அவளது மனதில் நிம்மதி பரவியது.

''நல்ல சேதி என்கிறீர்கள்! இது உற்சாகத்தை ஏற்படுத்தும் செய்தி அன்றோ?! நமது பொக்கிஷங்களுக்கு ஆபத்து இல்லை என்பது மிகவும் நிம்மதியை அளிக்கக்கூடிய தகவல்தான். உங்களது பயணம் வெற்றி அடைந்தது குறித்து எனது வாழ்த்துகள். தங்களது யோசனைக்கு நல்ல பலன் கிடைத்தது. இதற்காகவே உங்களுக்கு எங்கள் ரங்காத்மஜாவை கன்னிகாதானம் செய்து கொடுக்கலாம்'' - ரங்காத்மஜா மகிழ்ச்சியுடன் கூறினாள்.

“அதுதான் இல்லை. இந்த நல்ல தகவலை ரங்காத்மஜாவிடம் தெரிவிப்பதற்காக ஸ்ரீரங்கப்பட்டணம் சென்றேன். ஆனால், அவள் அங்கே இல்லை. பெற்றோருடன் மைசூர் சென்றிருக்கிறாள். சாமுண்டி கோயிலில் தரிசனம் செய்துவிட்டு, அங்கிருந்து மைசூர் அம்பா விலாசம் அரண்மனையில் விருந்துக்குச் செல்கிறார்களாம். அப்போது ரங்காத்மஜாவிற்கும், ராஜா வோடேயாருக்கும் திருமணம் நிச்சயிக்கப்பட உள்ளதாம்” - விக்ரமன் கூறியதும், மங்கா அதிர்ந்தாள்.

“விக்ரமரே! இது முற்றிலும் தவறான தகவல்! ரங்காத்மஜா பெற்றோரோடு மைசூர் செல்லவில்லை. அவர்கள் தங்கள் குல குருவான வெங்கோப பட்ராயரின் ஆஸ்ரமத்திற்குச் சென்றிருக்கிறார்கள். அவர்கள் செல்வதை நான் பார்த்தேன்” - மங்கா கூறினாள்.

“எனக்கும் அப்படித்தான் முதலில் தெரிவிக்கப்பட்டது. ஆனால், தலைக் காவிரியில் இருந்து ஸ்ரீரங்கப்பட்டண அரண்மனைக்கு தகவல் வந்திருக்கிறதாம். மன்னர் பரிவாரத்துடன் தலைக் காவிரியில் இருந்து மைசூர் செல்கிறாராம். திருமணப் பேச்சுக்கு உரிய மங்கலப் பொருட்களை எடுத்துக்கொண்டு பட்டத்து யானை மைசூர் செல்கிறது. திவான் கீராங்கூர் அனந்தாச்சாரியர் சீதனங்களுடன் மைசூருக்கு புறப்பட்டுச் செல்வதை நான் எனது கண்களால் பார்த்தேன்” - விக்ரமன் கூறியதும், மங்கா விக்கித்துப் போய் நின்றாள்

இவள் தலைக்காவிரியில் இருந்து, மயிலங்கிக்குச் செல்ல, அந்த வேளையில் திட்டமிட்டு இவளது கணவன் மைசூர் சென்றிருக்கிறார். சாமுண்டி தேவியை தரிசிக்கும் சாக்கிட்டு, ரங்காத்மஜாவின் திருமணத்தை நிச்சயிக்க எண்ணுகிறார். மைசூர் சமஸ்தானம் திருமணத்தை அவசரமாக நிச்சயிக்கின்றது என்றால், அவர்களுக்கு மயிலங்கி பொக்கிஷம் குறித்து இவளது கணவன் ஏதாவது உத்தரவாதம் அளித்திருக்க வேண்டும். அப்படியென்றால், புதையலைத் தேடிச்சென்ற ஆகர்ஷன கௌடே மற்றும் கஜேந்திர இடிகாவிடம் இருந்து ஏதாவது தகவல் சென்றிருக்கிறதா? அவர்களுக்கு புதையல் கிடைத்துவிட்டதா?

கூடாது! இவளது கணவரையும், மைசூர் மன்னரையும் சேரவிடக் கூடாது. ரங்காத்மஜா ராஜா வோடேயாரை மணந்துகொண்டால், ஸ்ரீரங்கப்பட்டணம் மைசூருக்கு அடிமையாகிவிடும். ரங்காத்மஜா மைசூருக்கு அடிமையாகிவிட்டால், அவளது பெற்றோர் அவளது அடிமையாகி விடுவார்கள். இவளது கணவன் ரங்கராயர் மூலமாக மைசூர் சமஸ்தானத்தினர் பொக்கிஷங்களை அபகரித்துக்கொள்வார்கள். அதற்கு இடம் அளிக்கக் கூடாது! இந்தத் திருமணம் நடைபெறவே கூடாது.

“கவலைப்படாதீர்கள் விக்ரமரே! ரங்காத்மஜா உங்களது மனைவியாக, கொளத்து நாட்டு அரியணையில் அமர்வாள். இது உறுதி!” என்றதும், விக்ரமன் வியப்புடன் அவளை நோக்கினான்.

“இது எப்படி சாத்தியம்? மன்னர் ரங்கராயர் திருமணத்தை உறுதிப்படுத்த மைசூர் சென்றிருக்கிறார். திருமணம் நிச்சயமாகிவிட்டால், உலகிற்கே அறிவிக்கப்பட்டு விடும்” - விக்ரமன் கூற, தனது கையை உயர்த்தி அவனை அமைதிப்படுத்தினாள்.

“திருமணம் நிச்சயம் ஆனால் என்ன? உலகிற்கு அறிவிக்கப்பட்டால்தான் என்ன? உங்களது திருமணம் நடக்கும்!” - மங்கா கூற, அவளைத் திகைப்புடன் பார்த்தான், விக்ரமன்.

“எனது பிரதிமையை அம்பா விலாசத்து அரண்மனை வாயிலில் வைத்து, சம்யுக்தை பிரித்விராஜனுக்கு மாலை போட்டது போல, ரங்காத்மஜாவை மாலையிட வைக்கப் போகிறீர்களா? நான் குதிரையில் சென்று அவளை தூக்கிக் கொண்டு வர வேண்டுமா? எனது குதிரை புஷ்டியான அரேபிய குதிரை இல்லை. என்னை மட்டும் அது தாங்கும். ரங்காத்மஜாவையும் சேர்த்து சுமக்குமா என்று தெரியவில்லை” - விக்ரமன் கூற, மங்கா நகைத்தாள்.

அந்தக் கலவர சூழ்நிலையிலும் நகைச்சுவையாக பேசி, தனது மனப்பாரத்தை இறக்கும் விக்ரமனை அவளுக்கு மிகவும் பிடித்துவிட்டது. இம்மாதிரி ஒரு சகோதரன் இருந்திருந்தால், அவன் கையில் எல்லாப் பொறுப்புகளையும் ஒப்படைத்துவிட்டு, இவள் நிம்மதியாக ஒதுங்கி இருப்பாள்.

என்ன செய்வது! மயிலங்கி மன்னருக்கு இவள் ஒரே மகளாகப் பிறந்துவிட்டாளே!

விக்ரமனை யோசனையுடன் பார்த்தாள், மங்கா.

“விக்ரமரே! எனக்குத் தெரிந்து பன்னிரண்டு வருடங்களுக்கு ஒரு முறை ஸ்ரீரங்கப்பட்டணத்தில் நடைபெறும் துலா புஷ்கரம் முடிந்த பிறகே ரங்காத்மஜாவின் திருமணத்தை முடிப்பேன் என்று முன்பே மன்னர் மைசூருக்கு தூதுரைத்திருக்கிறார். சாமுண்டி தேவியை தரிசனம் செய்துவிட்டு, ரங்கராயர் மைசூர் அரண்மனை அம்பா விலாசத்திற்குச் சென்று, மைசூர் அரச குடும்பத்தை துலா புஷ்கரத்திற்கு அழைப்பு விடுவார். அப்படியே திருமணத்தை நிச்சயம் செய்துவிடுவார் என்று நினைக்கிறேன்.”

“உண்மை! திவான் கீராங்குர் அனந்தாச்சாரியார் துலா புஷ்கர அழைப்பு ஓலையைச் சுமந்து சென்றிருப்பதாக ஸ்ரீரங்கப்பட்டணம் ஆலய அர்ச்சகர் பேசிக்கொண்டிருந்ததைக் கேட்டேன்” - விக்ரமன் சொன்னான்.

“பலே!” என்ற மங்கா தனது நாசியில் ஜொலித்துக் கொண்டிருந்த நாசிகாபரணத்தை தொட்டபடி கண்களை மூடினாள்.

தனது பாட்டி திவ்யலஹரியை மனதில் நினைத்தாள். “பாட்டி! எனது சிந்தையில் தெளிவைக் கொடு! நான் எடுக்கும் முடிவுகள் பலிதம் ஆகட்டும்! என்னைச் சுற்றி நிகழும் சதி வளையங்கள் சுக்குநூறாக உடையட்டும். மயிலங்கி பொக்கிஷங்களைக் காக்கும் ஆற்றலை எனக்குக் கொடு!” என்று பிரார்த்தனை செய்தவள், மீண்டும் கண்களைத் திறந்தபோது அவளது மனதில் ஒரு உபாயம் தோன்றியது.

விக்ரமன் இப்போது வியப்புடன் அவளது நாசியில் மிளிர்ந்து கொண்டிருந்த நாசிகாபரணத்தை பார்த்தான். இப்படி ஒரு ஆபரணத்தை அவன் முதன் முறையாக காண்கிறான். சென்ற முறை மங்காவைப் பார்த்தபோது அவள் இதனை அணிந்திருக்கவில்லை.

“எனக்கு ஒரு யோசனை தோன்றியுள்ளது. நடைமுறைப்படுத்துவது சிரமம்தான். ஆனால், தடங்கலின்றி

நிறைவேறிவிட்டால், உமக்கு ரங்காத்மஜா கிடைப்பாள். எனக்கும் பொக்கிஷங்களை மைசூரின் பிடியில் இருந்து காப்பாற்ற முடியும். சுருக்கமாகச் சொன்னால், மயிலங்கி பொக்கிஷங்களைக் காக்க வேண்டும் என்றால், நீங்கள்தான் ரங்காத்மஜாவை மணக்க வேண்டும். அதற்கு ஒரு ரகசியத் திட்டம்!" என்றவள் திரும்பி வேங்கடியைப் பார்த்தாள்.

மங்கா தன்னை அப்பால் போகச் சொல்கிறாள் என்பதை உணர்ந்து வேங்கடி முன் மண்டபத்தை விட்டு நீங்குவதற்கு முற்பட, மங்காவின் குரல் அவளைத் தடுத்தது.

"வேங்கடி! இந்தத் திட்டத்தில் நீயும் பெரும்பங்கு ஆற்றப் போகிறாய். எனவே, நீ இருக்கலாம்!" -- என்று சொல்ல, வேங்கடி திகைத்து மீண்டும் மங்காவை நோக்கி வந்தாள்.

"ஸ்ரீரங்கப்பட்டணத்தில் நடைபெறும் துலா புஷ்கரத்திற்கு மைசூர் அரச குடும்பத்தை எனது கணவர் அழைப்பார் என்று யூகம் செய்தேன். எனது யூகம் சரியானது. அந்த யூகத்தை வைத்துதான் நாம் வியூகத்தை அமைக்கப் போகிறோம்! காவிரி, லோக் பவானி மற்றும் ஹேமாவதி என்ற இந்த மூன்று நதிகளின் சங்கமத்தைக் கொண்டாடும் திருவிழாவில்தான் நமது திட்டம் நிறைவேறப் போகிறது" என்று மங்கா கூற, மற்ற இருவரும் அவள் கூறுவதை உன்னிப்பாக கவனித்தனர்.

நாசிகாபரணத்தை அணிந்திருந்ததாலோ என்னவோ தெளிவுடன் தனது திட்டத்தை மங்கா அவர்களுக்கு விளக்கினாள். அவளது திட்டத்தைக் கேட்ட மாத்திரத்தில் வாயு விக்ரமன் உற்சாகம் அடைந்தான். காரணம், முதன்முதலாக ரங்காத்மஜாவை சந்திக்க வைத்த காவிரிதான் இந்த முறையும் அவர்களை சேர்த்து வைக்கப் போகிறது என்பதால்தான்.

- தொடரும்

அத்தியாயம் 26

வேட்டையாடு விளையாடு

சம்பாஜியின் மராட்டியப் படைகள் செங்கழுநீர்பற்று (செங்கல்பட்டு) பகுதியைக் கைப்பற்றி பாடலாத்ரியில் (சிங்கபெருமாள் கோவில்) பாசறை அமைத்திருந்தது.

அன்றிரவு -

பாடலாத்ரி பாசறையில் சம்பாஜி தனது படைத்தலைவர்களோடு பேசிக்கொண்டிருந்தான். அவனது வலப்புறம் மராட்டிய தளபதி துக்காஜி தத்தோ அமர்ந்திருந்தான். சம்பாஜியின் இடப்புறமாக குதிரைப்படை தலைவர் ஹம்பிராவ் மொஹிதே வீற்றிருக்க, ஆலோசனையில் படைத்தலைவர்கள், ஆனந்தராவ் துலாபி மற்றும் மிட்டாஜி ரகுநாத் ஆகியோரும் பங்கேற்றனர்.

"நாளை மறுநாள் நாம் பூவிருந்தவல்லிக்குப் புறப்படுவோம். பாத் கானின் நாசரேத் பேட்டை கோட்டையையும், ஆலம்பாறை கோட்டையையும் கைப்பற்றி, அவர்களை வடக்கே விரட்டியடிப்போம்" - துக்காஜி தத்தோ கூற, சம்பாஜி தலையசைத்தான்.

ஆலோசனையை முடித்துக்கொண்டு தத்தம் கூடாரங்களுக்கு படைத்தலைவர்கள் அடைக்கலம் புக, சரியாக ஒரு கரிய புரவியில் உள்ளே நுழைந்தது ஓர் உருவம். பரபரப்புடன் சம்பாஜியின் கூடாரத்திற்கு முன்பாக தனது குதிரையை நிறுத்திய அந்த உருவம், கூடாரத்தின் உள்ளே நுழைய முற்பட, காவலாளிகள் தங்களது வாட்களால் அந்த உருவத்தை தடுத்தனர்.

"என்னைத் தெரியவில்லையா? நான்தான் மராட்டிய தலைநகரமான ராய்காட் கோட்டையின் பாதுகாப்பு அதிகாரி!" - என்று தனது குரலை உயர்த்தி அந்த உருவம் சொல்ல, உள்ளேயிருந்து சம்பாஜியின் கனத்த குரல் ஒலித்தது.

“நமது வசந்த்ராவ் டிட்கேஜியை உள்ளே அனுப்புங்கள் காவலர்களே!” - சம்பாஜி கட்டளையிட, காவலர்கள் விலகி நின்றனர்.

“என்ன விஷயம் வசந்த்ராவ்? இவ்வளவு தூரம் பயணித்து வந்திருக்கிறாய் என்றால் முக்கியமான விஷயமாகத்தான் இருக்க வேண்டும்!” - சம்பாஜி கூற, பதில் ஏதும் கூறாமல் மௌனமாகத் தனது கையில் இருந்த பட்டோலையை நீட்டினான் வசந்த்ராவ்.

சம்பாஜியின் தம்பி ராஜாராம்தான் மடல் அனுப்பியிருந்தான்.

“பிரிய அண்ணனே,

நானும் உனது சிற்றன்னையும் நலம். தில்லி ஷாலிமார் பாகில் இருந்து ஒற்றர்கள் மூலம் கிடைத்த முக்கியத் தகவல். முகலாய மன்னர், ஔரங்கசீப் நமது ராய்கட் (பூனாவில் உள்ளது) கோட்டையைக் கைப்பற்ற வியூகம் அமைத்துள்ளாராம். ‘சம்பாஜியும் அவனது படைகளும் பூவிருந்தவல்லியில் பாத் கானோடு போரிடும் வேளையில், சம்பாஜி இல்லாத ராய்கட் கோட்டையை எளிதாகக் கைப்பற்றி விடலாம்’ என்று தனது படையினருக்குத் தெரிவித்திருக்கிறார். தெற்கே சென்ற தனது பெயரன் ஜஹந்தர் ஷாவை திருப்பி அழைத்துக் கொண்டுவிட்டார். பாத் கானின் அதிகாரங்களைக் குறைத்து, ஆற்காடு நவாப் ஜூல்ஃபிகர் அலி கானின் வசம் படைகளின் அதிகாரத்தை தந்துவிட்டாராம். என்னை எளிதாக வெற்றிகொண்டு விடலாம் என்று திட்டமிடும் ஔரங்கசீப் படை எடுத்து வந்தால், நான் தனியாக எப்படி சமாளிப்பது? முக்கிய படைத்தலைவர்கள் அனைவருமே, தங்களுடன் செஞ்சியில் உள்ளனர்! நான் என்ன செய்யட்டும்?” என்று சம்பாஜியின் தம்பி ராஜாராம் கேட்டிருந்தான்.

உண்மை! ராஜாராம் போரிடும் ஆற்றலை அதிகம் கொண்டிருக்கவில்லை. தாயோடு சூழ்ச்சி செய்து மராட்டிய அரியணையை அபகரிக்கத் துணிவு இருந்ததே தவிர, போர் என்று வந்தபோது அதற்குரிய ராஜதந்திரங்களிலும் வியூகங்களை அமைப்பதிலும் சமர்த்தனாக இல்லை.

* * * *

நூர் பகீசாவில் லால் குன்வர் மற்றும் அவளது நான்கு சகோதரர்களிடமும் விசாரணையை நடத்திய ஔரங்கசீப்பிற்கு ஒரு நல்ல யோசனை தோன்றியது.

சத்ரபதி சிவாஜி காலத்தில் இருந்தே தனக்கு பெருத்த சவாலாக இருந்த மராட்டியர்களின் தலைமை நகரமான ராய்கட் கோட்டையைக்கைப்பற்றவேண்டும்என்றுதிட்டமிட்டிருந்தார். ஆனால், சிவாஜி இருந்த வரையில் ராய்கட் கோட்டையைக் கைப்பற்ற வேண்டும் என்கிற ஔரங்கசீப்பின் கனவு பலிதம் ஆகவில்லை. இந்நிலையில் தெற்கே பொக்கிஷங்களுக்காக சமஸ்தானங்கள் அடித்துக்கொள்ள, ராய்கட் கோட்டையை சம்பாஜி, ராஜாராம் வசம் விட்டு வைத்திருந்தான்.

மயிலங்கி உள்ளிட்ட பொக்கிஷங்களைக் காட்டிலும் ஔரங்கசீப் ஆசைப்பட்டது ராய்கட் கோட்டை என்னும் பொக்கிஷத்தைத்தான். அதை அடைய வேண்டும் என்பதுதான் அவரது நீண்ட நாள் விருப்பம். எழுபது பிராயங்களைத் தாண்டி முதுமை அவரை முற்றிலும் ஆக்கிரமித்திருக்க, தனது காலம் முடிவதற்குள் மராட்டியரின் அதிகார மையமான ராய்கட் கோட்டையைக் கைப்பற்றியே தீருவேன் என்று சூளுரைத்திருந்தார்.

ஜஹந்தர் ஷாவை தெற்கிலிருந்து திருப்பி அழைத்தவர், அவனை முல்தானுக்கு அனுப்பினார். அவன் காதலி லால் குன்வரும், அவளது சகோதர்களும் நூர் பகீசாவிலேயே சிறை இருந்தனர். பாத் கானின் படைகளில் இருந்து ஒரு பிரிவை தனது ராய்கட் படையெடுப்புக்கு தேவை என்று கூறி, அதை அனுப்பும்படி ஆற்காடு நவாப் ஜூல்ஃபிகர் அலி கானிடம் கட்டளையிட்டார்.

காதலி ஜபீனின் புறா விடு தூது மூலம், தனது நிலையை ஒருவாறு யூகித்துவிட்டிருந்தான் பாத் கான். ஆனால், முகலாய மன்னர் தன்னிடம் கட்டளைகளை இடாமல், ஆற்காடு நவாப் ஜூல்ஃபிகர் அலி கான் மூலம் கட்டளைகளை இடுவதைக் கண்டதும், இனி தனது விதி முடிந்தது என்றுதான் நினைத்தான்.

ஔரங்கசீப்பின் நல்லெண்ணத்தைதான் இழந்துவிட்டோம்... பதுக்கி வைத்துள்ள பொக்கிஷங்களையாவது பத்திரப்படுத்துவோம் என்று அவன் நினைத்து அதனைச்

செயல்படுத்துவதற்குள், சம்பாஜியின் படைகள் செங்கழுநீர்பற்றைக் கைப்பற்றி, இதோ நாளை பூவிருந்தவல்லியின் மீதும் படையெடுத்துவிடும். படையின் ஒரு பிரிவை விலக்கி ராய்கட் அனுப்புவதற்கு ஆற்காடு நவாபிடம் எதிர்ப்பு தெரிவித்திருந்தான் பாத் கான்.

“படைகளை உடைத்து ராய்கட் அனுப்பினால், இங்கே சம்பாஜி எளிதாக என்னை வெற்றிகொண்டு விடுவானே!” - நவாபிடம் பாத் கான் புலம்பினான்.

“ராய்கட் கோட்டைதான் முக்கியம். அந்தக் கோட்டையைக் கைப்பற்றிவிட்டால், சம்பாஜி ஒரு செத்த பாம்பு. நீ செத்த பாம்பிடம்தான் மோதப் போகிறாய். அப்படியே சம்பாஜி உன்னை வெற்றி கொண்டாலும், அதைப்பற்றி ஆலம்பனா கவலைப்படப் போவதில்லை. நீ செய்த உள்ளடி வேலைகளுக்கும், பொக்கிஷ வேட்டைகளுக்கும், தனது கையால் உனக்கு தண்டனை அளிப்பதைவிட, மராட்டியர்கள் கையில் நீ சாவதுதான் உனக்கு தகுந்த தண்டனையாக இருக்கும் என்று நினைக்கிறார். மராட்டியர்களுடன் போர் புரிந்து பாத் கான் இறந்தான் என்று உனது மரணத்திற்கு பிறகு கிடைக்கும் புகழ்தான், இதுநாள் வரையில் ஆலம்பனாவுக்கு நீ செய்த சேவைக்கு உனக்கு கிடைக்கும் பரிசு. நீ செய்த துரோகம் யாருக்கும் தெரியாமல் உன்னோடு மண்ணில் மறையட்டும் என்று ஆலம்பனா உனக்கு கருணை காட்டியிருக்கிறார். அதுவே உனக்கு அதிகம்” - ஆற்காடு நவாப் கூற, விக்கித்துப்போய் நின்றிருந்தான் பாத் கான்.

* * * *

வசந்த்ராவ் நீட்டிய ராஜாராம் அனுப்பியிருந்த ஓலையை வாசித்த சம்பாஜிக்கு ஒரு புதிய யோசனை தோன்றியது. தத்தம் கூடாரங்களில் அப்போதுதான் உறங்கத் தொடங்கியிருந்த படைத்தலைவர்களை அவசரமாக எழுப்பினான் சம்பாஜி.

“நமது வியூகம் மாறுகிறது. நாம் இங்கு போரிடும் வேளையில் ஔரங்கசீப் நமது ராய்கட் கோட்டையைக் கைப்பற்றத் திட்டமிட்டுள்ளான். அவனை சமாளிக்க ராஜாராமால் முடியாது. எனவே, நானும் ஹம்பிராவ் மொஹிதேயும், துலாபியும் உடனே

ராய்கட் செல்கிறோம். மிட்டாஜி ரகுநாத்! நீ படைகளுடன் இந்த பாடலாத்ரி பகுதியிலேயே தங்கியிரு. பூவிருந்தவல்லியைக் கைப்பற்றும் திட்டத்தை சற்றே தள்ளிப்போடுவோம். ராஜாராம் எனக்குப் பதிலாக இங்கே வந்து படைகளின் பொறுப்பை ஏற்ற பிறகு நீங்கள் பூவிருந்தவல்லியின் மீது படை எடுக்கலாம்!" என்றதும், படைத்தலைவர்கள் பணிவுடன் தலையசைத்தனர்.

நீண்ட அமைதி நிலவ, வசந்த்ராவ் டிட்கேஜி மெல்லிய குரலில் கூறினான்.

"மன்னரே! ஓலையில் குறிப்பிடப்படாத, உங்களிடம் நேரே தெரிவிக்கும்படி இளவரசர் ராஜாராம் இட்ட கட்டளை. அங்கே ராய்கட் கஜானா காலியாக உள்ளது. போர் தளவாடங்களை செய்யவும், செப்பனிடவும் நிதி இல்லை. உங்களிடம் இதையும் தெரிவிக்க சொன்னார் மன்னர்" என்றதும் சற்றே அதிர்ந்தான் சம்பாஜி.

சட்டென்று அவனது நினைவில் தோன்றியது, வாயு விக்ரமனும், செஞ்சி சிம்மகிரியில் அவன் பெற்றுத் தந்த பொக்கிஷங்களும்தான். விக்ரமன் தங்களைக் காப்பாற்றுவதற்கு எவ்வளவு நிதியை வேண்டுமானாலும் அளிப்பதாக கூறியபோது, எங்களுக்கு கஜானா நிரம்பியுள்ளது என்று பெருமையாகப் பேசியிருந்தான் சம்பாஜி. செஞ்சியில் கிடைத்த ஸ்வர்ணம், பூவிருந்தவல்லி போருக்குத்தான் சரியாக இருக்கும். ஆனால், இப்போது ராய்கட் கஜானாவை ராஜாராம் துடைத்து வைத்திருக்கிறான்! வேறு வழியில்லை! கஜ துலாபாரம் மூலம், வாயு விக்ரமன் தரும் ஸ்வர்ணத்தையும், நிதி உதவிகளையும் ஏற்க வேண்டியதுதான்.

ஔரங்கசீப் எந்த வேளையிலும் படை எடுக்கக் கூடும் என்பதால், இவன் உடனே ராய்கட் சென்று ராஜாராமை பாடலாத்ரிக்கு அனுப்ப வேண்டும்.

"வசந்தா! நீ உடனே கொளத்து நாட்டுக்கு புறப்பட்டு போருக்கு நிதி உதவி தேவைப்படுவதாக இளவரசர் வாயு விக்ரமனிடம் கூறி, விரிவாக நிதியுதவியை அனுப்பச் சொல்!" - சம்பாஜி சொல்ல, மறுவார்த்தை பேசாமல் வசந்த் டிட்கேஜி தனது குதிரையில் புயலெனப் புறப்பட்டான். வீரர்கள் கட்டளையை

மட்டும்தான் செவிமடுப்பார்கள். 'கொளத்து நாடு எங்கே உள்ளது, விக்ரமன் எங்கே இருப்பான்?' - என்ற கேள்விகளை எழுப்பிக்கொண்டிருக்க மாட்டார்கள். நிதி பெற்று வா என்றால், நிதியோடுதான் வருவான் வசந்த் என்பதை சம்பாஜி அறிவான்.

* * * *

போர்டோ நோவோ அபேயின் உப்பரிகை நந்தவனத்தில் அமர்ந்து ரகசிய ஆலோசனைகளை செய்துகொண்டிருந்தனர் கிழக்கிந்திய கம்பெனி அதிகாரிகள். பௌர்ணமி நிலவு விண்ணில் பிரகாசித்துக்கொண்டிருந்தது, நள்ளிரவைக் குறித்து அவர்கள் கவலைப்படவில்லை. இரவுப் பறவைகள் தங்கள் கோரக் குரல்களால், இவர்களது சதித்திட்டங்களுக்கு பின்னணி இசையை அமைத்துக் கொடுத்து, அந்தச் சூழ்நிலையின் பயங்கரத்தை அதிகரித்துக்கொண்டிருந்தன.

அங்கே கிழக்கிந்திய கம்பெனி தலைமை அதிகாரி ஜோசையா சைல்டு, ஆர்தர் பர்கண்டி, அவன் மனைவி கேத்ரின் பர்கண்டி, அட்மைரல் டிமதி ஹெட்ஜெஸ், ரிச்சர்ட் என்கிற ரிச்சி மற்றும் டோனி நார்தம்பர்லாண்ட் ஆகியோர் அமர்ந்து, மயிலங்கி பொக்கிஷங்களைப் பற்றி பேசிக்கொண்டிருந்தனர். அவர்களோடு கொளத்து நாட்டு சமஸ்தானத்தின் கணக்காளராகப் பணிபுரிந்து, கிழக்கிந்திய கம்பெனியில் பணிக்கு சேர்ந்த குணபரன் என்ற தோமாசி அமர்ந்து அவர்களுக்கு விவரங்களைக் கூறிக்கொண்டிருந்தான்.

ஷாம்பைன், ரெட் வைன், மஸ்ஸாண்ட்ரா ஷெர்ரி, சட்டோ பீர் என்று உற்சாக பானங்கள் அங்கே ஆறாகப் பெருகின. அவற்றைப் பரிமாறும் சாக்கில், மார்கரெட் என்னும் மாகி அனைத்து தகவல்களையும் உள்வாங்கிக்கொண்டிருந்தாள். புதையல்களைப் பற்றிய ரகசியங்களுக்காக ஒருவன் கீழே காத்திருக்கிறான். அவற்றைக் கைப்பற்ற கிழக்கிந்திய கம்பெனி தீட்டும் திட்டங்களை இவள் அறிந்து, போர்ட்டோ நோவோ அபேயின் செஃப் அர்னால்டுவிடம் சொல்ல, அவன் பரோபகாரி என்கிற நாகப்பட்டினத்து மந்திரவாதி ஒருவனிடம் சொல்ல, பரோபகாரியிடம் தகவலைப் பெற்றுக்கொள்ள ஒரு

குழு காத்திருக்கிறது. அந்தக் குழு யார் என்பதை பரோபகாரி மட்டுமே இப்போதைக்கு அறிவான்.

வெள்ளையர்களுக்கு தகவல் வேண்டுமென்றால், தங்களுடன் சமமாக அமரவைத்து, ‘பிரதர், சிஸ்டர்’ என்று பாசத்தைப் பொழிவார்கள். கூடவே, கண்ணாடிக் கோப்பையில் ஷாம்பைனும் பொழியும். துரைமார் தங்களில் ஒருவராக நடத்துவதைக் கண்டதும், அவர்களால் கவனிக்கப்படுபவர்களுக்கு தங்கள் நாடு, கலாசாரம், கோட்பாடுகள் எல்லாம் இரண்டாம் பட்சமாக போய்விடும். தங்கள் தேசத்தையும் காட்டிக் கொடுக்கத் தயங்க மாட்டார்கள். அந்த நிலையில்தான் அப்போதைக்கு இருந்தான் தோமாசி.

வெள்ளையர்கள் நாசூக்காக மதுபானங்களைக் குடிப்பார்கள். கோயில் திருவிழாக்களில் கொடுக்கும் பானகமும் நீர்மோரும் விலையில்லாமல் கிடைக்கிறது என்பதற்காக மொண்டு குடிப்பதைப் போன்று, தனக்கு முன்பு வைக்கப்பட்டிருந்த எல்லா வகை மதுபானங்களையும், அவியல் செய்து குடிக்கும், தோமாசியை அருவருப்புடன் நோக்கினாள் கேத்ரின் பர்கண்டி. ஆனால், இப்போது அவனிடமிருந்து தகவல்கள் தேவைப்படுவதால், அவனை ‘லோக்கல் நாயே’ என்று கூறி விரட்ட முடியாது.

போதை ஏறிய பரவசத்தில், தோமாசி கூறிக்கொண்டிருந்தான்.

“மயிலங்கி பொக்கிஷங்கள் பற்றியே பேசிக்கொண்டு இருக்கிறீர்களே! எங்கள் மலை நாட்டில் எவ்வளவு பொக்கிஷங்கள் உள்ளன தெரியுமா ஹரிபாட், திருநாவாயா, எங்கள் கொளத்து நாடு! மயிலங்கி பொக்கிஷமாவது தேடி எடுக்க வேண்டும். ஆனால், கொளத்து நாடு பொக்கிஷங்களை நானே எனது கண்களால் பார்த்திருக்கிறேன். நான்தானே கணக்கராக இருந்தேன். உலகிலேயே உங்கள் இங்கிலாந்து மகாராணி மடோனா மேரிதான் செல்வாக்கு மிக்கவர் என்று நீங்கள் நினைத்துக்கொண்டு இருக்கிறீர்கள். எங்கள் கொளத்து நாட்டின் அரசி சுகஜீவனம் அந்தர்ஜனம்தான் அவரைவிட அதிக செல்வாக்கு கொண்டவள். அவளது இடுப்பு பகுதிதான் உங்கள் இங்கிலாந்து அரண்மனையைவிட ஆற்றல் மிக்கது” என்றதும், அதிகாரிகள் ஒருவரை ஒருவர் பார்த்துக்கொண்டனர்.

“எல்லா பொக்கிஷங்களைப் பற்றியும் சொல்! அவசரமே இல்லை! எங்கள் மன்னர் இரண்டாம் ஜேம்ஸ் பன்னிரண்டு கப்பல்களை அனுப்பியிருக்கிறார். அவை எவ்வளவு பொக்கிஷங்களை வேண்டுமானாலும் கொள்ளும்!” - சைல்டு கூற, தோமாசி விவரிக்கத் தொடங்கினான்.

சம்பாஜி போருக்கான நிதியுதவி கேட்டு அனுப்ப, எந்த செல்வங்களை நம்பி தான் அவனுக்கு உதவுவதாக வாயு விக்ரமன் கூறியிருந்தானோ, அந்தப் பொக்கிஷங்களைப் பற்றி கிழக்கிந்திய கம்பெனி அதிகாரிகளிடம் விவரிக்கத் தொடங்கினான் தோமாசி.

பொக்கிஷ வேட்டைகள் சூடு பிடிக்கத் தொடங்கிவிட்டன. வேட்டைகளைக் கருத்தில் கொண்டு அரசியல் சதுரங்க விளையாட்டுகளும் தொடங்கிவிட்டன. பொக்கிஷங்களில் கதாநாயகியான மயிலங்கி பொக்கிஷம் மட்டும் இன்னும் யாருக்கும் கிடைக்காமல், ஏமாற்றிக்கொண்டே இருக்கிறது.

- தொடரும்

அத்தியாயம் 27

மஹீசூரத்து சூரன்

மஹிஷாசூரனை சாமுண்டிதேவி வதம் செய்ததால், அவனது பெயரிலேயே அழைக்கப்பட்ட நகரம் மஹீசூரம். இதுவே மைசூர் என்று மருவியது. மைசூர் மன்னர்களுக்கு குல தெய்வம் தேவனதுர்கம் நரசிம்ம சாமிதான் (தற்போது தும்கூர் அருகில் உள்ளது). அதனால்தான் மைசூர் மன்னர்களின் பெயரில் நரசிம்ம சாமராஜ என்கிற பெயர் வைக்கப்படும். அதேபோன்று பெண்களுக்கு சாமுண்டி தேவியின் பெயரான லலிதாம்பா என்கிற பெயர் சூட்டப்படும். சாமுண்டி தேவி கோவில்கொண்டிருக்கும் மலையைப் பார்த்துதான், மைசூர் அரண்மனை அமைக்கப்பட்டிருந்தது. உப்பரிகைக்குச் சென்று, கோபுர தரிசனத்தை செய்துவிட்டு, அன்றாடப் பணிகளைத் தொடங்குவார்கள் அந்தக் கால அரசர்கள்.

பழக்க வழக்கங்கள் தவறாகக் கடைப்பிடிக்கப்பட்டு, சமயங்களில் காரணம் தெரியாமல் சில வழக்கங்களை பின்பற்றும்போது, அவற்றிற்கு தவறான விளக்கங்கள் அளிக்கப்படுகின்றன. அப்போது அவை மூடநம்பிக்கைகள் ஆகிவிடுகின்றன. ஆலயங்களில் நுழைவாயிலின் மேலே உள்ள கோபுரத்தை ராஜகோபுரம் என்று அழைப்பார்கள். அதாவது அந்த ராஜகோபுரம் மன்னர்களுக்காக அமைக்கப்பட்டது. எனவேதான் அது ராஜகோபுரம்! ஆலய சாத்திரத்தின்படி, மன்னன் அன்றாடம் தனது அரண்மனை உப்பரிகைக்குச் சென்று ஆலய ராஜகோபுரத்தை தரிசிக்க வேண்டும். மன்னர்கள் நீதி வழுவாமல் ஆட்சி செய்தால் ராஜகோபுரம் எப்போதும் போல கம்பீரத்துடன் காணப்படும். அவனது ஆட்சியில் நீதி தவறினால், கோபுரத்தை இடி தாக்கி, சிதிலம் அடைந்துவிடும். ஆக, ஆளுகின்ற மன்னனின் ஆட்சியின் தன்மையை எடுத்துக்காட்டுகிற கோபுரம் என்பதால்தான் அதற்கு

ராஜகோபுரம் என்று பெயர். எனவேதான் அந்தக் காலத்தில் மன்னர்கள் உப்பரிகை சென்று கோபுர தரிசனம் செய்ய வேண்டும் என்று கூறப்பட்டது. இதைக் குறிக்கத்தான், 'கூரை ஏறி கோயிலைப் பார்க்காதவன், வானம் ஏறி வைகுந்தம் போவது எப்போது?' என்று கேட்கும் பழமொழி உருவானது. அதாவது தனது ஆட்சியில் நீதி வழுவாமல் நல்லாட்சி செய்கிறோமா என்று உப்பரிகையின் மீது ஏறி பார்க்காத மன்னன், தன்னை உணர்ந்து நல்லாட்சி வழங்கி, நற்கதி அடைவது எப்போது என்று இப்பழமொழி உரைக்கிறது (இந்தப் பழமொழி இப்போது 'கூரை மேலே ஏறி கோழி பிடிக்காதவன், வானம் ஏறி வைகுந்தம் போவது எப்போது' என்று மாறிவிட்டது).

மைசூர் மன்னர்களும் தவறாமல், உப்பரிகைக்குச் சென்று சாமுண்டி ஆலயத்தின் கோபுரத்தை தரிசிப்பார்கள். மன்னர் குடும்பத்தின் அன்றாட நடவடிக்கைகள் அந்த ஆலயத்தை சுற்றியே அமைந்திருந்தன. அந்த ஆலயத்திற்குத்தான், மனைவி அஸ்வத்தம்மா மற்றும் மகள் ரங்காத்மஜாவை அழைத்துக்கொண்டு வந்திருந்தார், ஸ்ரீரங்கப்பட்டணத்து மன்னர் திருமலை ரங்க ராயர்.

விஜய நகர குலத்தோன்றலான தனது மகள் ரங்காத்மஜாவை, மைசூர் சமஸ்தான இளவரசன் ராஜா வோடேயாருக்கு கன்னிகாதானம் செய்து தருவதாகக் கூறி, திருமணத்தை நிச்சயம் செய்யவே, அவர் மஹாபலசரம் என்கிற சாமுண்டிதேவி மலைக்கு வந்திருந்தார். திருமணம் நிச்சயம் செய்யப்போகிறோம் என்று மகள் ரங்காத்மஜாவிடம் கூறாமல், சாமுண்டி ஆலயத்திற்குச் செல்கிறோம் என்று கூறிதான், மகளை அழைத்து வந்திருந்தார்.

மகளுக்கு ராஜா வோடேயாரைத் திருமணம் செய்துகொள்வதில் விருப்பம் இல்லை என்பதை திருமலை ரங்க ராயர் யூகித்துவிட்டிருந்தார். அதே போல், ரங்காத்மஜாவுக்கும் ஐயம் பிறந்திருந்திருந்தது. "ஆலய தரிசனம் முடிந்த பிறகு எதற்கு மைசூர் அரண்மனையான அம்பா விலாசத்திற்குப் போகவேண்டும்?" என்று தாயிடம் வினவினாள்.

அஸ்வத்தம்மா பதில் கூறாமல் அமைதியைக் கடைப்பிடிக்க, ரங்காத்மஜாவின் ஐயம் பலப்பட்டது.

“தந்தையே! சிற்றன்னை மங்கா தேவியை நாம் சாமுண்டி மலைக்கு அழைத்துச் செல்வோமே!” என்று கூறினாள். அலர்மேல் மங்கா தன்னுடன் மைசூர் வந்தால், தனக்குப் பாதுகாப்பாக இருக்கும் என்று ரங்காத்மஜா நினைத்தாள். அவளது உள்ளம், வாயு விக்ரமனை நினைத்தது. எப்படியாவது அவனை மணாளனாக அடைந்துவிட வேண்டும். பகட்டும், போலி ஆடம்பரமும், பேராசையும் கொண்ட ராஜா வோடேயாரிடம் சிக்கிவிடக் கூடாது.

விருப்பமின்றிதான், தந்தையுடன் மைசூருக்கு ரங்காத்மஜா பயணித்தாள்

ஆலயத்தில் தரிசனம் செய்துவிட்டு வெளியே வரும்போது, ரங்காத்மஜாவின் பார்வை தற்செயலாக ஆலயத்தின் கோபுரத்தின் மீது பதிந்தது.

“இவ்வளவு கீர்த்தி பெற்ற ஆலயத்தின் கோபுரம் மிகவும் சிறியதாக இருக்கிறதே! திருவரங்கத்தின் வெள்ளை கோபுரம் போன்று, ஆண்டாள் கோயிலின் ஸ்ரீவில்லிபுத்தூர் கோபுரம் போன்று இந்தக் கோபுரமும் பிரமாண்டமானதாக இருந்திருந்தால் நன்றாக இருக்குமே!” - ரங்காத்மஜா தனது எண்ணத்தை தந்தையிடம் சொல்ல, பளிச்சென்று திருமலை ரங்க ராயரின் மனதில் ஒரு யோசனை தோன்றியது.

அந்த யோசனைதான் ஸ்ரீரங்கப்பட்டணம், மைசூர் சமஸ்தானங்களின் வருங்கால உறவுக்கு அடித்தளமாக இருக்க போகிறது! மனதினுள் நினைத்த அவர், தனது பரிவாரங்களுடன் அம்பா விலாசத்திற்குச் சென்றார்.

திருமலை ரங்க ராயரை வரவேற்க மன்னர் சாமராஜ வோடேயார் மனைவி அன்னபூர்ணா தேவியுடன் வாயிலில் காத்திருக்க, ராஜா வோடேயார் தனது நண்பன் ஹரி பிரசன்னாவுடன் ஒரு பக்கமாக நின்றிருந்தான். ராஜா வோடேயாரின் மந்திரி பிரதானிகள், படைத்தளபதிகள் என்று அனைவரும் அம்பா விலாசத்து வாயிலில் திருமலை ரங்க ராயரை வரவேற்க காத்திருக்க, அவர் தனது ரதத்தை விட்டு இறங்கியதும், துந்துபி, கொம்பு மற்ற ராஜ வாத்தியங்கள் முழங்கின. அதிர்வேட்டுகளின் ஒலி செவிகளைக் கிழித்தன. வெண்கல குண்டானை (பானை)

போன்ற உருண்டு திரண்ட உடலமைப்பைக் கொண்டிருந்த திருமலை ரங்க ராயரைப் பார்த்ததும், ராஜா வோடேயாருக்கு சிரிப்புதான் வந்தது. கழுத்து என்பதே இல்லாமல், தலை உடலோடு பதிந்திருந்தது. அவர் நடந்துவந்து நின்றதே, உருண்டு வருவது போன்று தோன்றியது. தனது தந்தையைத் திரும்பிப் பார்த்தான், ராஜா வோடேயார். ரங்க ராயரை விட உயரமாகவும் கம்பீரமாகவும் இருந்தார்.

கம்பீரமான தனது தந்தை, அலர்மேல் மங்காவைத் திருமணம் செய்துகொள்ள முன்வர, இந்தச் சதை பிண்டத்தையா கணவனாகத் தேர்தெடுத்தாள், மயிலங்கி அலர்மேல் மங்கா? மைசூர்மன்னரைவிட, திருமலை ரங்கராயர்வயதில்குறைந்தவர் என்பதால் அவரை அவள் மணந்திருக்கலாம் என்றுதான் அவன் நினைத்திருந்தான். ஆனால், வயதான இவனது தந்தையே, ஆண்மையின் மிடுக்குடன் இருந்தார். ராயரின் தேகத்தில் இம்மியளவும் மிடுக்கும், பௌருஷமும் காணப்படவில்லை.

எரிச்சலுடனும் வெறுப்புடனும், தனது வருங்கால மாமனாரின் முகத்தைக் காண விரும்பாமல், பார்வையைத் திருப்ப, இப்போது மூடிய ரதத்தில் இருந்து அஸ்வத்தம்மா இறங்கினாள். பரவாயில்லை! மாமனாரைக் காட்டிலும், மாமியார் சற்று கம்பீரமாக இருக்கிறாள். இளமையில் இன்னும் பேரழகியாக இருந்திருக்கக் கூடும். கணவனைப் போன்று வெண்கல குண்டானாக இல்லாவிட்டாலும், ஒரு வெள்ளி பூஜாடியாகத் திகழ்ந்தாள். பார்க்கலாம்! அடுத்து இறங்கப்போகும் ரங்காத்மஜா தந்தையைப் போன்ற வெண்கல குண்டானா அல்லது தாயைப் போன்ற வெள்ளி பூஜாடியா?

ராஜா வோடேயார் ஆவலுடன் அந்த மூடிய ரதத்தைப் பார்த்தான். ரங்காத்மஜா தனது கண்களால் அம்பா விலாசத்தை மேலும் கீழும் பார்த்தபடி இறங்கினாள். தனது வருங்கால மனைவியின் உருவத்தை நோக்கிய ராஜாவின் கண்கள் பிரமிப்புடன் விரிந்தன. ரதத்தில் இருந்து இறங்கியது ஒரு வெண்கலக் குண்டானோ அல்லது வெள்ளி ஜாடியோ அல்ல. சொக்கத் தங்கத்தில் வார்த்தெடுத்து, தந்தத்தினால் பூண் போடப்பட்டு, விளிம்பில் வைரங்களும், வைடூரியங்களும் பதிக்கப்பட்டு, பாற்கடலில் கடைந்தெடுக்கப்பட்ட அமுதம் ததும்பி வழியும் ஒரு அமுத

கலசத்தைப் போன்று காணப்பட்டாள். அயர்ந்துபோய், கண்களை இமைக்க மறந்து ரங்காத்மஜாவையே வெறித்தான் ராஜா வோடேயார்.

இந்தப் பேரழகுப் பெட்டகத்தை விடவா உயர்ந்தது, மயிலங்கி மங்காவின் மரகதப்பெட்டி? மயிலங்கியின் மிக முக்கிய பொக்கிஷமான ஸ்வர்ண மயிலை ஒரு மரகதப் பெட்டியில்தான் வைத்திருந்தார், மறைந்த மயிலங்கி மன்னர் வேங்கடப்பா. அந்த ஸ்வர்ண மயிலை எவ்வகையிலாவது கைப்பற்றிவிட வேண்டும் என்று மனதினுள் உறுதி பூண்டிருந்தான் ராஜா. ஆனால், ரங்காத்மஜா ரதத்தினில் இருந்து இறங்கிய அந்தக் கணம், மயிலங்கி ஸ்வர்ண மயிலைக் காட்டிலும் பேரழகு மிக்கவள் ரங்காத்மஜா என்பதை முதன்முறையாக உணர்ந்தான். அவளைக் கண்டதும் ஏற்பட்ட மயக்கத்தில், பொக்கிஷங்களைப் பற்றி முழுவதுமாக மறந்தே போனான் ராஜா. ஏன்... தன்னையே மறந்து போனான்.

மண்ணாசையைவிட பொன்னாசை வலுவானது. பொன்னாசையைக் காட்டிலும் விபரீத எண்ணங்களை உண்டு பண்ணக்கூடியது, பெண்ணாசை. மயிலங்கி மங்காவுக்கு எதிரிகள் அதிகம் இருந்ததற்கு காரணமே, அவள் மயிலங்கி மண்ணை ஆண்டாள். பொற் பொக்கிஷங்களை வைத்திருந்தாள். பேரழகியாகவும் திகழ்ந்தாள். ரங்காத்மஜாவும், ஸ்ரீரங்கப்பட்டணத்தின் ஒரே வாரிசு. மன்னர் மகள், பேரழகி என்றாலும், மங்காவை வெறுத்த அளவுக்கு ரங்காத்மஜாவைக் காண்பவர்கள் அவளை வெறுக்க மாட்டார்கள். காரணம், மங்கா கொழுந்து விட்டெரியும் தீ ஜுவாலையைப் போன்று அழகு மிக்கவள். ரங்காத்மஜா பௌர்ணமி இரவின் குளிர் மஞ்சள் மதியைப் போன்றவள்.

“ராஜா! வருங்கால மைசூர் மகாராணி பேரழகியாகக் காட்சி தருகிறாள். மைசூர் மகுடத்தின் வைரமாக ஜொலிப்பாள். மயிலங்கி பொக்கிஷத்தைவிட இவள் விலையுயர்ந்தவள். மயிலங்கி பொக்கிஷங்கள் கை நழுவிச் சென்றாலும், இவளை நழுவிச்செல்ல விடாதே!” - நண்பன் பிரசன்னா, ராஜாவின் காதில் கிசுகிசுக்க, தன்னையும் அறியாமல் தலையசைத்தான் ராஜா.

“உலகில் சிறந்தவை எல்லாம் என்னைத் தேடி வருகின்றன! மஹீசூரத்து சூரனான எனக்கு ஏற்ற பொக்கிஷம்! எனது வீரத்துக்கும் கீர்த்திக்கும் உந்துதல் சக்தியாகத் திகழுவாள் ரங்காத்மஜா! ஆனால், அவளது பேரழகு முன்பாக, எனது கம்பீரம் சிறுத்துப் போய்விட்டதாக உணர்கிறேன், பிரசன்னா. அவள் என்னை ஏற்பாளா?” - ராஜா வோடேயாரின் வாய் முணுமுணுத்தது.

“கவலையே படாதே! உனது மனதில் நிற்பாள், இருப்பாள், கிடப்பாள்! ஆனால், இவளைக் கண்டுவிட்ட உற்சாகத்தில், மயிலங்கி பொக்கிஷங்களை மறந்துவிடாதே! உனக்கு வேண்டாமென்றால், நான் எடுத்துக்கொள்கிறேன்” - பிரசன்னா தொடர்ந்து கிசுகிசுக்க, அப்போது, ராஜாவின் மனதில் பிறந்தது உத்வேகம்.

“எதையும் நான் விடப்போவதில்லை. ஸ்ரீரங்கப்பட்டணம், மயிலங்கி, மைசூர் அரியணை, மயிலங்கி பொக்கிஷங்கள், ரங்காத்மஜா எல்லாம் எனக்கே! இவற்றோடு மங்காவையும் கைது செய்வேன். தொடர்ந்து மைசூரை அவமானம் செய்யும் அவளை, அம்பா விலாசத்து பணிப்பெண்ணாக மாற்றுவேன்” என்று கூறியபடி நண்பனைத் திரும்பிப் பார்த்துவிட்டு, மீண்டும் ரங்காத்மஜாவை வெறித்தான்.

மைசூர் மன்னர் சாமராஜ வோடேயார் நீட்டிய பூரண கும்பத்தை இருகைகளாலும் தொட்டு அவரது வரவேற்பை அங்கீகரித்தார் ரங்க ராயர். பரஸ்பர அறிமுகங்கள் தொடர்ந்தன. தனது வாழ்வை பலி கேட்கும் ராஜா வோடேயாரை திரும்பிக் கூடப் பார்க்கவில்லை ரங்காத்மஜா. மைசூர் அம்பா விலாச அரண்மனையை வியப்புடன் பார்ப்பது போலக் கண்களை பம்பரமாகச் சுழல விட்டுக்கொண்டிருந்தாளே தவிர, மறந்தும்கூட அவன் பக்கம் திரும்பவில்லை.

சிரமப் பரிகாரங்களுக்குப் பிறகு அம்பா விலாச கொலு மண்டப கண்ணாடி அறையில் அனைவரும் அமர்ந்துகொள்ள, மன்னர்கள் இருவரும் விவகாரங்களை அலசத் தொடங்கினர்.

‘வோடேயாரே! முதலில் நான் வந்த வேலையை நிறைவேற்றிவிடுகிறேன். எங்கள் ஸ்ரீரங்கப்பட்டணத்தில் துலா

திங்கள் புஷ்கரம் இன்னும் இரண்டு வாரங்களில் நடைபெற உள்ளது. காவிரி, லோகபவானி (கபினி) மற்றும் ஹேமாவதி நதிகள் சங்கமிக்கும் திருமுக்கூடலில் மிகவும் விமரிசையாக புஷ்கரம் கொண்டாட உள்ளோம். ஸ்ரீரங்கப்பட்டண அரங்கன் தலைமையில் தேவாலயங்களில் இருந்து மூர்த்தங்கள் புஷ்கரத்தில் பங்கேற்க உள்ளனர். ஆயிரக்கணக்கான பக்தர்கள் சங்கமத்தில் நீராடுவதற்கு திரள உள்ளனர். நீங்கள் குடும்பத்துடன் அவசியம் புஷ்கரத்தில் பங்கேற்க வேண்டும்" - திருமலை ரங்க ராயர் பட்டோலை அழைப்பிதழை நீட்ட, அதை சுவாரஸ்யம் எதுவுமின்றி பெற்றுக்கொண்டார் மைசூர் மன்னர்.

"கட்டாயம் வருகிறோம்! புஷ்கரத்தில் நீராடி, புண்ணியத்தை சேர்த்துக்கொள்ள மறுப்போமா என்ன? அது இருக்கட்டும்! திருமணத்தைப் பற்றி என்ன முடிவு செய்துள்ளீர்?" - மைசூர் மன்னர் கேட்க, ரங்க ராயர் புன்னகையுடன் மனைவி அஸ்வத்தம்மாவை பார்க்க, அவள் மூடிய அறைக்கதவை நோக்கி நடந்து அதை நாசூக்காகத் தட்டினாள். கதவு திறக்க, வரிசையாக பணிப்பெண்கள் தட்டுகளில் மங்கல பொருட்களையும், இனிப்பு வகைகளையும் எடுத்து வந்து வைத்தார்கள். நடுநாயகமாக ஒரு தங்கத் தட்டில், வெள்ளியில் சிறிய வாழை மரமும், ஒரு பசு மாட்டின் உருவமும் வைக்கப்பட்டிருந்தது. வாழை வளர்ச்சியையும், பசு வளமையையும் குறிக்கின்றன. வாழையடி வாழையாக மன்னர் வம்சம் வளரவும், பால் தயிர் ஆகி, தயிர் மோர் ஆகி, மோர் வெண்ணெயாகி, வெண்ணெய் நெய்யாவதைப் போல மன்னர் குலம் பரிணாம வளர்ச்சியைப் பெற்று வல்லமையுடன், கீர்த்தியுடனும் வாழ வேண்டும் என்பதற்காக மங்கலப் பொருட்களுடன், வாழை மற்றும் பசுவின் ப்ரதிமைகளை, மங்கல காரியங்களில் வைப்பார்கள் விஜயநகர பரம்பரையைச் சேர்ந்தவர்கள்.

"திருமணத்தை நிச்சயம் செய்வதற்கு அடையாளமாக மங்கலப் பொருட்களைக் கொண்டுவந்திருக்கிறோம். துலா மாதம் புஷ்கரம் முடிந்து, வளர்பிறையில் திருமணத்தை நடத்தி முடிக்க எண்ணுகிறேன். தாங்கள் துலா புஷ்கருக்கு வந்து, ஸ்ரீரங்கப்பட்டணத்திலேயே தங்கி திருமணத்தையும் முடித்துக்கொண்டு போக வேண்டும் என்று அழைக்கவே வந்தேன்."

- திருமலை ரங்க ராயர் கூற, உச்சி குளிர்ந்து ராஜா வோடேயார் ரங்காத்மஜாவை விழுங்குவது போன்று நோக்கினான். இனி இந்தப் பேரழகி இவனுக்கு மட்டுமே சொந்தமாவாள். ஆனால், ரங்காத்மஜா இடிந்துபோய் அமர்ந்திருந்தாள். ராஜாவின் பார்வையிலிருந்து தப்ப, அப்படியே பூமி பிளந்து தன்னை விழுங்கிவிடாதா என்றுகூட வேதனையுடன் நினைத்தாள்.

மைசூர் மன்னர் ரங்க ராயரை ஐயத்துடன் நோக்கினார்.

“எங்கே உமது இளைய பாரியை அலர்மேல் மங்கம்மாவைக் காணவில்லை. அவருக்கு இந்தத் திருமணம் குறித்து ஆட்சேபம் எதுவும் இல்லையே. பொதுவாக அவர் எங்கள் மைசூர் சமஸ்தானத்தை வெறுப்பவராயிற்றே? மேலும் நான் கேட்டது போன்று, திருமணத்திற்குப் பிறகு மயிலங்கி பொக்கிஷங்களைத் தர சம்மதிப்பாரா? எங்களது நிபந்தனை, மயிலங்கி பொக்கிஷத்தை நீங்கள் திருமண சீதனமாய் தர வேண்டும் என்பதே. தாங்களும் அதற்கு இசைந்திருக்கிறீர்கள்” - சாமராஜ வோடேயார் கூற தலையசைத்தார், திருமலை ரங்க ராயர்.

“அந்தக் கவலை உங்களுக்கு வேண்டாம்! மயிலங்கி பொக்கிஷங்களை நானே தேடிக்கொண்டிருக்கிறேன். அவை கிடைத்ததும், ரங்காத்மஜாவின் சீதனமாக உங்கள் அம்பா விலாசத்திற்கு அனுப்பி வைக்கப்படும். இதில் எவ்வித மாற்றமும் இல்லை. அது மட்டுமா! இந்தத் திருமணத்தைக் குறிக்க, எங்கள் விஜயநகர சாம்ராஜ்யத்தின் சார்பாக, தங்களது சாமுண்டிதேவி ஆலயத்தின் ராஜகோபுரத்தை பிரமாண்டமாக கட்டித் தருகிறேன். இது ரங்காத்மஜாவின் ஆசை. அவள் மைசூர் மருமகளாக காலடி வைக்கும்போது, ஏழு தளத்தில் பிரமாண்ட ராஜகோபுரம் எழுப்பப்பட்டிருக்க வேண்டும். இதற்கும் தங்களது அனுமதியைக் கோருகிறேன்” - ரங்க ராயர் கூற, சாமராஜர் தலையசைத்தார்.

கோபுரத்தின் பிரமாண்டத்தைவிட, மயிலங்கி பொக்கிஷத்தின் பிரமாண்டத்தை காணும் ஆவல்தான் அவருக்கு அதிகம் இருந்தது. அனைவரும் அளவளாவிக்கொண்டிருக்க, ராஜா வோடேயாரின் அந்தரங்க படைத்தலைவன் சதானந்த

ராஜவர்த்தி அறையின் வாயிலில் நின்று சமிக்ஞை காட்ட, பிரசன்னா விரைவாகச் சென்று, அவனை எதிர்கொண்டான்.

"பிரசன்னா! இளவரசரிடம் ரகசியத் தகவலைக் கூறுங்கள்! மயிலங்கி ரகசியம் பற்றிய சுவடியில் பொக்கிஷங்கள் மறைத்து வைக்கப்பட்டிருப்பதாகக் கூறும் இடத்தைக் கண்டுபிடித்துவிட்டோம். மைசூரின் எல்லையில், தலக்காடுக்கும், துவார சமுத்ரத்திற்கும் இடைப்பட்ட மைய பகுதியான, நமது மைசூரின் எல்லைக்கும், மயிலங்கி எல்லைக்கும் இடையே உள்ளே திருமுக்கூடல் நரசிம்மபுரம் என்னும் கிராமத்தைக் கண்டுபிடித்துவிட்டோம். நாம் தேடும் இடம் அந்தப் பகுதியில் உள்ள நரசிம்ம ஆலயம்தான். அங்கே கோயில் கொண்டிருக்கும் பெருமாளின் பெயர் பச்சை வாரண நரசிம்மர். பச்சை கற்பூர நீரில் அன்றாடம் அபிஷேகம் செய்துகொள்வாராம்" - சதானந்த ராஜவர்த்தி கூறியதும், பிரசன்னாவின் இதயம் துள்ளியது.

மயிலங்கி ரகசிய சுவடியில் குறிப்பிடப்பட்ட பச்சை தெய்வம் என்கிற சங்கேதம் அவனது கண்களின் முன்பாக நிழலாடியது.

- தொடரும்

அத்தியாயம் 28

படி தாண்டும் அந்தர்ஜனம்

வாயு விக்ரமன், மயிலங்கியை விட்டுப் புறப்பட்டு சத்யபுரி (சத்தியமங்கல) காடுகளின் வழியாகத் தனது கொளத்து நாட்டிற்குத் திரும்பிக்கொண்டிருந்தான். லோக பவானி (கபினி) ஆற்றைக் கடந்து அடர்ந்த சத்யமங்கல அடவிகளையும் கடந்தால் வேழமலை (ஆனைமலை) பகுதிகள் வரும். அவற்றைக் கடந்ததும் மலைபுரம் தொடங்கிவிடும். தொடர்ந்து தெற்கே சென்றால், இவனது கொளத்து நாட்டை அடைந்துவிடலாம்.

தெற்கு நோக்கி வரும் இவனை வரவேற்பது போன்று, தென்றல், ஆறுகளின் குளிர்ச்சியான நீரை வாரி விக்ரமனின் மீது பன்னீராக தெளித்து வரவேற்றது. சத்தியமங்கலக் காடுகளின் ஓங்கி உயர்ந்த மரங்கள் இருபுறமும் கவரி வீசும் சேடிப்பெண்களைப் போன்று நிற்க, வண்ண மலர்களுடன் பூத்துக் குலுங்கும் செடிகள், விக்ரமனுக்கு ஆலவட்டம் போட்டு நின்றன.

இத்தகைய வரவேற்பு இவனுக்குத் தேவைதான். பொக்கிஷங்களைக் கைப்பற்ற முகலாயர்கள் திட்டமிட்டிருக்க, சம்பாஜியை உதவிக்கு இவன் அழைக்க, சம்பாஜியும் தனது படைகளைப் பாடலாத்ரியில் (சிங்கப்பெருமாள்கோவில்) கொண்டு நிறுத்தியிருக்க, இவனது சமயோஜிதத்தால் மேற்கு கரை நாடுகளின் பொக்கிஷங்களுக்கு வர இருந்த பெரும் ஆபத்து நீங்கியது. இவன் மட்டும் துரிதமாக செயல்பட்டிருக்காவிட்டால், செஞ்சிக்குச் சென்று சம்பாஜியின் நட்பை பெற்றிருக்காவிட்டால், முகலாயப் படைகள் மேற்கு சமஸ்தானங்களை ரணகளம் செய்திருக்கும் அல்லவா? இதற்குக் காரணமே, இவனது ஸ்ரீரங்கப்பட்டண விஜயம்தான் என்று கூறவும் வேண்டுமோ?

ஸ்ரீரங்கப்பட்டண இளவரசி ரங்காத்மஜாவைக் கண்ட நாள் முதலாக, இவனுள் ஒரு புதிய உத்வேகம் பிறந்திருந்தது. ஒரு ஆண் தேக்கு மரத்தால் அமைக்கப்பட்ட ரதத்தைப் போன்று கம்பீரமாகக் காணப்பட்டாலும், அதனை இழுத்துச் செல்ல பெண் என்கிற புரவி இல்லையென்றால், ரதத்தால் என்ன பயன்? ரதம் ஓடுவது புரவியின் ஆற்றலை நம்பித்தானே உள்ளது. ஆற்றலையே புரவியின் ஓட்ட வேகத்தைக் கொண்டுதானே கணிக்கிறார்கள்! தனக்கு ரங்காத்மஜாதான் உந்துதல் சக்தி என்பதை உறுதியுடன் நம்பினான் விக்ரமன்.

ரங்காத்மஜாவை சந்தித்தவுடன்தான் விக்ரமனுக்கு வாழ்வில் ஒரு பிடித்தம் ஏற்பட்டிருந்தது. ஒருக்கால், அவளைச் சந்திக்காமல் இருந்திருந்தால், முகலாயரின் படையெடுப்பைப் பற்றிக் கவலைப்பட்டு, அதற்குத் தீர்வு காண்பதற்கு செஞ்சிக்கு செல்லத் தோன்றியிருக்குமா? ரங்காத்மஜா என்கிற பொக்கிஷத்தைக் காப்பதற்குத்தான், இவ்வளவு பிரயத்தனங்களைச் செய்திருக்கிறான்? மிகப்பெரிய செயல்களைச் செய்திருக்கிறான் இவன். தீர்த்தமலையில், முதியவர் வில்வநாதன் மூலமாக, களப்பிரர்கள் பதுக்கியிருந்த பொக்கிஷங்களைக் கண்டெடுத்தான். சம்பாஜியின் நட்பைப் பெற்றான்.

தன்னைத்தானே மெச்சியபடி பயணித்துக்கொண்டிருந்த வாயு விக்கிரமனின் அடிமனதில் திடீர் என்று ஒரு குரல் ஒலித்தது. ‘ஏன் இந்த வீண் ஜம்பம் உனக்கு! ஒரு இளவரசன், அதுவும் குமரப் பருவத்திலிருந்து வாலிபப் பருவத்தில் காலடி வைத்துக்கொண்டிருப்பவன், இத்தகைய செயல்களைச்செய்வது பெரிய சாதனையா என்ன? இவனுக்காவது பெற்றோர்கள் கொளத்து நாட்டில் காத்திருக்கிறார்கள். இவனுக்கென்று ஒரு குடும்பம் இருக்கிறது. ஆனால், இவன் சந்தித்துவிட்டு வந்த மயிலங்கி அரசி அலர்மேல் மங்கா தனியொருவளாக போராடிக் கொண்டிருக்கிறாளே. ஒரு சாம்ராஜ்யத்தையும் கட்டிகாத்துக்கொண்டு, கணவன் உட்பட சுற்றி சதிவலை பின்னும் சதியாளர்களையும் கையாண்டு, ஆண் துணை இன்றி தனது பொக்கிஷங்களைத் தேடி வருகிறாளே! மங்காவின் சாதனைகளைக் கருத்தில் கொண்டால், இவனது சாதனைகள் சிறுத்துப் போய்விடுகிறது அல்லவா!’

“ரங்காத்மஜா எனக்கு மகள்! அம்முறையில் நீர்தான் எனது மருமகன்! இது காலத்தின் கட்டாயம்! நான் உங்களுக்குத் தரும் வாக்கு இது! என் மகள் ரங்காத்மஜா உங்களுக்கே! இது வெறும் வாய் சவடால் இல்லை! வரும் ஐப்பசி மாதம் நடைபெறும் துலா புஷ்கரத்தில், மூன்று ஆறுகள் இணையும் திருமுக்கூடலில் இதனை மெய்ப்பிக்கப் போகிறேன். காவிரித் தாய், உங்களையும் ரங்காத்மஜாவையும் நிச்சயம் இணைத்து வைப்பாள். கவலையின்றி இப்போது உங்கள் நாட்டுக்குப் புறப்பட்டுச் செல்லுங்கள். நான் கூறியுள்ள திட்டத்தை தகுந்த வேளையில் செயல்படுத்துவோம்” என்று வாக்குறுதி அளித்துதான், விக்ரமனை வழியனுப்பி இருந்தாள். மங்கா சொன்னதைச் செய்வாள் எனபதை அவளது குரலில் இருந்த உறுதியை வைத்து யூகித்தான் வாயு விக்ரமன். இப்போதைக்கு ரங்காத்மஜாவை இவனுடன் சேர்ப்பதற்கு மங்காவை விட்டால் வேறு யாரும் இல்லை. திருமலை ரங்க ராயர் மைசூர் மன்னரை முகஸ்துதி செய்து, நட்பைப் பெற நினைக்கிறார். ரங்காத்மஜாவை ராஜா வோடேயாருக்கு திருமணம் செய்வதன் மூலம், தனது சமஸ்தானத்தைப் பத்திரப்படுத்திக்கொள்ள நினைக்கிறார் போலும்.

‘உனது நாட்டை இதுகாறும் நான் பத்திரமாக காவல் காத்துக்கொண்டிருந்தேன். நீ வந்துவிட்டாய். உன்னிடம் அதை ஒப்படைத்துவிட்டு, இதோ நான் புறப்படுகிறேன்’ என்பது போன்று கதிரவன் மேற்குத் தொடர்ச்சி மலைகளின் பின்பாக இறங்க, தனது கொளத்து நாட்டு அரண்மனைக்குள் நுழைந்தான் விக்ரமன். தீப்பந்தங்களும் சுளுந்துகளும் ஒளிர்ந்துகொண்டிருக்கும் மைதானத்தின் மையத்தில் இருந்த நீரூற்று அருகே தனது குதிரையை நிறுத்திவிட்டு, அதனை அந்த நீரூற்றிலேயே தண்ணீர் அருந்த வைத்தான்.

பின்னால் மரப் பாதுகைகளின் ஒலி கேட்க, திரும்பி நோக்கினான். அவனது பிதாமகி சுகஜீவன அந்தர்ஜனம்தான் மெதுவாக இவனை நோக்கி வந்துகொண்டிருந்தாள்.

“வந்துவிட்டாயா விக்ரமா?” - ஆதூரத்துடன் அவனது கலைந்திருந்த முடியைக் கோதிவிட்டாள் சுகஜீவன அந்தர்ஜனம்.

“பாட்டியாரே! நமது பொக்கிஷங்கள் தப்பின! சம்பாஜி படைகளுடன் புறப்பட்டு பூவிருந்தவல்லியை முற்றுகை இடுகிறார். முகலாயர்களால் மேற்கே நகர்ந்து நமது சமஸ்தானங்களைத் தாக்க இயலாது!” - விக்ரமன், கூற, சுகஜீவனம் இடி இடியென சிரித்தாள்.

“அப்படியே முகலாயர்கள் வந்துதான் பார்க்கட்டுமே. எனது நாசி சூர்ண குப்பியைத் தவிர வேறு ஒன்றையும் அவர்களால் கைப்பற்ற இயலாது. அதனை வைத்துக்கொண்டு அவர்களால் மூக்கையா சிந்த முடியும்?” அந்த அமைதியான முன்னிரவு வேளையில், அவளது குரல் அமானுஷ்யமாக ஒலித்தது.

இரவு படர்ந்துவிட்டது. இனி தங்களது சங்கீதத்தைத் தொடங்கலாம் என்று குரல் கொடுப்பதற்காக எத்தனித்த இரவுப் பறவைகள், அந்தர்ஜனத்தின் குரலைக் கேட்டு, தாங்கள் இசைக்கும் எண்ணத்தைக் கைவிட்டன.

“பெயராண்டி! நமது பொக்கிஷங்கள் யாருக்கும் கிட்டாத இடத்தில் உள்ளன. ஏன்... இப்போதுதான் நமது அரண்மனையில் காலடி வைக்கும் உன்னாலும் அவற்றைக் கண்டுபிடிக்க முடியாதபடி யானைக் காவு -வில் பதுக்கிவிட்டோம். பதுக்கி வைத்த பன்னிரு பேரும், பரலோகத்தில் ஓய்வெடுத்துக் கொண்டிருக்கின்றனர்” என்றதும் திகைத்தான் விக்ரமன்.

“எதற்குப் பொக்கிஷங்களைப் பதுக்கிவிட்டீர்கள்? ‘சம்பாஜியின் உதவியை நாடிச் செல்கிறேன். முகலாயர்கள் மேற்கே வர வாய்ப்பில்லை’ என்று கூறிவிட்டுத்தானே நான் சென்றேன். பதுக்குவதற்கு என்ன அவசியம்? என்ன அவசரம்?” - விக்ரமன் கூற, அந்தர்ஜனம் சிரித்தாள்.

“பெயரா! நீ வாலிபனாக இருந்தாலும், மனதளவில் இன்னும் குழந்தைதான். உனக்கு செயல்படத் தெரிகிறது. ஆனால், வரப்போவது என்ன என்று யூகிக்கத் தெரியவில்லை. நான் ஜோதிடமும் அறிந்தவள், கிரகங்கள் நமக்கு எதிராக செயல்படப் போவதை முன்கூட்டியே அறிபவள். குரு பகவான், சனி பகவான் மற்றும் கேது மூவரும் ஒன்றாகச் சேரும்போது தட்சிணத்தில் கெடுதிகள் நிகழும். மலைகள் பிளந்து பொக்கிஷங்கள் தோன்றும். அப்போது வெளிப்படும்

ஸ்வர்ண புதையல்கள் மிகவும் ஆபத்தானவை. அதனை எடுத்துக்கொள்பவர்கள் அழிவைத் தேடிக்கொள்வார்கள். ஹொய்சள நாட்டு சாந்தலாபுரத்தில் சூரிய கிரகணம் அன்று நிலநடுக்கம் ஏற்பட்டு மலை பிளக்க, வெளிப்பட்ட அபரஞ்சி தங்கத்தை ஹொய்சளர்கள் கைப்பற்ற, அதனால் வீர வல்லாளனின் குடும்பம் அழிய, அவர்களிடமிருந்து பாண்டியர்கள் ஸ்வர்ணங்களைப் பறித்து, அரங்கன் கோயிலுக்கு ஒரு பகுதியும், தங்களுக்கு ஒரு பகுதியும் வைத்துக்கொண்டனர். என்ன நடந்தது? பாண்டியர்கள் அழிந்தார்கள். தோஷமுள்ள ஸ்வர்ணத்தைப் பெற்றுக்கொண்ட அரங்கன், அகதியாக நாற்பத்தி எட்டு வருடங்கள் நமது சத்தியமங்கலக் காடுகளில் அலைந்தான். ஒரு குடம் பாலில், ஒரு சொட்டு நஞ்சைக் கலந்தாலும் எப்படி பால் உபயோகப்படாதோ, அப்படி தோஷமுள்ள பொக்கிஷங்களால் நல்ல பொக்கிஷங்களும் பாழாகும். எனவேதான், சம்பாஜி உதவுவானா உதவ மறுப்பானா என்று யோசித்துக்கொண்டிருக்காமல், நீ வரும் வரையில் காத்திருக்காமல், நமது பொக்கிஷங்களை யானைக் காவு-வில் பதுக்கிவிட்டோம்" - அந்தர்ஜனம் கூற, வாயடைத்துப் போய் நின்றான்.

"பாட்டியாரே! நீங்கள் இங்ஙனம் செய்யப் போகிறீர்கள் என்று தெரிந்திருந்தால், நான் செஞ்சிக்கு சென்றிருக்க வேண்டிய தேவையே இல்லையே?" - ஏமாற்றத்துடன் கூறினான் விக்ரமன்.

"பெயரா! நீ முகலாயர்களை மட்டும் எதிரிகளாக நினைக்கிறாய்? நான் இன்னும் பல எதிரிகளை அறிவேன். அவர்களது பேராசையை முளையிலேயே கிள்ள வேண்டும் என்றுதான், நமது பொக்கிஷங்களை யானைக் காவு-வில் பதுக்கியிருக்கிறேன்"- அந்தர்ஜனம் கூற, அவளை விசித்திரமாகப் பார்த்தான் விக்ரமன்.

"அரண்மனை நிலவறையில் இருந்த பொக்கிஷங்களை யானைக் காவு காட்டில் வைத்திருக்கிறீர்கள். இங்கு இல்லாத பாதுகாப்பு அங்கு எப்படி இருக்க முடியும்? அங்குள்ள பொக்கிஷங்களுக்கு யார் காவல்?" - விக்ரமன் கேட்க, தனது முந்தானையில் முடித்திருந்த கனத்த திறவுகோல்களை சப்தித்தபடி, மரத்தின் அடியில் இருந்த திட்டில் அமர்ந்தாள் அந்தர்ஜனம்.

“பெயராண்டி! நான் பூதமாக மாறப்போகிறேன்!” என்று அந்தர்ஜனம் கூறியதும் திடுக்கிட்டு அவளை நோக்கினான் விக்ரமன்.

“பெயராண்டி! முதன்முறையாக உனது பாட்டி அந்தர்ஜனம், இந்த அரண்மனையின் வாயிற்படியைத் தாண்டப் போகிறாள்” - புன்னகையுடன் அந்தர்ஜனம் சொல்ல, விக்ரமன் திகைத்தான்.

“என்ன சொல்கிறீர்கள் பாட்டி?

“பொக்கிஷங்கள்வைத்திருக்கும்நமதுயானைகாவு-வில்எனக்கு ஒரு குடில் கட்டி வருகிறேன். நான் இனி அங்கு தான் இருக்கப் போகிறேன். எதிரிகள் படையெடுத்து வரும் வேளையில் பொக்கிஷங்களைப் பத்திரப்படுத்திவிட்டு, அவர்கள் சென்றதும் மீண்டும் கஜானாவில் நிரப்பி, மீண்டும் போர்க்காலத்தில் பதுக்கி, இதெல்லாம் வீண் வேலை என்று தோன்றவில்லையா? யாருக்கு ரகசியங்கள் தெரிய வருமோ, யார் அவற்றை அபகரிப்பார்களோ என்று கவலைப்படுவதும், ஒவ்வொரு முறையும் எடுப்பதும் வைப்பதும், பத்திரப் படுத்துவதும், இவையெல்லாம் இனி தேவையில்லை. பொக்கிஷங்கள் இனி நிரந்தரமாக யானை கா-வுவில்தான் இருக்கப் போகின்றன. நானும் அங்கேயே பொக்கிஷங்களுக்குக் காவலாக இருப்பேன். யானைக் காவு - வில் யாரும் நடமாட மாட்டார்கள். எனவே, பொக்கிஷங்கள் பாதுகாப்பாக இருக்கும். நானும் அவற்றைப் பூதம் காப்பது போன்று காப்பேன். இப்போது புரிகிறதா! நான் பூதமாக மாறப் போகிறேன் என்று சொன்னதற்கு பொருள்? இனி நீ என்னைக் காண வேண்டும் என்றால், யானைக் காவுக்குத்தான் வர வேண்டும்” - அந்தர்ஜனம் நகைக்க, முதலில் அந்த அமானுஷ்ய நகைப்பு, விக்ரமனுக்கு குழப்பத்தைத் தோற்றுவித்தது.

ஆனால் உடனே -

மயிலங்கி அலர்மேல் மங்காவின் குரல் அவனது செவியில் ஒலித்தது.

“ரங்காத்மஜாவின் மீது நீர் கொண்டிருக்கும் காதல், எனது பொக்கிஷங்களைத் தேடி எடுக்க நான் மேற்கொண்டிருக்கும் பிரயத்தனங்கள், எல்லாம் நிறைவேற வேண்டிய தருணம்

வந்துவிட்டது. எனது குழப்பமான எதிர்காலம், நமது எதிரிகளின் சூழ்ச்சிகள், இவை எல்லாவற்றையும் முறியடிக்கவும் வேளை வந்துவிட்டது. துலா புஷ்கரத்தில்தான் நமது திட்டத்தை செயல்படுத்தப் போகிறோம். அதற்கு நீங்கள், நான் மற்றும் எனது செவிலி வேங்கடி மட்டும் இருந்தால் போதாது. ஒரு நம்பிக்கையான, முன்னெச்சரிக்கை உணர்வுள்ள, ஒரு பாதுகாப்பான மனிதர் தேவை. நாம் செயல்படுத்தும் திட்டம் வெற்றி அடைவதில் அந்த நபருக்குத்தான் பெரும் பங்கு உள்ளது. அப்படி ஒரு நபர் இருப்பதே நமது எதிரிகளுக்குத் தெரியக்கூடாது" - மங்கா கூறியது விக்ரமனின் சிந்தையில் எதிரொலித்தது.

மங்கா கூறியிருந்த முன்னெச்சரிக்கை உணர்வு உள்ள, நம்பிக்கையான நபராக, பாட்டி சுகஜீவன அந்தர்ஜனமே ஏன் இருக்கக்கூடாது? அவர் வசிக்கப்போகும் யானைக் காவு குடிலிலேயே ஏன் மங்காவின் திட்டத்திற்கு அடித்தளம் அமைத்துத் தரக்கூடாது?

விக்ரமனின் அடிமனதில் தோன்றிய வினாக்கள், மெதுவாக அவனது சிந்தையை அடைந்ததும், அவை உற்சாகமாக மாறி, அவனது ரத்த நாளங்களில் பரவியது.

ரங்காத்மஜாவை நிச்சயம் அடைந்துவிடுவோம் என்கிற நம்பிக்கை முதன்முறையாக அவனுள் துளிர்விட்டது.

- தொடரும்

அத்தியாயம் 29

தலைவலி போய் திருகுவலி

பரங்கிப்பேட்டை போர்டோ நோவோ அபே!

அளவுக்கு அதிகமாக குடித்து மயங்கிக் கிடந்த தோமாசியை, காவலர்களைக் கொண்டு அப்புறப்படுத்திய கேத்ரின் பர்கண்டி, தனது கணவன் ஆர்தர் பர்கண்டியை ஓரக்கண்ணால் நோக்கினாள். அவள் அப்படித் தன்னை நோக்குவாள் என்பதை எதிர்பார்த்திருந்தவன் போலஆர்தர் அவளைப் பார்க்க, நயன மொழியால் தனது மனவோட்டத்தை தெளிவுபடுத்தினாள் கேத்ரின்.

நயன மொழியிலும், முகத்தின் நாடி நரம்பு அசைவுகளின் மூலமாகவும் தங்கள் உணர்வுகளைப் பிரதிபலிப்பதில் வல்லவர்கள் ஆங்கிலேயர்கள். அவர்களது பார்வைகளில் பல அர்த்தங்கள் அடங்கியிருக்கும்.

கேத்ரின் கணவனை உறுத்துப் பார்த்தாள். “நாம் வெப்பம் மிகுந்த நாட்டில் பல சிரமங்களுக்கிடையே வாழ்ந்து வருகிறோம்! மன்னர் இரண்டாம் ஜேம்ஸுக்கும், அவனது அரசி மேரி மாடேனாவுக்கும் ஊழியம் செய்து அவர்களுக்குப் பொருள் ஈட்டிக்கொடுத்துக் கொண்டிருக்கிறோம். நமக்கென்று எதிர்காலத்திற்கு நாம் ஒன்றுமே சேர்த்துக் கொள்ளவில்லை. பர்கண்டி டியர்! நவ் ஆர் நெவர்! மற்ற புதையல்களைக்கூட மன்னரோ அல்லது மற்றவர்களோ எடுத்துக் கொள்ளட்டும். மயிலங்கி பொக்கிஷத்தை மட்டுமாவது நாம் எடுத்துக்கொள்வோம் பர்கண்டி டியர். நமது செல்சீ எஸ்டேட்டில் மயிலங்கி பொக்கிஷங்களுடன் மகிழ்ச்சியாக வாழ்வோம்” - என்று பர்கண்டியுடன் மஞ்சத்தில் உருண்டபோது கூறியிருந்தாள். ஆனால், அந்தப் பொழுதினில்

கருமமே கண்ணாக இருந்த அவனது செவிகளில் அவளது பேச்சு ஏறியிருக்குமோ?

'தோமாசி கூறியதைப் பார்க்கும்போது, மயிலங்கி, திருநாவாய், கொளத்து நாடு மற்றும் ஹரிபாட் ஆகிய சமஸ்தானங்களில் நிறைய பொக்கிஷங்கள் உள்ளன. இன்னும் இங்கிலாந்து மன்னன் இரண்டாம் ஜேம்ஸுக்கு ஊழியம் செய்து, அவனுக்குப் பொருளீட்டிக் கொடுத்துகொண்டே இருந்தால், நாம் வாழ்வது எப்போது? பன்னிரண்டு கப்பல்களில் புறப்படும் பொக்கிஷங்கள், மன்னரின் அரண்மனைக்குப் போகக் கூடாது. நமது செல்சீ எஸ்டேட்டுக்குத்தான் போக வேண்டும். அதற்கான ஏற்பாடுகளில் தீவிரம் காட்டுங்கள்' - கேத்ரின் கண்களாலேயே உணர்த்த, ஜாடையாகத் தலையசைத்தான் ஆர்தர்.

முந்தைய இரவு வாயால் தான் கூறியிருந்த சொற்களைத்தான் இப்போது கண்களால் அபிநயித்துக் கொண்டிருந்தாள் கேத்ரின். அவளது நயன மொழிகள் பர்கண்டிக்குப் புரிந்ததோ இல்லையோ, அவனது அருகில் அமர்ந்திருந்த நார்தம்பர்லாண்ட்டுக்கு தெளிவாகப் புரிந்தது. அவளது பேராசையைக்கண்டு ஜேம்ஸ்அரசரின்விசுவாசியானஅவனுக்கு கடுங்கோபம் ஏற்பட்டது. எழுந்து அவளது கன்னத்தில் ஓங்கி அறைய வேண்டும் போலத் தோன்றியது, அவனுக்கு.

"சயர் (Sire)... நான் தங்களிடம் ஒன்றைக் கூற விரும்புகிறேன்" - ஆர்தர் பர்கண்டி தனது ஷாம்பைன் கோப்பையை ஜோசய்யா சைல்டை நோக்கி உயர்த்த, கேத்ரினின் முகம் சிறுத்தது.

"ஸ்டாப் காலிங் ஹிம் சயர் (Sire), பர்கண்டி! உன்னோட உடலுல டியூடர் வம்சத்து ரத்தமும், பர்கண்டி வம்சத்து ரத்தமும் ஓடுது. அதை மறந்துட்டியா? நீ மன்னர் குலத்தைச் சேர்ந்தவன். போயும் போயும், ஜோசையா சைல்டை சயர்னு அழைக்கலாமா?" - கேத்ரின் சொற்களைக் கடித்துத் துப்பி, ஒரு சர்ப்பத்தை போன்று சீற, ஜோசய்யாவின் முகம் சினத்தால் கொப்புளித்தது.

"இலத்தீன் மொழியில் சயர் (Sire) என்றால் உத்தம மனிதர் என்று பொருள்!" - ஜோசய்யா கூற, தனது கையுறை அணிந்திருந்த வலதுகையை அலட்சியமாக அவன் முன்பாக வீசினாள் கேத்ரின்.

“புல்ஷிட்! இதையெல்லாம் இண்டியன்ஸ் கிட்டே சொல்லு! நீ சொல்றதை நம்புவாங்க. இங்கிலீஷிலே சார் *(Sir)* என்கிற சொல் சயர் *(Sire)* என்கிற சொல்லுல இருந்துதான் வந்தது. போயி டிக்ஷனரியை எடுத்துப் பாரு! *Sire* என்றால் இனவிருத்தி செய்யும் ஒரு ஆண் அல்லது ஆண் விலங்கு. ஒரு மகன் தனது தந்தையை சயர் *(Sire)* என்று கூப்பிடலாமே தவிர, வருவோர் போவோரையெல்லாம் சார் என்று எப்படிக் கூப்பிட முடியும்? நீங்கள் இந்தியர்களுக்கு சயர்*(Sire)* என்கிற சொல்லின் பொருளை சொல்லித்தராமல், அவர்கள் உங்களை ‘சார்’ என்று அழைக்க வைத்து, கேவலப்படுத்தி வருகிறீர்கள்” - கேத்ரின் கூற, அங்கே அமர்ந்திருந்தவர்களின் முகம் கறுத்தது.

(நமது நாட்டில் எல்லா ஆண்களையும் ‘சார்’ என்று சொல்லி அழைக்கிறோம். இலத்தீன் மொழியில் மட்டும்தான் அதற்கு ‘உத்தம மனிதன்’ என்கிற பொருள் வருகிறது. லண்டன் நண்பர் ஒருவர் ஆங்கிலத்தில் Sire என்னும் சொல் ‘என்னை உருவாக்கியவர்’ என்கிற பொருளில்தான் டியூடர் மற்றும் ஷேக்ஸ்பியர் காலத்தில் பிரயோகப்படுத்தப்பட்டது என்று கூறினார். இனவிருத்தி செய்யும் குதிரையை Sire என்று அழைத்தனர். He married her and sired two sons என்று சொன்னால், அவன் அவளை மணந்து கொண்டு இரண்டு மகன்களைப் பெற்றுக்கொண்டான் என்றுதான் பொருள். ஒரு தந்தையை அவர் மகன் Sire என்று அழைத்தால் மட்டுமே பொருத்தமாக இருக்கும் என்றார். Sire என்றால் Slave I Remain Ever என்று கூறுகிறார்களே என்றபோது இந்தியாவில் அந்தப் பொருளை ஆங்கிலேயர்கள் பரப்பி விட்டிருக்கலாம். ஆனால், இங்கிலாந்தில் ஒருவரையொருவர் Sir என்று அழைப்பதில்லை. தாமஸ் சார் என்று அழைக்க மாட்டார்கள். Mr. தாமஸ் என்றுதான் அழைப்பார்கள்! இந்தியாவில் ஏன் சார் என்று அழைக்கிறார்கள் என்பது தெரியவில்லை என்று கூறினார்.)

நார்தம்பர்லாண்ட் கோபத்துடன் எழுந்து நின்று கேத்ரினை நோக்கி தனது சுட்டு விரலை நீட்டினான்.

“நீ எல்லையைக் கடந்து பேசுகிறாய்! என்னைப் பொறுத்தவரையில் நமக்கு ஷாம்பைன் பரிமாறிய மாகிகூட உன்னைவிட உயர்ந்தவள். பெங்கால் போரில் கணவனை

இழந்து உழைத்துச் சாப்பிடுகிறாள். உன்னைப் போன்று ஆர்ப்பாட்டம் செய்து பிறர் உழைப்பில் உண்பதில்லை. மன்னருக்கு எதிராகச் செயல்பட்டு பொக்கிஷங்களை அடைய நினைக்கும் உனது பேராசை எனக்குப் புரிகிறது. மன்னருக்கு இது தெரிய வந்தால் நீ லண்டன் டவர் சிறைச்சாலையில் அமர்த்தப்படுவாய்!" - என்று கூற, கேத்ரின் கோபத்துடன் அவனை வெறித்தாள். பின்பு எழுந்து சென்று, அபேயின் உப்பரிகை கைப்பிடிச் சுவரின் அருகே நின்று ஒரு சிகரெட்டை எடுத்துப் புகைக்கத் தொடங்கினாள்.

கிழக்கிந்திய கம்பெனியின் தலைமை அதிகாரி, ஜோசய்யா சைல்டு தனது தொண்டையைச் செருமிக்கொண்டு பேசத் தொடங்கினார்.

"நண்பர்களே! மராட்டிய சிங்கமும், முகலாயப் புலியும் மோதத் தொடங்கிவிட்டன. சிங்கமும், புலியும் போரிடும்போது குள்ளநரிக் கூட்டம் பதுங்கி நின்று நாக்கை தொங்கப் போட்டுகொண்டு காத்திருப்பது போல, நாமும் பொறுமையுடன் காத்திருக்க வேண்டும். பாத் கானை கொண்டு சம்பாஜியை மடக்கிப் பிடித்திருக்கும் ஔரங்கசீப், மற்றொரு பிரிவு படைகளுடன் ராய்கட் கோட்டையை நோக்கி செல்லப் போவதாக மும்பையிலிருந்து தகவல் வந்திருக்கிறது. நம்மை மண்டியிட்டு மன்னிப்பு கேட்க வைத்த ஔரங்கசீப் மற்றும் மராட்டியர்களுக்கு சமயத்தில் தக்க பாடம் புகட்டுவோம். பொக்கிஷங்களை யார் கைப்பற்றினாலும் அவை இறுதியில் நமது கப்பல்களில்தான் லண்டன் பயணிக்கப் போகிறது" என்றான் சைல்ட்.

"உண்மை! நாம் இனி வெறும் வியாபார கம்பெனி இல்லை. இந்தியாவில் அரசாட்சி புரியப்போகும் அமைப்பு. ஒவ்வொரு சமஸ்தானங்களாக நாம் கபளீகரம் செய்து, அவற்றின் பொக்கிஷங்களைக் கைப்பற்றுவோம். பொக்கிஷங்கள் இங்கிலாந்து மன்னருக்கு! ஆட்சி அதிகாரம் நமக்கு!" - டிமதி ஹெட்ஜெஸ் கூறினான்.

நார்தம்பர்லாண்ட் முகத்தில் குரூரம் படர்ந்தது. ஓரக்கண்களால் கேத்ரினை நோக்கியபடி பேசினான்.

“நான் சொல்வதைக் கேளுங்கள்! நமது பணி இரண்டாம் ஜேம்ஸ் மன்னருக்கு பொக்கிஷங்களை எடுத்துச் செல்வதுதான். எனது விசுவாசம் மன்னருக்கு மட்டுமே. சமஸ்தானங்கள் எதுவாக இருப்பினும் எனக்கு அக்கறையில்லை. நட்பு சமஸ்தானங்களோ, பகை சமஸ்தானங்களோ, சிறிய சமஸ்தானங்களோ, பெரிய சமஸ்தானங்களோ, செல்வந்தர் சமஸ்தானங்களோ, அல்லது செல்வம் இல்லா சமஸ்தானங்களோ, எதைப் பற்றியும் எனக்கு அக்கறையில்லை. மன்னரின் உத்தரவு, பன்னிரண்டு கப்பல்களும் நிறைந்து இருக்க வேண்டும்! நீங்கள் சமஸ்தானங்களைக் காட்டுங்கள். நாங்கள் பொக்கிஷங்களை அபகரிக்கிறோம். முதற்கட்டமாக, நானும் தோமாசியும் கொளத்து நாடு செல்கிறோம். ரிச்சியும், பர்கண்டியும் மைசூர் செல்லட்டும்.” நார்தம்பர்லாண்ட் கூற... கேத்ரின், பர்கண்டியை அர்த்தத்துடன் பார்த்தாள்.

ரிச்சி தன் பங்குக்கு திட்டத்தை விவரித்தான்.

“ஆம்! நானும் பர்கண்டியும் மைசூர் செல்வோம். மைசூரை ஆதரித்து முதலில் மயிலங்கியின் பொக்கிஷங்களைக் கைப்பற்றுவோம். மயிலங்கியை கம்பெனியுடன் இணைத்துவிட்டு, பிறகு ஸ்ரீரங்கப்பட்டணத்தை இணைப்போம். இறுதியில் மைசூரை அச்சுறுத்தி, மேற்கு கரைநாடுகளை நம் வசம் கொண்டு வருவோம். நீங்கள் கொளத்து நாடு, திருநாவாய், ஹரிபாட் என்று தெற்கே உள்ள பொக்கிஷங்களில் கவனம் செலுத்துங்கள். நாங்கள், கோல்கொண்டா, பீஜப்பூர், மயிலங்கி, மைசூர், ஸ்ரீரங்கப்பட்டணம் என்று மேற்கு கடற்கரையோர நாடுகளில் கவனம் செலுத்துகிறோம். நமது பன்னிரண்டு கப்பல்களும் லண்டனுக்குப் புறப்படும்போது நிறைந்து காணப்பட வேண்டும்” - ரிச்சி கூறினான். அப்போது அவன் கண்கள் மட்டுமல்ல, அங்கிருந்த அனைவரது கண்களும் பேராசையால் விரிந்தன.

மாகி அங்கிருக்கும் காலி கோப்பைகளில் ஷாம்பைனை நிரப்புவது போன்று தனது செவிகளை நீட்டிக்கொண்டு அங்கு நடைபெறும் உரையாடலைப் பதிவு செய்து கொண்டிருந்தாள். ரிச்சி அவளை நோக்கி கையாட்டினான்.

“போதும் மாகி! நள்ளிரவு ஆகிவிட்டது. சற்று உறங்கினால்தான் நாளை மைசூர் செல்லும் போது தெளிவாக இருக்கும்” என்று கூற, ஜோசய்யா சைல்டு ஆலோசனையின் சாராம்சத்தை ஒரு முறை அனைவருக்கும் தெரிவித்தார்.

“பன்னிரண்டு போர்க் கப்பல்கள் நமது போர்டோ நோவோ கடற்கரையில் நங்கூரம் பாய்ச்சப்பட்டு தயார் நிலையில் உள்ளன. நாம் அவற்றைப் பொக்கிஷங்களால் நிரப்ப வேண்டியதுதான் மிச்சம். நாளை தோமாசியோடு நார்தம்பர்லாண்ட் கொளத்து நாடு செல்வான். பர்கண்டியோடு ரிச்சி மைசூர் செல்வான். சமஸ்தானங்களிடம் ‘பெக், பார்ரோ ஆர் ஸ்டீல்’ என்னும் அடிப்படையில், பிச்சை எடுத்தோ, கடன் பெற்றோ அல்லது களவாடியோ பொக்கிஷங்களைப் பறிப்போம். சமஸ்தானங்களிடையே சாம, தான பேத, தண்டம் என்கிற அடிப்படையில் மித்திர பேதம் செய்து, அவற்றை நமது கம்பெனியில் இணைப்போம். கடைசியில் இந்த அகண்ட தேசத்தை நாம் ஆள வேண்டும் என்பதே தொலைநோக்கு திட்டம். புரிந்ததா?” என்று கூற அனைவரும் தலையசைத்துவிட்டு, எழுந்தனர்.

கேத்ரினை ஒரு முறை எச்சரிக்கை விடுப்பது போன்று விழித்து விட்டு நடந்தான் நார்தம்பர்லாண்ட்.

அவனைக் கொலை வெறியுடன் நோக்கினாள் கேத்ரின்.

“ஐ விஷ் யு டெட்!” - என்று முணுமுணுத்தபடி தனது புகைந்து கொண்டிருந்தசிகரெட்டைஅவன்பின்பாகவீசிஎறிந்தாள்.அவள் அங்கனம் சபித்தது மரணதேவன் செவிகளில் விழுந்துவிட்டது போலும். உடனே அவன் நார்தம்பர்லாண்ட்டை பின்தொடரத் தொடங்கினான்.

ஆலோசனைக் கூட்டம் முடிந்து அனைவரும் உறங்கச் சென்றதும், மாகியும், செஃப் ஆர்னால்டும் அபேயை விட்டு கொண்டல் என்னும் பகுதிக்குப் புறப்பட்டனர்.

(கொண்டல் என்னும் பகுதி இன்றும் அதே பெயருடன், கடலூர் மற்றும் நாகப்பட்டினத்தின் எல்லையில் உள்ளது. பரங்கிப்பேட்டை, தரங்கம்பாடி, பூம்புகார் மற்றும் சீர்காழி ஆகிய பகுதிகள் கொண்டலுக்கு அருகில் உள்ளன.)

கொண்டலில் இவர்களுக்காக காத்திருந்தான், மந்திரவாதி பரோபகாரி. போர்டோ நோவோ அபே ஆலோசனைக் கூட்டத்தில் மேற்கொள்ளப்பட்ட முடிவுகளை அறிந்துகொண்டு, அர்னால்டை தட்டிக்கொடுத்தான்.

"கவலைப்படாதே அர்னால்டு! பொக்கிஷங்களுக்காக விசேட பூஜைகளை செய்து உனக்கு அவை கிடைக்கச் செய்கிறேன்" என்று அவன் கூற, மாகியும், அர்னால்டும் நம்பிக்கையுடன் அபேக்கு திரும்பினார்கள். அவர்களது தலை மறைந்ததும், உடனே தரங்கம்பாடிக்கு புறப்பட்டுவிட்டான் பரோபகாரி. தரங்கம்பாடியை அவன் அடைந்தபோது, விடிவெள்ளி விடியலுக்கு கட்டியம் கூறிக்கொண்டிருந்தது.

தரங்கம்பாடியில் கடற்கரையைப் பார்த்து நின்ற ஒரு பிரமாண்ட மாளிகையினுள் நுழைந்தான் பரோபகாரி!

கடலலைகளின் ஆர்ப்பரிப்புக்கு சவால் விடும் வகையில் அங்கே குறட்டை விட்டபடி டச்சுக்காரன் ஒருவன் உறங்கிக் கொண்டிருந்தான். அவன்தான் டச்சு கிழக்கிந்திய கம்பெனியின் தலைமை அதிகாரி வில்ஹெம் ல்யூக்! பரோபகாரி அவனைத் தட்டி எழுப்பினான்.

"துரை! எழுந்திருங்க! பொக்கிஷங்களைப் பற்றி தகவல் கிடைச்சிருக்கு. இங்கிலீஷ்காரங்க என்ன செய்யப் போறாங்கனு கேட்டுகிட்டே இருந்தீங்களே! தகவல் கிடைச்சிருக்கு!" - பரோபகாரி கூறியவுடன், பரபரப்புடன் எழுந்தான் வில்ஹெம் ல்யூக்.

பரோபகாரி கூறிய தகவல்களைக் கேட்டதும், ல்யூக்கின் மனம் களிப்படைந்தது.

"மராட்டிய சிங்கமும், முகலாயப் புலியும் சண்டையிட, ஆங்கிலேய குள்ளநரிகள் நாக்கை தொங்கபோட்டுக்கொண்டு காத்திருக்கிறது என்றா கூறினான் ஜோசய்யா சைல்டு? குள்ளநரிகளின் பின்பாக, கூட்டமாய் டச்சு கழுதைப் புலிகள் நிற்பதை குள்ளநரிகள் உணரவில்லை. அடித்துக் கொள்ளட்டும், அனைத்து பொக்கிஷங்களும் எங்கள் டச்சு மன்னர் மூன்றாம் வில்லியமுக்குதான்" - வில்ஹெம் ல்யூக் கொக்கரித்தான்.

“பரோபகாரி! அரிய தகவலைக் கூறியிருக்கிறாய். கப்பல்கள் இருந்தால்தானே, பொக்கிஷங்கள் லண்டனுக்குப் போகும். ஆங்கிலேயர்களின் பன்னிரண்டு கப்பல்களும், வங்காள விரிகுடாவின் தண்ணீரில் ஜலசமாதியாகிவிடும்!” ல்யூக் சிரிக்க, பரோபகாரியும் அவனது சிரிப்பில் சேர்ந்துகொண்டான். ஆனால், மனதில் இந்த டச்சுக்காரனை நம்ப முடியுமா என்று தனக்குள் கேட்டுக்கொண்டிருந்தான்.

மயிலங்கி மங்காவுக்கு முகலாய தலைவலி மறைந்து, ஆங்கிலேய மற்றும் டச்சு திருகுவலி தொடங்கிவிட்டது.

- தொடரும்

அத்தியாயம் 30

சம்பாஜியின் சமயசஞ்சீவி

சத்ரபதி சிவாஜி துணிவின் மொத்த உருவம்! அவர் மராட்டியத்தை ஆளும்வரையில், ராய்கட் கோட்டையைக் கடந்து தெற்கே வர யாருக்கும் துணிவில்லை. சிவாஜியைக் கடந்து தங்கள் பொக்கிஷங்களைக் கைப்பற்ற எதிரிகள் வர மாட்டார்கள் என்கிற நிம்மதியில் தெற்கே இருந்த சமஸ்தானங்களும் திளைத்திருந்தன. ஏப்ரல் 3, 1680 அன்று நிகழ்ந்த சிவாஜியின் மரணத்திற்குப் பிறகு, நிலைமை மாறியது.

சம்பாஜி செஞ்சியில் தங்கிவிட, பொக்கிஷங்களைக் கைப்பற்ற சமஸ்தானங்களிடையே போட்டிகள் எழுந்தன. முகலாயர்கள், ஆங்கிலேயர்கள், டச்சுக் கம்பெனி ஆகியவர்களும் சமஸ்தானங்களைக் குறி வைக்கத் தொடங்கினார்கள். ஆனால், சிவாஜி எதையும் தன்னால் சாதிக்க முடியும் என்கிற எண்ணம் கொண்டவராதலால், அவரை மீறிச் செயல்பட யாருக்கும் துணிவில்லை. அவரது மகன் சம்பாஜி, போர்க் கலைகளை அறிந்திருந்தாலும், முகலாயர்களுடன் மோதும்போது மட்டும் சற்று பதற்றம் கொள்வான். கடலைப் போன்று பரந்து விரிந்த முகலாயப் படைகளை எதிர்கொள்ள, மராட்டியர்கள் தயாராக இருக்க வேண்டும் என்று வலியுறுத்தி வந்தான்.

மராட்டியப் படைகள் இப்போது செஞ்சியிலும், ராய்கட் கோட்டையிலும் என்று இரு பிரிவுகளாக பிரிந்து நிற்க, ஔரங்கசீப் சாதுரியத்துடன் தனது காய்களை நகர்த்தினார். பூவிருந்தவல்லியில் பாசறை அமைத்திருக்கும் பாத் கானுடன், சம்பாஜி போரிடும் வேளையில், தான் படைகளுடன் சென்று மராட்டியரின் ராய்கட் கோட்டையைக் கைப்பற்றத் தீர்மானித்தார். அவர் படைகளைத் திரட்டும் செய்தியை அறிந்த உடனேயே, சம்பாஜியின் தம்பி ராஜாராம் பதறிப்போய், வசந்த் ராவ் டிட்கேஜி மூலமாக சம்பாஜிக்கு மடல் அனுப்பியிருந்தான்.

ராய்கட் கஜானா காலியாக உள்ளது என்று சம்பாஜியிடம் வசந்த் ராவ் டிட்கேஜி கூற, சம்பாஜி சற்றே பதற்றம் அடைந்திருந்தான்.

ஆர்ப்பரிக்கும் கடலெனப் பாய்ந்து வரும் முகலாயப் படைகளிடம் இருந்து ராய்கட் கோட்டையைக் காக்க வேண்டும் என்றால், படை பலத்தை அதிகரிக்க வேண்டும். ஆனால், கஜானாவை ராஜாராம் துடைத்து வைத்திருக்கிறான். தளவாடங்களைத் தயார் செய்யாமல், படை வீரர்களுக்கு பயிற்சி அளிக்காமல், கஜானா நிதியை கேளிக்கைகளிலும், சரசங்களிலும் செலவிட்டிருப்பான். பாசத்திற்கு இடமளித்து அவனுக்குப் பதவி கொடுத்தது, இவனுக்கே கெடுதியாக முடிந்துவிட்டது. மனைவி ஜேசுபாய் கூறியது சரிதான். இவன் தம்பி ராஜாராமை நம்பி இருக்கக்கூடாது!

செஞ்சி சிம்மகிரியில் கிடைத்த பொக்கிஷங்களைக் கொண்டு இப்போது படையெடுத்து வந்து, பாடலாத்ரியில் பாசறை அமைத்துவிட்டான். இப்போது போர் புரிவதற்கும் நிதி வேண்டுமல்லவா? எனவேதான், வசந்த் ராவ் டிட்கேஜியை கொளத்து நாட்டுக்கு அனுப்பியிருந்தான். நிச்சயம், வாயு விக்ரமன் தனக்கு நிதி கொடுத்து உதவுவான் என்று நம்பினான் சம்பாஜி.

அனைத்துக்கும் காரணம் இவனது தம்பி ராஜாராம்! சினத்துடன் பாடலாத்ரி நரசிம்ம ஆலயத்தின் கோபுரத்தை நோக்கினான்.

(பாடலாத்ரி இப்போதைய சிங்கபெருமாள் கோவில்! சென்னை பூவிருந்தவல்லி நசரத்பேட்டை தொடங்கி, ஸ்ரீபெரும்புதூர் ராஜீவ் நினைவுச் சின்னம் வரையில், போர் நடக்கும் போர்க்களமாக இருந்தது. மராட்டியர்களுக்கும் முகலாயர்களுக்கும் இங்கே கடும் போர் நிகழ்ந்தது.)

* * * *

கொளத்து நாடு அரண்மனை! அன்றிரவு பாட்டி சுகஜீவன அந்தர்ஜனத்திடமும் பெற்றோரிடமும், வெகு நேரம் வரையில் அளவளாவிக்கொண்டிருந்தான் விக்ரமன்.

"நீ செஞ்சியில் இருந்து வருவதற்குத் தாமதம் ஆனதால், ஒருவேளை சம்பாஜி நமக்கு உதவ மறுத்துவிட்டிருக்கக்

கூடும் என்கிற நினைப்பில் உனது பாட்டி, விக்ரமனுக்காக இனியும் காத்திருக்க வேண்டாம் என்று சொல்லி, அவசரமாக பொக்கிஷங்களை யானைக் காவு-வில் மறைத்துவிட்டார். சம்பாஜி நமக்கு உதவப் போகிறார் என்று தெரிந்திருந்தால், நாங்கள் நிதானித்து இருப்போம்'' - கோலாத்ரி மன்னர் பரசு வடக்கன் பெருமாள் கூறினார்.

''ஐயனே! எனது தாமதத்திற்குக் காரணம் உள்ளது. மன்னர் சம்பாஜி நமக்கு உதவப் போகிறார் என்கிற செய்தியை, கரை நாட்டு சமஸ்தானங்களுக்கு அறிவித்துவிட்டு இங்கே வந்தேன். எனவேதான் தாமதம் ஆகிவிட்டது'' - விக்ரமன் கூற, பாட்டி சுகஜீவன அந்தர்ஜனம் அவனை ஐயத்துடன் தனது கீழ் கண்களால் நோக்கினாள்.

''மேலை நாட்டு சமஸ்தானங்களைப் பற்றி உனக்கென்ன அக்கறை? அவர்களுக்குத் தூதுவன் வாயிலாக சேதி அனுப்பாமல், நீயே போக வேண்டுமா? என்ன விஷயம் பேராண்டி? பிரணயத்தில் சிக்கிக்கொண்டாயா?'' - பாட்டி அந்தர்ஜனம் வெளிப்படையாகக் கேட்டுவிட, விக்ரமனுக்கு சங்கடமாகப் போனது. இருப்பினும், பாட்டியே தளம் அமைத்து தந்திருப்பதால், ரங்காத்மஜாவைப் பற்றி அவர்களிடம் கூறிவிட முடிவுசெய்தான் வாயு விக்ரமன்.

''மன்னரே! அம்மா! பாட்டி! உண்மைதான்! ஸ்ரீரங்கப்பட்டணத்திற்கு தல யாத்திரை சென்றபோது, ஆலயத்தில் ஸ்ரீரங்கப்பட்டண இளவரசி ரங்காத்மஜாவைக் கண்டேன். இருவருமே காதல் வயப்பட்டோம். அவளது குடும்பத்தில் அவளை மைசூர் சமஸ்தான இளவரசனுக்கு திருமணம் செய்யத் துடிக்கிறார்கள். ஆனால், அவளுக்கோ என் மீது காதல். தந்தையை மீறி செயல்படத் தயங்குகிறாள். ஆனால், அவளது சிற்றன்னை, மயிலங்கி சமஸ்தானத்து அரசி அலர்மேல் மங்கா எங்கள் காதலுக்கு உறுதுணையாக நிற்கிறாள். ரங்காத்மஜா எனக்குதான் என்று அடித்துச் சொல்கிறார். எங்களை இணைக்க ஏதோ திட்டமும் வைத்திருக்கிறார்'' என்றவுடன் அந்தர்ஜனம் வாயைப் பிளந்தாள்.

''மயிலங்கியா? எவ்வளவு கீர்த்தி பெற்ற சமஸ்தானம். தங்கப் பொடியையே சல்லடையில் சலித்த வம்சம். மிகவும்

செல்வந்த தேசம். மயிலங்கி அரசியா உனது சின்ன மாமியார்? பிடித்தாலும் பிடித்தாய் புளியம் கொம்பாக! அஷ்ட லட்சுமிகளும் வாசம் செய்யும் சமஸ்தானம் மயிலங்கி!" - அந்தர்ஜனம் கூறினாள்.

"ஆனால், எல்லா லட்சுமிகளும் எங்கோ பதுங்கி உள்ளனர் பாட்டி. மயிலங்கி பொக்கிஷங்களை அரசி மங்காவின் தந்தையார் படையெடுப்புக்கு பயந்து எங்கோ பதுக்கி வைத்துவிட்டார். சுவடியில் குறிப்புகளைக் குறித்துவிட்டு, மறைந்து போனார். பாவம் மங்கா! அதைத் தேடி அலைகிறார்!" - விக்ரமன் கூறினான்.

"ஒருவேளை நீ அந்த இளவரசி ரங்காத்மஜாவை மணந்து, உனக்கு மயிலங்கி பொக்கிஷம் கிடைத்தால், அதை என்னிடம் ஒப்படைத்துவிடு. இந்தக் கிழ பூதம் எல்லாப் பொக்கிஷங்களையும் காத்துக்கொண்டு, யானைக் காவு-வில் வசித்துக்கொண்டிருக்கும்! - அந்தர்ஜனம் சிரித்தாள்.

"எனக்கு மயிலங்கி பொக்கிஷம் வேண்டாம் பாட்டி. ரங்காத்மஜா என்னும் பொக்கிஷம் கிடைத்தால் போதும். நீங்கள் என்ன சொல்கிறீர்கள் அம்மா?" - விக்ரமன், தாய் கனகமணியைப் பார்த்தான்.

"நீதான் சொல்லிவிட்டாயே, ரங்காத்மஜா ஒப்பற்ற பொக்கிஷம் என்று! அழைத்து வா! நான் பாதுகாப்புடன் வைத்துக்கொள்கிறேன்" என்று கூற, அவன் தந்தை பரசுவும் சிரித்தபடி தலையசைத்தார்.

ரங்காத்மஜாவை திருமணம் செய்துகொள்ள, கோலாத்ரி அரச குடும்பத்தின் சம்மதம் கிடைத்துவிட்டது. குதூகலத்துடன் தனது சயன அறைக்குச் சென்ற விக்ரமன், அந்த சுப செய்தியை ரங்காத்மஜாவுக்கு அப்போதே சொல்ல வேண்டும் என்று துடித்தான். ரங்காத்மஜாவைப் பற்றிய கற்பனைகளுடன் படுத்திருக்க, தன்னையும் அறியாமல் உறங்கிப் போனான் விக்ரமன்.

நள்ளிரவு கொளத்து நாட்டு அரண்மனையின் வாயிலில் வந்து இறங்கினான் வசந்த் ராவ்.

தான் சம்பாஜியின் தூதன், விக்ரமனை சந்திக்க வந்திருப்பதாக வசந்த் ராவ் கூற, வாயு விக்ரமன் உறக்கத்தில் இருந்து எழுப்பப்பட்டான். சம்பாஜியிடம் இருந்து தூதுவன் வந்திருக்கிறான் என்றதும், பரபரப்புடன் முகத்தை சுத்தம் செய்துகொண்டு, தனது பரந்த மார்பினை சால்வை ஒன்றினால் போர்த்திக்கொண்டு, முன்மண்டபத்திற்கு வந்தான். வசந்த் ராவ் பரபரப்புடன் இங்கும் அங்கும் உலாவிக்கொண்டிருந்தான்.

"வரவேண்டும் தூதுவரே! நள்ளிரவில் தூது வந்திருப்பதால், உங்கள் அவசரம் புரிகிறது. சிரமப் பரிகாரம் செய்துகொண்டு, காலையில் பேசலாமா அல்லது இப்போதே உரையாட வேண்டுமா?" - ஆதூரத்துடன் விக்ரமனின் குரல் ஒலிக்க, அகங்காரமும் மமதையும் இல்லாத ஒரு சுத்த சத்வ இளவரசன் அவன் என்பதைப் புரிந்துகொண்டான் வசந்த் ராவ். நிதி பெறுவதற்கு தடை ஒன்றும் இருக்காது என்று அப்போதே வசந்த் ராவுக்குத் தெரிந்துவிட்டது.

"விக்ரமரே! நான் ராய்கட் கோட்டையின் பாதுகாப்பு அதிகாரி. எனது பெயர் வசந்த் ராவ் டிட்கேஜி! ஒரு திடீர் திருப்பமாக, ஔரங்கசீப் எங்கள் ராய்கட் கோட்டையைக் கைப்பற்றுவதற்காக படைகளைத் திரட்டிக்கொண்டிருப்பதாக சேதி வந்திருக்கிறது. சம்பாஜி பாத் கானுடன் பூவிருந்தவல்லியில் போரிடும் வேளையில், அவர் தம்பி ராஜாராமை எளிதாக வென்று கோட்டையைக் கைப்பற்றத் திட்டமிடுகிறார்கள். இந்நிலையில், எங்கள் ராய்கட் கோட்டை கஜானா சுத்தமாக வழித்து எடுக்கப்பட்டிருக்கிறது. தெற்கே ஒரு போரும், வடக்கே ஒரு போரும் என இரண்டு போர்களை எதிர்கொள்ளும் அளவுக்கு நாங்கள் பலமாக இல்லை. தாங்கள் எங்கள் மன்னர் சம்பாஜிக்கு வாக்களித்தபடி நிதியுதவியைப் பெற்று வரச் சொன்னார்!" - வசந்த் ராவ் சொன்னதுதான் தாமதம்...

"நிதியுதவி பெறுவதில் என்ன தயக்கம்? நானாகத்தானே செஞ்சிக்கு வந்து நிதியுதவி செய்வதாக வாக்களித்தேன். இது எங்கள் கடமை தூதுவரே! மேற்கு சமஸ்தானங்களை நோக்கி முகலாயர்களை வரவிடாமல் தடுத்த சம்பாஜிக்கு, இதைக்கூட செய்ய மாட்டோமா? நான் மட்டுமல்ல! மலை நாட்டு சமஸ்தானங்கள் அனைத்துமே சம்பாஜிக்கு உதவ சித்தமாக

உள்ளன'' என்றதும், வசந்த் ராவ் உற்சாகத்துடன் விக்ரமனைப் பார்த்தான்.

"விக்ரமரே! ஆனால், ஒரு பிரச்னை. சம்பாஜி இப்போது செஞ்சியில் இல்லை. பாடலாத்ரியில் பாசறை அமைத்து நாளை மறுநாள் பூவிருந்தவல்லியைக் கைப்பற்ற திட்டமிட்டிருந்தபோதுதான், இளவரசர் ராஜாராமிடம் இருந்து இப்படி ஒரு மடல் வந்தது. சம்பாஜி இன்னும் இரண்டு நாட்களில் ராய்கட்டில் இருக்க வேண்டும். அவருக்குப் பதிலாக ராஜாராம் பாடலாத்ரிக்கு வர வேண்டும். சம்பாஜி ராய்கட் புறப்படுவதற்குள் அவரை நிதியுதவி சென்றடைய வேண்டும்.'' - தயக்கத்துடன் கூறினான் வசந்த் ராவ்.

"இரண்டு நாட்களிலா?'' - யோசித்தான் விக்ரமன். தீர்த்தமலை ஹனுமான் தீர்த்தம் அருகே வில்வநாதன் வைத்திருந்த இரண்டு பெட்டக ஸ்வர்ண நாணயங்கள், ஹரிபாட், ஆரன் விளை, திருநாவாய், பட்டம்பி ஜமீன் என்று அனைவரிடமும் செல்வங்களைத் திரட்டி அவற்றை இரண்டு நாட்களுக்குள் பாடலாத்ரியில் இருக்கும் சம்பாஜியிடம் சேர்ப்பிக்க வேண்டும். அவர்அனைத்தையும்திரட்டிக்கொண்டு, ராய்கட் கோட்டைக்குச் செல்ல, அவருக்குப் பதில் ராஜாராம் பாடலாத்ரிக்கு வர வேண்டும். அனைத்தையும் இரண்டு நாட்களில் எப்படிச் செய்து முடிப்பது? இது எப்படி சாத்தியம்?

இருண்ட வானில், விண்கற்கள் வெடித்துச் சிதறி, ஒளி மழையாகப் பொழிவது போன்று, திடீரென்று விக்கிரமனது சிந்தையில் ஒரு ஒளிக்கீற்று தோன்றியது. மயிலங்கி அரசி மங்காதான் இவனுக்கு உதவக் கூடியவள். மராட்டியம், பூவிருந்தவல்லி, கொளத்து நாடு அனைத்துக்குமே மையத்தில் உள்ள பகுதி மயிலங்கி. மயிலங்கி அரண்மனையை மையப் புள்ளியாக வைத்து செயலாற்றினால், கால விரயத்தை மிச்சப்படுத்தலாம். சத்ரபதி சிவாஜி மைசூர் வழியாகத்தான் காஞ்சிக்கு வந்து, பிறகு, தஞ்சை, செஞ்சி ஆகிய பகுதிகளைக் கைப்பற்றினார்.

விக்ரமன் பரபரப்புடன் வசந்த் ராவை நோக்கினான்.

வசந்த் ராவ்! கவலை வேண்டாம்! நாங்கள் இரண்டே நாட்களில் செல்வங்களைத் திரட்டி, மயிலங்கி அரண்மனையில்

சேர்ப்பிக்கிறோம். நீங்கள் பூவிருந்தவல்லியில் இருந்து ராய்கட் செல்லும் வழியில், மயிலங்கி அரண்மனைக்குச் சென்று, அரசி மங்காவிடம், நிதியுதவியைப் பெற்றுக்கொள்ளுங்கள். நான் நிதியுதவிகளை அனைத்து சமஸ்தானங்களில் இருந்தும் திரட்டி, மயிலங்கிக்கு அனுப்பிவிடுகிறேன்" என்றதும், வசந்த் ராவின் முகம் மலர்ந்தது.

"மராட்டியம் தங்களுக்கு மிகவும் கடமைப்பட்டுள்ளது. நான் இப்போதே பாடலாத்ரி சென்று சம்பாஜிக்குத் தகவலைச் சொல்லிவிட்டு, உடனே ராய்கட் செல்ல வேண்டும்" என்றவுடன் தனது கைகளை பலமாகத் தட்டினான் விக்ரமன். தாதி ஒருத்தி அங்கே வர, அவளிடம் உத்தரவிட்டான்.

"அணிமா! இவரை அடுக்களைக்கு அழைத்துச்சென்று, மிளகூட்டிய பால் மற்றும் கனிகளைப் புசிக்கச் செய்து வழியனுப்பு!" என்றதும், அந்தப் பெண் தனது கைகளை வரவேற்பது போன்று அசைக்க, விக்ரமனைப் பணிந்துவிட்டு, வசந்த் ராவ் அந்த சேடியைப் பின்தொடர்ந்தான்.

இனி நிற்க நாழிகை இல்லை! உடனடியாகவும், துரிதமாகவும் செயல்பட வேண்டிய தருணம் இது.

விக்ரமன் மேல் சால்வையை உதறித் தள்ளிவிட்டு, தனது சயன அறையை நோக்கி நடந்தான். பணிகள் அவனுக்கு இனி அதிகம்.

* சம்பாஜி நிதியுதவிக்காக விக்ரமனை நம்பியிருக்கிறான்.

* அலர்மேல் மங்கா மயிலங்கி பொக்கிஷங்களைக் கண்டெடுக்க விக்ரமனை நம்பியிருக்கிறாள்.

* ரங்காத்மஜாவோ அவனது நெஞ்சினில் அடைக்கலம் புக அவனுக்காகக் காத்திருக்கிறாள்.

இந்த சவால்களை அவன் செய்து காட்ட வேண்டும். ஆனால், இந்த சவால்களைக் காட்டிலும் பெரிய சவால் ஒன்றை அவன் எதிர்கொள்ள வேண்டும். அவனது பாட்டி சுகஜீவன அந்தர்ஜனத்திடம் பேசி, யானைக் காவு-வில் பதுக்கப்பட்டிருக்கும் ஸ்வர்ணத்திலிருந்து, பட்டத்து யானை

பரிமளனின் எடையளவுக்கு ஸ்வர்ணத்தைப் பெற வேண்டும். ஆனால், அதற்கு பாட்டி ஒப்புக்கொள்ளுவாரா?

யோசனையுடன் தனது அறைக்குள் நுழைந்த அவன், மாற்று ஆடைகளை அணிந்துகொள்ளத் தொடங்கினான். பணியாள் ஒருவன் உள்ளே எட்டிப்பார்க்க, அவனை யோசனையுடன் நோக்கினான் விக்ரமன்.

“உடனே ரவி தேஜன், மதுகரன், மஹாபல பெருமாள் ஆகிய மூவரையும் அழைத்து வா!” என்று விக்ரமன் சொன்னவுடன் அவன் சிட்டாகப் பறந்தான்.

- தொடரும்

அத்தியாயம் 31

கஜ துலாபாரம்

மஹாபல பெருமாள் படையினருடன் தீர்த்தமலைக்குச் சென்று ஹனுமான் தீர்த்தத்தின் அருகே பைரவ குகையில் வில்வநாதன் வைத்திருந்த ஸ்வர்ண நாணயப் பெட்டகங்களை எடுத்து வந்தான். அங்கிருந்து ஆரன்விளை (தற்போது ஆரமூளா) சென்று, சமஸ்தான மன்னரைச் சந்திக்க, அவர் மனமுவந்து செல்வங்களை வாரி வழங்கி இருந்தார்.

மதுகரன் மற்றும் ரவி தேஜனுடன், திருநாவாய், ஹரிபாட், வடக்குநாதம் (தற்போது திருச்சூர்) சமஸ்தானங்களுக்குப் பயணித்து, செல்வங்களைச் சேகரித்தான் விக்ரமன். பல்வேறு இடங்களில் இருந்து குவிந்த செல்வங்களை எங்கு வைப்பது என்று யோசித்து, பிறகு, அரண்மனையின் பூஜை அறைக்குப் பின்பாக இருந்த கிளிக்கூண்டில் பத்திரப்படுத்தினான். இவற்றைத் தவிர, விக்ரமன் கோரிக்கை வைக்காத சமஸ்தானங்களும், தங்களால் இயன்ற ஸ்வர்ணத்தையும், வெள்ளி நாணயங்களையும், அளிக்க, சம்பாஜிக்கு, எதிர்பார்த்ததைவிட அதிக நிதியுதவி கிட்டியது.

இருப்பினும், விக்ரமனுக்கு மனதில் ஒரு நெருடல் நிலவிக்கொண்டுதான் இருந்தது.

'எல்லா சமஸ்தானங்களும், ஏன்... ஆலயங்களும்கூட நிதியுதவி அளித்து, செல்வங்கள் குவிந்துள்ளன. ஆனால், கொளத்து நாட்டின் இளவரசனாக, இவன் சம்பாஜிக்கு கொடுத்திருக்கும் வாக்கு என்ன ஆவது? பட்டத்து யானை பரிமளனின் எடையளவு ஸ்வர்ண கட்டிகளை அளிப்பதாக அவனிடம் கூறியிருந்தான் விக்ரமன். ஆனால், பாட்டி சுகஜீவன அந்தர்ஜனம் எல்லா பொக்கிஷங்களையும் யானைக் காவு-வில் பதுக்கிவிட்டாள். கஜ துலாபாரத்திற்கு, அவளிடமிருந்து ஒரு மிளகின் அளவுக்குக்கூட

ஸ்வர்ணம் கிடைக்காது. ஒரு இளவரசனாக இருந்தும், தனக்கென்று செல்வம் இல்லையே என்று மனதில் வருத்தம் தோன்றியது.

மன்னன், இளவரசன், இளவரசி என்று காவிய நாயகர்களாக சித்திரிக்கப்படுகிறார்களே தவிர, உண்மையில் அவர்கள் தனிப்பட்ட செல்வம் எதுவும் இல்லாதவர்கள்தானே! பாட்டி அந்தர்ஜனம் இன்னாருக்கு இவ்வளவே என்று கஜானா அதிகாரிக்கு நிர்ணயிக்க, அவர்களது அன்றாட செலவுக்கு இவ்வளவு என்று அமைச்சரவை கஜானா அதிகாரியிடம் தெரிவிக்க, அதன்படிதானே இவர்களுக்குபடி அளக்கப்படுகிறது. முதன்முறையாக தனக்கென்று சம்பாத்தியம் இல்லாதது குறித்து விசனப்பட்டான் விக்ரமன். நாளை இவனுக்கும், ரங்காத்மஜாவுக்கும் திருமணம் நடைபெற்று அவளும் அல்லவா, பாட்டியின் படியளக்கும் கரத்தை எதிர்பார்த்துக் காத்திருக்க வேண்டும்?

மயிலங்கி அரசி அலர்மேல் மங்காதான் எவ்வளவு மதியூகம் கொண்டவள். இவனது இப்போதைய நிலைமையை முன்னரே யூகித்து, அவனுக்கு ஒரு உத்தரவாதத்தை தந்திருந்தாள்.

“விக்ரமரே! எனக்கு ரங்காத்மஜா அருமை மகள்! எனக்குப் பிறகு வாரிசில்லாத மயிலங்கியின் அரசியாக அவளைத்தான் நியமிக்கப்போகிறேன். ஆக, நீங்கள் ஸ்ரீரங்கப்பட்டண இளவரசியை மட்டும் மணக்கவில்லை! வருங்கால மயிலங்கி அரசியையும்தான் மணக்க உள்ளீர்கள். எனது பொக்கிஷங்களை வருங்காலத்தில் ஆளப்போவது நீங்களும், ரங்காத்மஜாவும்தான். எனவே, இது உங்கள் செல்வங்கள். எப்போது வேண்டுமானாலும் எடுத்துக்கொள்ளுங்கள்” என்று கூறியபோது விக்ரமன் நெகிழ்ந்து போனான். இருப்பினும், வருங்கால மனைவியின் செல்வத்தில் கஜ துலாபாரம் அளிப்பதா?

சம்பாஜியின் அவசரத் தேவையைக் கருத்தில்கொண்டு, பாட்டி சுகஜீவன அந்தர்ஜனத்திடம் இறைஞ்சி வேண்டி, கடனாக ஸ்வர்ணங்களை பெற்றுக்கொள்ள வேண்டியதுதான்!

மனதில் நினைத்தபடி அந்தப்புரத்தை நோக்கி நடந்தான் விக்ரமன். பாட்டியின் அறைக்கதவின் வாயிலில் ராட்சதப் பூட்டு

ஊசலாடுவதைக் கண்டு திகைத்தான். அருகே இருந்த தாய் கனகமணியின் அறைக்குள் எட்டிப்பார்த்தான்.

அவனைக் கண்டதும், பரபரப்புடன் எழுந்து வந்தாள் கனகமணி.

"செல்வங்களைத் திரட்ட திக்விஜயம் புறப்பட்டாயே! செல்வங்கள் கிடைத்ததா?" - கனகமணி கவலையுடன் கேட்டாள்.

"மற்ற சமஸ்தானங்களில் அள்ளிக் கொடுத்துவிட்டார்கள், கொளத்து நாடு சமஸ்தானத்தைத் தவிர..." - விக்ரமன் கூறியதும், கனகமணி குழப்பத்துடன் அவனைப் பார்த்தாள்.

"அம்மா! 'திருமணம் செய்துகொள்' என்று என்னை அன்றாடம் வற்புறுத்துகிறாயே! நான் எப்படி செய்துகொள்வது? எனக்கென்று செல்வம் இருக்கிறதா? சம்பாத்தியம் உள்ளதா? மரத்து தெங்கைப் பறித்து ஆலய கணபதிக்கு அர்ப்பணிப்பது போல, மற்ற சமஸ்தானங்களில் செல்வங்களைப் பெற்று சம்பாஜிக்கு அளிப்பதில் எனக்கு என்ன பெருமை? அதில் எனது அர்ப்பணிப்பு என்ன உள்ளது? சம்பாஜிக்கு நமது பட்டத்து யானை பரிமளனின் எடை அளவுக்கு ஸ்வர்ணம் அளிப்பதாக வாக்களித்துவிட்டேன். அதனை நான் எப்படி நிறைவேற்றப்போகிறேன்?" விசனத்துடன் விக்ரமன் தலை குனிய, மகனது வாடிய முகத்தைக் கண்டு மனம் வருந்தி, அவனது முகவாயைத் தனது இரு கைகளில் ஏந்தினாள்.

"இத்தகைய கவலையை உன் மனம் என்றாவது ஒரு நாள் படும். அப்போது கூறிக்கொள்ளலாம் என்று வாளாயிருந்தேன். விக்ரமா! உனக்குத் தெரியும்... நான் திருக்காட்கரை சமஸ்தான மன்னரின் மகள் என்று. எனக்கு மகன் பிறந்திருக்கிறான் என்பதை அறிந்ததும், உனது பாட்டனாரும், எனது தந்தையுமான இமயவரம்ப வர்மா, உனக்கு ஐந்நூறு துலா தட்டு நிறைய தங்கக் கட்டிகளை அனுப்பினார், எனது பேரனுக்கு பரிசு என்று!" - கனகமணி கூற, அந்த வேதனையான சூழ்நிலையிலும், விக்ரமனுக்கு சிரிப்பு வந்தது.

"ஐந்நூறு துலா தட்டு ஸ்வர்ணமா? அது எனது பாட்டியின் அந்தரங்க சேடி அம்புஜ ஆரணங்கின் எடையளவுகூட இருக்காதே!" என்றவுடன், கனகமணியும் புன்னகைத்தாள்.

அம்புஜ ஆரணங்கு உயரமாகவும், பருமனாகவும் இருப்பவள். நான்கு ஆண்களின் பலத்தைக் கொண்டவள்.

"நான் வேண்டுமானால், உனது பாட்டனிடம் ஸ்வர்ணம் கேட்கட்டுமா?" - கனகமணி கேட்க, விக்ரமன் யோசனையுடன் தலையசைத்தான்.

"நீ திருக்காட்கரைக்கு தூது அனுப்பி, அவர் ஸ்வர்ணத்தை சேகரித்து இங்கே அனுப்புவதற்குள், சம்பாஜிக்குத் தாமதம் ஆகிவிடுமே!" - விக்ரமன் மலைத்துப் போய் அமர்ந்திருந்தான்.

"பாட்டி எங்கே?" - வேறு வழியின்றி பாட்டி சுகஜீவனத்தையே சரணடைவது என்று நினைத்துதான் அங்ஙனம் கேட்டான்.

"அவர் எங்கே இங்கே இருக்கிறார்! நீ செல்வத்தைத் தேடி திக்விஜயம் போன அன்று கிளம்பி யானைக் காவுக்கு போனவர்தான். இதுவரையில் வரவில்லை" - கனகமணி கூறினாள்.

"தனியாகவா சென்றிருக்கிறார்?" - திகைத்துப்போய் விருட்டென்று எழுந்து நின்றான்.

"இல்லை! நம்பிக்கையான ஆட்களுடன்! அவரது அந்தரங்க சேடி அம்புஜ ஆரணங்குடன் சென்றிருக்கிறார். அவளைவிடவா உனது பாட்டிக்கு காவலுக்கு ஆட்கள் தேவை?!" - கனகமணி சிரித்தாள்.

அப்போது -

அரண்மனை வாயிலில் கொம்பு வாத்தியம் முழங்க, இருவரும் வியப்புடன் முன்மண்டபத்தை நோக்கிச் சென்று, சாளரத்தின் வழியாக மைதானத்தில் எட்டிப்பார்த்தனர்.

ரதம் ஒன்றில் சுகஜீவன அந்தர்ஜனம் வந்துகொண்டிருந்தாள். அருகே அம்புஜ ஆரணங்கு அமர்ந்திருந்தாள். அவர்களது பின்பாக ஒரு பெரிய வண்டி இரு யானைகளால் இழுக்கப்பட்டு வர, அதில் வைக்கப்பட்டிருந்த பொருட்கள், ஒரு பச்சை கம்பளத்தால் மூடப்பட்டிருந்தன.

சாளரத்தின் அருகே நின்றிருந்த விக்ரமனையும், கனகமணியையும் பார்த்துவிட்டாள் அந்தர்ஜனம்.

"விக்ரமா! உனக்குத்தான் யானைக் காவு-வில் இருந்து கொண்டுவந்திருக்கிறேன், எடுத்துக்கொள்!" - என்று பணியாட்களை நோக்கி சைகை செய்ய, வண்டியில் விரிக்கப்பட்டிருந்த பச்சைக் கம்பளம் நீக்கப்பட்டது.

வண்டி முழுவதும் ஸ்வர்ண பாளங்கள் அடுக்கப்பட்டிருந்தன. விக்ரமனின் கண்கள் வியப்பால் விரிந்தன. தனது பாட்டியை பிரமிப்புடனும் நன்றியுடனும் நோக்கினான்.

"பெயரா! கண்குத்துமதிப்பாக மூவாயிரம் வீசை ஸ்வர்ணத்தைக் கொண்டுவந்திருக்கிறேன். நமது பட்டத்து யானை பரிமளனின் எடைக்கு சரியாக இருக்கும். உடனே நீ கஜ துலாபாரத்திற்கு ஏற்பாடு செய்!" என்றவுடன், உப்பரிகையிலிருந்து ஓடோடி வந்த விக்ரமன், தனது இரு கைகளால் பாட்டியைத் தூக்கி, மகிழ்ச்சியுடன் மையத்தில் இருந்த நீரூற்றைச் சுற்றி வந்தான்.

"அடேய் பெயரா! எனது பாரத்தை தாங்காமல் என்னைக் கீழே போட்டு விடப்போகிறாய்!" - அவனது மகிழ்ச்சியை ரசித்தபடி அந்தர்ஜனம் கூறினாள்.

"நீ எனக்கு பாரமா? இப்போது இருக்கும் உற்சாகத்தில் உனது சேடி அம்புஜ ஆரணங்குவையும் சுமந்துகொண்டு வருவேன். உனது பரந்த மனதுக்கு மிக்க நன்றி பாட்டி!" - விக்ரமன் நெகிழ்வுடன் கூறினான்.

"இருக்கும் ஒரே பெயரன்! உனக்கு உதவாத ஸ்வர்ணம் யாருக்கு உதவப் போகிறது? எனது பொக்கிஷங்களை சம்பாஜியிடம் தூதுரைத்து காத்துக் கொடுத்திருக்கிறாய்! உனக்கு இந்த கைம்மாறு செய்யவில்லையென்றால் எப்படி?" - பாட்டி கூறியதும், அவளை இறக்கிவிட்டு, ரவி தேஜனை அவசரமாக அழைத்தான்.

"நாளை காலை, நமது அரண்மனையின் பின்பாக ஓடும் பாரத புழா ஆற்றில் கஜ துலாபாரம் செய்ய வேண்டும். நமது பரிமளன் யானையின் எடைக்கு ஸ்வர்ணம் எடுத்து சம்பாஜிக்கு அனுப்ப வேண்டும். நாளை கஜ துலாபாரம் முடிந்ததுமே, பொக்கிஷங்கள், மயிலங்கிக்குப் புறப்பட வேண்டும். பலத்த காவலுடன் நீயும் மதுகரனும் சென்று மயிலங்கி அரசி அலர்மேல்

மங்காவிடம் ஒப்படைக்க வேண்டும். அவரிடம் இருந்து சம்பாஜி செல்வங்களைப் பெற்றுக்கொள்வார்" - விக்ரமன் உத்தரவுகளைப் பிறப்பிக்க, ரவி தேஜன் தலையசைத்தான்.

* * * *

மறுநாள், காலையில் சூரியன் கஜ துலாபாரத்தை காணும் ஆவலுடன் கிழக்கில் இருந்து எட்டிப்பார்த்ததும், பாரத புழா ஆற்றங்கரையில் அரண்மனையைச் சேர்ந்தவர்கள் குழுமினர்.

பட்டத்து யானை பரிமளன், மிக அழகாக அலங்கரிக்கப்பட்டு, ஆற்றங்கரைக்கு அழைத்து வரப்பட்டான். ஆற்றில் ஒரு விஸ்தாரமான தோணி மிதந்துகொண்டிருந்தது. தந்தத்தாலும், வெள்ளியாலும் முனைகளில் பூண் போடப்பட்டு, கம்பீரமாக காட்சி தந்த அந்தத் தோணியின் நடுவில் ஒரு மண்டபம் வழக்கமாக காணப்படும். பௌர்ணமி நாட்களில், மன்னர் குடும்பம், பாரத புழா ஆற்றில் படகில் சென்று அந்த வெண்மதி இரவில் குதூகலிப்பார்கள். இன்று பரிமளன் யானை தோணியின் மையத்தில் நிற்க வேண்டி இருந்ததால், அந்த மண்டபத்தை அப்புறப்படுத்தி இருந்தனர் பணியாளர்கள்.

கரையில் பஞ்ச வாத்தியங்களை முழக்கிக்கொண்டு, முரசங்களையும் கொம்பு வாத்தியத்தையும், பிரம்ம தாளத்தையும் இசைத்துக்கொண்டு, வாத்தியக்காரர்கள் நிற்க, அரச குடும்பத்திற்காக அமைக்கப்பட்டிருந்த கூராளத்துடன் (துணிப்பந்தல்) திகழ்ந்த மேடையில் அரச குடும்பத்தினர் அமர்ந்திருந்தனர்.

அரண்மனை ராஜகுரு, யானைக்கு கஜ பூஜையைச் செய்ததும், ரவி தேஜன் யானைப் பாகனை நோக்கி தலையசைத்தான். பரிமளன் யானையை வழிநடத்திச் சென்று, ஆற்றில் இறங்கி ஓடத்தில் ஏற வைத்தான். யானையின் கனத்தால் ஓடம் நீரில் நழுவி சென்றுவிடாதபடி, பலமான சங்கிலிகளாலும், தாம்புக் கயிறுகளாலும், அந்தத் தோணி, கரையில் நின்ற மரங்களில் பிணைக்கப்பட்டிருந்தது.

வாத்திய கோஷங்களிடையே, கொளத்து நாட்டு மக்களின் பலத்த ஆரவாரத்திடையே கஜ துலாபாரம் தொடங்கியது.

பட்டத்து யானை பரிமளன் தோணியில் ஏற, தோணி இப்படியும் அப்படியுமாக அசைந்தது. அதனைப் பொருட்படுத்தாமல், யானை படகின் மையப் பகுதியில் சென்று நின்று, மூன்று முறை பிளிறியது. பின்னர் மன்னரை நோக்கி துதிக்கையை உயர்த்தியது.

யானையின் பாரம் தாங்காமல், தோணி நீரில் அமிழ்ந்து பிறகு குறிப்பிட்ட அளவு வரை மூழ்கி, அப்படியே நிலைபெற்று நின்றது. கணக்காளர்கள் இருவர், நீரில் நீந்திச்சென்று, அந்தத் தோணி நீரில் மூழ்கிய அளவைக் குறித்து, கருஞ்சாந்து குறியீட்டை வைத்தனர். பிறகு அவர்கள் தலையசைக்க, இப்போது பாகன், பரிமளனின் தந்தத்தை பற்றித் திருப்ப, யானை தோணியை விட்டு இறங்கி கரையில் நின்றது. பாகன் அளித்த கரும்பை சுவைக்கத் தொடங்கியது.

ரவி தேஜன் அதிகாரிகளை அழைக்க, பாக்கு மற்றும் பலா மரப் பெட்டகங்களில் வரிசையில் அடுக்கி வைக்கப்பட்டிருந்த ஸ்வர்ண பாளங்கள் தோணியில் ஏற்றப்பட்டன.

சுகஜீவன அந்தர்ஜனம் அந்தத் தோணியை உறுத்து நோக்கினாள். சிறு வயது முதலாக அந்தர்ஜனம் யானைகளுடன் பழகி இருக்கிறாள். யானையுடன் பேசுவதற்கும் அவளுக்குத் தெரியும். பரிமளன் 'புதர் யானை' பிரிவைச் சேர்ந்தவன். புதர் யானை மிக உயரமாகவும், பலமாகவும், அதன் தந்தங்கள் நீண்டு ஒன்றையொன்று உரசுவதாகவும் அமைந்திருக்கும். பட்டத்து யானையாகத் திகழும் முழு தகுதியைக் கொண்டது. யானைகளின் முன்னங்கால்களில் அவற்றின் நரம்பு மண்டலம் ஓடுவதால், அவற்றை ஊன்றி நடக்காமல், பின்னங்கால்களில் பாரத்தைப் போடும். அதனால் யானைகள் நடக்கும்போது ஆடி அசைந்து வரும். போர் யானைகள் நிலத்தில் காலை ஊன்றி நடக்கும்போது, நில அதிர்வுகளைக் கொண்டு எதிரிகளின் நடமாட்டத்தைப் பற்றி அறிந்து துதிக்கையைத் தூக்கி, அதன் முடிவில் துரட்டி போன்ற விரலால் மன்னரைத் தீண்டி அவரை எச்சரிக்கும்.

அந்தர்ஜனம் பரிமளனைப் பற்றி நன்கு உணர்ந்திருப்பவள். 3500 வீசை எடையைக் கொண்டிருக்கும் அதற்கு உணவு அளவைக்

குறைத்து, மூவாயிரம் வீசை அளவுக்கு அதன் எடை இருக்குமாறு செய்திருந்தாள். அதன்படி மூவாயிரம் வீசை ஸ்வர்ணத்தை யானைக் காவு-வில் இருந்து கொண்டுவந்திருந்தாள். கண்குத்துமதிப்பில் தான் செய்திருந்த யூகம், சரியாக இருக்குமா அல்லது தவறிவிடுமா?

அந்தர்ஜனம், தோணியில் ஏற்றப்படும் ஸ்வர்ண பெட்டகங்களையே வெறித்துக்கொண்டிருந்தாள். பரிமளனின் எடையைக் குறிக்கும் அந்த கருஞ்சாந்து குறியீடு, நீரில் முழுகும் வரை, தோணியில் ஸ்வர்ணம் நிரப்பப்பட்டது. அந்தக் குறியீடு நீரில் மறைந்ததும், ஸ்வர்ணம் ஏற்றுவது நிறுத்தப்பட்டது.

பிறகு அதிகாரிகள் ஸ்வர்ண பாளங்களை எடை போடத் தொடங்கினர். பெரிய துலாக்கோலில் எடைபோடும் பணிகள் முடிந்தபோது, சரியாக ஸ்வர்ணக் குவியலின் எடை, 2988 வீசை. ஆக, பரிமளனின் எடை 2988 வீசை. அந்தர்ஜனம் யானைக் காவு-வில் இருந்து கொண்டுவந்திருந்த மூவாயிரம் வீசை ஸ்வர்ண பாளங்களில் பன்னிரண்டு வீசை மட்டும் மிகுதியாக இருந்தது.

குறிப்பு:

சராசரி இந்திய யானையின் எடை அண்ணளவாக (approximately) 3000 கிலோ முதல் 5000 கிலோ வரையில் இருக்கும். அன்றைய காலத்தில் ஒரு வீசை என்பது இன்றைய அளவில் 1,400 கிராம். பரிமளனின் எடை 3000 வீசையாக இருப்பதால், இன்றைய அளவில் அண்ணளவாக (approximately) பரிமளன் யானை 4000 கிலோ இருக்கக்கூடும்.

அன்றைய கால அளவைகள்

இரண்டு குன்றிமணி எடை - ஒரு உளுந்து எடை

மூன்றே முக்கால் குன்றிமணி எடை - ஒரு பணவெடை

32 குன்றிமணி எடை - ஒரு விராகன் எடை

ஒரு ரூபாய் எடை - ஒரு தோலா

மூன்று தோலாக்கள் - ஒரு பலம்

எட்டு பலம் - ஒரு சேர்

40 பலம் - ஒரு வீசை

50 பலம் - ஒரு தூக்கு

இரண்டு தூக்கு - ஒரு துலாம்

ஒரு தோலா - இன்றைய அளவில் 11.7 கிராம்

ஒரு பலம் - இன்றைய அளவில் 35 கிராம்.

ஒரு விராகன் - நான்கு கிராம்

கஜ துலாபாரம் முடிந்ததும், அனைத்து செல்வங்களும் மிகப்பெரிய சரக்கு வாகனத்தில் ஏற்றப்பட்டன. மிக நேர்த்தியாக பெட்டகங்களில் அடுக்கப்பட்டு, பிறகு பச்சைக் கம்பளத்தால் மூடப்பட்டன. ரவி தேஜன், மதுகரன் மற்றும் மஹாபல பெருமாள் தலைமையில் காவலர்கள் அந்த வாகனத்தை சுற்றி வளையம் அமைக்க, ரவி தேஜன் தனது கையில் இருந்த சிவப்பு வஸ்திரத்தை ஆட்டியதும், பரிவாரம் மயிலங்கிக்கு புறப்பட்டது.

அவர்களுக்கு கையசைத்து விடைகொடுத்த விக்ரமன் மனதில் சம்பாஜிக்கு அளித்த வாக்கை நிறைவேற்றிவிட்ட நிம்மதி பரவியது. அதற்கு காரணமான அனைவரையும், அவனது மனம் வாழ்த்தியது. பாட்டி சுகஜீவன அந்தர்ஜனம் மட்டும் சமயத்தில் உதவி புரிந்திருக்காவிட்டால், இவனால் தனது வாக்கை நிறைவேற்றி இருக்கமுடியமா?

பாட்டியை மீண்டும் நன்றியுடன் நோக்கியபோது, மனத்தில் ஒரு மின்னல் பளிச்சிட்டது. குமரிக்கு அழகுண்டு! அவ்வைக்கு அறிவுண்டு. மங்காவினால் கண்டுபிடிக்க முடியாத மயிலங்கி பொக்கிஷத்தை ஒருவேளை பாட்டி அந்தர்ஜனத்தால் கண்டுபிடிக்க முடியுமோ. பாட்டியையே அவன் வெறித்துப் பார்த்துக்கொண்டிருக்க, அதே சமயத்தில், இன்னும் இரண்டு

ஜோடி கண்கள், ஊர்வலமாகப் போகும் பொக்கிஷங்களையே வெறித்துக்கொண்டிருந்தன.

அந்த இரண்டு ஜோடி கண்களுக்கு உரியவர்கள், ஆங்கில கிழக்கிந்திய கம்பெனி ஊழியர்கள், டொனால்டு நார்தம்பர்லாண்ட் மற்றும் குணபரன் என்கிற தோமாசிதான்.

- தொடரும்

அத்தியாயம் 32

செல்வம் என்னும் பாஷாணம்!

கஜ துலாபாரம் செய்து மூவாயிரம் வீசை ஸ்வர்ணத்தையும், இதர சமஸ்தானங்கள் அளித்திருந்த நிதியையும், தீர்த்தமலை பொக்கிஷப் பெட்டகங்களையும் பத்திரமாக சம்பாஜிக்கு அனுப்பிவிட்டு நின்ற வாயு விக்ரமனின் மனதில், கொடுத்த வாக்கை நிறைவேற்றி விட்டோம் என்கிற மனநிறைவு ஏற்பட்டது. தனது அரண்மனைக்குள் குதூகலத்துடன் நுழைந்து, தன் பாட்டியை தேடிச் சென்றான்.

ஒரு பெரிய ஆலமரத்தின் பின்புறமாக நின்று, ரவி தேஜனின் தலைமையில் சென்றுகொண்டிருந்த பொக்கிஷ ஊர்வலத்தையே பார்த்துக்கொண்டிருந்தார்கள் டொனால்டு நார்தம்பர்லாண்டும், தோமாசியும்.

“நான் என்ன சொன்னேன்... எங்க கொளத்து நாட்டில் பொக்கிஷங்களுக்குப பஞ்சமே இல்லை-ன்னு சொன்னேனா இல்லையா? நீங்க துரைமாருங்க, உங்க நிர்வாணத்தை மறைக்கிறதுக்கு பனிக்கரடிகளையும் கலைமான்களையும் வேட்டையாடி, அதுங்களோட தோலை ஆடையாக அணிகிற சமயத்திலேயே, எங்காளுங்க திண்ணையில் உட்கார்ந்து வான சாத்திரத்தையும், பொக்கிஷ சாத்திரத்தையும் எழுதிக்கிட்டு இருந்தாங்க தெரியுமா? என் பாட்டி சொல்லும்... ‘கரிச்சான் குஞ்சுகள் இனவிருத்தி செய்யற இடத்தில், முள் உள்ள வாழை மரத்து அடியில, ஒரே தண்டுல ரெண்டு தாமரைப் பூக்கள் பூத்திருக்கிற குளத்தில்-- எல்லாம் பொக்கிஷங்கள் இருக்கும்’னு பொக்கிஷ சாத்திரம் சொல்லுதாம்”-- தோமாசி கூற, தொலைவில் சென்றுகொண்டிருந்த பொக்கிஷ பரிவாரத்தை பேராசையுடன் வெறித்தபடி டொனால்டு சிரித்தான்.

“உங்க மண்ணுல எல்லாம் இருந்தும் என்ன பிரயோஜனம்? உங்களுக்கு அனுபவிக்கத் தெரியலையே! யூ ஆர் ஆல் டாக் இன் தி மஞ்சேர் (வைக்கோற்போரில் நாய்). நீங்களும் அனுபவிக்க மாட்டீங்க, எங்களையும் அனுபவிக்க விடமாட்டீங்க!” டொனால்டு கூறினான்.

`அனுபவிக்கிறதுக்காகத்தானே நீங்க வந்திருக்கீங்க. நாங்க குறைச்சா விடவா போறீங்க? இப்ப எனக்கு நீங்க பொறையைப் போடுறதே அதுக்குத்தானே' --மனதில் நினைத்த தோமாசி, தொலைவில் ஒரு பெண் தாழம்பூ குடை ஏந்தியபடி வருவதைக் கவனித்தான். அவனது கண்கள் வியப்பால் விரிந்தன.

குணபரன் என்ற தோமாசி கொளத்து நாட்டு கஜானா கணக்காளனாக பணி புரிந்தபோது, இவனது காதல் கண்ணாட்டியாகத் திகழ்ந்த மஞ்சம்மாதான் வந்துகொண்டிருந்தாள்.

“ஆஹா...! துரை, என்னோட கண்ணாட்டி வர்றா. ஜேபியில் ரெண்டு வெள்ளி நாணயங்கள் இருந்தா இப்படித் தள்ளுங்க. அதுகிட்ட விஷயங்களைப் பிடுங்கணும்னா, நாணயத்தைக் காட்டினாத்தான் அது வாயைத் திறக்கும்” என்று தோமாசி கூற, டொனால்டு தனது பாக்கெட்டில் இருந்து இரண்டு வெள்ளி நாணயங்களைத் தேடி எடுத்து, அவனது உள்ளங்கையில் வைத்தான்.

மஞ்சம்மாவின் முன்பாக தோமாசி போய் நின்றதும், அவள் ஆச்சரியத்துடன் அவனைப் பார்த்தாள். “குணபரனா!... இவ்வளவு நாள் எங்கே போனே?” வியப்பினால் கிரீச்சிட்டது மஞ்சம்மாவின் குரல்.

“மஞ்சம்மா, நான் இப்ப குணபரன் இல்லே... தோமாசி! கம்பெனிக்காரங்ககிட்டே வேலை பார்க்கறேன்.”

“ம்ஹூம்! மண்பானைக்கு பொன் முலாம் பூசினா பொற்கலயம் ஆகிடுமா? கம்பெனிக்காரங்களுக்கு உன்னால வேலை ஆகணும். அதனால உனக்கு முலாம் பூசி இருக்காங்க. அவங்க தூக்கி போடறச்சே பாரு! மண்பானையாதான் உடைஞ்சு சிதற போறே.”

“எனக்குத் தேவை புத்திமதி இல்லை மஞ்சம்மா! ... நம்ம அரண்மனைத் தகவல்கள். நம்ம பொக்கிஷங்கள் எல்லாமே வழக்கம்போல நம்ம ராணி அம்மாவோட கிளிக்கூண்டு அறையிலதானே இருக்கு?” - என்றவுடன் மஞ்சம்மா அவனை வெறித்தாள்.

“துரைமாருங்ககிட்டே தகவல் சொல்றதுக்கு, அவங்க உனக்கு எவ்வளவு கொடுக்குறாங்க? ஒவ்வொரு தகவலுக்கும் நீ பணம் பிடுங்கறேல்லே... என்கிட்டே மட்டும் தருமத்துக்கு தகவல் கேட்டா நான் சொல்வேனா? நான் பிழைக்க வேண்டாமா?” என்று மஞ்சம்மா கூற, தனது கையில் இருந்த இரண்டு வெள்ளி நாணயங்களை அவளது உள்ளங்கையில் வைத்தான்.

“உன்னைப் பற்றித் தெரியாதா? தயாராத்தான் வந்திருக்கேன்.”

மஞ்சம்மா அந்த நாணயங்களை சேலை முந்தானையில் முடிந்து கொள்ளும் வரையில் ஒன்றும் கூறவில்லை. பிறகு, தனது தாழம்பூ குடையைச் சரித்து, அரண்மனை இருந்த திக்கை நோக்கி சரித்தாள். அவள் ரகசியங்களைச் சொல்வது அரண்மனைக்குத் தெரிய வரக்கூடாது என நினைத்தாளோ என்னவோ!

“அரண்மனையில் பொக்கிஷங்கள் எதுவும் இப்போது இல்லை. முகலாயப் படையெடுப்புக்கு பயந்து எல்லாத்தையும் யானை காவுல புதைச்சு வெச்சுட்டாங்க. நம்ம ராணிம்மா யானைகாவுலயே ஒரு குடிலை அமைச்சுக்கிட்டு, புதையலை பூதம் காக்குற மாதிரி காவல் காத்துக்கிட்டு இருக்கு” -- என்றபடி நடந்தாள் மஞ்சம்மா.

பரபரப்புடன் டொனால்டுவிடம் திரும்பி வந்தான் தோமாசி.

“துரை, ரொம்ப சுலபமாக போச்சு. பொக்கிஷங்கள் யானைக்காவுல இருக்காம். கிழவி மட்டும் அங்கே தனியா தங்கி இருக்கு. வெட்டிப்போட்டால் கூட அங்கே கேட்பார் கிடையாது. இன்னைக்கு ராத்திரி நாம யானை காவுக்குப் போறோம்... பொக்கிஷங்களைத் தூக்குறோம்” -- தோமாசி கூற, தனது வலது கை கட்டைவிரலை உயர்த்தினான், டொனால்டு நார்தம்பர்லாண்ட்.

* * * *

“**பா**ட்டி! எதற்காக நீ யானை காவுவில் தனியாக இருக்க வேண்டும்? அங்கே பொக்கிஷங்கள் பதுக்கப்பட்டிருப்பது யாருக்குத் தெரியும்? அதுபற்றி அறிந்த சிலரையும் நீ அரணைத்துத்தம் கொடுத்து மேலே அனுப்பி விட்டதாக அம்மா கூறினாரே” - பாட்டி சுகஜீவன அந்தர்ஜனத்திடம் விக்ரமன் கூற, அவள் சிரித்தாள்.

“பெயராண்டி... தலையணை உள்ளே இலவம்பஞ்சு இருக்கும் வரையில்தான் அது தலையணை? அதில் ஒரு சிறு துளை ஏற்பட்டாலும் பஞ்சு வெளியே நழுவத் தொடங்கிவிடும். தலையணையைக் கத்தியால் கிழித்தால் பஞ்சுப் பொதிகள் பறக்கத் தொடங்கிவிடும். பிறகு, அவற்றைச் சேகரிக்க முடியுமா? அது போல் நாம் என்னதான் மூடி மறைத்தாலும் ரகசியங்கள் வெளியே கசிந்துவிடும். அதற்காகத்தான் நான் யானை காவுவில் குடிலை அமைத்துக்கொண்டு இருக்கிறேன்” சுகஜீவன அந்தர்ஜனம் கூறினாள்.

விக்ரமன் நகைத்தான். “பாட்டி, சொல்கிறேன் என்று கோபிக்காதே. மூதாட்டியான நீ, தனி ஒருத்தியாக பொக்கிஷங்களை எப்படி காவல் காப்பாய்? கள்வர்கள் வந்தால், உன்னால் அவர்களுடன் போரிட முடியுமா என்ன?”

சுகஜீவனம் புன்னகைத்தபடி அவனை வெறித்தாள். “நாற்பது பலம் பொருத்திய வீரர்களை பொக்கிஷங்களுக்கு காவலாக நிறுத்துவதைவிட, மதியூகம் படைத்த என்னைப் போன்ற ஒரு கிழவியைக் காவலுக்கு நம்பி வைக்கலாம். பொக்கிஷங்களைக் காப்பாற்ற, நானும் எனது அந்தரங்க சேடி அம்புஜ ஆரணங்கு இருவரும் போதும்” - அந்தர்ஜனம் கூறினாள்.

மதியூகம் படைத்தவள்தான் பாட்டி என்பதில் ஐயமில்லை. மயிலங்கி பொக்கிஷத்தைப் பற்றி அவரிடம் கேட்டால் என்ன? அவள் ஏதேனும் யோசனை கூறுவாள்.

“பாட்டி என்னோட காதலி ரங்காத்மஜாவின் சிற்றன்னை மயிலங்கி அலர்மேல் மங்கா அரசியிடம் ஏராளமான பொக்கிஷங்கள் உள்ளன. ஆனால், அவை அனைத்தையும் அவரது தந்தை பதுக்கி வைத்துவிட்டு, ஒரு குறிப்பை மட்டும் தந்திருக்கிறார். அதன் சங்கேதங்கள் யாருக்குமே புரியவில்லை.

உங்களுக்கு ஏதாவது புரிகிறதா பாருங்களேன்'' -- என்றவுடன் அவனை ஏற இறங்க நோக்கினாள் அந்தர்ஜனம்.

''பொக்கிஷங்களுக்காகவா ரங்காத்மஜாவைக் காதலிக்கிறாய்?'' -- திகைப்புடன் கேட்டாள் அந்தர்ஜனம்.

''இல்லை பாட்டி. பொக்கிஷங்களை கண்டெடுக்க உதவினால், ரங்காத்மஜாவைத் திருமணம் செய்துகொள்ள தான் உதவுவதாக அரசி மங்கா கூறியுள்ளார். எனவேதான் பொக்கிஷங்களைத் தேடுகிறேன்'' -- என்றவுடன் சமாதானம் அடைந்தவளாகப் பேசினாள் அந்தர்ஜனம்.

''ஒருவன் பொக்கிஷங்களை பதுக்கி வைத்துவிட்டு அதற்கு குறிப்பு எழுதி வைக்கிறார் என்றால், -`இதோ இந்த இடத்தில் இருக்கிறது' -என்று குறிப்பு எழுதி வைக்க மாட்டார். அவற்றை பத்திரப்படுத்த வேண்டி, பொக்கிஷங்கள் இருக்கும் இடத்திலிருந்து அப்பால் உள்ள பகுதிக்குத்தான் குறிப்புகளால் இட்டுச் செல்வார். விஷயம் குறிப்புகளில் இருக்காது. என் பாட்டனாருக்கு, புதையல் குறித்த சுவடி ஒன்று கிடைத்தது. குறிப்பின் முடிவில், -`சிரசை உபயோகித்து நின்றால் விவரம் புரியும்'- என இருந்தது. மூளையை உபயோகித்து பார்த்தால் பொக்கிஷம் பற்றிய விவரங்கள் கிடைக்கும் என நினைத்து, என் பாட்டனார் தினமும் தனது மூளையைக் கசக்கிப் பிழிந்து கொண்டிருந்தார். திடீரென ஒரு நாள், நான் யோகாப்பியாசம் செய்துகொண்டிருந்தபோது சிரசாசனம் செய்தேன். தலைகீழாக நான் நிற்பதைப் பார்த்த தாத்தா, தானும் சிரசாசனம் செய்தபடி ஓலையைப் படித்தார். மறுநாளே. புதையல் கிடைத்துவிட்டது. எதற்கு சொல்கிறேன் என்றால், புதையல் குறிப்புகளைக் கொண்டு ஏழு கடல்கள், ஏழு மலைகள், ஏழு காடுகள் என்று தேடிப் போக வேண்டுமோ?' என்று பலரும் நினைப்பார்கள். இறுதியில், புதையல்கள் நமது மூக்கின் அடியிலேயே இருக்கும்'' அந்தர்ஜனம் கூற, யோசனையில் ஆழ்ந்தான் விக்ரமன்.

''எதற்கும் அந்தக் குறிப்புகளை கூறு. உணவு அருந்தியதும் நான் அம்புஜ ஆரணங்குடன் யானைக்காவு புறப்படுகிறேன். அங்கு சென்றால் காட்டில் பொழுதுபோக வேண்டாமா? நீ கொடுக்கும் குறிப்புகளை யோசித்துப் பார்க்கிறேன். எனக்கும் பொழுதுபோகும்'' -- என்றாள் சுகஜீவன அந்தர்ஜனம்.

“பாட்டி... யானை காவு, யானைகள் கூட்டம் கூட்டமாக அலையும் பகுதியாயிற்றே! உங்களுக்கு அச்சமாக இல்லையா?” விக்ரமன் வியந்தான்.

“எனக்கு யானைகளின் மொழி, அவற்றின் பழக்கவழக்கங்கள் எல்லாம் தெரியும். மேலும், யானைகளுக்குத்தான் ஆரணங்கைக் கண்டால் பயம். ஒருமுறை உலக்கை ஒன்றினாலேயே மதயானை ஒன்றை அடக்கியவள் நம் ஆரணங்கு”- என்றவுடன் விக்ரமன், கடகடவென்று சிரித்தான்.

“பாட்டி, குறிப்புகள் கன்னட மொழியில் உள்ளன. தமிழாக்கத்தோடு குறிப்புகளைப் பற்றிக் கூறுகிறேன். மனதில் பதியவைத்துக்கொள்ளுங்கள்.

கன்னடத்தில்...

கோனய பேட்டிகே
நவிலு மெடிலுகாலு
தக்ஷிண மெலிகே
நில தர்பாரு
கபின கரிகாலு
ஹசிறு தேவரூ
எடகணு கங்கேவாகி மத்து
பலகணு சமுத்திரவாகி
அடக சத்யவூ

- மயிலங்கி ரஹஸ்யா

தமிழில்...

அந்திமப் பெட்டகம்
மயிற்படிகள்
தெற்கு அறை
நிலத்தடி தர்பார்
இரும்புத் தோகை

பச்சை தெய்வம்
இடக்கண்ணில் கங்கையைக்கொண்டும்
வலக்கண்ணில் கடலைக்கொண்டும்
நோக்கினால் உண்மை புரியும்.

- மயிலங்கி ரகசியம்

விக்ரமன் கூறிய குறிப்புகளை தனது சிந்தையில் தேக்கி வைத்துக் கொண்டாள் சுகஜீவன அந்தர்ஜனம்.

"சிறு வயதில் இருந்தே புதிர்களை விடுவிப்பதில் ஒரு பரமானந்தம். என் பாட்டனார் எனது அறிவுக்கூர்மையை கண்டு, எனக்கு பல புதிர்களை விடுப்பார்" --தன்னைத்தானே போற்றியபடி மயிலங்கி ரகசியத்தை மனதில் இருத்தினாள்.

"கவலைப்படாதே விக்ரமா. நீ மகிழ்ச்சியாக இருக்க வேண்டுமென்றால், ரங்காத்மஜாவை நீ மணக்க வேண்டும். நீ ரங்காத்மஜாவை மணக்க வேண்டும் என்றால், அதற்கு அவளுடைய சிற்றன்னை அலர்மேல் மங்காவுக்கு பொக்கிஷங்கள் கிடைக்க வேண்டும். பொக்கிஷங்கள் கிடைக்க வேண்டும் என்றால், மயிலங்கி ரகசியத்தைப் பற்றிய புதிர்கள் விடுவிக்கப்பட வேண்டும். என்னிடம் புதிரைக் கூறிவிட்டாய். அதனை விடுவிப்பது இனி எனது பொறுப்பு. உனக்கு திருமணம் முடிந்து நீ மகிழ்ச்சியாக இருக்கப் போவது திண்ணம்" பாட்டி சொல்ல, அவளை வணங்கி விட்டு தனது அறைக்குச் சென்றான் விக்ரமன்.

மதிய உணவை அருந்திவிட்டு, சுகஜீவன அந்தர்ஜனமும், அம்புஜ ஆரணங்கும் மாடுகள் பூட்டப்பட்ட ஒரு வில்வண்டியில் யானை காவுக்குப் புறப்பட்டனர்.

* * * *

யானை காவு-

ஒரு புறம், கோட்டை மதில் போன்ற வடக்குத் தொடர்ச்சி மலைகள். அதன் அடியில் பெரிய காட்டாறு. மலைகளின் அடிவாரத்திற்கும் காட்டாறுக்கும் இடையேதான் இறந்த

யானைகளை புதைக்கும் 'கஜ திருவரசு' என்கிற நிலப்பகுதி இருந்தது. அந்தப் பகுதியில் இருந்து ஆற்றைக் கடந்து சென்றால், கற்பாறைகளும் ஈர மணலும் கலந்திருந்த நிலத்தின் நடுவே உயரமான ஒரு திட்டில் அமைக்கப்பட்டிருந்தது அந்தக் குடில். ஆடம்பரமின்றி இயற்கையின் அழகுக்கு பங்கம் விளைவிக்காத வகையில், தென்னை மற்றும் பனை ஓலைகளால் பின்னப்பட்டு, வசீகரமாக காட்சி தந்தது அந்தக் குடில்.

வெளி உலக விவகாரங்களில் இருந்தும், சர்ச்சைக்குரிய மனிதர்களிடம் இருந்தும் விலகி வாழ்வதற்கு ஏற்ற இடம், யானை காவு குடில்தான். அம்புஜ ஆரணங்குக்கு அந்த அமைதியான சூழ்நிலையில் பொழுதுபோவது பெரிய பிரச்னையாக இல்லை. சமைப்பது, அந்தர்ஜனத்திற்கு பணிவிடைகள் செய்வது, காய் கனிகளைச் சேகரிப்பது, சுள்ளிகளை பொறுக்குவது, யானைகளை விரட்டுவது, பறவைகளுடன் கொஞ்சுவது என்று பொழுதைக் கழித்தாள். செய்வதற்கு ஒன்றுமில்லை என்றால், ஆற்றங்கரைக்கு நடந்து சென்று ஒரு பாறையின் மீது அமர்ந்து பாடிக்கொண்டிருப்பாள்.

ஆனால் கொளத்து நாடு அரசியான சுகஜீவன அந்தர்ஜனத்துக்குப் பொழுதுபோவது கடினமாக இருந்தது. பொழுது போகவில்லை என்றால், தாழம்பூ குடை ஒன்றை எடுத்துக்கொண்டு தனது குடிலின் பின்புறம் செல்வாள். அவளது குடிலின் பின்புற வாயில் வழியாக வெளியேறினால், குறுகிய மரப்பாலம் ஒன்று காணப்படும். மேற்கு மலைத்தொடர்ச்சி பக்கம் பாயும் காட்டாறு, இவளது குடில் அமைந்துள்ள மேடான திட்டின் முன் இரண்டாகப் பிரிந்து, ஒரு சிறு ஓடையாக இவளது குடிலின் பின்பாக பாய்ந்தது. அதைக் கடக்க வேண்டி இவளது குடிலை அமைத்தபோது, ஓடையின் மறுபுறம் செல்வதற்கு மரப்பாலம் ஒன்று கட்டப்பட்டிருந்தது.

அந்த மர பாலத்தின் வழியே ஓடையைக் கடந்து நடந்தால், ஆற்றின் மறுபக்கம் ஒரு சிறு குடிலில் அந்த மரப்பாலம் முடியும். அந்தச் சிறிய குடிலின் உள்ளே நுழைந்து, மையத்தில் இருக்கும் ஓர் இரும்பு மூடியை வெறித்துப் பார்த்துகொண்டு நின்றிருப்பாள். அந்த மூடியைத் தூக்கினால் ஒரு வழுக்கு பாதை வரும். அந்தப் பாதையில் நுழைந்தால் நடக்கவே

தேவையில்லை... நமது தேகம் தானாகவே வழுக்கிக்கொண்டு சென்றுவிடும்.

வாயுவிக்ரமன்உரைத்திருந்தஇந்தச்சங்கேதக்குறிப்பை,மீண்டும் மீண்டும் சொல்லிப் பார்த்து மனதில் உருப்போட்டு இருந்தாள், சுகஜீவன அந்தர்ஜனம். ஆழ்ந்த உறக்கத்தில் இருந்தபோது, இந்தப் புதிரின் ஒரு குறிப்பு குறித்த தெளிவு, அவளையும் அறியாமல் அவளது சிந்தையில் தோன்றியிருந்தது. அதற்கான விடை இவளது சிந்தையில் இப்போது சுற்றிக்கொண்டிருந்தது. ஆனால் ஆழ்ந்த தூக்கத்தில் இருந்ததால், அந்த விடை அவளது கருத்தை எட்டவில்லை. ஆனால், சிந்தையில் புதிரின் விடை சலங்கை கட்டிக்கொண்டு நடனமாட, அதனால் அவள் உறக்கத்திலிருந்து திடீரென்று விடுபட்டு எழுந்து அமர்ந்தாள்.

இடக்கண்ணில் கங்கையைக்கொண்டும்
வலக்கண்ணில் கடலைக்கொண்டும்
நோக்கினால் ரகசியம் புரியும்

என்ற புதிரின் முக்கியக் குறிப்புக்குத்தான் இவள் சிந்தையில் விடை கிடைத்திருந்தது. ஆனால், வயது முதிர்ச்சியாலும் உறக்கத்தின் பிடியில் இருந்து திடீரென்று மீண்டிருந்ததாலும், அவளால் அந்த விடையைக் கண்டுபிடிக்க இயலவில்லை. அதற்குமேல் உறங்கப் பிடிக்காமல், தனது தலைமாட்டில் இருந்த மண் குடுவையில் இருந்து சிறிது நீரை குவளையில் சரித்து பருகினாள். பிறகு, சிரமத்துடன் எழுந்து குடிலின் வாயிற்கதவை நோக்கி நிதானமாக நடந்தாள். கொளத்து நாடு அரண்மனையில் கட்டிலில் படுக்கும் வழக்கம் கொண்டவள் என்பதாலோ என்னவோ, யானை காவுவில் முதலில் உறக்கம் பிடிக்காமல் தவித்தாள். ஆனால் சிறிது சிறிதாக அவளது தேகம் அந்த வாழ்க்கைக்குப்பழகிவிட்டது. பற்றற்றவாழ்க்கைவாழவேண்டி, அந்தக் காலத்தில் வனத்திற்குப் போவார்கள். ஆனால் இவளோ, பொக்கிஷங்களைக் காப்பதற்காக வனப்பிரஸ்தாஸ்ரமத்தைக் கடைப்பிடிக்கிறாள். தனக்குள் சிரித்தபடி, முன் கதவைத் திறந்து வெளியே இருளில் வெறித்தாள்.

தொலைவில் தெரியும் மலைத்தொடர்ச்சியோ, அதன் கீழே இருக்கும் இறந்த யானைகளைப் புதைக்கும் கஜ அரசு நிலமோ,

அந்தக் காட்டாறோ புலப்படாமல் இருள் முழுவதுமாகப் பரவியிருந்தது.

மறுநாள் மாலையில் அந்தர்ஜனம், பொழுது போகாமல், மயிலங்கி ரகசியத்தை பற்றி யோசித்தபடியே தாழம்பூ குடையுடன் மரப்பாலத்தில் அக்கரைக்கு நடக்கத் தொடங்கினாள். அக்கரைக்குச் சென்று அந்தச் சிறிய குடிலில் அமர்ந்தபடி யோசித்தால், ஏதேனும் புதிர்கள் விடுபடுமோ என நினைத்தாள்.

குடிலின் பின் வழியாக வெளியேறி, அக்கரை குடிலை நோக்கி மரப்பாலத்தில் அந்தர்ஜனம் நடந்து செல்வதை, அடுக்களையில் சாளரம் வழியாக நோக்கினாள் அம்புஜ ஆரணங்கு. கரிய மலைகளின் பின்பாக சூரியன் இறங்க, காட்டாறு அமைதியாகப் பாய, பறவைகள் தங்கள் கூடுகளுக்கு ஒலி எழுப்பியபடி திரும்ப, கூடுகளில் நுழைவதற்கு முன்பாக அந்தப் பறவைகள் காட்டாற்றில் நனைந்து விட்டுச்செல்ல, இவற்றின் நடுவே அரசி சுகஜீவன அந்தர்ஜனம் கம்பீரமாக நடந்து செல்லும் அந்தக் காட்சியை ரசித்தபடி, சிறிய அம்மியில் மிளகையும், பனங்கற்கண்டையும், சிறிது குங்குமப்பூவையும், ஏலக்காயையும் சேர்த்து அரைத்தாள். இரவு வேளைகளில் இந்த திரவியங்கள் கலந்த பாலை மட்டும்தான் அருந்துவாள் அந்தர்ஜனம்.

மரப்பாலத்தில் நடந்துகொண்டிருந்த அந்தர்ஜனம், திடீரென்று வந்த வழியே திரும்புவதை கண்டதும், திகைப்புடன் பின்வழியாக குடிலை விட்டு வெளியேறி அவளை நோக்கி நடந்தாள் ஆரணங்கு.

தன் மீது நீர்த்துளிகள் தூவப்பட, சட்டென்று, ஆரணங்கு அண்ணாந்து வானத்தை பார்த்தாள். கரிய மேகங்கள் மலைத்தொடர்ச்சியில் தொடங்கி பந்தல் அமைத்திருக்க, மழைத்தூறல் அப்போதுதான் தொடங்கியிருந்தது. இன்னும் மூன்று தினங்களுக்கு பலத்த மழை இருக்கும் என்பதை யூகித்த ஆரணங்கு, அந்தர்ஜனத்திற்காக அங்கேயே காத்திருந்தாள்.

- தொடரும்

அத்தியாயம் 33

மங்காவுக்கு மதி, சம்பாவுக்கு சதி!

ஆண்களால் ஆளப்பட்டுவரும் அரசியல் உலகில் தான் தனித்து விடப்பட்டுவிட்டோமே என்று மயிலங்கி மங்கா அவ்வப்போது மனம் குமைந்துகொண்டிருந்தாலும், ஓர் அரசுக்குரிய கடமைகளில் இருந்து சிறிதும் தவறவில்லை. எப்போது வேண்டுமானாலும் மைசூர் படைகள் தனது மயிலங்கி அரண்மனையின் மீது படை எடுக்கலாம் என்று கோட்டை மதிலை பலப்படுத்தி இருந்தாள். மதிலின் நான்கு மூலைகளிலும், காவல் கோபுரங்களைக் கட்டி, அதில் இரவு-பகலாக ஆட்களை நிற்கவைத்தாள்.

பிற்பகலில் காவல் நின்ற வீரப்பா என்கிற அரண்மனைக் காவலன், தொலைதூரத்தில் எழும்பிய செம்மண் தூசு மண்டலத்தைக் கண்ணுற்று, பரபரப்புடன் தான் நின்றுகொண்டிருந்த கோபுரத்தின் எச்சரிக்கை மணியை ஒலிக்க, அதற்குப் பதிலாக மற்ற காவல் கோபுரங்களிலிருந்து மணிகள் ஒலிக்க, உடனே படையினரை எச்சரிக்கும் முரசும் ஒலிக்க, மயிலங்கி அரண்மனையே பரபரப்படைந்தது.

மதிய உணவிற்குப் பிறகு காஞ்சியில் இருந்து வந்திருந்த ஒரு ஜோதிடருடனும், திவான் சவ்யசாசியுடனும் உரையாடிக் கொண்டிருந்தபோதுதான், காவல் கோபுர மணிகள் ஒலிப்பது கேட்டது. உடனடியாக முரசும் ஒலிக்க, மங்கா பரபரப்புடன் அரண்மனை வாயிலுக்கு விரைந்தாள்.

தொலைவில் ஏதோ படைகள் வருகின்றன என்பதை அறிந்ததும், அரண்மனை வாயிற்கதவுகள் அவசரமாக மூடப்பட்டன. சவ்யசாசியை அழைத்துக்கொண்டு, அரண்மனை நுழைவாயிலின் மீது, மக்களுக்கு அரண்மனை அறிவிப்புகளைச்

செய்வதற்காக அமைக்கப்பட்டிருந்த தண்டோரா உப்பரிகையில் ஏறி நின்றுகொண்டாள்.

படைகள் அருகே வந்ததும், கொளத்து நாட்டின் கொடியான மஞ்சளும் செம்மையும் கலந்து, மூஷிகத்தின் உருவம் வடிக்கப்பட்டிருந்த அந்தக் கொடியைக் கண்டபோதுகூட மங்காவுக்கு விளங்கவில்லை. ஆனால், அன்றொருநாள் இடமூரி ஆற்றின் கரையில் ரங்காத்மஜாவும் வாயு விக்ரமனும் உரையாடிக்கொண்டிருக்க, மன்னருடன் இவள் அங்கே சென்றபோது கொளத்து நாட்டிலிருந்து முகலாயப் படைகள் வருவது குறித்து சேதி கொணர்ந்திருந்த ரவிதேஜனை உடனே இனம் கண்டுகொண்டாள்.

"திவான் யாரும் படையெடுத்து வரவில்லை. நமது கொளத்து இளவரசர் வாயு விக்ரமர்தான் ஏதோ தகவல் அனுப்பியுள்ளார்" என்று கோட்டைக் கதவுகளைத் திறக்கச் சொன்னாள்.

தனது குதிரையில் இருந்து இறங்கி, அவள் முன்பு பணிவுடன் குனிந்த ரவிதேஜன், நடந்ததை விவரித்தான்.

"சம்பாஜி, மிக அவசரமாக தனது ராய்காட் கோட்டைக்குத் திரும்புகிறார். முகலாயர்களை எதிர்க்க அவருக்கு நிதி தேவைப்படுவதால் எங்கள் இளவரசரிடம் தூது அனுப்ப, உடனே எங்கள் இளவரசர் அவருக்கு செல்வங்களைத் திரட்டினார். அவற்றை மயிலங்கிக்கு அனுப்பினால், மராட்டியத்திற்குப் போகும் வழியில் சம்பாஜி எடுத்துக்கொள்ளலாம் என்று இங்கே அனுப்பியுள்ளார்" ரவிதேஜன் கூறினான்.

தனது பாட்டனார் காலத்தில் சத்ரபதி சிவாஜி மயிலங்கி அரண்மனைக்கு வந்து, மூன்று நாட்கள் தங்கியிருக்கிறார். இப்போது அவரது மகன் சம்பாஜி, நிதியுதவியைப் பெற்றுக்கொள்ள வேண்டி மராட்டியம் போகும் வழியில் மயிலங்கி வருகிறார். செல்வங்களை தன்னிடம் ஒப்படைத்துவிட்டு வாயு விக்ரமன் அளித்திருந்த ஓலையை நீட்டியபடி நின்ற அந்த வாலிபனை, உற்சாகத்துடன் நோக்கினாள் மங்கா.

"கொளத்து நாடு மிகவும் பாக்கியம் செய்துள்ளது. விக்ரமரைப் போன்று, தங்களைப் போன்று, வீரம் செறிந்த,

துடிப்பான, நாட்டிற்காக உயிரையே பணயம் வைக்கும் இளைஞர்களைக் கொண்டிருக்கிறது. அந்த நாட்டுக்கு என்ன குறை? உண்மையிலேயே ஒரு நாட்டின் பொக்கிஷம் அதன் இளைஞர்கள்தான்'' என்றபடியே ஓலையைப் பிரித்து வாசித்தாள் மங்கா.

`மயிலங்கி அரசியாருக்கு வந்தனங்கள். சம்பாஜிக்கு வாக்கை நிறைவேற்றிவிட்ட நிலையில், இனி மயிலங்கி பொக்கிஷத்தைத் தேடிக் கண்டுபிடிப்பதுதான் எனது அடுத்த குறி. அதற்கு முன்பாக, நீங்கள் கூறிய திட்டத்தை யோசித்துப் பார்த்துவிட்டேன். உங்கள் திட்டத்தைச் செயல்படுத்த அருமையான ஓர் இடத்தைக் கண்டுள்ளேன். என் பாட்டி கொளத்து நாட்டு அரசி சுகஜீவன அந்தர்ஜனம், தற்போது யானைக்காவு என்கிற இடத்தில் தனியாகக் குடில் அமைத்து, தன் பணிப்பெண்ணுடன் தங்கியிருக்கிறார். உங்கள் திட்டம் நிறைவேறுவதற்கு சரியான இடம் அதுவே. அங்கே மனித சஞ்சாரம் இன்றி, இயற்கை அன்னை தன்னைச் சுற்றிலும் ஓர் இரும்புத்திரையைப் போட்டிருக்கிறாள். எனவே, நமது திட்டத்திற்கு மிகப் பொருத்தமாக இருக்கும், யானைக்காவு' என்று மடல் அனுப்பியிருக்க, மங்காவின் உற்சாகம் அதிகரித்தது.

பாட்டி திவ்யலஹறியின் நாசிகாபரணத்தை அணிந்த வேளை, அனைத்தும் நன்குதான் நடைபெறுகிறது.

அன்று மாலையே சம்பாஜியின் தலைமையில் படைகள் மயிலங்கி வந்துவிட்டன. மராட்டிய படைத்தலைவர்களை இன்முகத்துடன் வரவேற்றாள் அலர்மேல் மங்கா.

"அரசியே, என் தந்தை சிவாஜி கால் பதித்த உங்கள் மயிலங்கி அரண்மனையில் நான் காலடி எடுத்து வைப்பது பெரும்பாக்கியம்தான். எனது அவசரத் தேவைகளுக்கு செல்வத்தைத் திரட்டிக் கொடுத்துள்ள உங்களை, எப்போதும் மராட்டியம் மறக்காது'' சம்பாஜி கூறினான்.

"மன்னரே, இதற்கெல்லாம் காரணம் கொளத்து நாட்டு இளவரசனும், இதோ இங்கே உங்களிடம் நிதியை ஒப்படைக்கக் காத்திருக்கும் ரவிதேஜஐர் மற்றும் மதுகரன் போன்றோர்தான். அவர்களுக்கே தாங்கள் கடமைப்பட்டவர்கள். இளவரசர்

விக்ரமர், எனக்கும் உதவிகளைச் செய்து, பெரும் ஆதரவை நல்கிவருகிறார். இளவரசர் விக்ரமர் எனது வருங்கால மருமகனும்கூட" - மங்கா கூற, சம்பாஜி சிரித்தார்.

"தெரியும் அரசியாரே, தனது திருமணத்திற்கு என்னையும் அழைத்திருக்கிறான். போர் முடிந்ததும் திருமண நாள் குறித்து எனக்கு சேதி அனுப்புங்கள். அவசியம் திருமணத்திற்கு வருகிறேன்" - சம்பாஜி கூறினார்.

மங்கா புன்னகைத்தாள்.

"திருமணத் தேதியில் பிரச்னையில்லை சம்பாஜி. மணமகன் யார் என்பதில்தான் குழப்பம்! என் கணவன், மைசூர் இளவரசருக்கு என் மகளைத் திருமணம் செய்துகொடுக்க நினைக்க, அவளோ கொளத்து நாட்டு இளவரசர் விக்ரமனைக் காதலிக்கிறாள்."

சம்பாஜி தீர்மானத்துடன் தலையசைத்தான்.

"எனக்கு நிதியை வாரிக் கொடுத்துள்ள விக்ரமனுக்கு, ஒரு திருமண விஷயத்தில் நான் உதவ மாட்டேனா? போகும்போது மைசூரை எச்சரிக்கை செய்துவிட்டு செல்கிறேன். இனி மைசூரால் உங்களுக்கோ அல்லது விக்ரமனுக்கோ பிரச்னைகள் மூளாது" சம்பாஜி சொன்னான்.

அன்றிரவு...

இரவு உணவிற்குப் பிறகு, சம்பாஜியை அழைத்துக்கொண்டு, மயிலங்கி அரண்மனையின் பின்பாக இருந்த பரந்து விரிந்திருந்த நிலாமுற்றத்திற்குச் சென்றாள் மங்கா.

நிலாமுற்றத்தில்தான் விக்ரமன் அனுப்பியிருந்த செல்வங்கள் குவிக்கப்பட்டிருந்தன. நிலாமுற்றம் முழுவதும் தீப்பந்தங்களும், சுளுந்துகளும் ஒளிர்ந்துகொண்டிருந்தன. மங்கா, சிவப்பு வண்ணச் சேலையில் நின்றாள். முத்தும் பவளமும் சேர்த்துக் கோர்க்கப்பட்டிருந்த மாலையை அணிந்திருந்தாள். சம்பாஜியும் அவளும் ஏறக்குறைய ஒரே உயரம் இருந்தனர். சம்பாஜியின் கம்பீர முகமும், அலர்மேல் மங்காவின் பேரழகு வாய்ந்த முகமும், நிலாமுற்றத்தில் நின்றிருந்தவர்களுக்கு மனதில் பரவசத்தை ஏற்படுத்தின.

தேஜஸ் என்பது எல்லா ஜீவராசிகளுக்கும் உள்ளதுதான். அதிகாரத்தில் உள்ளவர்களிடம் அது அதிகமாகப் புலப்படுவதற்குக் காரணம், பதவியில் உள்ளவர்களை மற்றவர்கள் கூர்ந்து கவனிப்பதால், அவர்கள் தங்கள் நடையுடை, பாவனை, அலங்காரத்தில் விசேட கவனம் செலுத்துவதால் மட்டுமே!

ரவிதேஜன் தனது வாளை ஒரு கரத்திலும், விக்ரமன், சம்பாஜிக்குக் கொடுத்திருந்த ஓலையை மறுகரத்திலும் ஏந்தியபடி, படியேறி வந்து சம்பாஜியிடம் விக்ரமன் அனுப்பியிருந்த ஓலையை நீட்டினான்.

ஓலையைப் பிரித்தான் சம்பாஜி.

`கஜ துலாபாரம் செய்து ஸ்வர்ணத்தை அனுப்பியிருக்கிறேன். ஏற்றுக்கொள்ளுங்கள் சம்பாஜி மகராஜ். எனது வாக்கை நிறைவேற்ற உதவியதற்கு நன்றி' என்று சேதி அனுப்பியிருந்தான் விக்ரமன்.

தான் அந்த நிதியுதவியை அங்கீகரிப்பதற்கு அடையாளமாக சம்பாஜி தலையை அசைக்க, ரவிதேஜன் அகன்றான்.

சம்பாஜி அங்கிருந்து நகர்வதற்கு எத்தனிக்க, அலர்மேல் மங்கா அவனைத் தடுத்தாள்.

"சற்று பொறுங்கள் மன்னரே, இன்னும் ஒரு வைபவமும் உள்ளது" என்றபடி தாங்கள் நின்றிருந்த வடக்குப்புற உப்பரிகையில் இருந்து நிலாமுற்றத்தின் மறுபக்க உச்சியைச் சுட்டிக்காட்டினாள் மங்கா.

அங்கே...

தெற்கு கோபுரத்தின் பக்கமாக ஒரு தீப கப்பரை நிறுத்தப்பட்டிருந்தது.

தீப கப்பரையை மயில் ஒன்று சுமந்துகொண்டிருப்பதுபோல் அலங்கரிக்கப்பட்டிருக்க, அதன் இருபுறமும் காவலர்கள் நின்றிருந்தனர்.

"என்ன அது?" வினவினான் சம்பாஜி.

“சம்பாஜி மகராஜ், நாம் இந்த நிலாமுற்றத்தின் உப்பரிகையில் நின்றுகொண்டிருக்கிறோம். நிகழவுள்ள துலா புஸ்கரத்தில் நான் ஒரு பெரிய திட்டத்தைச்செயல்படுத்தத் தொடங்கப்போகிறேன். எனது மயிலங்கிப் பொக்கிஷங்களைப் பத்திரப்படுத்தவும், என் மகள் ரங்காத்மஜாவைப் பத்திரப்படுத்தவும் நான் செயல்படுத்த உள்ள முக்கியத் திட்டம்.

அதேபோன்று விரைவில் தாங்களும் முகலாயர்களுக்கு எதிராகப் படைகளைத் திரட்டிக்கொண்டு போருக்குப் போகிறீர்கள். நம் இருவருக்குமே இப்போது வெற்றிதான் இலக்கு. எனவே, நமது வெற்றிக்காக சிறப்பு வழிபாடுகளைச் செய்துள்ளார் எனது திவான் சவ்யசாசி. நமது வெற்றி உறுதி என்பதை ஊர்ஜிதம் செய்யும் வகையில் இப்போது அதோ அந்தத் தீப கப்பரையில் `ஜெய தீபம்' ஏற்றப்படவுள்ளது” என்றதும் சம்பாஜியின் முகத்தில் புன்னகை.

“உண்மைதான் அரசி, நமக்கு இப்போது வெற்றிதான் தேவை. ஜெய தீபம், சுடர்விட்டு எரியட்டும்” சம்பாஜி கூறியதும் மங்கா தலையசைக்க, போர்வீரன் ஒருவன் தீப்பந்தம் ஒன்றை ஏந்தி வந்து மங்காவிடம் அளித்தான். திவான் சவ்யசாசி, அவள் முன்பாக வந்து பணிவுடன் அந்தத் தீப்பந்தத்தைப் பெற்று, தெற்கு கோபுரத்தை நோக்கி நடக்கத் தொடங்கினார். அந்த நிலாமுற்றத்தின் நீண்ட இடைகழியில் திவான் சவ்யசாசி தீப்பந்தத்துடன் நிதானமாக நடைபோட்டுச் சென்றார்.

தெற்கு கோபுரத்தை அடைந்ததும், தீப்பந்தத்தை அங்கு இருந்தபடியே மங்காவை நோக்கி இப்படியும் அப்படியுமாக அசைத்துவிட்டு, தீப கப்பரையில் இருந்த, எண்ணெய்ப் பசையுடன் நீட்டிக்கொண்டிருந்த திரியில் தீபத்தை ஏற்றினார். மெதுவாக ஒளிர்விடத் தொடங்கிய அந்தத் தீபம், பிரகாசத்தை அதிகரிக்க சிறிது சிறிதாக முயன்றுகொண்டிருந்த அதே வேளையில்,

‘மங்காவின் திட்டமோ, சம்பாஜியின் திட்டமோ எனக்கு முக்கியமல்ல. எனது கடன் பணி செய்து கிடப்பதே’ என்பது போன்று, மழைமேகம் ஒன்று தனது வயிற்று பாரத்தைப் பிரசவித்து ‘சடசட’ வென்று மழையாகப் பொழிய, ஜெய தீபம் ஒளி விடாமலேயே அணைந்துபோனது.

சம்பாஜியின் முகத்தைக் காண திராணியில்லாமல், அலர்மேல் மங்கா அந்தத் தீப கப்பரையையே வெறித்துப் பார்த்துக்கொண்டிருந்தாள்.

* * * *

குடகுமலைச் சாரலில் மழைக்கா பஞ்சம்? மயிலங்கி அரண்மனை நிலாமுற்றத்தில் மழை பெய்து, மங்கா ஏற்ற இருந்த 'ஜெய தீபத்தை' அணைத்த அதேவேளையில், மயிலங்கி தொடங்கி சத்யபுரி காடுகள், மலைபுரம், கொளத்து நாடு எனப் பரவலாக மழை பெய்துகொண்டிருந்தது. மாரிக்காலம் தொடங்கிவிட்டிருந்ததால், இனி மழை தனது விருப்பம்போல் பெய்துகொண்டுதான் இருக்கும். குட திசையில் மட்டும்தான் மழை என்பது இல்லை. குண திசையான கிழக்கிலும்கூட, மழை கொட்டித்தீர்த்துக்கொண்டிருந்தது. இந்த பலத்த மழையைப் பொருட்படுத்தாமல் தரங்கம்பாடியில் சிலர் உறங்காமல் திட்டங்களைத் தீட்டிக்கொண்டிருந்தனர்.

பிரபஞ்சத்தின் திட்டங்கள், காலத்தின் திட்டங்கள், விதியின் திட்டங்கள், இயற்கையின் திட்டங்கள் என்று பல திட்டங்கள் தீட்டப்பட்டுவரும் நிலையில், மனிதனும் அவன் அமைக்கின்ற அரசுகளும் திட்டங்களைத் தீட்டிவருகிறோம் என்று மார்தட்டுவதில் பயன் என்ன? மறுநாள் இருப்போமா, இருக்கபோவதில்லையா என்றே அறியாத ஒரு மனிதன், ஆயிரம் வருடங்களுக்கான திட்டத்தைத் தீட்டுவது பெரும்விந்தைதான்.

கொட்டித் தீர்க்கும் மழையைப் பொருட்படுத்தாமல், தட்சிணத்தில் கொட்டிக்கிடந்த பொக்கிஷங்களை அடைவதற்காகத் திட்டங்களைத் தீட்டியபடி போர்ட்டோனோவோ அபேயில் கிழக்கிந்திய கம்பெனியின் அதிகாரிகளும், இனி செயல்பாட்டில் இறங்கவேண்டியதுதான் என்கிற தீர்மானத்திற்கு வந்துவிட்டிருந்தனர்.

டேனிஷ் குடியிருப்பான தரங்கம்பாடி கோட்டையிலும் பலத்த மழை பெய்துகொண்டிருந்தது.

(தரங்கம்பாடி கோட்டை *1620*-ல் டென்மார்க் வியாபாரிகளால் கட்டப்பட்டது. டென்மார்க் மன்னன் ஐந்தாம் கிறிஸ்டியன்,

இரண்டு கப்பலில் வியாபாரம் செய்யும் பொருட்டு இ ஒவ் கேடே (*Ove Gedde*), மற்றும் ரொலாண்ட் கிரேப் (*Roeland Crape*) என்கிற இரண்டு டேனிஷ் அதிகாரிகளை அனுப்பினான். தஞ்சை நாயக்க மன்னர்களுடன் உடன்படிக்கை ஒன்றில் கையெழுத்திட்டனர் அந்த டேனிஷ் அதிகாரிகள். அந்த உடன்படிக்கை, தங்கத் தட்டில் எழுதப்பட்டது. இன்று தரங்கம்பாடியில் உள்ள டேனிஷ் கோட்டையை இவர்கள்தான் எழுப்பினார்கள்.)

தரங்கம்பாடி கோட்டை அதிகாரி வில்ஹெம் ல்யூக் கோட்டையின் வாயிலுக்கு வந்தான். பணியாள் ஒருவன் குடை பிடிக்க, ல்யூக் போர்டிகோவில் வெளியே நின்றிருந்த அந்தப் பகுதியைச் சேர்ந்த இருபது வாலிபர்களை நோக்கி நடந்தான். அந்த வாலிபர்கள் மழையில் நனைந்துகொண்டிருந்தனர். அனைவருமே இருபதை எட்டிப்பிடித்திருப்பவர்கள்தான்.

ல்யூக்கின் மனைவி சிக்ரன், இரவு ஆடையுடன் போர்டிகோவில் வந்து நிற்க, வாயிலில் இருந்த இருபது வாலிபர்களும் தங்களது பார்வையைத் தாழ்த்திக்கொண்டனர். மாற்றான் மனையாளை நிமிர்ந்தும் பார்க்கக்கூடாது என்கிற காலம் அது. அதுவும் அந்த மாற்றான் கடல்கடந்து வந்தவன் என்பதால், அவன் விருந்தாளி என்கிற மனோபாவம் நிலவிய காலம். இந்த மனப்பான்மைதான், ஒட்டகத்திற்கு இடம் கொடுத்த கதையாக மாறி, பிறகு அடிமைத்தனத்தை நிலைநாட்டபோகிறது என்பதை அப்போது அந்த வாலிபர்கள் அறியவில்லை.

“ஆங்கில கிழக்கிந்திய கம்பெனியினர் பொக்கிஷங்களைக் கொள்ளையடித்து இங்கிலாந்து மன்னர் அனுப்பிய கப்பலில் நிரப்பப்போகிறார்கள். சிங்கம் வேட்டையாடட்டும். நாம் கழுதைப்புலியாக அவர்களது கொள்ளையில் மேய்வோம். உங்கள் பணி என்ன தெரியுமா? படகில் போர்ட்டோனோவோ சென்று, அவர்கள் கப்பலில் சேகரித்து வைக்கும் பொக்கிஷங்களைக் களவாடி, நமது தரங்கம்பாடி கோட்டைக்குக் கொண்டு வரவேண்டும். நமக்குத் தேவையான அளவு பொக்கிஷங்களைச் சேகரித்த பிறகு, இங்கிலாந்தின் பன்னிரு கப்பல்களும் தண்ணீரின் அடியில் மூழ்க வேண்டும். கப்பல்களைத் தகர்க்கவோ அல்லது துளையிட்டு மூழ்கடிக்கவோ செய்யுங்கள். இம்மியும் உங்களுக்கும், டேனிஷ்

அதிகாரிகளுக்கும் தொடர்பு இருப்பதாகத் தெரியவரக்கூடாது. யாரோ கடற்கொள்ளையர்கள் என்றுதான் ஆங்கில கிழக்கிந்திய கம்பெனி நம்ப வேண்டும்'' என்றதும், அந்த வாலிபர்களின் தலைவனை போன்ற ஆளரி என்பவன் பணிவுடன் தலையசைத்துவிட்டு, தன் சகாக்களுடன் ஏதோ கலந்து பேசத் தொடங்கினான்.

அதே வேளையில்...

கிழக்கிந்திய கம்பெனியின் அதிகாரியான டொனால்டு நார்தம்பர்லாண்ட் என்கிற டோனியும், தோமாசியும் கையில் தீப்பந்தத்துடன் யானைகாவுப் பகுதியில் இருந்த சுகஜீவன அந்தர்ஜனத்தின் குடிலை நோக்கி நகர்ந்துகொண்டிருந்தனர். அதுவரையில் கொட்டிக்கொண்டிருந்த மழை, அவர்களது தீப்பந்தம் அணைந்துவிடக்கூடாது என்பதற்காக பெய்வதை நிறுத்தி, சிறிய இடைவெளி ஒன்றை அளித்திருந்தது.

- தொடரும்

அத்தியாயம் 34

அந்தர்ஜனத்தின் அந்தரங்கம்!

பேய்மழை தனது இரைச்சல் பாட்டுக்கு ஏற்ப யானைகாவு குடிலின் கூரையின் மீது தனது நீர்க்குச்சிகளால் பின்னணி இசைக்கும் வகையில் ஓங்கி அடித்தாலும், உள்ளே உறங்கிக்கொண்டிருந்த சுகஜீவன அந்தர்ஜனம் மற்றும் அவளது சேடி அம்புஜ ஆரணங்கின் உறக்கத்தைக் கலைக்கவில்லை. இருவரும் தங்களை மறந்து உறங்கிக்கொண்டிருக்க, தொலைவில் தோமாசியும், டொனால்டு நார்தம்பர்லாண்ட்டும் குடிலை நோக்கி வந்துகொண்டிருந்தனர். போர்ட்டோனோவோ கடலில் பன்னிருக் கப்பல்களில் பொக்கிஷங்களை நிரப்ப வேண்டும் என்கிற குறியை மட்டுமே கொண்டிருந்தான் டோனி. கொலை செய்தோ, தாக்கிக் காயப்படுத்தியோ அல்லது ஏமாற்றியோ பொக்கிஷங்களைக் கைப்பற்ற வேண்டும் என்று அவனுக்கு இரண்டாம் ஜேம்ஸ் மன்னனே ரகசியமாகக் கூறியிருந்தான்.

இன்றிரவு முதல் வேட்டையாக இருக்கட்டும். கொளத்து நாடு பொக்கிஷங்களைக் கவரும் பொறுப்பு இவனுடையது. ரிச்சிக்கும், பர்கண்டிக்கும் மயிலங்கி பொக்கிஷங்களைப் பறிமுதல் செய்யும் பணி அளிக்கப்பட்டுள்ளது. நல்லவேளையாக, அவர்கள் நடந்துசெல்லும் இந்தப் பகுதியில் மழை இல்லை. அதனால் தீப்பந்தத்தின் ஒளியில் பாதையைக் காண முடிகிறது. மழை பெய்யும் இரவில், யானைகாவில் நடப்பது பேராபத்து என்று அவனை எச்சரித்திருந்தான் தோமாசி. தொடர்ந்து அவர்கள் அந்தர்ஜனத்தின் குடிலை நோக்கி நகர்ந்துகொண்டிருந்தனர்.

ஆனால் மேடான பகுதியில் இருந்த அந்தர்ஜனத்தின் குடில் இருந்த பகுதியில் மழை பெய்துகொண்டுதான் இருந்தது.

மழைநீர் கூரையை ஓங்கி அறையும் ஒலியைத் தவிர, குடிலில் பூரண அமைதி நிலவியது. அம்புஜ ஆரணங்கின் பெருத்த தேகம் ஒரு மலைத்தொடர்ச்சியைப் போன்று பரந்திருந்தது. அவளிடம் இருந்து மெல்லியதாகக் குறட்டை ஒலி கேட்டது. அந்தர்ஜனமும் நல்ல உறக்கத்தில் இருந்தாள். தனது ஆர்ப்பாட்டத்தைக்கொண்டு அவர்கள் இருவரையும் உறங்கவிடாமல் செய்ய வேண்டும் என்கிற உத்வேகத்துடன் அதுவரையில் பெய்துகொண்டிருந்த மழை, தனது தோல்வியை ஒப்புக்கொண்டு திடீரென்று அடங்கி பிறகு ஒரேடியாக நின்றுபோனது. மழைநீர் கூரையில் இருந்து வழிந்து சொட்டும் ஒலி மற்றும் நுணல்களின் இரைச்சலைத் தவிர மற்றபடி எங்கும் அமைதிதான் நிலவியது.

திடீரென்று சுகஜீவன அந்தர்ஜனம் விருட்டென எழுந்து அமர்ந்தாள்.

உறங்கச் செல்வதற்கு முன்பாக மயிலங்கி ரகசியத்தைப் பற்றி நினைத்துக்கொண்டிருந்தவள், அப்படியே உறங்கிப்போயிருந்தாள்.

அந்திமப் பெட்டகம்
மயிற்படிகள்
தெற்கு அறை
நிலத்தடி தர்பார்
இரும்புத் தோகை
பச்சை தெய்வம்
இடக்கண்ணில் கங்கையைக்கொண்டும்
வலக்கண்ணில் கடலைக்கொண்டும்
நோக்கினால் உண்மை புரியும்

சிந்தித்துகொண்டிருந்த அந்தர்ஜனத்தின் சிந்தைக்கும், தளர்ச்சியால் தழுவப்பட்டிருந்த அவளது தேகத்திற்கும், அங்கே கடும்போர் நிகழ்ந்து, இறுதியில் தேகமே வென்றிருந்தது. தன்னையும் அறியாமல் உறங்கிவிட்டிருந்தாள் சுகஜீவன அந்தர்ஜனம். ஆனால், அவளது சிந்தையால் அவ்வளவு எளிதாக உறங்க இயலவில்லை.

சுகஜீவனம் ஆழ்ந்த உறக்கத்தில் இருந்தபோதும் அவளது சிந்தனை தனது பணியைச் செயலாற்றிக்கொண்டே இருக்க, திடீரென்று ஓர் இருண்ட ஆலயத்தின் கருவறையில் சூடம் ஏற்றியதுபோல் சிந்தையில் ஓர் ஒளி.

'இடது கண்ணில் கங்கையைக்கொண்டும், வலது கண்ணில் கடலைக்கொண்டும் நோக்கினால் ரகசியம் தெரியும்' என்கிற குறிப்புக்கு, மின்னல் கீற்றாக ஒரு விடை பளிச்சிட்டது. ஆனால், தேகம் உறக்கத்தில் ஆழ்ந்திருந்ததால் அவளது சிந்தையால் கருத்துக்கு அந்தத் தகவலைக் கூற இயலவில்லை. சிந்தையால் முடிந்ததெல்லாம் உறக்கத்தில் ஆழ்ந்திருந்த அந்தர்ஜனத்தை எழுப்பிவிடுவது மட்டுமே!

சாட்டையால் யாரோ தன்னை சுரீரென்று தாக்கியதுபோன்று திடீரென்று எழுந்து அமர்ந்தாள் சுகஜீவனம். வெளியே மழை பெய்யும் ஒலி கேட்காவிட்டாலும், குளிர் அலை அந்த நனைந்திருந்த கூரையின் வழியாக இறங்கி, அவள் தேகத்தைத் தீண்டிக்கொண்டிருந்தது. எதனால் திடுப்பென்று உறக்கம் கலைந்தது. சிந்தையில் ஏதோ நெருடல். ஆம், வாயு விக்ரமன் கூறியிருந்த மயிலங்கி குறிப்புகளில், ஏதோ முக்கியமான தகவல் அவளது சிந்தைக்கு உறைத்திருந்தது. அந்த அதிர்வில்தான் உறக்கம் கலைந்திருக்கிறது.

திரும்பி அம்புஜ ஆரணங்கை நோக்கினாள் சுகஜீவனம். இருளில் தொலைவில் திரியும் மலைத்தொடரைப் போன்று அவளது தேகப் பரிமாணத்தின் எல்லை ஒரு கோடாகப் பரந்து கிடந்ததை உணர முடிந்தது. மற்றபடி குடில் முழுவதும் இருளில் மூழ்கி இருந்தது. ஆரணங்கு ஏற்றி வைத்திருந்த ஒரு தீபமும் அணைந்துவிட்டதுபோலும்.

தனது தலைமாட்டில் வைத்திருந்த மண் குடுவையிலிருந்து ஒரு குவளையில் நீர் சரித்துப் பருகினாள். பிறகு நிதானமாக எழுந்து, வாயிற்கதவை நோக்கிச் சென்றாள்.

இனி உறக்கம் வராது. சிந்தையில் தோன்றி அங்கேயே மிதந்துகொண்டிருக்கும் அந்த மயிலங்கிப் பொக்கிஷத்தைப் பற்றிய தகவலை அறிந்துகொண்டால்தான், இனி உண்ணவும் உறங்கவும் தோன்றும். குடிலின் வாயிற்கதவை குளிர்காற்று

உள்ளே புகாவண்ணம் மெல்லிய இடைவெளிவிட்டுத் திறந்து, தனது கண்ணை அந்த இடைவெளியில் பொருத்தி வெளியே நோக்கினாள்.

காற்று உக்கிரமாக வீசுவதும், மழை பெய்ததற்கு அடையாளமாக தண்ணீர் சொட்டிக்கொண்டிருக்கும் ஒலியைத் தவிர, நுணல்கள் உரையாடிக்கொண்டிருப்பதைத் தவிர, அந்தக் குடிலைச் சுற்றி அமைதியே நிலவிக்கொண்டிருந்தது. தொலைதூர மேற்குத்தொடர்ச்சி மலைகளும், அவற்றின் பாதம் நனைத்து ஓடும் காட்டாறும், கண்ணுக்குப் புலப்படவில்லை. மலைத்தொடருக்கும், காட்டாற்றுக்கும் இடைப்பட்ட நிலப்பகுதியான இறந்துபோன கொளத்து நாட்டின் யானைகளைப் புதைக்கும் `கஜ அரசு'ப் பகுதியில் பிரம்மாண்டமான ஒரு யானைச் சிலை நிறுவப்பட்டிருக்கும். பகல் வேளைகளில் குடிலின் வாயிலில் கம்பீரமாக நிற்கும் அந்த யானைச் சிலையைப் பார்க்கலாம். ஆனால் இப்போது, அந்த யானைச் சிலை புலப்படவில்லை. யானைகாவுவின் எல்லா பகுதிகளுமே இப்போது இருள் போர்வையைப் போர்த்திக்கொண்டிருந்ததால், அவளால் எதையுமே பார்க்க இயலவில்லை. ஒரு கண் சுற்றிப் பார்த்துக் கொண்டிருந்தாலும், சிந்தை அதிவேகமாக ஒரு மாவீரனின் வாளைப் போன்று சுழன்றுகொண்டிருந்தது. சிந்தையில் தோன்றிய அந்த மயிலங்கி புதிரைப் பற்றிய தகவல் என்னவாக இருக்கக்கூடும் என்று யோசித்துக்கொண்டிருந்தபோது, ஒரு சிறு ஒளியின் சுழற்சி ஏற்பட்டதை உணர்ந்தாள். அந்த ஒளியின் சுழற்சி, சுகஜீவனத்தின் சிந்தையில் ஏற்படவில்லை. அவளது கண்களில்தான் அந்தச் சுழற்சியைக் கண்டிருந்தாள்.

தொலைதூரத்தில் தெரிந்த அந்த வெளிச்சப்புள்ளி நகர்வது போன்ற ஓர் உணர்வு. அந்தத் திக்கில் கூர்ந்து கவனித்தாள். ஆம், சிறு புள்ளியாக அந்த வெளிச்சம் இவர்களது குடிலை நோக்கித்தான் மெதுவாக நகர்ந்து வந்துகொண்டிருந்தது. இவளது குடில் மேடான ஒரு திட்டில் அமைந்திருந்ததால், சுற்றி நிகழ்வதைக் காண்பதற்கு ஏதுவாக இருந்தது. இந்த நள்ளிரவில் தனது குடிலை நோக்கி ஓர் ஒளிக்கீற்று வருகிறதென்றால், பொக்கிஷங்களைப் பற்றித் தெரிந்துகொண்ட யாரோ

ஒருவன்தான் வரக்கூடும். இவளைச் சந்திக்க ஒருவன் நடுநிசியில் அதுவும் இந்தப் பேய் மழை பொழியும் காலத்திலா வருவான்?

அந்த ஒளிக்கீற்றையே உற்று நோக்கிய சுகஜீவனம், அது ஒரு தீப்பந்தத்தின் ஒளி என்பதை யூகித்ததும், சட்டென கதவை மூடி தாளிட்டாள்.

"ஆரணங்கு எழுந்திரு, நம்மை நாடி விருந்தாளிகள் வருகிறார்கள்" - உரத்த குரலில் ஆரணங்கை எழுப்பினாள் சுகஜீவனம்.

ஒரு மனிதனுக்கு கூர்மையான உள்ளுணர்வு இருந்தால், அவன் எதைப் பற்றியும் கவலைப்படாமல் தூங்கலாம். உள்ளுணர்வு ஒரு நாயைப் போன்றது. வீரனாகிய ஓர் ஆணுக்கும், பத்தினியாகிய ஒரு பெண்ணுக்கும் எப்போதுமே உள்ளுணர்வு உறக்கத்திலும் அவர்களைச் சுற்றியே அலைந்துகொண்டிருக்கும். நாட்டின் எல்லையில் காவல் காக்கும் வீரன் உறங்கிக்கொண்டிருக்கையில், ஒரு சிறு அரவம் கேட்டாலும் கண் விழித்துக்கொள்வான். பத்தினியான ஒரு பெண், தான் உறங்கும் அறையில் கணவனைத் தவிர வேறு ஓர் ஆடவன் உள்ளே நுழைந்தால் சட்டென்று உறக்கத்தில் இருந்து விழித்துக்கொள்வாள். அவ்வகையில், ஒரு சுத்த வீரப்பெண்ணாகக் கண் விழித்தாள் ஆரணங்கு.

சுகஜீவன அந்தர்ஜனம் குரல் வந்த திக்கை நோக்கி, "யார் வருகிறார்களாம்?" என்று கொட்டாவி ஒன்றை உதிர்த்தாள்.

"வேறு என்ன, நாம் இங்கே பதுக்கியிருக்கும் பொக்கிஷங்களுக்காக வரும் எதிரிகளாகத்தான் இருக்கக்கூடும். ஒன்று செய்... நாம் இருவர் இங்கே இருப்பது அவர்களுக்குத் தெரிய வேண்டாம். நான் மட்டும் இருப்பதாக நினைத்துக்கொள்ளட்டும். அப்படி இருந்தால்தான் திடீரென்று நீ தாக்கினால் நிலை தடுமாறுவார்கள். நம்மிடம் ஒரு பலம் இருக்கிறது என்றால், முதலில் அந்தப் பலத்தைப் பிரயோகிக்கக்கூடாது. சாம, தான, பேத, தண்டம் என்று ஒவ்வொன்றாகத்தான் பிரயோகம் செய்ய வேண்டும். நீ குடிலின் பின்பாக உள்ள மரப்பாலத்தைக் கடந்து சென்று, சிறு குடிலில் ஒளிந்துகொள். நான் அவர்களைக் கையாள்கிறேன். பிரச்னை

எதுவும் வந்தால் மட்டுமே நீ உன்னை வெளிப்படுத்திக்கொள்ள வேண்டும்'' என்று சொல்ல, ஆரணங்கு தனது கனத்த சரீரத்துடன் எழுந்தாள்.

''எச்சரிக்கை அரசியாரே, ஏதேனும் பிரச்னையென்றால் பேச்சின் நடுவே ஒரு தும்மலைப் போடுங்கள். நான் ஓடி வருகிறேன்'' என்றபடி குடிலின் பின்கதவைத் திறந்துகொண்டு மரப்பாலத்தின் வழியாக ஓடையின் மறுபக்கம் இருந்த சிறு குடிலை நோக்கி நடந்தாள்.

வருபவர்களுக்காகப் பொறுமையுடன் காத்திருந்தாள் சுகஜீவனம். மனதில் இம்மியும் அச்சமில்லை. ஹரிபாத (ஹரி பாட்) சமஸ்தானத்து இளவரசியாக இருந்தபோதே, இவள் நீச்சல், களரியுத்தம், யானைகளுடன் பழகுதல், மலையேறுதல் என்று வீரவிளையாட்டுகளில் தேர்ச்சி பெற்றிருந்தாள். இளமை என்கிற பொக்கிஷம் இவளிடம் இருந்தபோதும் இவள் அஞ்சவில்லை என்றாலும், இளமை என்பது வீரத்தைக் காட்டிலும் பலவீனமானது. தூண்டிவிட்டால் சரணடைந்துவிடும் என்பதால் மிகவும் விழிப்புணர்வுடன் இருந்தாள். இப்போதுதான் இளமை என்கிற ஆபரணம் இவளிடம் இல்லையே! எனவே வருபவர் யாராக இருந்தாலும் தன்னால் சமாளிக்க இயலும் என்கிற எண்ணத்துடன்தான் காத்திருந்தாள்.

கிசுகிசுவென்று குடிலின் வெளியே பேச்சுக் குரல்கள் கேட்க, அவளால் குடிலின் சாளரத்தின் திரை வழியே தீப்பந்த வெளிச்சத்தையும், அதன் ஊடே நிழலாக அசையும் இரு உருவங்களையும் காண முடிந்தது.

அவர்கள் உள்ளே நுழைந்து இவளை அச்சுறுத்துவதற்கு முன்பாக, தானே அவர்களைத் திடுக்கிட செய்ய வேண்டும் என்கிற உத்வேகத்துடன் வாயிற்கதவை நோக்கி நகர்ந்தாள் அந்தர்ஜனம். எப்போதுமே ஒருவர் நம்மை அச்சுறுத்த முயலும்போது நாம் முந்திக்கொண்டு அவர்களை அச்சுறுத்துவது, எதிரிகளைச் செயலற்றுப் போகச்செய்யும் என்று, தான் பாளையத்தில் கற்ற பாடத்தைச் செயலாற்ற எண்ணி குடிலின் கதவை அடைந்தவள், சட்டென்று அதனைத் திறந்தாள். வெளியே நின்றவர்கள் திடுக்கிட்டனர்.

“அரசியம்மா, நான்தான் தோமாசி. இந்தப் பக்கமாகச் சென்றோம். மழை பெய்தது. சரி... இங்கே எங்கேயாவது இரவுக்கு ஒதுங்கலாம்னு பார்த்தோம். இந்தக் குடிலைப் பார்த்தோம். நீங்க இங்கே இருப்பீங்கனு நான் நினைக்கவே இல்லை” தோமாசி குரலில் மிருதுத்தன்மையைப் பிரதிபலிக்கச் செய்தான்.

“அடடே குணபரனா! உன்னைப் பார்த்து எவ்வளவு காலமாயிற்று. நீ தோமாசினு பெயரை மாத்திக்கிட்டு வெள்ளைக்காரன் கம்பெனியில வேலைக்குச் சேர்ந்ததா, பரசு கோலாத்ரி சொன்னான். இனிமே நீ எங்கே வரப்போறேன்னு நினைச்சேன். இந்த நடுநிசியில என்னோட குடிசைக்கு வந்திருக்கேனா, நாம சந்திக்கணும்னு அந்த நாவாய் முகுந்தன் நினைக்கிறானோ என்னவோ!” - சுகஜீவனம் கூறினாள்.

“பாட்டி இவரு என் நண்பர். பெயர், டொனால்டு நார்தம்பர்லாண்ட். இங்கிலாந்து மன்னர் இரண்டாம் ஜேம்ஸின் வலதுகரம். டோனி, இவங்கதான் கொளத்து நாட்டு அரசி, சுகஜீவன அந்தர்ஜன கோலாத்ரி நாச்சியார். நான் சொன்னேன்ல இவங்கதான்” தோமாசி கூறியதும் டோனிக்கு சிரிப்பாக வந்தது.

குவீன் மேரி டியூடர், எலிசபெத் டியூடர், ஸ்காட்லாந்து மேரி என்று பல ஒய்யார ராணிகளைப் பற்றியெல்லாம் இவன் அறிந்திருக்கிறான். வெல்வெட் கவுன் அணிந்து ஏராளமான ஆபரணங்களை அணிந்து, உடல் முழுவதும் விலை உயர்ந்த வைரக்கற்கள் மின்ன, தலையை இறகுகளால் அலங்கரித்து, அதன் மேல் கிரீடம் அணிந்து பிரமிப்பை ஏற்படுத்துவார்கள். எங்கோ காட்டில் சிறு குடிசையில், வெள்ளைத் துணியைக் கட்டிக்கொண்டு கூந்தலை அள்ளி கொண்டையாகப் போட்டிருக்கும் இந்தக் கிழவியும் ஒரு மகாராணியா?

சிரிப்பை அடக்கிக்கொண்டு அவளை நோக்கி அலட்சியமாகத் தலையசைத்தான். என்ன செய்வது இந்தக் கிழவியின்வசம் பொக்கிஷங்கள் இருக்கும்போது பணிந்துதானே ஆகவேண்டும்.

அவனது மன ஓட்டத்தைப் புரிந்துகொண்டவளைப்போல் தோமாசியை நோக்கினாள் சுகஜீவன அந்தர்ஜனம்.

“என்னைப்போய் அரசினு சொல்றியேனு நடுஜாம ஆந்தை மாதிரி பேந்த பேந்த விழிக்கிறான் பாரு. அவர்களுக்கெல்லாம் ஆர்ப்பாட்டம் செஞ்சாதான் அரசின்னு நம்புவாங்க. தம்படி நாஸ்தி... தடபுடல் ஜாஸ்தி! அவங்கெல்லாம் தாங்க சுகமா வாழறதுக்காக தங்களுக்கு அரண்மனை கட்டிக்கிறவங்க. நாமெல்லாம் நாம யாருனு தெரிஞ்சுக்கிட்டு அரண்மனையைக் கட்டாம கோயிலைக் கட்டறவங்க. அவங்களுக்கு நம்மைப் பார்த்தால் இளக்காரமாகத்தான் தெரியும்” என்றவள், தனது சிறிய அடுக்களையை நோக்கி நடந்தாள்.

“உனக்கு கொடுக்க ஒண்ணுமே இல்லைடா குணபரா. கருந்துளசியும், மிளகும் அரைச்சு வெச்சிருக்கேன். வெந்நீர்ல கலந்து தரேன். இந்த மழைக்கும் குளிர்காற்றுக்கும் இதமா இருக்கும்” என்றபடி விறகடுப்பை ஏற்றத் தொடங்கினாள் சுகஜீவனம்.

தோமாசி, அவள் காணாதவாறு டோனியின் முதுகில் தட்டினான்.

“விலை உயர்ந்த பொருள் ஏதாவது வெச்சிருக்கீங்களா டோனி? கிழவிக்கு அதைப் பரிசா கொடுத்து, அதோட நட்பையும் நம்பிக்கையையும் பெறணும். அப்பதான் அது நம்மகிட்ட பொக்கிஷங்களைப் பத்திப் பேசும். சிறு மீனை போட்டு பெரு மீனைப் பிடிக்கறதைபோல, ஒரு பொக்கிஷத்தைக் கொடுத்துதான் அதுகிட்ட கொளத்து நாடு பொக்கிஷங்களைக் கறக்க முடியும்” - தோமாசி கூற, டோனி தயங்கினான்.

“என்னோட காதலி எல்யனார் கொடுத்திருக்கிற, `ப்ளூ சீமர்'ங்கிற ஒரு நீலக்கல்லு இருக்கு. `எனக்கு அதிர்ஷ்டத்தைக் கொடுக்கும். இதை யாருக்கும் கொடுக்காதே'ன்னு சொல்லி கொடுத்தாள். அதைத்தான் வெச்சிருக்கேன்” - டோனி கூற, அடுப்பை ஊதிக்கொண்டிருந்த அந்தர்ஜனத்தை ஜாடையாகப் பார்த்தான் தோமாசி.

“பரவாயில்லை, அதைக் கொடு. எப்படியும் பொக்கிஷங்களை எடுத்துக்கிட்டுத்தானே லண்டன் போகப்போறே. உன்னோட காதலி கொடுத்த கல்லையும் அப்ப நீ திருப்பி எடுத்துக்கலாம்” என்று சொல்ல, தனது கழுத்தில் அணிந்திருந்த ஒரு கயிற்றை

அறுத்து அதில் ஊசலாடிக்கொண்டிருந்த அந்த நீலக் கல்லை தோமாசியிடம் நீட்டினான் டோனி.

“நீயே கொடு. அப்பதான் அது நம்பும்” என்றவன், சுகஜீவனத்தை அழைத்தான்.

அதே வேளையில்,

தனது பெருத்த சரீரத்தை இருளில் மறைத்துக்கொண்ட அம்புஜ ஆரணங்கு, மரப்பாலத்திற்கு அப்பால் இருந்த சிறு குடிலில் சுகஜீவன அந்தர்ஜனத்தின் தும்மலுக்காகக் காத்திருந்தாள்.

- தொடரும்

அத்தியாயம் 35

சங்கமத்தில் ஒரு சங்கமம்!

விறகடுப்பை ஊதி சுகஜீவனம் வெந்நீர் தயாரித்துக்கொண்டிருக்க, தன் காதலி எல்யனார் தனக்குப் பரிசளித்த அந்த `ப்ளூ சீமர்' நீலக்கல்லை தோமாசியின் முன்பாக நீட்டினான் டோனி.

"அந்தக் கிழவிக்கு பொக்கிஷ ஆசை அதிகம். அதைக் கவிழ்க்க இந்தக் கல்லு போதும்!" என்று கிசுகிசுத்த தோமாசி, சுகஜீவனத்தை அழைத்தான்.

"அரசிம்மா, என் நண்பன் உங்களுக்கு ஒரு பரிசு கொடுக்க விரும்புறான். உலகிலேயே மிக விலை உயர்ந்த அரிய நீலக்கல்லு!" என்றதும், சுகஜீவனம் முகத்தில் வியப்புக் கொப்பளிக்க, அவர்களை நோக்கி வந்தாள்.

"நீலக்கல்லா!" என்று போலி வியப்புடன் கேட்க, கிழவி தனது வலையில் விழுந்துவிட்டாள் என்கிற குதூகலத்தில் தோமாசி, டோனியை நோக்கி கண்களை அசைக்க, டோனி சுகஜீவனத்தின் முன்பாக மண்டியிட்டு, அந்த நீலக்கல்லை இரு உள்ளங்கைகளிலும் ஏந்தி அவள் முன்பாக நீட்டினான்.

"From His Majesty, King of England, Scotland and Ireland! God Save the King! This is a gesture as part of His Majesty's Respect to Her Highness, Her Majesty Queen of Kolathunaadu" - சட்டென்று அந்தர்ஜனத்தின் கையைப் பிடித்து, அதில் ஒரு முத்தத்தைப் பதித்தான் டோனி.

"என்னடா கர்மம்? என் புருஷனே எனக்கு முத்தம் கொடுக்கணும்னா என்னோட ராத்திரியெல்லாம் பள்ளியறையில் பேச்சுவார்த்தை நடத்தி, கெஞ்சிக்கொண்டிருப்பார். போனா போகுதுனு சூர்யோதயத்திற்கு முன்னாடி ஒரே ஒரு முத்தம் கொடுக்க

அனுமதிப்பேன். இவன் என்னவோ பட்டுனு கையைப் பிடிச்சு பச்'சுனு ஒரு முத்தத்தைப் பதிச்சுட்டானே! இவங்களை கேட்பார் இல்லையா? வாந்தி எடுக்கிற மாதிரி தொடர்ந்து ஏதோ சொல்லிக்கிட்டே இருக்கான்? அந்த நீலக்கல்லை என்னிடம் விற்கப் பாக்கிறானா?" சுகஜீவனம் கேட்க, தோமாசி சிரித்தான்.

"அரசியம்மா, நம்ம ஊர்ல கொலு மண்டபத்துக்குப் போகறச்சே, `ஸ்ரீ ராஜாதி ராஜ, ராஜ மார்த்தாண்ட, ராஜ கம்பீர, மூஷிக குல திலக, சூர்ய-சந்திராதி திலக..னு' கட்டியம் கூறுவாங்க இல்லே. அவங்க ஊர்லே கட்டியத்தை இப்படித்தான் சொல்லுவாங்க! அவங்க ஊர்ல ராணி கையைப் பிடிச்சு முத்தம் கொடுத்தா, அது மரியாதை. `குவீன்ஸ் கிஸ் *(Queen's* கிஸ்)'னு ரொம்ப சிலாகிச்சுக் கூறுவாங்க" என்றபடி அந்த நீலக்கல்லை வாங்கி அந்தர்ஜனத்திடம் கொடுத்தான் தோமாசி.

"என்னவோ ஆசையாக் கொடுக்கறீங்க! பதிலுக்கு ஒண்ணும் கொடுக்க முடியலை!" அந்தர்ஜனம் கூற, `கொளத்து நாட்டுப் பொக்கிஷங்கள் இருக்கும் இடத்தைச் சொல்லத்தானே உனக்கு அவன் முத்தம் கொடுத்தான்!' என்று சொல்லவந்த நாவை சிரமப்பட்டு அடக்கினான் தோமாசி.

"திடீர்னு விலை மதிப்பில்லா கல்லை தர்றே! இதை பொக்கிஷங்களோடுதான் பத்திரமா வைக்கணும். படையெடுப்பு காலம்!" - என்றவள் வெந்நீரில் கருந்துளசி மற்றும் மிளகு அரைத்திருந்த விழுதைக் கலந்து இருவருக்கும் அளித்தாள்.

"இதை அருந்திட்டு, இருவரும் இப்படியே நிம்மதியா உறங்குங்க. காலையில பேசிக்கலாம்" என்றவள், அவர்கள் உறங்குவதற்காகக் காத்திருப்பவள்போல் அமர்ந்திருந்தாள். யானைக்காவுவில் பொக்கிஷங்கள் பதுக்கப்பட்டிருக்கும் இடத்தை அறிந்துகொள்ளாமல் அவர்களுக்கு உறக்கம் வருமா என்ன?

இருவரும் உறங்குவது போன்று பாவனை செய்ய, அந்தர்ஜனம் அவர்கள் கொண்டுவந்திருந்த தீப்பந்தத்தையே மீண்டும் ஏற்றிக்கொண்டு, அவர்கள் கொடுத்த நீலக்கல்லை சேலை

முந்தானையில் முடிந்துகொண்டு, குடிலின் பின்கதவைத் திறந்துகொண்டு மரப்பாலத்தை நோக்கி நடந்தாள்.

"துரை, நீ கொடுத்த நீலக்கல்லை பொக்கிஷங்களோடு வைக்கப் போறாகிழவி! பின்னாடியே போய் இடத்தைத் தெரிஞ்சுக்கலாம். இந்த வனாந்திரத்துல கிழவியை அடிச்சுப்போட்டால்கூட கேட்க ஆள் இல்லை. அதை மிரட்டியே பொக்கிஷங்களைப் பிடுங்கிடலாம்!" என்றபடி தோமாசி எழ, தோனியும் உடன் புறப்பட்டான்.

அந்த மரப்பாலத்தின் நடுநிசியில் வெள்ளைச் சேலை அணிந்து தீப்பந்தத்துடன் சுகஜீவன அந்தர்ஜனம் நடந்துசெல்வது, தோமாசிக்கே அச்சத்தைத் தந்தது. இருவரும் சுகஜீவனம் அறியாதவாறு மரப்பாலம் தங்கள் காலடிகளில் சப்திக்காதவண்ணம் அவளைப் பின்தொடர்ந்தனர்.

அவள் சிறு குடிலினுள் நுழைந்ததும், உதட்டை அசைத்து முணுமுணுத்தாள்.

"ஆரணங்கு... விருந்தினர்கள் பின்னால் வந்துகொண்டிருக்கிறார்கள். நீ உனது விதத்தில் அவர்களைக் கவனித்து அனுப்பு!" என்றதும், இருளில் அம்புஜ ஆரணங்கு அவளுக்கு பதிலளிப்பது போன்று, தனது தொண்டையைச் செருமிக்கொண்டாள்.

சுகஜீவனத்தைப் பின்தொடர்ந்த தோமாசியும் டோனியும், அந்தச் சிறிய குடிலின் சாளரத்தின் வழியாக உள்ளே நோட்டம்விட்டனர். ஒரு கையால் தீப்பந்தத்தைப் பிடித்துக்கொண்டு, மறுகையால் நிலத்தில் இருந்த பாதையின் வட்டமான மூடியைத் தூக்கித் திறந்தாள். தனது சேலையில் முடிந்திருந்த நீலக்கல்லை டோனியின் காதலி எல்யனாரின் காதல் பரிசை அதனுள் போட்டாள். தனது தீப்பந்தத்தின் ஒளியில் அந்த வட்டமான கதவின் பின்பாக இருந்த பாதையை வெறித்து நோக்கியவள், பிறகு அந்தக் கதவால் பாதையை மீண்டும் மூடினாள்.

"நீ கொடுத்த கல்லை தனது பொக்கிஷங்களோடு வைக்கப்போகிறேன் என்றவள், இந்தக் குழியின் உள்ளே அதனைப் போட்டு மூடுகிறாள் என்றால், கொளத்து நாட்டுப்

பொக்கிஷங்கள் இங்கேதான் பதுக்கப்பட்டிருக்கின்றன போலும்!" தோமாசி கூறிவிட்டு, டோனியை இழுத்துக்கொண்டு சிறு குடிலின் அருகே இருந்த மரத்தின் பின்புற இருளில் பதுங்கினான்.

தீப்பந்தத்தை எடுத்துக்கொண்டு மீண்டும் வெளியே வந்த சுகஜீவனம், மரப்பாலத்தில் மூலக்குடிலை நோக்கி நடக்கத் தொடங்க, தோமாசியும் டோனியும் அந்தச் சிறிய குடிலினுள் நுழைந்தார்கள். குடில் இருளில் மூழ்கியிருந்தது. தட்டுத் தடுமாறித் துழாவிக்கொண்டு குடிலின் மையப் பகுதியை யூகித்து குனிந்து நிலத்தைத் தடவினான் தோமாசி. கையில் ஒரு பிடி தட்டுப்பட, உற்சாகத்துடன் கூவினான்.

"இதோ இருக்கு புதையல் குழி!" என்றபடி மூடியைத் திறக்க, இருவருமே உள்ளே எட்டிப்பார்த்தனர். உள்ளே கும்மிருட்டு.

"துரை, நாம பகல் நேரத்துலதான் வரணும்! காலையில கிழவியை அடிச்சுப் போட்டுட்டு வந்து தேடுவோம்!" தோமாசி சொல்லிக்கொண்டிருக்கும்போதே, திடீரென்று டோனி அலறினான். அவன் தலைகுப்புற அந்தக் குழியில் விழுந்து வழுக்கிக்கொண்டு ஆழத்திற்குப் போக, நடப்பதைக் காண இயலாமல், "டோனி என்னாச்சு... எங்கே இருக்கே?" என்று இருளில் தனது கைகளை வீசி தோமாசி அலறிக்கொண்டிருக்க, அப்போது அவனையும் யாரோ குழிக்குள் தள்ளினார்கள்.

"உண்ட அரண்மனைக்கு இரண்டகமா செய்கிறாய்!" என்று அம்புஜ ஆரணங்கின் குரல் கேட்க, டோனிக்குப் பின்பாக இப்போது தோமாசியும் அதலபாதாளத்திற்கு நழுவிக்கொண்டிருந்தான்.

குழியின் மூடியை மீண்டும் பொருத்திவிட்டு ஆரணங்கு மரப்பாலத்தில் நடந்து வர, அதன் முகப்பில் தீப்பந்தத்துடன் நின்றுகொண்டிருந்த அந்தர்ஜனம் அவளைப் பார்த்தாள்.

"என்னடி அம்புஜம், காரியம் முடிந்ததா?"

"முடியாம என்ன! இருவரும் இப்போது புதைகுழியில் மூழ்கிக்கிட்டு இருப்பாங்க!" என்றாள் ஆரணங்கு.

யானைக்காவுவின் மிகப்பெரிய புதைகுழியின் மீதுதான் சிறு குடிலை அமைத்திருந்தாள் அந்தர்ஜனம். புதையல் குழியைத் தேடி வருபவர்களுக்கு புதைகுழியைப் புதையல் குழியாகக் காட்டி வழியனுப்பவே இப்படி ஓர் ஏற்பாடு.

“என் கையை முத்தமிட்டா... ஆதிசேஷன் நாக்கை முத்தமிட்டதுபோலனு பாவம் அந்த வெள்ளைக்காரனுக்குத் தெரியலை” என்றபடி, சுகஜீவனம் தனது குடிலை நோக்கி நடக்க, அவளைப் பின்தொடர்ந்தாள் அம்புஜ ஆரணங்கு.

* * * *

இன்னும் பொழுது விடிந்திருக்கவில்லை. ஆனாலும் ஸ்ரீரங்கப்பட்டண ‘ஷோபன கடே’ தீரம், சூரியோதயத்திற்கு முன்பிருந்தே பரபரப்புடன் காணப்பட்டது.

அன்று துலா மாதத்து புஷ்கரம்.

திரிவேணி சங்கமம் என்கிற முக்கூடலில் எங்கும் மனிதத் தலைகள்தான் காணப்பட்டன! காவிரி, ஹேமாவதி மற்றும் லோகபவானி ஆறுகள் சங்கமம் ஆகும் பகுதிதான் ‘ஷோபன கடே’ தீரம். பன்னிரண்டு ஆண்டுகளுக்கு ஒருமுறை குரு துலா ராசியில் புகும் நேரம் நடைபெறும் பன்னிரண்டு நாள் வைபவம். மிக விமரிசையாக ஏற்பாடுகளைச் செய்திருந்தார் ஸ்ரீரங்கப்பட்டண மன்னர் திருமலை ரங்கராயர். வைபவத்திற்காக வந்திருந்த அலர்மேல் மங்காவும், வைபவம் முடிந்தவுடன் தனது மயிலங்கி சமஸ்தானத்துக்குப் புறப்பட்டுச் செல்ல திட்டமிட்டிருந்தாள்.

ரங்காத்மஜாவுக்கு மைசூர் இளவரசர் ராஜா வோடேயாருடன் திருமணம் நிச்சயமானதில் இருந்து, தன் கணவர் திருமலை ரங்கராயர் தன்னை ஒதுக்குவதை உணர்ந்திருந்தாள் மங்கா. தன் இளைய தாரம் மயிலங்கி மங்காவை மைசூர் சமஸ்தானத்தினர் வெறுத்தனர் என்பதால், துலா புஷ்காரத்திற்குகூட, மங்காவை வேண்டா வெறுப்பாகத்தான் அழைத்திருந்தார் திருமலை ரங்கராயர்.

“முடிந்தால் புஷ்கர் வைபவத்திற்கு வா! உனக்கு முக்கிய அரசு அலுவல் இருந்தால் நீ வராவிட்டால் பரவாயில்லை!”

என்று கூறியிருந்தார். ஆனால் ரங்காத்மஜாவை மைசூர் சமஸ்தானத்திடம் இருந்து காக்க வேண்டும் என்கிற உறுதியைப் பூண்டிருந்தவள், புஷ்கரத்திற்கு முன்தினம் ஸ்ரீரங்கப்பட்டண விஜய விலாசத்தில் வந்து இறங்கினாள். அவளைக் கண்டதும் அஸ்வத்தம்மாவின் முகம் சிறுத்தது. `மைசூர் மன்னரும், தன் மாப்பிள்ளை ராஜா வோடேயாரும் வரும் வேளையில் இவள் எதற்கு வந்தாள்?' என்று கணவனிடம் முணுமுணுத்துவிட்டு, இவளை வரவேற்காமல் தனது அந்தப்புரத்திற்குச் சென்றுவிட்டிருந்தாள். ரங்காத்மஜாதான் சிற்றன்னையை ஆவலுடன் வரவேற்றாள்.

"கவலைப்படாதே! உனது மனம்போல் மாங்கல்யம் அமையும்" - கண்களை மூடித் திறந்து புன்னகைத்தாள் மங்கா.

"புஷ்கரம் முடிந்து என்னுடன் ரங்காத்மஜாவை மயிலங்கிக்கு அழைத்துச் செல்கிறேன்" - கணவர் ரங்கராயரைக் கேட்டவுடன் அவர் தலையசைத்து மறுத்தார்.

"திருமணம் நிச்சயமான இவ்வேளையில் அவளை எங்கும் அழைத்துச் செல்ல வேண்டாம்" ரங்கராயரின் குரலில் உறுதி தொனித்தது.

உண்மையில் தனது வருங்கால மருமகள் ரங்காத்மஜாவை மயிலங்கிக்கு அனுப்பினால், வோடேயார்கள் ஆட்சேபம் தெரிவிப்பார்கள் என்கிற அச்சத்திலேயே அப்படிக் கூறினார் என்பது மங்காவுக்கும் புரிந்துபோனது.

திருமலை ரங்கராயர் அழைப்பை ஏற்று, மைசூர் வோடேயார்களும் துலா காவிரி புஷ்கரத்திற்கு வந்திருந்தனர். அலர்மேல் மங்காவைக் கண்டதும் சாம்ராஜ வோடேயார் கோபத்துடன் முகத்தைத் திருப்பிக்கொண்டு, அவளைப் புறக்கணித்தார். ராஜா வோடேயாரும் மங்காவைக் கண்டதும் அருவருப்பும் சினமும் கொண்டான்.

`உன் மகளுக்கே உன்னை வேலைக்காரியாக்குகிறேன். என் தந்தையைப் புறக்கணித்தாய் அல்லவா? அவரது சிறுநீர் கலயத்தை உன்னைத் தூக்க வைக்கிறேன்' என்றெல்லாம் மனதினுள் சூளுரைத்துக்கொண்டிருந்தான் ராஜா.

மைசூர் மன்னர் சாம்ராஜ வோடேயார் மற்றும் ராஜா வோடேயாருடனும் திவான், நீலலோகிதர், பெலகவி சாமண்ணா ஆகியோர் புஷ்கரத்திற்கு வந்திருந்தனர்.

மைசூர் நகரவாசிகள் பலர் புஷ்கரத்திற்கு வந்ததோடு, விமரிசையான ஏற்பாடுகளைச் செய்திருந்த திருமலை ரங்கராயரைப் பாராட்டுவதைக் கேட்டு, வோடேயார்கள் முகம் சுருங்கினர்.

"திருமலை ராயரைப்போல வருமா? புஷ்கரத்தை எவ்வளவு விமரிசையாக நடத்துகிறார். நமது மன்னர்கள் அவரிடம் பாடம் கற்க வேண்டும்" என்று பேச, இருளடைந்த முகத்துடன் சாம்ராஜ வோடேயார் தன் திவானைப் பார்த்தார்.

(இந்தப் புஷ்கர வைபவத்தைக் கண்ட பிறகுதான் தங்களது பெருமையை நிலைநாட்ட, ஐந்தாம் சாம்ராஜ வோடேயாரும், ராஜா வோடேயாரும் தசரா வைபவத்தைத் தொடங்கினர் என்று இன்றும் ஸ்ரீரங்கபட்டணத்தில் கூறிவருகிறார்கள்.)

புஷ்கரம் தொடங்கியது.

சிற்றன்னை அலர்மேல் மங்கா மற்றும் தாய் அஸ்வத்தம்மாவின் நடுவே சந்தனச் சிலையைப் போன்று ஆற்றில் நீராடுவதற்கு அன்னம் போன்று நடந்து வந்த ரங்காத்மஜாவை வாய் பிளந்தபடி பார்த்துக்கொண்டிருந்தான் ராஜா வோடேயார்.

"இந்தப் பேரழகுப் பெட்டகம் எனக்கா?" மீண்டும் மீண்டும் தன்னையே கேட்டுக்கொண்டான் ராஜா வோடேயார். அவனால் தனது கண்களை வேறு பக்கம் திருப்பவே இயலவில்லை.

அரச குடும்பத்தினர்கள் நீராடுவதற்காக ஷோபன கடேயில் பெரிய பந்தல் போடப்பட்டிருந்தது. பெண்களுக்கு வலப்புறமும், ஆண்களுக்கு இடப்புறமும் ஒதுக்கப்பட்டு இடையே பெரிய தட்டியால் மறைக்கப்பட்டிருந்தது. பெண்கள் நீராடுவதையும், அவர்கள் ஆடைகளை மாற்றிக்கொள்வதையும், ஆண்கள் காணாதவாறு இருவருக்கும் தனித்தனியாக நீராடும் இடங்களும் பாதைகளும் ஒதுக்கப்பட்டிருந்தன.

சாம்ராஜ வோடேயார், ராஜா வோடேயார், திருமலை ரங்கராயர், சாமண்ணா, நீலலோகிதர் அனைவரும், அரையில் (இடுப்பில்) வேட்டியுடன் திரிவேணியில் இறங்கினார்கள். அனைவரும் நாசியின் ஒரு துவாரத்தை கட்டைவிரலாலும், மற்றொரு துவாரத்தை மோதிர மற்றும் நடுவிரல்களாலும் அழுத்திக்கொண்டு மூன்று முறை தலை மூழ்கி எழுந்தனர்.

பெண்கள் நீராடும் பகுதியில் நீராடுவதற்காக ஆற்றில் இறங்கினர், அரச குடும்பத்துப் பெண்கள்.

அஸ்வத்தம்மா மற்றும் அலர்மேல் மங்கா இருவரும் ரங்காத்மஜாவின் ஆளுக்கொரு பக்கமாகக் கையைக் கோர்த்துக்கொண்டு நீரில் மூழ்கி எழுந்தனர். இரு முறை நீரில் மூழ்கி எழுந்தவர்கள் மூன்றாவது முறையாக நீரில் மூழ்கியபோது, திடீரென்று ரங்காத்மஜாவின் கை தங்களது கைகளில் இருந்து நழுவிப்போனதை உணர்ந்து பதற்றத்துடன் எழுந்தனர், அஸ்வத்தம்மாவும் அலர்மேல் மங்காவும்.

அவர்களிடையே நின்றிருந்த ரங்காத்மஜாவைக் காணவில்லை.

"ஐயோ... ரங்காத்மஜாவைக் காணவில்லை!" - அலர்மேல் மங்கா அலற, அஸ்வத்தம்மா கலவரத்துடன் சற்று அப்பால் உறுத்து நோக்கினாள். ரங்காத்மஜா தனது இரு கைகளையும் தலைக்கு மேலாக அசைத்தபடி, ஆற்று வெள்ளத்தில் போராடிக்கொண்டிருந்தாள். வேகமாகப் பாய்ந்த ஆறு, அவளைப் புரட்டித் தள்ளிக்கொண்டு செல்ல, அதைக் கண்டு அஸ்வத்தம்மா மயங்கிச் சரிய, அலர்மேல் மங்கா அவளைத் தாங்கிக்கொண்டாள்.

"ரங்காத்மஜா ஆற்று நீரோடு போகிறாள். யாராவது காப்பாற்றுங்கள்!" - அலர்மேல் மங்காவின் அலறல் கேட்க, ஆண்கள் பகுதியில் குளித்துக்கொண்டிருந்தவர்கள் பரபரப்போடு பெண்கள் பகுதிக்குச் செல்ல, ரங்காத்மஜா அதற்குள்ளாக ஆற்றின் சுழல் இருக்கும் பகுதியை நோக்கிச் சென்றுகொண்டிருந்தாள்.

காவலர்கள் நீரில் பாய்ந்து அவளை மீட்டு வர விரைந்தனர். ஆனால், அதற்குப் பிறகு ரங்காத்மஜாவை காணவேயில்லை. அவள் நீரில் மூழ்கி காணாமல்போனாள்.

சல்லடை போட்டுத் தேடியும் அவள் கிடைக்கவில்லை.

திருமலை ரங்கராயரின் கால்கள் வலுவிழந்து போக... அப்படியே ஆற்றின் கரையில் அமர்ந்தவர், விசும்பி அழத் தொடங்கினார். அதைப் பார்த்துக்கொண்டிருந்த சாம்ராஜ வோடேயாரும், ராஜா வோடேயாரும் செய்வதறியாமல் கதறிக்கொண்டு நின்ற அஸ்வத்தம்மாவைப் பார்த்தனர். பிறகு அவளுக்கு அருகில் நின்று, தனது இரு கைகளால் முகத்தை மறைத்துக்கொண்டு கதறும் அலர்மேல் மங்காவை நோக்கினர்.

ஈர ஆடையும், விரிந்த கூந்தலுமாக முகத்தை மூடிக்கொண்டு கதறிக்கொண்டிருந்த அலர்மேல் மங்காவை வெறித்தான் ராஜா வோடேயார்.

மூடியிருந்த கைகளுக்குப் பின்பாக மங்கா அழுதுகொண்டிருக்கிறாளா அல்லது சிரித்துக்கொண்டிருக்கிறாளா?

மகள் நீரோடு போய்விட்டாள் என்கிற துயரத்தைக்காட்டிலும், மைசூருக்கு இனி அவள் வாக்கப்படப்போவதில்லை என்று அவள் உள்ளுக்குள் சிரித்துக்கொண்டு இருப்பதாகவே தோன்றியது, ராஜா வோடேயாருக்கு. இம்முறையும் மயிலங்கி பொக்கிஷங்கள் எட்டாத கனியாகிவிடுமோ?

ராஜா வோடேயார் ஐயத்துடன் மீண்டும் ஆற்று நீரை வெறித்தான். காவலர்கள் ரங்காத்மஜாவை இன்னும் வலைவீசித் தேடிக்கொண்டிருக்க, ஆற்றில் புஷ்கரம் என்பதால் வெள்ளம் பெருக்கோடியது. ராஜா ஆற்று நீரையும், அலர்மேல் மங்காவையும் மாற்றி மாற்றி வெறித்துக்கொண்டிருந்தான்.

- தொடரும்

அத்தியாயம் 36

மாலை சூடும் வேளை

திரிவேணி சங்கமம் நிகழ்ந்த ஷோபன கடேயில் கோலாகலத்துடன் துவங்கிய புஷ்கர் வைபவம், இளவரசி ரங்காத்மஜா ஆற்றோடு சென்றுவிட்டதால் நின்றுவிட்டது. அவள் பிழைத்திருக்க மாட்டாள் என்ற எண்ணத்தில் ஸ்ரீரங்கப்பட்டணமே துயரத்தில் மூழ்கியது. ஆண் வாரிசு இல்லாத ரங்கராயர், அருமையாக வளர்த்த பேரழகுப் பெட்டகமான மகளையும் அல்லவா இழந்துவிட்டார்! `சிரித்த முகத்துடன் அன்றாடம் ஸ்ரீரங்கப்பட்டண ஆலயத்திற்குச் செல்லும் ரங்காத்மஜா ஆற்றோடு போய்விட்டாளே!' என்று மக்கள் அரற்றிக்கொண்டிருக்க, அஸ்வத்தம்மா கதறி அழுதுகொண்டிருக்க, மன்னர் என்கிற இங்கிதம் தடுத்தாலும், தந்தை என்கிற பரிதவிப்பில் ரங்கராயர் விம்மி அழ, மைசூர் மன்னர் சாமராஜ வோடேயாரும், அவர் மகன் ராஜா வோடேயாரும் அவர்களின் மந்திரி பிரதானிகளும் ஸ்தம்பித்துபோய் நின்றிருந்தனர்.

`கைக்கு எட்டியது வாய்க்கு எட்டவில்லையே' என்பது போன்று செய்வதறியாது நின்றிருந்த ராஜா வோடேயார், கலவரத்துடன் ஆற்றையே வெறித்துக் கொண்டிருந்தான். திவான் கீரங்கூர் அனந்தாச்சாரி திருமலை ரங்கராயருக்கு ஆறுதல் கூறிக்கொண்டிருக்க, ஆற்றில் ரங்காத்மஜாவைத் தேடிக்கொண்டிருக்கும் காவலர்களைப் பார்த்துக் கட்டளையிட்டான் ராஜா.

"ஆற்று நீரில் மூழ்கித் தேடுங்கள்!" என்று கூறியவன், ஏமாற்றத்துடன் தன் நண்பன் ஹரி பிரசன்னாவை நோக்கினான்.

"இப்போது என்ன செய்வது ஹரி! ரங்காத்மஜா கிடைப்பாளா? அந்தப் பேரழகியையும் மயிலங்கிப் பொக்கிஷத்தையும்

அடைந்துவிட்டோம் என்று நேற்றுதான் உற்சாகமாகக் கொண்டாடினோம். இன்று இப்படி ஆகிவிட்டதே!'' என்றதும் ஹரி பிரசன்னா, முகத்தை மூடிக்கொண்டு அழுதுகொண்டிருந்த அலர்மேல் மங்காவையே பார்த்துக்கொண்டிருந்தான்.

“பெற்றவளைவிட பொக்கிஷக்காரியின் கதறல் அல்லவா மிகையாக இருக்கிறது. நண்பா, ரங்காத்மஜா ஆற்றோடு போய்விட்டாள். ஆனால், அலர்மேல் மங்கா மீது ஒரு கண் இருக்கட்டும். அவள் சதிகாரி! தொடர்ந்து நமது மைசூரின் திட்டங்களைத் தவிடுபொடியாக்கி வருபவள். இந்தச் சம்பவத்திற்கும் அவளுக்கும் ஏதேனும் தொடர்பு இருக்கிறதா என்று பார்க்க வேண்டும். தனது பொக்கிஷங்களைக் காப்பாற்றுவதற்காக, அவளேகூட ரங்காத்மஜாவை ஆற்றில் தள்ளியிருக்கலாம். அவள்தானே ரங்காத்மஜாவின் கையைப் பற்றிக்கொண்டு நின்றிருந்தவள்'' ஹரி பிரசன்னா கூற, ராஜா வோடேயார் கண்களில் ஐயம் கொப்பளிக்க அவளை வெறித்தான்.

ரங்காத்மஜாவைச் சுமந்துகொண்டு ஆழ்நீரில் நீந்திக்கொண்டிருந்தாள் வேங்கடி. முன்னர் ஒரு நாள் வாயு விக்ரமன் வந்திருந்தபோது, தான் தீட்டும் முக்கியத் திட்டத்திற்கு நீதான் முக்கியமானவள் என்று கூறி மங்கா வேங்கடியை தன்னுடன் ஆலோசனையில் இருத்தியிருந்தாளே! அது இதற்குத்தான்போலும்.

மைசூர் இளவரசனுக்கு ரங்காத்மஜாவைத் திருமணம் செய்துகொடுக்க வேண்டும் என்று கணவர் திருமலை ரங்கராயர் தீர்மானித்தபோதே, அலர்மேல் மங்கா அதை எப்பாடுபட்டாவது தடுக்க வேண்டும் என்கிற முடிவுக்கு வந்துவிட்டிருந்தாள். கணவர் நடத்தும் துலா மாத புஷ்கரத்தை முன்னிட்டு ஆற்றில் நீராட வரும் வேளையில், ரங்காத்மஜாவைக் கடத்துவதற்குத் தீர்மானித்தாள். தான் கணவனுடனும், மைசூர் அரசர்களுடனும் இருக்கும்போது ரங்காத்மஜா ஆற்றோடு போய்விட்டால், தன் மீது யாருக்கும் ஐயம் தோன்றாது என்கிற எண்ணத்தில், ஆழ்கடல் நீச்சல் பழகியிருந்த வேங்கடிதான், இளவரசி ரங்காத்மஜாவைக் கடத்துவதற்குப் பொருத்தமானவள் என்பதைத் தீர்மானித்தாள்.

இடம், சந்தர்ப்பம் மற்றும் சூழ்நிலையை அவளது கணவனே அமைத்துக் கொடுக்க, மைசூர் சமஸ்தான அரச குடும்பமும் அங்கே குழுமியிருக்க, "புஷ்கர நீரில் நீராடுகையில் மூன்றாவது முறை நாங்கள் மூழ்கும்போது, நீ ரங்காத்மஜாவைப் பற்றி இழுத்துச் சென்றுவிடு!" என்று கூறியிருந்தாள் மங்கா.

அதன்படி சுவாசத்தை அடக்கியவாறு நீரின் அடியில் நீந்திச் சென்ற வேங்கடி, ஆற்றின் படியில் நிற்கும் மூன்று ஜோடி கால்களைக் கண்டாள். அஸ்வத்தம்மா மற்றும் அலர்மேல் மங்கா இருவரின் மிஞ்சி (மெட்டி) அணிந்த கால்களைத் தவிர்த்து, இடையில் நின்றிருந்த ரங்காத்மஜாவின் தாமரைத் தண்டில் பூத்திருந்த இரு தாமரைகளைப் போன்று, படர்ந்திருந்த அவளது இரு பாதங்களைக் குறிவைத்துச் சென்றாள்.

முதன்முறை மூவரும் தண்ணீரில் முங்கி எழ, அவர்களை கவனித்துக்கொண்டிருந்தாள் வேங்கடி. இரண்டாவது முறை முங்கி எழுந்தபோது, வேங்கடியை நோக்கி சமிக்ஞை செய்தாள் மங்கா. அதனை கவனித்த வேங்கடி, மூன்றாவது முறை அவர்கள் முங்கியதும், பாய்ந்து சென்று ரங்காத்மஜாவைப் பற்றி இழுத்தாள். நீரில் உடன் மூழ்கியிருந்த அஸ்வத்தம்மாவும், அலர்மேல் மங்காவும் தற்செயலாக அவளது கரங்களை விட்டிருக்க, வேங்கடிக்கு வேலை எளிதானது.

"இளவரசி பதற்றமடைய வேண்டாம்! உங்கள் சிற்றன்னையின் திட்டத்தின்படி, தங்களை வாயு விக்ரமனிடம் சேர்ப்பதற்காக இந்த நாடகம். அவர் உங்களுக்காக எல்லையில் காத்திருக்கிறார். நீங்கள் ஆற்றோடு போய்விட்டதாக நாடகமாடி, உங்களுக்கும், வாயு விக்கிரமருக்கும் திருமணம் நடத்துவதற்கு ஏற்பாடு செய்துவருகிறார் மயிலங்கி அரசி!" - வேங்கடி கூறியதும், உற்சாகம் ஜிவ்வென்று ஏறியது ரங்காத்மஜாவுக்கு.

"ஐயோ, எனக்கு நீச்சல் தெரியாதே! நான் இப்போது என்ன செய்ய வேண்டும்?" - பதற்றத்துடன் ரங்காத்மஜா கூற, வேங்கடி அவளுக்கு ஆறுதல் கூறினாள்.

"நீங்கள் உயிருடன் கரையேறுவது எனது பொறுப்பு! என் சொற்படி செய்யுங்கள். நான் உங்களைச் சுமந்துகொண்டு நீந்துவேன். நீங்கள் உங்கள் கைகளையும் தலையையும்

நீருக்கு மேலே நீட்டி `என்னைக் காப்பாற்றுங்கள்... என்னைக் காப்பாற்றுங்கள்...' என்று தொடர்ந்து கதறிக்கொண்டே இருங்கள். மிகுதியை நான் பார்த்துக்கொள்கிறேன்.''

ரங்காத்மஜாவின் கால்களிடையே தனது தலையை நுழைத்து அவளை தனது தோளில் அமரவைத்தபடியே நீந்தத் தொடங்கினாள் வேங்கடி. ரங்காத்மஜாவின் கைகளும் தலையும் நீரின் மேலே உயர, ''ஐயோ... என்னைக் காப்பாற்றுங்கள்!'' என்று அலறத் தொடங்கினாள் ரங்காத்மஜா.

கரையில் நின்றிருந்தவர்களுக்கு, அவள் சுழலில் சிக்கிவிட்டதுபோலவும், சுழல் அவளை நகர்த்திக்கொண்டு செல்வதுபோலவும் தென்பட்டது. ஆற்றின் வேகத்தைக் கண்டு அதில் இறங்குவதற்குத் தயங்கிய அரச குடும்ப ஆண்கள், காவலர்களை நோக்கி சைகை செய்ய, அவர்கள் தங்கள் கவசங்களையும் ஆயுதங்களையும் அப்புறப்படுத்திவிட்டு நீரில் குதித்து ரங்காத்மஜாவைத் தேடுவதற்குள், வேங்கடி அவளைச் சுமந்துகொண்டு அதிக தூரம் நீந்திவிட்டாள்.

`ஸ்ரீரங்கப்பட்டண இளவரசி ரங்காத்மஜா, துலா புஷ்கரம் அன்று ஆற்றோடுப் போய்விட்டாள்' என்று ஒரு தகவலைப் பரப்பிவிட்டு, ஸ்ரீரங்கப்பட்டண இடமூரி ஆறு காவிரியில் கலக்க, வேங்கடி மூல காவிரியில் இப்போது நீந்தத் தொடங்கினாள். அச்சத்தாலும், நீரை குடித்துவிட்டதாலும் ரங்காத்மஜா மயங்கிவிட, அதனைப் பொருட்படுத்தாமல் வேகத்துடன் நீந்திய வேங்கடி, சத்யகல்* பகுதியை நோக்கிச் சென்றாள். சத்யகல்லில்தான் வாயு விக்ரமன் இவர்களுக்காக ரதம் ஒன்றுடன் காத்திருந்தான்.

சத்யகல்லை நோக்கி வேகமாக நீந்தினாள் வேங்கடி. தொலைவிலேயே இரு தலைகள் ஆற்றுநீரில் தென்படுவதைப் பார்த்துவிட்ட வாயு விக்ரமன், தானும் நீரில் குதித்து அவர்களை நோக்கி நீந்தத் தொடங்கினான்.

வாயு விக்ரமன் அவர்களை நெருங்கி இருவரையும் கரையை நோக்கித் தள்ளிவந்து கரையேற்றியதும் தடால் என்று நிலத்தில் விழுந்து, மேல் மூச்சு, கீழ் மூச்சு வாங்கியபடி

தன்னை ஆசுவாசப்படுத்திக்கொண்டான். சுவாசத்தை ஸ்திரப்படுத்தியபடியே விக்ரமனைப் பார்த்தாள் வேங்கடி.

“இள... வரசே! அச்சம்..... காரண... மாகத்தான்... இளவரசி மயங்கி உள்ளார். அதிக.... நீரைக் குடித்துவிட்டார். அவர் உட்கொண்ட நீரை... வெளியேற்றுங்கள்” என்றதும், ரங்காத்மஜாவைக் கவிழ்த்திப்போட்டு அவள் முதுகில் தனது வலுவான கரங்களால் அழுத்தம் கொடுக்க, ரங்காத்மஜா நீரை உமிழ்ந்தாள். அதற்குள் தன்னை சுதாரித்துக்கொண்டுவிட்ட, இம்மாதிரி சூழ்நிலையில் அதிகம் பேருக்கு சிகிச்சை அளித்திருந்த வேங்கடி, இளவரசியின் பொறுப்பை எடுத்துக்கொண்டாள்.

வாயு விக்ரமன் வேங்கடியை பிரமிப்புடன் பார்த்துக்கொண்டிருந்தான். ஸ்ரீரங்கப்பட்டணத்தில் இருந்து சத்யகல் வரையில் இடைப்பட்ட நீண்ட தொலைவை நீந்திக் கடந்தவள், தன்னை ஆசுவாசப்படுத்திக்கொண்டு ரங்காத்மஜாவுக்கு சிகிச்சை அளிக்கிறாள். பாட்டி சுகஜீவன அந்தர்ஜனம் போன்று இவளும் மூதாட்டிதானே! அரண்மனையில் வாழும் அரசி மற்றும் இளவரசிகளின் பேரழகை மட்டுமே சரித்திரங்கள் பேசுகின்றனவே தவிர, அந்தர்ஜனம் மற்றும் வேங்கடி போன்றோரின் வீரத் தியாகங்களைப் பற்றி யார் பேசுகிறார்கள்? அழியப்போகும் அழகு, பொக்கிஷங்கள், அதிகாரம் பற்றி மட்டுமே சரித்திரம் பேசுகிறது. இம்மாதிரி மதிநுட்பத்துடனும், சமயோஜிதமும் கொண்டு செயல்படும் பெண்கள், ஆயிரம் படைகளுக்குச் சமம்!

வாள்வீச்சு, புரவியோட்டும் வேகம் என்று தனது ஆற்றல்களை எண்ணி இதுநாள்வரையில் இறுமாந்திருந்தான். ஆனால், அலர்மேல் மங்காவின் துணிவான திட்டம் வகுத்தல், பாட்டி அந்தர்ஜனத்தின் சமயோஜிதம் மற்றும் வேங்கடியின் செயல் ஆற்றல் மூன்றும் இணைந்தால், தனது வீரத்திற்குச் சவாலாக அமையும் என்பதை உணர்ந்தான். வேங்கடியை மதிப்புடன் பார்த்துக்கொண்டிருந்தான்.

கண் விழித்த ரங்காத்மஜா, வாயு விக்ரமனைப் பார்த்ததும் தாவி அவனை அணைத்துக்கொண்டவள், பிறகு அருகே வேங்கடியைப் பார்த்ததும் விரைவாக விலகிக்கொண்டாள்.

“பரவாயில்லை இளவரசி! காவிரியின் வேகம்போல்தான் காதல் வேகமும். காவிரியின் வேகத்திற்கு எதிராக என்னால் நீந்த முடியுமே தவிர, காதல் வேகம் எதிர்ப்பட்டால் திரும்பி கண்களை மூடிக்கொள்ளவும் எனக்குத் தெரியும்!” வேங்கடி சொல்ல, வாயு விக்ரமன் சிரித்தபடி அவளைப் பார்த்தான்.

“எங்களுக்குத் திருமணம் நிகழ்ந்தால், இறைவனிடம் எனக்கு வீரம் மிகுந்த இளவரசனை வேண்ட மாட்டேன். எனக்கு மூன்று பெண் குழந்தைகளைக் கொடு என்றுதான் இறைவனிடம் கோருவேன்!” - விக்ரமன் கூற, ரங்காத்மஜா அவனை வியப்புடன் நோக்கினாள்.

“ஒரு சமஸ்தானத்துக்கு இளவரசன்தானே தேவை! எதற்கு மூன்று பெண்களைக் கேட்கிறீர்கள்?” வேங்கடி கேட்க, நெகிழ்ச்சியுடன் கூறினான் விக்ரமன்.

மூத்த பெண்ணுக்கு அலர்மேல் மங்கா என்றும், இரண்டாவது பெண்ணுக்கு சுகஜீவனம் என்றும், கடைசி மகளுக்கு வேங்கடி என்றும் உங்கள் மூவரின் பெயர்களையும் வைப்பதற்குத்தான் மூன்று பெண்களைக் கோருகிறேன்” என்றதும் வேங்கடியும் நெகிழ்ந்தாள்.

“சிற்றன்னை இப்போது எங்கே?” ரங்காத்மஜா கேட்க, விக்ரமன் சிரித்தான்.

“அருமை மகள் காவிரியோடு போய்விட்டாள் என்பதை எண்ணி வருந்தி ஸ்ரீரங்கப்பட்டண மன்னருடன் துக்கம் அனுஷ்டித்துக் கொண்டிருக்கிறார்” -விக்ரமன் கூற, மூவரும் சிரிக்கத் தொடங்கினர்.

“உன் சிற்றன்னை அலர்மேல் மங்கம்மாவுக்குத்தான் எவ்வளவு நல்ல மனது. நம்மை ஒன்றுசேர்ப்பதற்காக நீ தண்ணீரோடு போய்விட்டது போன்று நாடகமாடவைத்து, வேங்கடியைக் கொண்டு உன்னைக் காப்பாற்றி என்வசம் ஒப்படைத்துவிட்டார். இனி நீ அவரது மயிலங்கி மாளிகையில்தான் ரகசியமாக வசிக்கப் போகிறாய். நான் கால அவகாசம் கிடைக்கும்போதெல்லாம், மயிலங்கி வந்து உன்னை ரகசியமாகச் சந்திக்கிறேன். அதுவரையில் உன் பெற்றோர்

உன்னைத் தேடிக்கொண்டிருக்கட்டும்” - வாயு விக்ரமன் சொன்னான்.

“அலர்மேல் மங்கம்மா இந்த யோசனையைச் சொன்னபோது எனக்குகூட அது நடைபெறும் என்கிற நம்பிக்கை இல்லை. ஆனால், அவரது திட்டம் நன்றாகவே பலித்திருக்கிறது. இனி நீங்கள்இருவரும்அன்றாடம்சந்திப்பதில்தடையேதும்இல்லை. இனி மைசூர் வோடேயார்களின் கவனமும் இளவரசியாரின் மீதிருந்து நீங்கிவிடும்!” வேங்கடி குதூகலத்துடன் கூறினாள்.

“மைசூர் மன்னர்கள், நான் கிடைக்காத கோபத்தில் தந்தையின் மீதும் சிற்றன்னையின் மீதும் போர் தொடுத்தால் நாம் என்ன செய்வது?” ரங்காத்மஜா கவலையுடன் கேட்டாள்.

“ஆத்மஜா! உன் சிற்றன்னையைப்போல் சிந்திக்கப் பழகிக்கொள்! எத்தனை எதிரிகள் வந்தாலும் கவலையில்லை. எனது திறமைகளால், சாதுர்யத்தால், நான் வெல்வேன்” என்று துணிவுடன் காய் நகர்த்துகிறார். நமக்காக இவ்வளவு சிரமங்களை மேற்கொண்டிருக்கும் வேங்கடியைப் பார்! `வயது முதிர்ந்த என்னால் இவ்வளவு தொலைவு நீந்த முடியாது’ என்று அரசியார் திட்டத்தை அறிவித்ததும் பின்வாங்கினாரா? உனது கவலைகளால் அவர்களது மனோதிடத்தை உடைக்காதே!” வாயு விக்ரமன் கூற, தலையசைத்தாள் ரங்காத்மஜா.

“உண்மை விக்ரமரே! நமக்கு உதவிய என் சிற்றன்னைக்கு நாம் இருவரும் சேர்ந்து பொக்கிஷங்களை எப்படியாவது தேடி எடுத்து அவரிடம் அளிக்க வேண்டும். இதுதான் நாம் அவருக்குச் செய்யும் கைம்மாறு!” என்று கூற, அவளது கரங்களை எடுத்து தனது மார்பில் வைத்துக்கொண்ட விக்ரமன், “உண்மை” என்று கூறிக்கொண்டிருந்தபோது சட்டென்று சுற்றுமுற்றும் நோக்கினாள் வேங்கடி.

“தொலைவில் எங்கோ புரவிகள் ஓடும் ஒலி கேட்கிறது. மைசூர் மன்னர்கள் விடமாட்டார்கள். கரையோரமாகவே இளவரசியைத் தேடி வரக்கூடும். நாம் இனியும் இங்கே இருப்பது ஆபத்து. மயிலங்கிக்குப் புறப்படுவோம்” வேங்கடி கூற, மூவரும் ரதத்தை நோக்கி விரைந்தனர். சற்றே தளர்வுடன் நடந்த ரங்காத்மஜாவைத் தூக்கி ரதத்தில் ஏற்றிய விக்ரமன், வேங்கடி

ஏறுவதற்கும் உதவிய பிறகு குதிரையை சவுக்கால் தட்ட, அது மயிலங்கியை நோக்கி காட்டுப் பாதையில் பயணித்தது.

சற்று தொலைவே சென்றிருப்பார்கள். அவர்கள் ரதம் சென்ற பாதையில் இரு வெள்ளையர்கள் தங்கள் குதிரைகளில் வந்துகொண்டிருந்தனர். வேறு யார்? போர்ட்டோனோவோ அபேயில் மயிலங்கி பொக்கிஷங்களைக் கைப்பற்றத் திட்டமிட்டிருந்தவர்களில் மைசூருக்கு அனுப்பப்பட்ட ரிச்சர்டு ஹோவார்டு என்கிற ரிச்சியும், பேராசைக்காரி கேத்ரினின் கணவன் ஆர்தர் பர்கண்டியும்தான்.

இருவரும் தங்கள் குதிரைகளை நிறுத்தி, ரதத்தில் புயலென விரையும் அந்த மூன்று பேரையும் வெறித்தனர்.

"யார் இவர்கள்? எதற்காக இவ்வளவு வேகமாகச் செல்கிறார்கள்? அவர்களது ஆடைகளெல்லாம் ஈரமாக இருக்கின்றனவே! நீராடிவிட்டுச் செல்கிறார்களா?" ரிச்சி கேட்க, பர்கண்டி உதட்டைப் பிதுக்கினான்.

இனி ரங்காத்மஜா கிடைப்பாள் என்கிற நம்பிக்கையை இழந்துவிட்டிருந்த, திருமலை ரங்கராயரும் அஸ்வத்தம்மாவும், ஆற்றங்கரையிலேயே கதறி அழுதுகொண்டிருக்க, மைசூர் மன்னர் அவர்களைச் சமாதானப்படுத்திவிட்டு, மைசூருக்குப் புறப்பட்டார். ஆனால் ராஜா வோடேயாரும், அவன் நண்பன் ஹரி பிரசன்னாவும், இன்னும் மங்காவையே ஓரக்கண்களால் வெறித்துக்கொண்டிருந்தனர்.

- தொடரும்

* சத்யகல் என்ற இந்தக் கிராமம், தற்போது `சத்யகல்லே' என்று குறிப்பிடப்படுகிறது. இது, கொல்லீகல் பகுதியில் காவிரிக் கரையில் உள்ளது. கிழக்கில் தர்மபுரியும், மேற்கில் ஏலந்தூர் மற்றும் திருமுக்கூடல் நரசிப்பூரும், மேற்கில் மாண்டியாவும், வடக்கில் பெங்களூருரூவும், தெற்கில் சத்தியமங்கலக் காடுகளும் உள்ளன. 1956 வரையில் கோவை மாவட்டத்துடன் இருந்த பகுதி, பிறகு கர்நாடகாவின் சாம்ராஜ நகர் மாவட்டத்துடன் இணைந்தது.

கொல்லர், கள்ளர் என்கிற இரு முனிவர்கள் இங்கே தவம் செய்தனர். இந்தப் பகுதியின் பெயர் சத்யபுரி (சத்தியமங்கலம் காடு). இங்கே பொய் சொல்பவர்கள் கிடையாதாம்! காரணம், இந்த இரு முனிவர்களிடம் ஓர் உரைகல் இருந்ததாம். அதன் மீது நின்றால் உண்மைதான் பேசுவார்களாம். அந்தச் சத்தியத்தை உரைக்கும் கல் இருந்த பகுதிதான் தற்போது `சத்யகல்லே' என்று அழைக்கப்படுகிறது. காவிரி பாயும் இங்கே, பாழடைந்த கோட்டை ஒன்று உள்ளது.

- தொடரும்

அத்தியாயம் 37

மகளை பணயம் வைத்த தாய்

‘ஒரு மகள் தன்னையுடையேன், உலகம் நிறைந்த புகழால்

திருமகள்போல் வளர்த்தேன். செங்கண்மால்தான் கொண்டு போனான்...’ -

வைணவத்தைப் பின்பற்றிய விஜயநகர வழி வந்த மன்னர் திருமலை ரங்கராயர், கோதையைப் பிரிந்த விட்டுசித்தனைப்போல் புலம்பிக்கொண்டிருக்க, அஸ்வத்தம்மாவோ குற்றுயிரும் குலையுயிருமாக மஞ்சத்தில் கிடந்தாள். ரங்காத்மஜாவைத் தேடிக்கண்டுபிடிக்கும் முயற்சியில் தோல்வியைத் தழுவிய காவலர்கள் தலைகுனிந்தபடி நிற்க, இன்னும் அதிகமாயின ரங்கராயரின் அரற்றல்களும் புலம்பல்களும்!

“அய்யகோ..! நான் மைசூர் சமஸ்தானத்திற்கு என்ன பதிலைக் கூறுவேன்? அவர்களாகவே வந்து நம் ரங்காத்மஜாவை பெண் கேட்டார்கள். இப்படி வெண்ணை திரண்டு வருகையில் தாழி உடைந்த கதையாகிப்போனதே!” என்று ரங்கராயர் கதற, தனது சுவாசத்தைக் கட்டுப்படுத்தியபடி அமர்ந்திருந்தாள் அலர்மேல் மங்கா. தனது வாய் திறந்து குரலை வெளிப்படுத்தினால்கூட, தனது மயிலங்கி அரண்மனையில் ரங்காத்மஜா பத்திரமாக ஒளித்து வைக்கப்பட்டிருக்கிறாள் என்ற செய்தியை வெளிப்படுத்திவிடுவோமோ என்கிற அச்சத்தில் இருந்தாள். அவளுக்கு கதறிக்கொண்டிருக்கும் தம்பதியரைப் பார்க்கப் பரிதாபமாக இருந்தது. இருப்பினும், வேறு வழியில்லை.

இவளது மயிலங்கிப் பொக்கிஷங்களைக் கவர்வதற்காகவே, ரங்கத்மஜாவை தன் மகனுக்குத் திருமணம் செய்துகொள்ளும் நாடகத்தை மைசூர் மன்னர் அரங்கேற்றி இருந்தார். ரங்காத்மஜா

அவர்களுக்கு அடிமையாகிவிட்டால், பிறகு மைசூர் மற்றும் ஸ்ரீரங்கப்பட்டணம் இரண்டுமே மயிலங்கியைக் கூறுபோட்டுவிடும். மயிலங்கிப் பொக்கிஷங்களை முதலில் கண்டுபிடிக்க வேண்டும். பிறகு அவற்றை அவர்களுக்குத் தெரியாமல் பத்திரப்படுத்த வேண்டும் என அலர்மேல் மங்கா திட்டமிட்டார்.

ஆண் துணை இன்றி தன்னால் அந்தச் சவாலை எதிர்கொள்ள முடியாது என்பதை உணர்ந்திருந்தாள் மங்கா. நல்லவேளையாக, ரங்காத்மஜா - வாயு விக்ரமனின் காதல் அவளுக்குத் தெரிய வர, அவர்களை இணைத்து தனது பக்கம் வைத்துக்கொண்டால் தனது சவாலை எதிர்கொள்ள தனக்கு ஓர் ஆண் துணை கிட்டியதுபோல் இருக்கும் என்றுதான், ரங்கராயர் நடத்திய 'துலா புஷ்கர்' வைபவத்தில் தனது திட்டத்தை அரங்கேற்றினாள் மங்கா.

ஆழ் தண்ணீர் நீச்சலை அறிந்திருந்த வேங்கடியைக்கொண்டு, துலா புஷ்கரில் நீராடிக்கொண்டிருந்த ரங்காத்மஜாவைக் கடத்திச் சென்றுவிட வேண்டும். சத்யகல் காட்டுப் பகுதியில் காவிரிக் கரையோரம் ரதத்துடன் வாயு விக்ரமன் காத்திருக்க வேண்டியது. வேங்கடியும் ரங்காத்மஜாவும் சத்யகல்லில் கரையேறி ரதத்தில் மயிலங்கி செல்ல, மங்கா தனது நாசிகாபரணம் கண்டெடுத்த பாட்டி திவ்யலஹரியின் அறையில் ரங்காத்மஜாவைத் தங்கவைக்கும்படி வேங்கடிக்குக் கட்டளையிட்டிருந்தாள். தானிய மூட்டைகள் அந்த அறையை மற்றவர்களின் பார்வையில் இருந்து மறைத்ததால், ரங்கராயர் மயிலங்கி வந்தால்கூட தன் மகள் அங்கு பதுங்கி இருக்கிறாள் என்பதை அறிய முடியாது.

மிகவும் எச்சரிக்கையுடன் திட்டம் தீட்டியிருந்தாள் அலர்மேல் மங்கா! ஒரு குடும்பப் பெண், பாசம் பந்தம் போன்ற உறவுகளால் அலைக்கழிக்கப்படுவாள். எனவே, அவளால் சுயமாகச் சிந்தித்து எதையும் திட்டமிட முடியாது. தந்தை, சகோதரன், கணவன் என்று உடன் பயணிக்கும் ஆணை முன்னிட்டு மட்டுமே அவளால் செயல்பட முடியும். ஆனால், ஓர் ஆணுக்குக் கட்டுப்படவேண்டிய அவசியம் இல்லாதபோது, ஒரு பெண்ணால் தன்னிச்சையுடன் செயல்பட்டு பெரிய

திட்டங்களையும் தீட்ட முடியும். அரசியலில் வலுவாக இருந்த பெண்கள் அனைவரும், குடும்பரீதியாக ஆணுக்குக் கட்டுப்படாதவர்கள்தான்.

ஒரு பூனையை விரட்டிச் செல்லும்போது அது ஒரு மூலையில் சிக்கிக்கொண்டு தொடர்ந்து ஓட முடியாத நிலை வரும்போது, திரும்பி நின்று விரட்டுபவனை நோக்கி சீறும் அல்லவா? அந்த நிலையில்தான் இருந்தாள் மங்கா! சுற்றி எதிரிகள், கொண்டவனே எதிரியுடன் கைகோர்த்துக் கொண்டிருந்தான் என்கிற நிலையில், அவளால் வேறு எதையும் சிந்திக்க முடியவில்லை. கணவனின் மூத்த தாரத்து மகளையே தனது பணயமாக்கினாள்! ரங்காத்மஜாவைக் காட்டி, வாயு விக்ரமனைச் செயல்படச் செய்வதுதான் அவளது திட்டம். திட்டத்தின் முதல் கட்டமாகத்தான், ரங்காத்மஜாவை மயிலங்கிக்குக் கடத்தியிருந்தாள் மங்கா.

“எனக்கு ஆத்மார்த்த சிநேகிதியாக இருந்த ஓர் ஆத்மாவும் சென்றுவிட்டது! நான் துரதிர்ஷ்டம் பிடித்தவள். நோகாமல் எனக்கு ஒரு மகள் கிட்டியிருந்தாள். அவளை அருமையாக நினைத்தேன். அவளும் என்னைவிட்டுச் சென்றுவிட்டாள்! தந்தை இறந்தபோதுகூட நான் இவ்வளவு துயரத்தையும், தனிமையையும் அனுபவிக்கவில்லை. ரங்காத்மஜா சென்றுவிட்டது என்னைத் தனிமைப்படுத்திவிட்டது” என்று கதறியபடி, ரங்கராயரின் இரு கைகளைப் பற்றி அதில் தனது முகத்தைப் புதைத்துக்கொண்டு கதறினாள் அலர்மேல் மங்கா. தன்னால் இவ்வளவு இயல்பாக அழுது நடிக்க முடிகிறது என்பது அவளுக்கே பெருத்த வியப்பு.

ரங்கராயர் மௌனமாக நின்றிருக்க, மங்கா கண்ணீருடன் நிமிர்ந்து அவரை நோக்கினாள்.

“ராயரே! இங்கு நான் இருக்கும் ஒவ்வொரு கணமும் ரங்காத்மஜாவைப் பற்றிய சிந்தனைகளே ஓடுகின்றன. என்னால் துக்கம் தாள முடியவில்லை. நான் மயிலங்கிக்கே செல்கிறேன். ஒருவேளை, அவள் கிடைத்தால் தகவல் சொல்லி அனுப்புங்கள். ஓடோடி வருகிறேன். அவளுக்காக எனது பிரார்த்தனைகள் தொடரும்” என்றாள்.

ரங்கராயர் தலையசைக்க, தனது திட்டத்தின் முதல் கட்டம் அமோக வெற்றி பெற்றதை எண்ணி, புளகாங்கிதத்துடன் அன்று மதியமே மயிலங்கிக்குப் புறப்பட்டாள் மங்கா.

* * * *

அம்பா விலாசம், மைசூர்,

அரண்மனைக்குள் நுழைந்த கிழக்கிந்திய கம்பெனி அதிகாரிகள் ரிச்சர்டு ஹோவார்டு என்கிற ரிச்சியையும், ஆர்தர் பர்கண்டியையும், இளவரசர் ராஜா வோடேயாரும், ஹரி பிரசன்னாவும் ஆர்ப்பாட்டத்துடன் வரவேற்றனர். வியாபாரம் செய்ய வந்த ஒரு கம்பெனியின் அரசியல் அதிகாரிகளுக்கு பெரிய அரசியல் தலைவர்களுக்கு உரிய வரவேற்பு தரப்பட, மைசூர் சமஸ்தானத்தை தங்கள் பக்கம் இழுப்பதற்கு வந்திருந்த இருவரும், முகஸ்துதிகளால் மன்னர் சாமராஜ வோடேயாரைத் திணற அடித்தனர்.

“மைசூர் சமஸ்தானத்தின் பாரம்பரியத்தை அறிவோம்! எங்கள் மன்னர் இரண்டாம் ஜேம்ஸ் தனது அன்பையும், மரியாதையையும் தங்களுக்கு அனுப்புகிறார். உங்கள் மைசூர் சமஸ்தானத்தின் பெருமைகளை எங்கள் கம்பெனி அங்கீகரிக்கிறது” என்று ரிச்சி சொல்ல, அவனை அமைதியாகப் பார்த்தார் சாமராஜ வோடேயார்.

`வியாபாரம் செய்ய எங்கள் மண்ணுக்கு வந்துவிட்டு, நீ யார் எங்களை அங்கீகரிக்க?’ - அன்றே கோபக்குரலில் மைசூர் மன்னர் அவனை உலுக்கி எடுத்திருந்தால், பின்னாளில் பல கலவரங்களையும், ரத்தம் சிந்துதலையும் தவிர்த்து அடிமையாகாமல் இருந்திருப்போமோ என்னவோ! ஆனால் சமஸ்தானங்கள் தங்களது பங்காளிச் சண்டைகளால் வெள்ளையர்களுக்கு சிவப்புக் கம்பளம் விரித்து, தங்கத்தட்டில் அதிகாரத்தைத் தந்துவிட்டிருந்தன. பொங்க வேண்டிய இடத்தில், மைசூர் சந்தனமாக கம்பெனி அதிகாரிகளுக்கு குளிர்ச்சியை வழங்கினார் மன்னர்.

“எங்கள் மைசூரின் பெருமைகளை அங்கீகரித்த உங்களுக்கு எனது நன்றிகள். மன்னர் ஜேம்ஸுக்கு எனது வந்தனங்களைச்

சொல்லவும். மைசூர் பாரம்பரியம்மிக்க ஒரு சமஸ்தானம் என்றாலும், எங்களுக்கும் பிரச்னைகள் இல்லாமல் இல்லை. எங்களைச் சுற்றி சிறு சிறு சமஸ்தானங்கள், பிரச்னைகளை உருவாக்கிக்கொண்டுதான் உள்ளன. அவர்களுக்கு எதிராகப் போர் நடவடிக்கைகள் எடுக்கலாம் என யோசித்துக்கொண்டிருக்கிறேன். ஆனால், மயிலங்கியிலிருந்து நிதியுதவியுடன் மராட்டியத்திற்குச் சென்ற சம்பாஜி, எனக்கு தூது அனுப்பினான். தனக்கு நிதியுதவி வழங்கிய மயிலங்கியின் மீது கை வைத்தால், மராட்டியப் படைகள் மைசூரை முற்றுகையிடும் என்று எச்சரித்துவிட்டுச் சென்றதால் யோசனையாக உள்ளது" - சாமராஜ வோடேயார் கூறினார்.

"சம்பாஜியைப் பற்றிய கவலையை விடுங்கள். சம்பாஜி சிங்கமும், ஔரங்கசீப் புலியும், ராய்கட் கோட்டைக்காக அடித்துக்கொள்கின்றன. சிங்கமோ, புலியோ எது அழிந்தாலும் தெற்கே அவர்களது ஆட்டம் முடிந்துவிடும். பிறகு கம்பெனிதான் சிறிய சமஸ்தானங்களை இணைத்துக்கொள்ளப்போகிறது. மைசூர் மீது மட்டும் நட்பு பாராட்டி இணைக்காமல் விடுகிறோம். ஸ்ரீரங்கப்பட்டணம் மற்றும் மயிலங்கி போன்ற சிறிய சமஸ்தானங்களை உங்கள் மைசூருடன் இணைக்கிறோம். அதற்கு பிரதியுபகாரமாக நாங்கள் மயிலங்கிப் பொக்கிஷங்களை அபகரிக்க நீங்கள் எங்களுக்கு உதவ வேண்டும்" - ரிச்சி கூறியதும், சாமராஜர் சங்கடத்துடன் மகன் ராஜாவைப் பார்த்தான்.

மயிலங்கிப் பொக்கிஷங்களுக்காகத்தானே இவன் உயிர் வாழ்கிறான்! தந்தை சாமராஜர் வெட்கத்தைவிட்டு வேங்கடப்பாவிடம் மங்காவை பெண் கேட்டது அந்தப் பொக்கிஷங்களுக்காத்தானே! மங்கா மைசூரை உதாசீனம் செய்துவிட்டு ரங்கராயரை மணந்துகொண்டு தனது பொக்கிஷங்களைப் பத்திரப்படுத்திவிட்டதாக நினைத்தாள். ஆனால் இவன், அவளது சக களத்தியின் பெண்ணையே மணந்துகொண்டு மங்காவை வீழ்த்த நினைக்க, இப்போது ரங்காத்மஜா ஆற்றோடு போய்விட்டதால், அந்த எண்ணத்திலும் மண் விழுந்துவிட்டது. எப்படி மயிலங்கிப் பொக்கிஷங்களை அபகரிக்கலாம் என்று இரவும் பகலாக இவன் சிந்தித்துக்கொண்டிருக்க, எங்கிருந்தோ வந்த

பரங்கியர் பேராசைக் கூட்டம், பொக்கிஷங்களை அபகரிக்கப் பார்க்கின்றதே!

"ஸ்ரீரங்கப்பட்டணம் சமஸ்தானத்தைக் கைப்பற்ற உங்கள் உதவி எங்களுக்குத் தேவையில்லை. உமிழ்நீரை உமிழ்ந்தது போன்ற ஒரு பகுதி! எங்கள் அரண்மனைக் காவலர்களே அதைக் கைப்பற்றிவிடுவார்கள். போர் வேண்டாமே என்று என் தந்தை சொல்லியதால், ஸ்ரீரங்கப்பட்டண இளவரசியைத் திருமணம் செய்துகொள்ள இசைந்தேன். இப்போது அவளும் துலா புஷ்கர் வைபவத்தில் காவிரி ஆற்றோடு போய்விட்டதால், இனி போர் தொடுப்பதைத் தவிர வேறு வழியில்லை."

"என்ன... இளவரசி ஆற்றோடு போய்விட்டாளா?" - பர்கண்டியின் குரலில் வியப்பு. சத்யகல் (தற்போது சத்யகல்லே என்று கொல்லீகல் காட்டின் எல்லையில் இருக்கும் கிராமம்) அருகே ரதம் ஒன்று எதிரே விரைவாகச் செல்வதை கவனித்தேன். ஒரு கட்டிளங்காளை ரதத்தைச் செலுத்த, ஓர் அழகிய பெண் அதில் அமர்ந்திருந்தாள். அருகே ஒரு மூதாட்டியும் இருந்தாள். மூவரின் ஆடைகளும் ஈரமாக இருந்ததைக் கவனித்தேன்" - பர்கண்டி கூறியதும், ராஜா வோடேயார் அதிரவைக்கும் உறுமலுடன் எழுந்தான்.

"நினைத்தேன்... ரங்காத்மஜா ஆற்றோடு போனதும் மயிலங்கி மங்காவின் நடவடிக்கைகள் ஐயத்திற்கு இடமளிப்பதாக இருந்தன. அவளது கண்ணீரும் கதறலும் நம்பும்படியாக இல்லை. ரங்காத்மஜா ஆற்றோடு போகவில்லை. தண்ணீரில் நீராடும்போது யாரோ அவளைக் கடத்திச் சென்றிருக்கிறார்கள். காவிரியில் நீந்தியபடி ரங்காத்மஜாவை சத்யகல் அருகே கரை ஏற்றி, அவளைக் கடத்திக்கொண்டு சென்றிருப்பான் அந்த இளைஞன். அவனை ஏவிவிட்டவள் மங்காவாக இருத்தல் வேண்டும். சத்யகல் வழியாகத்தானே மயிலங்கிக்குச் செல்ல முடியும்?" கிடுகிடுவென்று மங்காவின் திட்டத்தை யூகித்துவிட்டான் ராஜா வோடேயார்.

கம்பெனி அதிகாரிகளின் முன்பாக தன் மகன் ஆவேசப்படுவதை விரும்பாதவராக, மன்னர் அவனை பார்வையாலேயே அடக்கினார். "ராஜா, நீ சொல்வது உண்மையாக இருப்பின் இங்கே நின்று ஆக்ரோஷப்படுவதில் பயன் இல்லை.

ஸ்ரீரங்கப்பட்டணத்துக்குச் சென்று அந்த ரங்கராயரிடம் நியாயம் கேள். அவரின் இளைய மனைவியின் சதியைப் பற்றிக் கூறி, ரங்காத்மஜாவை உன்னிடம் ஒப்படைக்கச் சொல்!'' என்றதும் விறுவிறுவென்று ஹரி பிரசன்னா பின்தொடர, ஸ்ரீரங்கப்பட்டணத்துக்குப் புறப்பட்டான் ராஜா.

அவன் கொலுமண்டபத்தில் இருந்து வெளியேற முற்பட்ட சமயம், ரிச்சியின் குரல் அவனைத் தடுத்து நிறுத்தியது.

"பிரின்ஸ் ராஜா, சமஸ்தானமும் பெண்ணும் உங்களுக்கு! மயிலங்கிப் பொக்கிஷம் எங்களுக்கு'' அவனது குரல் கோரிக்கையாக இல்லாமல் அச்சுறுத்தலாக ஒலிப்பதை உணர்ந்தான்.

வெளியே சென்று தங்களது குதிரைகளில் ஏறியதும், அதனைச் செலுத்தாமல் நண்பன் ஹரி பிரசன்னாவை நோக்கினான் ராஜா.

"ஹரி, நமது மைசூர் சமஸ்தானத்தின் சின்னம் என்ன தெரியுமா? கண்டபேரண்டப் பறவை*. அதற்கு இரு தலைகள். அதன் கதை உனக்குத் தெரியுமல்லவா? விஷ்ணு நரசிங்கமாகவும், சிவன் சரபனாகவும் நின்று போரிட்டபோது, அவர்களது உக்கிரத்தைத் தாளாமல் பிரம்மனிடம் தேவர்கள் முறையிட, அவர் இரு தலை கண்டபேரண்டப் பறவையாக உருப்பெற்று, ஒரு தலையால் விஷ்ணுவையும், மறு தலையால் சிவனையும் தன்னிலையை உணரவைத்தாராம். அந்தக் கண்டபேரண்டப் பறவையின் சின்னத்தை கொடியில் கொண்டுள்ள நாம், ஆட்டம் ஆடும் வெள்ளையர்களை ஒரு தலையாலும், மற்ற எதிரிகளை இன்னொரு தலையாலும் தங்கள் நிலையை உணரச் செய்வோம்'' என்றான்.

ராஜாவும் ஹரியும் மைசூரிலிருந்து ஸ்ரீரங்கப்பட்டணம் சென்றுகொண்டிருந்த அதே வேளையில், மங்காவும் ஒரு புரவியில் மயிலங்கிக்குச் சென்றுகொண்டிருந்தாள். தொலைவில் குதிரையின் குளம்படி ஓசை கேட்பதை உணர்ந்த ஹரி திரும்பிப் பார்க்க, மாந்தோப்பு ஒன்றின் ஊடாக குதிரையில் சென்றுகொண்டிருந்தாள் அலர்மேல் மங்கா.

அவசரமாக நண்பன் ராஜாவை அழைத்து அவளைக் காட்டினான் ஹரி.

“அவசரமாக மயிலங்கிக்குச் செல்கிறாள்! கணவனின் மகள் ஆற்றோடு போய்விட்டாள். கணவனும் சக களத்தியும் துயரத்தால் துவண்டு கிடக்க, அவர்களுக்கு ஆதரவு கூறாமல், அவசரமாக எதற்கு மயிலங்கி செல்கிறாள்? இவள் மீண்டும் நமக்கு எதிராக நாடகமாடிக்கொண்டிருக்கிறாள். இவள் என் தந்தையை ஏமாற்றினாள். இப்போது மகள் ரங்காத்மஜாவைக் கொண்டு என்னை ஏய்க்கப் பார்க்கிறாள். விட மாட்டேன்... மங்காவின் மரணம் எனது கையில்!” என்று சூளுரைத்தபடி தொடர்ந்தான் ராஜா.

- தொடரும்

*மைசூர் சமஸ்தானத்தின் சின்னமாக கண்டபேரண்டப் பறவையின் சின்னத்தைத்தான், தற்போதைய கர்நாடக அரசும் தொடர்ந்து பயன்படுத்தி வருகிறது.

அத்தியாயம் 38

அக்னிப்பரீட்சை

மயிலங்கி!

மங்காவின் பாட்டி திவ்யலஹரியின் அறையில் ரங்காத்மஜா ஓய்வு எடுத்துக்கொண்டிருக்க, அருகே இருக்கை ஒன்றில் அமர்ந்து அவளைபேரானந்தத்துடன்பார்த்துக்கொண்டிருந்தான் வாயு விக்ரமன்.

“ஆண்டவா, உன்னை (ரங்காத்மஜா) அடைவதற்குள் எவ்வளவு போராட்டங்கள்! கண்டதும் காதல் என்று இல்லாமல் அரங்கனைதரிசித்துவிட்டு நான் உண்டு எனது வழி உண்டு என்று கொளத்து நாட்டுக்குச் சென்று தந்தையார் காட்டிய பெண்ணை மணந்திருந்தால் இவ்வளவு அல்லல்கள் பட்டிருப்பேனா! உனக்காக செஞ்சிக்குத் தூது சென்றேன். சம்பாஜியின் உதவியை நாடினேன். அவருக்கு பட்டத்து யானையின் எடையளவுக்கு ஸ்வர்ணம் தருகிறேன் என்று வாக்களித்தேன். சமஸ்தானங்களுக்குச் சென்று நிதி திரட்டினேன். பிறகு, உன்னைக் கடத்தி வந்து இதோ பத்திரப்படுத்தி இருக்கிறேன். நான் பட்ட சிரமங்களுக்கு நீ கொடுக்கும் காணிக்கை உனது காதல் மட்டுமே” குறும்புடன் சிரித்தான் வாயு விக்ரமன்.

“எல்லாம் சரி... ஆனால் என்னைக் கடத்தியது மூதாட்டி வேங்கடி. நீங்கள் என்னைக் கடத்தி வீரமாகச் சுமந்துச் சென்றிருந்தால், நம் காதலைப் பற்றி ஒரு காவியம் வடித்திருக்கலாம்! என்ன இருந்தாலும் ஒரு கிழவிதான் என்னைக் கடத்தி வந்தார் என்பதால், உங்களுடைய நாயகத்வம் இங்கே சோபிக்கவில்லை” என்றதும், பொய்க்கோபத்துடன் அவளை முறைத்தான்.

“ஆக... எனது வீரத்தை நீ ஒப்புக்கொள்ளப்போவதில்லை, அப்படித்தானே! நான் உன்னைக் கண்ட நாள் அன்றே உன்னுடன்

பேச்சுக் கொடுக்காமல் என் வழியில் போயிருக்க வேண்டும்!" - வாயு விக்ரமன் கூற, ரங்காத்மஜா சிரித்தாள்.

"உங்களால் அப்படிப் போயிருக்கவே முடியாது. நான் பேச்சுக் கொடுத்து உங்களுக்கு எனது பட்டுச் சீலையைத் தந்திருக்காவிட்டால், நீங்கள் ஆற்றிலே நின்றுகொண்டிருப்பீர்கள். காரணம், அன்று உங்கள் நிலை அப்படி!" என்று கூறியதும், தாங்கள் முதலில் சந்தித்த நாள் நினைவுக்கு வர, பொய்க்கோபத்தோடு, தட்டில் இருந்த திராட்சைக் கனி ஒன்றை எடுத்து அவள் மீது வீசினான். அதனை எதிர்பார்த்திருந்தவள்போல் அவள் தனது வாயைத் திறக்க, கனி அவளது உதட்டைத் தாண்டி உள்ளே அடைக்கலமானது. அவனை நோக்கி தனது கட்டைவிரலை அசைத்தாள் ரங்காத்மஜா.

"எனது சாதுர்யத்திற்கு முன்பாக உங்களது வீரம் பிச்சை வாங்க வேண்டும்!" என்று சொல்ல, அவன் தாவி அவள் கைகளைப் பற்றி, தனது கைக்குள் சிறைப்படுத்தினான்.

"திராட்சைக்கனியை விடு. இந்தக்கனியே என்னுள் அடைக்கலம் ஆகிவிட்ட பிறகு, நீ ஜெயித்தால் என்ன... நான் ஜெயித்தால் என்ன? ஆனால், உன்னைவிட உன் சிற்றன்னைக்கு சாதுர்யம் அதிகம். அதை நீ ஒப்புக்கொண்டேதான் தீரவேண்டும்."

விக்ரமன் கூறியவுடன் அதனை ஆமோதிப்பதுபோல் தலையசைத்தாள் ரங்காத்மஜா.

"எனக்கு அதில் மாற்றுக்கருத்து இல்லை!" - ரங்காத்மஜா கூறினாள்.

"உனது சிற்றன்னை அலர்மேல் மங்கம்மாவுக்குத்தான் எவ்வளவு நல்ல மனது. நம்மை ஒன்று சேர்ப்பதற்காக நீ தண்ணீரோடு போய்விட்டது போன்று நாடகமாட வைத்து, வேங்கடி மூலம் கடத்தி, உன்னை என்னுடன் இணைத்து விட்டார். இனி நாம் இந்த மயிலங்கி மாளிகையில் அன்றாடம் ரகசியமாகச் சந்திப்போம். நம் திருமணம் முடியும் வரையில், உன் பெற்றோர் உன்னைத் தேடிக்கொண்டிருக்கட்டும்" வாயு விக்ரமன் சொன்னான்.

“என் பெற்றோரை ஏமாற்றுகிறோமே என்று வருத்தமாக இருப்பினும், ராஜா வோடேயாரின் கையில் சிக்காமல் தப்பித்தோம் என்பது குறித்து மகிழ்ச்சி! சிற்றன்னையின் திட்டம் நன்றாகவே பலித்திருக்கிறது. இனி நாம் அன்றாடம் சந்திப்பதில் தடையேதும் இல்லை. இனி மைசூர் வோடேயார்களின் கவனமும் என் மீதிருந்து நீங்கிவிடும்” ரங்காத்மஜா குதூகலத்துடன் கூறினாள்.

கதவை யாரோ தட்டும் ஒலி கேட்க, “உள்ளே வரலாம்!” என்று குரல் கொடுத்தான் விக்ரமன்.

ரங்காத்மஜாவுக்கு பிரத்யேகத் தோழியாக நியமிக்கப்பட்டிருந்த சௌந்தரா உள்ளே நுழைந்து பணிவுடன் தலை குனிந்தாள்.

“இளவரசே! மயிலங்கி அரசியார் வந்துவிட்டார். உங்கள் இருவரையும் தனது அந்தப்புர அறைக்கு அழைத்து வரச் சொன்னார்” என்றதும், இருவரும் உடனே புறப்பட்டனர்.

அவர்களுக்காகக் காத்திருந்த மங்கா, ரங்காத்மஜாவைக் கண்டதும் பாய்ந்து அணைத்துக்கொண்டாள்.

“என் மகள் எனக்கே உரித்தாகிவிட்டாள்... ரங்காத்மஜா! நீ ஸ்ரீரங்கப்பட்டண இளவரசி அல்ல, இனி மயிலங்கியின் வருங்கால அரசியும் கூட. உனக்கு எனது அரண்மனையில் எல்லா உரிமைகளும் உண்டு!” என்றபடி அருகே நின்ற வேங்கடியைப் பார்க்க, அவள் ஒரு தந்தப் பேழையை மங்காவிடம் நீட்டினாள். அதிலிருந்து கெம்புக்கற்களால் வடிவமைக்கப்பட்ட ஒரு ஹாரத்தை ரங்காத்மஜாவுக்குப் பூட்டினாள்.

“அரசியாரே! அதற்குள்ளாக ரங்காத்மஜாவை அரசியாக மாற்ற வேண்டாம். அவள் இளவரசியாகவே இருக்கட்டும். அரசியாக இருந்தால், என்னை மணக்க யோசிக்கப்போகிறாள்” - நகைத்தான் வாயு விக்ரமன்.

“அவளை என் மகளாக ஏற்ற அதே வேளையில், உங்களையும் என் சகோதரனாக ஏற்றுக்கொண்டுவிட்டேன். முறைமாமனான உம்மைதான் அவள் மணக்க வேண்டும். இது என் கட்டளை!” வேடிக்கையாக மிரட்டினாள் மங்கா.

“முடியாது! நான் மயிலங்கி அரசியின் ஆணையை ஏற்க மாட்டேன். என் சிற்றன்னையின் ஆணையைத்தான் ஏற்பேன்” ரங்காத்மஜா கூற, அங்கே நகைச்சுவையாக நிகழ்ந்த உரையாடலை ரசித்துக்கொண்டிருந்தாள் வேங்கடி.

“மாளிகையின் கிழக்குப் பகுதியில் இருக்கும் உனது அறையை மேற்குப் பகுதியில் இருந்து பார்த்தால் தெரியாதபடிக்கு, தானிய மூட்டைகளால் மறைக்கப்பட்டிருக்கிறது. ஒருவேளை, உன் தந்தை இங்கே வந்து தங்கினாலும் அவருக்கு நீ இங்கே இருப்பது தெரியக்கூடாது. எச்சரிக்கையுடன் நடந்துகொள் ரங்காத்மஜா. நீ சிக்கிக்கொண்டால், உன் தந்தை என்னையும் தண்டிப்பார். மயிலங்கிப் பொக்கிஷங்களுக்காக மட்டுமே என்னை இன்னும் விட்டுவைத்திருக்கிறார். ஆனால், நான்தான் உன்னைக் கடத்தி எனது அரண்மனையில் ஒளித்துவைத்தேன் என்றால், என்னைத் தீர்த்துக்கட்டிவிடுவார். ஆகவே, உனது எச்சரிக்கை உணர்வில்தான் எனது எதிர்காலம் அடங்கியுள்ளது. இதுவரையில் தனித்து வாழ்ந்து எப்படியோ ஆபத்துகளைக் கடந்துவிட்டேன். இப்போது உறவுகளை ஏற்படுத்திக்கொண்டு ஆபத்தில் சிக்கினேன் என்றால், உலக மக்கள் தனித்து வாழவே விரும்பக்கூடும்” - சற்றே வருத்தத்துடன் கூறியவளின் கவனம் தனது சயன அறையின் திரைகளுக்குப் பின்னால் ஊசலாடக்கொண்டிருந்த ஒரு கயிற்றின் மீது பதிந்தது.

“கவனமாகக் கேள் ரங்காத்மஜா! ஒருவேளை உன் தந்தை இங்கே வந்தால், அவரை நான் மூல அரண்மனையிலேயே மடக்கிப் போட்டுக்கொள்வேன். இருப்பினும், ஏதாவது பிரச்னை உருவானால் நான் அதோ அந்தக் கயிற்றைப் பிடித்து இழுப்பேன். தெற்குப் பகுதியில் உள்ள காவல் மண்டபத்தில் மணி ஒலிக்கும். அங்கே காவல் நிற்பவன், உடனே அங்கிருந்து ஒரு கயிற்றைப் பற்றி இழுப்பான். அது கிழக்குப் பகுதியில் உள்ள உனது அறையில் மணி ஒலிக்கும். நீ இங்கு இருக்கும் வரையில், உன்னுடன் வேங்கடியும், சௌந்தராவும் இருப்பார்கள். அவர்கள் உன்னைப் பாதுகாப்பார்கள்” என்றதும், வாயு விக்ரமன் மங்காவை நோக்கி தலை வணங்கினான்.

“உங்கள் பொறுப்பில் ரங்காத்மஜாவுக்கு எந்த ஆபத்தும் நேராது…” விக்ரமன் கூறினான்.

"நீர் எப்போது வேண்டுமானாலும் ரங்காத்மஜாவை வந்து சந்திக்கலாம். ஆனால் உங்கள் சந்திப்பு ரகசியமாக நிகழ வேண்டும். ரங்காத்மஜாவுக்கு விக்ரமன் என்கிற காதலன் இருப்பது யாருக்கும் தெரியாது. நான் உங்கள் இருவருக்கும் திருமண ஏற்பாடுகளைச் செய்துவிட்டு உனக்குத் தகவல் தெரிவிக்கிறேன். உங்கள் இருவருக்கும் நானே விமரிசையாக திருமணத்தை நடத்துகிறேன்" - உணர்ச்சியுடன் கூறினாள் அலர்மேல் மங்கா.

ரங்காத்மஜாவும் வாயு விக்ரமனும் பார்வைகளால் தங்களது மகிழ்ச்சியைப் பரிமாறிக்கொண்டனர்.

"அப்படியே செய்கிறேன் அரசியாரே!" வாயு விக்ரமன் கூறினான்.

""உங்கள் இருவருக்கும் திருமணத்தை முடித்துவிட்டுத்தான், ரங்காத்மஜா உயிரோடு இருக்கும் தகவலை அவளின் பெற்றோருக்குத் தெரிவிக்கப்போகிறேன். நான் உங்களை மீண்டும் ஸ்ரீரங்கப்பட்டணத்திற்கு அழைத்துச் செல்வேன். உங்கள் திருமணம் எப்படி நடந்தது என்பதற்கு ஒரு கதையை ஜோடனை செய்திருக்கிறேன். அதன்படித்தான் நீ உன் பெற்றோரிடம் விளக்க வேண்டும்.

ஆற்றுவெள்ளத்தில் நீ தத்தளித்துகொண்டிருந்தபோது, கொளத்து நாடு இளவரசன் வாயு விக்ரமன் ஆற்றில் நீந்திக்கொண்டிருந்தான். நீ உயிருக்கு போராடுவதைப் பார்த்து வாயு விக்ரமன், காவிரியில் இருந்து உன்னை மீட்டான். அதிர்ச்சியில் உனக்கு எல்லா நினைவுகளும் தப்பிவிட்டன. நீ யார் என்பதே உனக்குத் தெரியவில்லை. உன் மீது பரிதாபம்கொண்ட வாயு விக்ரமன், உன்னைத் திருமணம் செய்துகொண்டான். பிறகு, உனக்கு சிறிது சிறிதாக நினைவுகள் வரத் தொடங்கின என்று உன் தந்தையிடமும் தாயிடமும் கூறிவிடலாம். ரங்காத்மஜாவுக்குத் திருமணம் முடிந்துவிட்டது என்றால், மைசூர் வோடேயார்களால் ஒன்றும் செய்ய முடியாது!" - தனது திட்டத்தை அந்த இளம் காதலர்களிடம் அலர்மேல் மங்கா கூற, அந்த இளம் காதலர்கள் அதைப் பரவசத்துடன் கேட்டுக்கொண்டிருந்தனர்.

* * * *

திருமலை ரங்கராயருக்கு ரத்தம் கொதித்தது.

தன் மகள் ரங்கத்மஜா இறந்திருக்க வாய்ப்பில்லை. அவளைப் போன்ற ஒரு பெண்ணை சத்யகல் அருகே கிழக்கிந்திய கம்பெனியைச் சேர்ந்த அதிகாரிகள் பார்த்திருக்கிறார்கள் என்று ராஜா தெரிவித்தவுடன் அதிர்ந்தார்.

"மருமகனே, எனது வயிற்றில் பாலை வார்த்தீர்கள்" என்று ராஜா வோடேயாரைத் தாவி அணைத்துக்கொண்டார். தகவலைக் கேட்டு அஸ்வத்தம்மாவும் முதன்முறையாக தனது சயன அறையில் இருந்து வெளிப்பட்டு, அரசரைக் காண வந்துவிட்டாள்.

"நீர் என் மருமகன் ஆகவேண்டும் என்று திருவேங்கமுடையான் திருவுள்ளம் பற்றியிருக்கும் வேளையில், எந்த சக்தியால் உங்களைப் பிரிக்க முடியும்?" உணர்ச்சியுடன் அஸ்வத்தம்மா கூறினாள்.

வேமுலவாலா (தற்போதைய விஜயவாடா) சமஸ்தானத்து இளவரசி அவள். அவளது குலதெய்வம் திருவேங்கமுடையான்.

ராஜா வோடேயார் சமயம் பார்த்து வார்த்தை ஜாலங்களில் இறங்கினான். "அரசியாரே, திருவேங்கடமுடையானுக்கு வேண்டுமானால் எங்கள் திருமணத்தில் நாட்டம் இருக்கலாம். ஆனால், அலர்மேல் மங்காவுக்கு எங்கள் திருமணத்தில் நாட்டம் இல்லையென்றால்... என்ன செய்வது? நாங்கள் பிரிய வேண்டும் என்று அவள் நினைத்திருந்தால்?" ராஜா கூற, திருமலை ரங்கராயரும், அஸ்வத்தம்மாவும் குழப்பத்துடன் பார்த்தனர்.

"உங்கள் மகள் ஆற்றோடு போகவில்லை. அவளை ஒரு வாலிபனும், ஒரு மூதாட்டியும் கடத்தியிருக்கிறார்கள். நீராடிக்கொண்டிருந்தவளை இழுத்துச் சென்று, சத்யகல்லில் கரை ஏறி, அங்கிருந்து ரதத்தில் மயிலங்கிக்குப் பயணித்திருக்கிறார்கள். துலா புஷ்கர் முடிந்தவுடன் எங்கள் இருவருக்கும் நீங்கள் திருமண முகூர்த்ததைக் குறித்தீர்கள். அதற்கு முன்பாகவே ரங்காத்மஜா கடத்தப்பட்டுவிட்டாள். இந்தச் சதித்திட்டத்தைத் தீட்டிச் செயல்படுத்தியது வேறு யாருமல்ல, உங்கள் இளைய மனைவி அலர்மேல் மங்காதான்.

என் தந்தையை மணக்க மாட்டேன் என்று கூறியவள், இன்று உங்கள் மகளும் என்னை மணக்கக் கூடாது என்று வீம்புக்கு வேட்டையாடுகிறாள்! உமது மனையாள் என்று பார்க்கிறேன். இல்லையென்றால், பெண் என்றும் பாராமல் அவளை வெட்டி வீழ்த்தியிருப்பேன்" - ராஜா காட்டத்துடன் கூறினான்.

"பார்த்தீர்களா, கோயிலில் கண்ணீர்விட்டாள் என்று பரிதாபப்பட்டு அவளுக்கு அடைக்கலம் தந்தீர்கள். இன்று உம்மையே கண்ணீர் சிந்த வைத்துவிட்டாள்.. கொள்ளிக்கட்டையை ஏந்தி நன்றாகவே தலையில் வைத்துக்கொண்டீர்." சமயம் பார்த்து அஸ்வத்தம்மா அவர் தனக்குச் செய்த துரோகத்தைச் சுட்டிக்காட்டிப் பொறிந்து தள்ள, எரிமலையாக வெடித்தார் திருமலை ரங்கராயர்.

"கேவலம் ஒரு பெண், அதுவும் நான் வாழ்க்கைப் பிச்சை போட்டவள், என்னையே சதி செய்து ஏமாற்றுவதா? மைசூர் இளவரசனுடன் என் மகளுக்கு நான் நிச்சயித்த திருமணத்தைத் தடுக்கப் பார்க்கிறாளோ! என்ன துணிச்சல் அவளுக்கு!"

"நீங்கள் அனுமதி கொடுத்தால்... இப்போதே மங்காவைச் சிறைப் பிடிக்கிறேன்!" கோபத்துடன் கூறினான் ராஜா வோடேயார்.

"வேண்டாம். தன் மனைவியைக்கூட சிறைப் பிடிக்க துணிவில்லாமல், மைசூர் இளவரசனைக்கொண்டு மங்காவை சிறைபிடித்தார் ரங்க ராயர் என்று நாளைய சரித்திரம் சொல்லும். நானே மயிலங்கி புறப்படுகிறேன். நீங்கள் சொல்வது உண்மையாக இருந்தால், உங்கள் மனைவியுடனும் மங்காவின் பிணத்தோடும் வருகிறேன். ரங்காத்மஜா, உங்களுக்கு நான் தரும் வெகுமானம்; மங்காவின் பிணம், மைசூருக்கு நான் தரும் வெகுமானம்" என்றபடி தனது குதிரையை நோக்கி ஆவேசத்துடன் சென்றார் ரங்கராயர்.

அவருடன் சென்ற ராஜாவும், ஹரியும் மைசூர் பாதையில் திரும்ப, ரங்கராயர் நேராக தெற்கே மயிலங்கியை நோக்கி விரைந்தார்.

* * * *

உறங்கச் செல்வதற்கு முன்பாக ஒருமுறை அரண்மனையின் கிழக்குப் பகுதிக்குச் சென்று ரங்காத்மஜா தங்கியிருந்த தன் பாட்டியின் அறையை நோட்டம்விட்டாள் மங்கா. அன்றொரு நாள் தானும், வேங்கடியும் மஞ்சத்தின் அடியில் இருந்த பெட்டியில் இருந்து நாசிகாபராணத்தை எடுத்தது நினைவுக்கு வந்தது. வேங்கடி கூறியது உண்மைதான். நாசிகாபராணம் அணிந்த பிறகுதான் எதிரிகளை எதிர்த்துப் போராட வேண்டும் என்கிற மனோதைரியமும், சாதுர்யமும் இவளிடம் நிரம்பி வழிகிறது. `நாசிகாபரணம் அணிந்த வேளை, உனது எதிரிகள் காணாமல் போவார்கள்' என்றாளே வேங்கடி.

தன்னையும் அறியாமல், தனது நாசிகாபரணத்தைத் தொட்டுப்பார்த்தபடி நின்றுகொண்டிருந்தவள், சட்டென்று திரும்பி வேங்கடியை நோக்கினாள். அவளது சிந்தையில் பளிச்சென்று ஒரு மின்னல். வேங்கடியை நோக்கி வேகமாக நகர்ந்து, அவளது செவிகளில் ஏதோ கிசுகிசுக்க, வேங்கடி தலையாட்டினாள்.

தன் சிற்றன்னை ஒரு புதிய திட்டத்தை வேங்கடியிடம் கூறுகிறாள் என்பதை உணர்ந்து, அவளது சாதுர்யத்தை மனதினுள் போற்றியவாறு நின்றுகொண்டிருந்தாள் ரங்காத்மஜா.

வேங்கடியிடம் பேசிவிட்டு, சௌந்தராவையும் தனது பக்கம் அழைத்து அவளது காதிலும் கிசுகிசுத்தாள்!

"வந்த பின் போராடுவதைவிட, வருமுன் காப்பது நல்லது!" என்ற கடைசி வரியை மட்டும் பொதுவாக அனைவருக்கும் சொல்லிவிட்டு, அறையைவிட்டு நீங்கி கிழக்குப் பகுதியில் இருந்து வடக்குப் பகுதி வழியாக தனது அந்தப்புரம் இருந்த மேற்குப் பகுதியை நோக்கி நடந்தாள்.

அவள் வடக்குப் பகுதிக்குத் திரும்பி நீண்ட இடைக்கழியில் நடக்க, நிலாமுற்றத்தில் சடசடவென்று மழை பெய்யத் தொடங்கியது. இங்கும் அங்குமாக ஏற்றப்பட்டிருந்த தீப்பந்தங்கள் காற்றிலும், மழையிலும் அணையத் தொடங்கின.

"பலே கைகாரியாக இருக்கிறாயே மகளே!" மங்காவின் தந்தை வேங்கடப்பாதான் தன் மகளின் துணிவைக் கண்டு மகிழ்ந்து,

இடியாக முழங்கி அவளைப் பாராட்டுகிறாரோ... மின்னலாக பளிச் பளிச்சென்று பற்களைக் காட்டிச் சிரிக்கிறாரோ... அவளது போராடும் குணத்தைக் கண்டு மெச்சி மழையாக ஆனந்த கண்ணீர் வடிக்கிறாரோ?

பேய் மழை குத்துவாள்களாக மயிலங்கி நிலத்தைப் பதம்பார்க்க, மங்கா தனது அறையினுள் நுழைந்தாள்.

`எல்லாம் திட்டமிட்டபடியே நடைபெறுகின்றன. அடுத்தது மயிலங்கிப் பொக்கிஷம் மட்டும் கிடைத்துவிட்டால், இவளுக்கு பெரும் வெற்றிதான்' - தனக்குள் யோசித்தபடி சிறு செவ்வந்தி புஷ்பம் ஒன்றினால், எரியும் தீபத்தை அணைத்தாள். பிறகு கட்டிலில் சரிந்து உறங்கத் தொடங்கினாள்.

அவள் கண்களை மூடிய அதே வேளையில் அரண்மனையின் வாயிற்காவலன், ரங்கராயர் மழையில் நனைந்தபடி வருவதைக் கண்டதும், கதவை அவசரமாகத் திறந்தான். அவர் உள்ளே நுழையும்போதுதான் அவர் கையில் ஏந்தியிருந்த வாளைப் பார்த்தான்.

வெள்ளமாக ஓடிய மழைநீர், பலத்த காற்று, இடியின் முழக்கம், மின்னலின் பாய்ச்சல் எதுவுமே ரங்கராயரை பாதிக்கவில்லை. `ரங்காத்மஜா மயிலங்கி அரண்மனையில் இருந்தால், அடுத்த கணம் மங்காவின் உயிர் பறிக்கப்படும்' என்கிற வெறியோடு உள்ளே சென்றுகொண்டிருந்தார்.

தனக்காக ஓர் அக்னிப்பரீட்சை காத்திருப்பது உணராமல், நிம்மதியாக உறங்கிக்கொண்டிருந்தாள் மங்கா.

- தொடரும்

அத்தியாயம் 39

நடுநிசியில் ஒரு கண்கட்டு வித்தை

ஈர உடையுடன், கையில் ஓங்கிய வாளுடன் நடந்த மன்னரைத் தடுப்பதா, அல்லது பணிவதா என்று இரவு வேளை காவலர்களுக்குத் தெரியவில்லை. உருண்டு பருத்த, குள்ளமான தேகத்தை மன்னர் கொண்டிருந்தாலும், கோபத்தால் சீறும் முள்ளம்பன்றியைப் போன்று அவர் தேகத்தின் மயிர்கால்கள் சினத்தால் சிலிர்த்திருந்தன. மங்காவின் அந்தப்புரத்தை நோக்கி நடக்க, எதிரே வந்த பணியாள் ஒருவன், மன்னரைக் கண்டதும் பாதியாக வளைந்து பணிய, அவனை இடக்கையால் பிடித்து உலுக்கி ஆக்ரோஷத்துடன் தள்ளினார் திருமலை ரங்கராயர்.

மங்காவின் சயன அறை இருந்த நடைமண்டபத்தில் இரண்டு காவலர்கள் ரோந்து பார்த்துக்கொண்டிருக்க, அந்த நள்ளிரவில் மன்னரின் வருகை அவர்களைப் பதற்றமடையச் செய்தது. “சற்றுப் பொறுங்கள் அரசே! தாதியை விட்டு அரசியாரை எழுப்புகிறோம்” என்று ஒருவன் சொல்ல, ஆவேசத்தோடு அருகில் இருந்த வெண்கல பூஜாடியை எட்டி உதைத்தார் ரங்கராயர்!

“உள்ளே என்ன சதியைத் தீட்டிக்கொண்டிருக்கிறாள் உங்கள் அரசி?” என்று கர்ஜித்தார்.

பூஜாடி உருளுவதைக் கேட்டதுமே சட்டென்று விழிப்பு வந்துவிட்டது மங்காவிற்கு. வெளியே கணவனின் குரலைக் கேட்டதும் சற்றே வியப்புடன் சாளரத்தின் வழியாக வெளியே பார்த்தாள். எங்கும் இருள் பரவிக் கிடைக்க, மழை பலமாகப் பெய்துகொண்டிருக்கும் ஒலி கேட்டது. இன்னுமா மழை பெய்து கொண்டிருக்கிறது! இந்த நள்ளிரவில் கொட்டும் மழையில் எதற்கு வந்திருக்கிறார் அவளது கணவர்?

“அடியே சதிகாரி... கதவைத் திறடி! என் மகளை எங்கே ஒளித்து வைத்திருக்கிறாய்?” கணவனின் குரல் கேட்டதும், தன்னை சுதாரித்துக்கொண்டாள். இவளது திட்டத்தை ரங்கராயர் யூகித்துவிட்டாரா... எப்படி? இப்போது என்ன செய்வது?

பதற்றம் அடையாமல் தனது மஞ்சத்தில் அமர்ந்தபடி யோசித்தவள், நேராக திரைச்சீலையருகே சென்று அங்கே ஊசாலாடிக்கொண்டிருந்த கயிற்றைப் பிடித்து இழுக்க, தொலைவில் எங்கோ மணிச்சத்தம் ஒலித்தது. நல்லவேளையாக கொட்டும் மழையின் இரைச்சலில் மணிச் சத்தம் ரங்கராயரின் செவிகளில் கேட்கவில்லை.

நிதானமாகச் சென்று கதவைத் திறந்தாள் மங்கா.

வெளியே உக்கிரத்தின் உச்சகட்டத்தில் நின்றிருந்தார் ரங்கராயர்.

“மழை வரும்போதே நினைத்தேன், நீங்கள் வருவீர்கள் என்று! இவ்வளவு அவசரமாக வந்திருக்கிறீர்கள் என்றால், ரங்காத்மஜாவைப் பற்றி நல்ல சேதி கிடைத்திருக்க வேண்டும் என்று நினைக்கிறேன்” - மிகவும் ஆவலுடன் முகத்தை வைத்துக்கொண்டாள் மங்கா.

“பசப்பாதே! பிள்ளையையும் கிள்ளிவிட்டு தொட்டிலையும் ஆட்டுகிறாயா? நீ பெற்ற பெண்ணாக இருந்தால் இப்படிச் செய்வாயா? சககளத்தியின் மகள்தானே என்கிற அலட்சியம்” - ரங்கராயர் அலறினார்.

அவரை கையைப் பற்றி உள்ளே இழுக்க, அவர் அவளது கையைத் தட்டிவிட்டார்.

“என்னைத் தீண்டாதே, நான் சரசத்திற்கு வரவில்லை!” - ரங்கராயர் காட்டத்துடன் கூறினார்.

“ஐயோ..! உங்களைப் போய் சரசத்திற்கு அழைப்பேனா? நீங்கள் பொக்கிஷங்களுக்காக என்னை மணந்துகொண்டீர். நான் எனக்கு ஒரு காவல் வேண்டும் என்று தங்களை மணந்துகொண்டேன். சரசமாடவும், சம்போகம் செய்யவும், குழந்தை பெற்றுக்கொள்ளவும் எண்ணம் இருந்தால், நான் எதற்கு வயதான ஒருவரை மணந்துகொள்ளப் போகிறேன். என்னை

பொக்கிஷங்களுக்காகவும், அழகுக்காகவும் மணந்துகொள்ள நிறைய பேர் இருக்க, உங்களை நான் தேர்ந்தெடுத்த காரணமே, உங்கள் அழகிய மகள் ரங்காத்மஜாதான். அவளது கனிவான முகத்தைக் கண்டு, நமக்கு குழந்தை பிறக்காமல் போனாலும், பிள்ளைப்பேறு நோவு அனுபவிக்காமல் ரங்காத்மஜா போன்ற ஒரு மகளைப் பெறுவோம் என்றுதான் தங்களை மணந்துகொண்டேன்" என்று தொடர்பு இல்லாமல் பேசிக்கொண்டிருந்தாள். கிழக்கு அறையில் இருக்கும் ரங்காத்மஜாவை எச்சரித்துவிட்டோம் என்கிற நிம்மதி, அவளது பதற்றத்தை பெருமளவில் குறைத்திருந்தது.

"ரங்காத்மஜா ஆற்று நீரோடு போகவில்லை. அவளை நீதான் ஆள் வைத்துக் கடத்தியிருக்கிறாய்! சத்யகல்லில் ரதத்தை ஒரு வாலிபன் ஓட்டிச் செல்ல, அதில் ரங்காத்மஜாவும், ஒரு முதியவளும் அமர்ந்திருந்ததாக கிழக்கிந்திய கம்பெனி அதிகாரிகள் பார்த்துவிட்டு, மைசூர் மன்னரிடம் சொல்ல, ராஜா வோடேயார் அதனை என்னிடம் தெரிவித்தான். நீதான் உனது மாளிகையில் ரங்காத்மஜாவை ஒளித்து வைத்திருக்கிறாய்" - பகிரங்கமாகக் குற்றம் சாட்டினார் ரங்கராயர்.

"இதென்ன அபாண்டம்! என் மகளை நானே கடத்துவேனா? நமது குடும்பத்தைப் பிரித்தாளும் சூழ்ச்சியில் மைசூர் சமஸ்தானம் ஈடுபட்டிருக்கிறது. நான் நேற்றுதான் என் திவானிடம் கட்டளையிட்டேன். எனக்குப் பிறகு மயிலங்கி அரசியாக ரங்காத்மஜாவை நியமித்து, அவளிடம் மயிலங்கிப் பொக்கிஷங்களைத் தரப்போகிறேன். எனக்கு பிள்ளையா... குட்டியா? யாரை நான் வாரிசாக நியமிக்கப்போகிறேன்? ரங்காத்மஜாவுக்கு பிள்ளை பிறந்து அவன் ஸ்ரீரங்கப் பட்டணத்தையும், மயிலங்கியையும் சேர்த்து ஆளட்டும். உங்களைப்போன்று மைசூருக்கு அடிமையாகாமல், அவனாவது மைசூரையும் கைப்பற்றி மாவீரனாகத் திகழட்டுமே என்கிற எண்ணம்கொண்டவள் நான். என் மீதா இந்த அபாண்டம். கேளுங்கள், நீங்கள் சந்தேகப்படுவது போன்று ரங்காத்மஜா எனது மாளிகையில் இருந்தால் நானே அக்னிப்பிரவேசம் செய்கிறேன்" - வார்த்தை ஜாலம் புரிந்தாள் மங்கா. இதன் மூலம் வேங்கடிக்குத் தனது திட்டத்தைச் செயல்படுத்த அவகாசத்தை ஏற்படுத்தித் தந்தாள்.

`வந்த பிறகு போராடுவதைவிட, வருமுன் காப்பது மேல்!' என்று கூறிவிட்டுத்தானே வந்திருந்தாள்.

"நீ தீயில் புக வேண்டாம்! என்னை ஏமாற்றியதற்கு எனது வாளால் நானே உனது தலையை வெட்டித் தள்ளுவேன்!" என்றார் ரங்கராயர்.

"மழை பெய்வதால் குளிருக்குக் கதகதப்பாக அக்னிப்பிரவேசம் செய்யலாம் என்று பார்த்தேன். சரி, உங்கள் ஆசையைக் கெடுக்க வேண்டாம். நீங்கள் வாளை உபயோகித்து பல காலம் ஆகிறதே! ஒருவேளை வாள் மழுங்கியிருந்தால்? எனது கழுத்தில் இறங்க மறுத்தால்... ஒரு பெண்ணைக்கூட வெட்டி வீழ்த்த தங்களுக்கு பலமில்லை என்று நாளைய சரித்திரம் உங்களை இகழ வேண்டாம். வாளைக் கொடுத்தால் எங்கள் தளவாடப் பொறுப்பாளனிடம் தந்து கூர்படுத்திவிடுகிறேன். அதுவரையில், நீங்கள் ரங்காத்மஜா எனது அரண்மனையில் இருந்தால் தேடிக் கண்டுபிடியுங்கள்" - மங்காவின் குரலில் நையாண்டி தொனித்தது.

"உனது திமிருக்கு இன்று முடிவுகட்டுகிறேன். என் மகள் இங்கே இருந்தால் அவள் மைசூருக்கு ஒப்படைக்கப்படுவாள். கூடவே உனது பிணமும்" - மன்னர் கூற, மங்கா சிரித்தாள்.

"ஒரு பிணம் இல்லை, இரண்டு பிணம்! மைசூருக்கு மணமுடிக்கப்பட்டால், ரங்காத்மஜாவும் நடைப்பிணம் ஆவாள்!" - மங்கா கூற, கோபத்தோடு சிரித்தார் ரங்கராயர்.

"ஆக, மைசூர் இளவரசனை அவள் மணப்பதில் உனக்கு விருப்பமில்லை என்பதைத் தெளிவுபடுத்திவிட்டாய். எனவேதான் இந்தக் கடத்தல் நாடகத்தை அரங்கேற்றினாய் அல்லவா? நான் அரண்மனை முழுவதும் ஓர் இடம் விடாமல் தேடிவிட்டு வரப்போகிறேன். நான் ரங்காத்மஜாவுடன் வந்தால், நீ இறப்பதற்குத் தயாராக இரு!" என்று கூறிவிட்டு நடந்தார்.

ஆயாசத்துடன் மஞ்சத்தில் சரிந்த அலர்மேல் மங்கா, சிலை போன்று அமர்ந்திருந்தாள்!

வைக்கோற்போரில் விழுந்த ஊசியைத் தேடி எடுக்க முடியுமோ? தனது தங்க ஊசியை அந்த நள்ளிரவில் மயிலங்கி அரண்மனை

என்கிற வைக்கோற்போரில் தேடிக்கொண்டிருந்தார் திருமலை ரங்கராயர். என்னதான் இருந்தாலும் அரசியின் கணவன் அல்லவா... பணியாள் ஒருவன் தீப்பந்தத்தை ஏந்தி முன்னே செல்ல, அரண்மனை அதிகாரியின் உதவியாளன் ஒருவன் அரண்மனையின் எல்லா மூலைகளுக்கும் அவரை அழைத்துச் சென்றான்.

மங்காவின் பொக்கிஷங்களை அபகரிப்பதற்கே அவளை மணந்துகொண்டிருந்தார். ஆனால் அவளோ, இவரது பொக்கிஷமான ரங்காத்மஜாவையே அபகரித்துவிட்டாள். மயிலங்கி அரண்மனை மேற்கே பார்த்து நின்றதால், அரண்மனையின் மேற்கு பகுதிகளிலேயே கொலுமண்டபம், ஆலோசனை அறைகள், அந்தப்புரம், விருந்தினர் அறைகள் எல்லாமே இருந்தன. வடக்குப் பகுதியில் அரசாங்க அலுவலறைகள், பட்டயச் சுவடி அறைகளும் இருந்தன. தெற்குப் பகுதியில் காவலர்கள், பணியாட்கள், தோழிகள் தங்கும் அறைகளும் தளவாட அறைகளும் இருந்தன. கிழக்கில், பழைய அந்தப்புரம் இப்போது தானியக் கிடங்காக உபயோகிக்கப்பட்டு வந்தது. தானிய மூட்டைகளின் பின்புறமாக, ரங்காத்மஜா தங்கியிருந்த திவ்யலஹரியின் அறை இருந்தது.

மேற்கு, வடக்கு மற்றும் தெற்கு மூன்று பகுதிகளையும் தேடிவிட்டார் மன்னர். எங்கும் ரங்காத்மஜா தென்படவில்லை. ராஜா வோடேயார் சொன்னது உண்மைதானா... அல்லது மங்காவின் மீதுள்ள காழ்ப்புணர்ச்சியில் கதை கட்டிவிட்டனரா?

அப்போது திடீரென்று மழை நின்றுவிட, நுணல்களின் இரைச்சல்களைத் தவிர அந்த அரண்மனை நள்ளிரவின் நிசப்தத்தில் மூழ்கியிருந்தது. அப்போது ஒரு சதங்கை சத்தம் கேட்க, சட்டென்று திரும்பிப் பார்த்தார் ரங்காராயர். ஒரு தாதிப்பெண் கையில் விளக்குடனும் கலயத்துடனும் நிலாமுற்றத்தின் வழியாக கிழக்குப் பகுதியை நோக்கி சென்றுகொண்டிருந்தாள்.

"கிழக்குப் பகுதியில் என்ன இருக்கிறது?" - ரங்கராயர் கேட்டார்.

"வெறும் தானியக் கிடங்குகள் மட்டுமே உள்ளன அரசே!"

“தானியக் கிடங்குகள் மட்டுமே இருந்தால், அந்தப் பெண் ஏன் அந்தப் பகுதிக்குப் போகிறாள்... யார் அவள்?” - மன்னர் கேட்டார்.

“அவளது பெயர் பூரணம்மா! அரண்மனை வைத்தியரின் மகள். அவள் எதற்காக இந்த வேளையில் அங்கே போகிறாள் என்பது எனக்குத் தெரியவில்லை!” - காவலன் கூற,

அவனை `நட’ என்று சைகை காட்டினார் மன்னர். உப்பரிகையில் இருந்து இறங்காமல், வடக்குப் பகுதி வழியாக கிழக்குப் பகுதியை நோக்கி நடந்தார்கள்.

பூரணம்மா விளக்கு அணைந்துவிடாதபடி லாகவமாக அதனை ஏந்தி, மற்றொரு கையில் கலயத்துடன் தொடர்ந்து நடந்தாள். கிழக்குப் புறம் வந்ததும், நிலா முற்றத்தில் இருந்த படிகளில் ஏறி மேலே இருந்த இடைக்கழிக்கு வந்தாள். அவள் குறிப்பிட்ட ஓர் அறைக்குள் நுழைவதைப் பார்த்த ரங்கராயர் அந்த அறையை நோக்கி நடந்தார்.

ரங்காத்மஜா தங்கியிருக்கும், மங்காவின் பாட்டி திவ்யலஹரியின் அறைதான் அது.

விரைவாகச் சென்ற ரங்கராயர், தனது காலால் ஓங்கி அறைக்கதவை எட்டி உதைக்க, தூண் பிளப்பது போன்று கதவு திறந்தது. உள்ளே மஞ்சத்தில்... ரங்காத்மஜா.

“மகளே..!”

பாய்ந்து சென்று மஞ்சத்தில் கிடந்தவளின் கைகளைப் பற்றினார். படுக்கையில் கிடந்தது ரங்காத்மஜா அல்ல... ஒரு கர்ப்பிணிப் பெண். சௌந்தராதான் கர்ப்பிணிப் பெண்ணாக வயிற்றில் தலையணையைக் கட்டிக்கொண்டு படுத்திருக்க, பூரணம்மா அவளுக்குக் கஷாயத்தைப் புகட்டிக்கொண்டிருந்தாள்.

“அரசே..!” – வேங்கடி, ராயரைப் பணிந்தாள்.

“என்ன நடக்கிறது இங்கே?” - ரங்கராயர் அதட்டினார்.

“என் தங்கையின் பெயர்த்தி இவள்! கயவன் ஒருவனை நம்பி ஏமாந்தாள்! அவளுக்கு பிள்ளைப்பேறு காலம்

நெருங்கிவிட்டது. அரசியார்தான் மனது இரங்கி அவளுக்கு இங்கே அடைக்கலம் கொடுத்திருக்கிறார். ரகசியமாக இங்கே பிள்ளைப்பேறு நடைபெறுகிறது. பிள்ளை பிறந்ததும், அவளை அனுப்பிவிடுவோம் மன்னா!" - வேங்கடி கூற, சரியாக பூரணம்மாவும் அந்த நாடகத்திற்கு மெருகேற்றினாள்.

"வேங்கடியம்மா, உங்கள் மகளுக்கு வந்தது வெறும் பொய் வலியே! பிரசவத்திற்கு முன்பாக இப்படித்தான் நரம்புகள் இழுக்கும். அதனை பிரசவ வலி என்று நினைப்பார்கள். பிள்ளை பிறக்க இன்னும் ஒரு வார காலம் ஆகலாம்."

மன்னர் ரங்கராயர் ஏமாற்றத்துடன் அறையைவிட்டு நடந்தார். `மைசூர்ராஜாவோடேயாரைநம்பிஇவ்வளவுதொலைவுவந்தது தவறு! முன்யோசனையின்றி மங்காவிடம் வார்த்தைகளைக் கொட்டியதும் தவறுதான். ஸ்ரீரங்கப்பட்டணத்தில் ஆற்றில் விழுந்த மகள், சத்யகல் வரையில் நீந்தியிருப்பாள் என்பதே ஜீரணிக்க இயலாத விஷயம். நீச்சல் தெரியாத பெண்ணால் எங்ஙனம் அவ்வளவு தொலைவு தாக்குப்பிடிக்க முடியும்?' ஆவேசம் குறைந்து யோசனை செய்யத் தொடங்கியவர், அடங்கிய ஆட்டுக்குட்டியாக மங்காவின் சயன அறையில் நுழைந்தார்.

"அவசரப்பட்டுவிட்டேன் மங்கா! உன் மீதுள்ள துவேஷத்தில் மைசூர் கிளப்பிய கட்டுக்கதை. அதை நான் நம்பியிருக்கக் கூடாது. ஆசை மகள் உயிருடன் இருக்கக்கூடும் என்கிற எண்ணத்தில், உன்னைக் கோபித்துவிட்டேன்" - குழந்தையைப் போன்று புலம்பிய ரங்கராயரை கட்டிலில் படுக்கவைத்தாள் மங்கா.

"உங்களை இதுநாள் வரையில் மதிக்காத மைசூர், உங்கள் மகளை பெண் கேட்டு வந்தது எனது பொக்கிஷங்களுக்காகத்தான். ரங்காத்மஜா ஆற்றில் விழுந்தபோது, ராஜா வோடேயார் ஆற்றில் குதித்து தன் வருங்கால மனைவியைக் காப்பாற்றி இருக்கலாமே! அதைவிட்டு என் மீது ஏன் வசை பாடுகிறார்? நான் கூறுவதைக் கேளுங்கள். ஒருவேளை, மைசூருக்கு அவள் பேசப்படாமல் இருந்தால் அவள் நம்முடன் வாழ்ந்திருப்பாளோ!" - மங்கா கூறிவிட்டு ரங்கராயரின் பாதங்களைப் பிடித்துவிட,

ஆயாசத்தாலும் ஆர்பாட்டத்தாலும் களைத்துப்போயிருந்த ராயர் உறக்கத்தில் நழுவ, அவர் உறங்கிவிட்டதற்கு அடையாளமாகக் குறட்டை ஒலியை எழுப்ப, மங்கா ஒலி எழுப்பாமல் அறையைவிட்டு வெளியேறினாள்.

தனது அந்தரங்க மெய்க்காப்பாளன் பவன ஷெட்டியை அழைத்தாள்.

"நான் இனி ஒரு வார காலம் எங்கும் செல்லப்போவதில்லை! அரண்மனையிலேயேதான் இருக்கப்போகிறேன். எனவே, உங்கள் காவல் எனக்கு இப்போது தேவையில்லை. உங்களால் வேறு ஒரு காரியம் ஆக வேண்டியுள்ளது. ஸ்ரீரங்கப்பட்டண இளவரசி ரங்காத்மஜாவையும், வேங்கடியையும் கொளத்து நாடு இளவரசர் வாயு விக்ரமன் வசம் ஒப்படைத்துவிட்டு வாருங்கள். மன்னர் காலையில் கண்விழிக்கும் வேளையில், ரங்காத்மஜா இங்கே இருக்கக்கூடாது!" என்று கட்டளையிட, பவன ஷெட்டி தலையசைத்தாள்.

தனது சயன அறையின் சாளரம் வழியே, வடக்குப் பகுதி திட்டிவாசல் வழியாக வெளியேறும் அந்த மூன்று உருவங்களைப் பார்த்தாள் மங்கா. உயர்ந்து நெட்டையாகக் காணப்படும் உருவம் பவன ஷெட்டியுடையது. வளைந்து சற்று கூனல்போட்டுச் செல்வது வேங்கடி. நடுவே செல்வதுதான் ரங்காத்மஜா என்பதைப் புரிந்துகொண்டு கையை ஆட்டிய மங்கா, பிறகு திரும்பி உறங்கிக்கொண்டிருந்த கணவனை நோக்கினாள்.

அது சரி!

மன்னர் ரங்கராயர் திவ்யலஹரியின் அறைக்குள் தடாலடியாக பிரவேசம் செய்தபோது, மஞ்சத்தில் கர்ப்பிணியாக தோழி சௌந்தரா படுத்திருக்க, அருகே வேங்கடியும் பூரணம்மாவும் நின்றிருந்தனர்! அப்போது ரங்காத்மஜா எங்கே இருந்தாள்?

திவ்யலஹரியின் மஞ்சத்தின் அடிப்பகுதி கலைப்பொருட்களை வைக்கும் பெட்டகமாக இருந்தது அல்லவா? மாலையே அந்தப் பெட்டகத்தில் இருந்த கலைப்பொருட்களை அப்புறப்படுத்திவிட்டு, அந்தப் பெட்டகத்தில் ஒருவர்

ஒளிந்துகொள்ளும் அளவிற்கு இடம் தயார்செய்து வைத்திருந்தாள் வேங்கடி! மன்னர் வருகிறார் என்கிற எச்சரிக்கை மணியை மங்கா ஒலிக்க, அதனைக் கேட்டு காவல் மண்டபத்துக் காவலன் கயிற்றை இழுக்க, எச்சரிக்கை மணி ஒலித்ததும் ரங்காத்மஜா கட்டிலின் அடியில் புக, கட்டில் பெட்டகத்தை மூடிவிட்டு அதன் மேல் பஞ்சணையை விரித்தாள் வேங்கடி. உடனே கர்ப்பிணி வேடம் தரிப்பதற்காக தலையணையை வயிற்றில் கட்டிக்கொண்டு சௌந்தரா மஞ்சத்தில் படுத்தாள்.

கட்டிலின் அடியில் இருந்த துளையின் வழியாக தந்தை ரங்கராயரின் பாதரட்சை அணிந்த பாதங்களைக் கண்டு நமஸ்கரித்து, அப்போதே தனது திருமணத்திற்கு ஆசி வாங்கிவிட்டாள் ரங்காத்மஜா.

- தொடரும்

அத்தியாயம் 40

புதிருக்கு விடை கிடைத்தது.

திடீரென்று நள்ளிரவில் கணவன் எரிமலையாக வெடித்துக்கொண்டு வர, அவரது உக்கிரத்தைக் குறைத்து, சாதுர்யமாக ரங்காத்மஜாவையும் அவரது கண்களில் படாமல் காத்து, சூழ்நிலையைச் சமாளித்திருந்தாள் மங்கா. ஆனால் இனியும் ரங்காத்மஜா மற்றும் வாயு விக்ரமனது திருமணத்தைத் தாமதப்படுத்துவது அனைவருக்கும் நல்லதல்ல எனத் தோன்றிவிட, ரங்கராயர் உறங்கச் சென்றதும், பவனஷெட்டியின் பாதுகாப்பில் ரங்காத்மஜாவையும் வேங்கடியையும் கொளத்து நாட்டுக்கு அனுப்பி விட்டிருந்தாள்.

கணவன் ஸ்ரீரங்கப்பட்டணத்துக்குப் புறப்பட்டுச் சென்றதும், தான் தீர்த்த யாத்திரை மேற்கொள்வதாகப் பொது அறிவிப்பு ஒன்றை வெளியிட்டுவிட்டு, கொளத்து நாட்டுக்குப் புறப்பட்டுவிட்டாள் அலர்மேல் மங்கா. ரங்காத்மஜாவின் பெற்றோர் சார்பாகத் தானே திருமணச் செலவுகளை ஏற்று, திருமணத்தை நடத்தித் தருவதாக கோலாத்ரி சமஸ்தானத்திடம் கூறியிருந்தாள். அலர்மேல் மங்கா கொளத்து நாட்டிற்கு வந்ததும், வாயு விக்ரமனுக்கும் ரங்காத்மஜாவுக்கும் திருமண ஏற்பாடுகள் தீவிரம் அடைந்திருந்தன. திருமணம் ரகசியமாக நடைபெறவிருப்பதால், மற்ற சமஸ்தான மன்னர்களுக்கும் அழைப்பு இல்லை. சம்பாஜிக்கு மட்டும் விக்ரமன் தூதன் மூலம் ஓலை அனுப்ப, சம்பாஜி பதில் ஓலை அனுப்பியிருந்தான்.

'முகலாயர்களுடனான போர் தீவிரம் அடைந்துள்ள நிலையில், திருமணத்திற்கு வர இயலாததற்கு வருந்துகிறேன் நண்பா. மீண்டும் செஞ்சி செல்லும்போது, உங்களை வந்து காண்கிறேன்' என ஓலையில் குறிப்பிட்டிருந்தான்.

நல்ல முகூர்த்த நாளில் ரங்காத்மஜாவின் கழுத்தில் மங்கல நாணைப் பூட்டினான் வாயு விக்ரமன். கோலாத்ரி பரசு வடக்கன் பெருமாளுக்கும், அவர் மனைவி கனகமணிக்கும் பெருமை. "மருமகள் வந்துவிட்டதால் வரப்போகும் திருநாவாய் புஷ்கரில் விக்ரமனும், அவன் மனைவி ரங்காத்மஜாவும் கங்கைக் கலசத்தை தலையில் சுமக்கலாம்" என்று பேசிக்கொண்டனர். பாட்டி சுகஜீவன அந்தர்ஜனமோ, ரங்காத்மஜாவை விட்டு விலகவேயில்லை. அவளையே சுற்றி வந்தாள்.

மயிலங்கி அரசியே தன் பெயரனின் திருமணத்தை விமர்சையாக நடத்தித் தந்தார் என்பதில் அவளுக்குப் பெருமை. "என் பெயரன் பாக்கியசாலி!" என்று அரற்றிக்கொண்டே இருந்தாள். திருமணம் முடிந்து மறுநாளே அனைவரும் திருநாவாய்ப் பகுதிக்குச் சென்றனர்.

திருநாவாயில் இறந்தவர்களுக்குப் பிண்டம் வைத்து வழிபட்டால், இறந்த மூதாதையர்கள் சாந்தி பெறுவார்கள் என்கிற சாங்கியத்தைப் பற்றி சுகஜீவன அந்தர்ஜனம் கூற, மங்கா இறந்த தனது தந்தைக்குப் பிண்டம் வைத்து வழிபடத் தீர்மானித்தாள்.

திருநாவாய் நவமுகுந்தன் ஆலயம், பாரத புழா ஆற்றங்கரையில் அமைந்திருந்தது. (தற்போது இந்த ஆற்றை `பொன்னானி' என்று அழைக்கிறார்கள்.) இந்தப் பகுதியை `திருமூர்த்தி சங்கமம்' என்று அழைத்தனர். ஆற்றின் மறுகரையில் பிரம்மாவுக்கும் சிவனுக்கும் ஆலயங்கள் உண்டு. காசிக்கு நிகரான பெருமை வாய்ந்த திருநாவாய் பாரத புழா ஆற்றங்கரையில் நின்றிருந்தனர் அலர்மேல் மங்காவும் ரங்காத்மஜாவும்.

அனைவரும் ஆற்றில் இறங்கி நீராடினார்கள்.

"ரங்காத்மஜா, பார்த்து நீராடு! காவிரி ஆற்றில் காணாமல் போனதுபோல, இந்த ஆற்றிலும் காணாமல் போய்விடப்போகிறாய்" - ரங்காத்மஜாவின் காதில் விக்ரமன் கிசுகிசுத்தான்.

"நான் ஆற்றோடு போனால், என் உயிர் மட்டும்தான் போகும். உங்கள் இடையில் உள்ள வஸ்திரம் ஆற்றோடு போனால், இனி

உங்கள் மானத்தோடு எனது மானமும் போகும். ஆகவே, என் மீது காட்டும் அக்கறையை உங்கள் இடையில் உள்ள ஆடையின் மீது காட்டுங்கள்'' என்று பதிலுக்குக் கிசுகிசுத்தாள் ரங்காத்மஜா.

அவர்களது உற்சாகப் பரிமாற்றங்களை ஓரக்கண்ணால் பார்த்துப் பரவசப்பட்டாள் மங்கா. இவளுக்குத்தான் இம்மாதிரி ஆனந்தங்கள் கிடைக்கவில்லை. திருமணம் செய்து வைக்கக்கூட பெற்றோர் இல்லை. பாதுகாப்பு வேண்டி திருமலை ரங்கராயரை மணந்துகொண்டாள். இவள் அனுபவித்த வேதனைகளை ரங்காத்மஜா அனுபவிக்கக் கூடாது என்றுதானே அவள் காதலித்தவனையே அலர்மேல் மங்கா திருமணம் செய்துவைத்திருந்தாள்.

வாயு விக்ரமனின் தந்தை பரசு வடக்கன் பெருமாள், தாய் கனகமணி இருவருமே பேரழகுப் பெட்டகமான தன் மருமகள் ரங்காத்மஜாவைக் கண்டு பிரமித்து நின்றிருந்தனர்.

வாயு விக்ரமன் மற்றும் ரங்காத்மஜா இருவரும் தலையில் பொற்குடங்களில் பாரத புழா ஆற்றின் நீரை எடுத்து தலையில் சுமந்து சென்று ஆலயத்தில் வழங்க, நாவாய் நவமுகுந்தனுக்கும் மலர்மங்கை நாச்சியாருக்கும் அபிஷேகம் நடந்தது. அபிஷேகம் முடிந்ததும் பாரத புழாவில் மாமாங்கம் தொடங்கியது. ஆலய தரிசனம் முடிந்து அனைவரும் மீண்டும் பாரத புழா ஆற்றுக்கு வந்தனர். ஆற்றில் நீராடி தங்கள் முன்னோர்களுக்கு பலி தர்பணம் மற்றும் திதி வழங்கத் தொடங்கினர்.

பாரத புழாவில் மாமாங்கம் துவங்கியதும், அலர்மேல் மங்கா உணர்ச்சியுடன் கூறினாள். "காவிரிப் புஷ்கரத்தில் உன்னை பெற்றோரிடம் இருந்து பிரித்தேன். இங்கே பாரத புழா மாமாங்கத்தில் உன்னை உன் கணவனோடு சேர்த்துவிட்டேன். மயிலங்கிப் பொக்கிஷங்கள் கிட்டியிருந்தால்கூட எனக்கு இவ்வளவு சந்தோஷம் கிடைத்திருக்காது!'' என்றாள் மங்கா.

"உங்கள் ஸ்ரீரங்கப்பட்டணத்தில் பன்னிரண்டு வருடங்களுக்கு ஒருமுறை, துலா காவிரிப் புஷ்கரம் நடப்பதுபோன்று, இங்கே திருநாவாயில் பன்னிரண்டு வருடங்களுக்கு ஒருமுறை மாமாங்கம் நடைபெறும். ஆற்றில் நீராடி, உங்கள் மூதாதையரிடம் வரங்களைக் கோரி பிண்டம் வையுங்கள்.

உடனே அது நிறைவேறும் என்பது இங்கு இருப்பவர்களின் நம்பிக்கை!" - சுகஜீவன அந்தர்ஜனம் கூற, உடனே அலர்மேல் மங்காவுக்கு ஒரு யோசனை.

"என் பாட்டனார் ராம ரகோத்தம சூரியப்பாவுக்கும், அவரின் மனைவி திவ்யலஹரிக்கும், என் தந்தை ராம ரகோத்தம வேங்கடப்பாவுக்கும், என் தாய் பத்ம மாலாவுக்கும் நான் பிண்டம் வைக்கிறேன். அவர்கள் எனக்கு மயிலங்கிப் பொக்கிஷம் இருக்கும் இடத்தைத் தெரியப்படுத்தட்டும்" - நம்பிக்கையுடனும் தீர்மானத்துடனும் கூறிய அலர்மேல் மங்காவை, தன் குலகுரு பார்கவப் பட்டாத்ரியிடம் அழைத்துச் சென்றான் வாயு விக்ரமன்.

வாயு விக்ரமனும் ரங்காத்மஜாவும் அலர்மேல் மங்காவின் பின்பாக நிற்க, பாரத புழாவின் முழங்கால் அளவு தண்ணீரில் நின்று பார்கவப் பட்டாத்ரி மந்திரங்களை முழங்க, தன் பாட்டனுக்கும், தந்தைக்கும், பாட்டிக்கும், தாய்க்கும் பிண்ட தர்ப்பணம் செய்தாள் அலர்மேல் மங்கா.

"என் மூதாதையர்கள் நான் அளித்தப் பிண்டத்தை ஏற்றுக்கொண்டார்கள் என்பதை நான் எப்படி அறிந்துகொள்வது?" - அலர்மேல் மங்கா, பார்கவப் பட்டாத்ரியைக் கேட்டாள்.

"அவர்கள் உங்களது தர்ப்பணத்தை ஏற்றுக்கொண்டால், நீங்கள் ஆற்றிலிருந்து கரை ஏறுவதற்குள் உங்களது பிரார்த்தனை பலித்து விடும். இன்று இரவுக்குள் நல்ல சேதி வரலாம். உங்கள் பிரார்த்தனையின் தீவிரத்தைப் பொறுத்துதான் உங்கள் மூதாதையரின் திருப்தியை அளக்க முடியும்" பார்கவப் பட்டாத்ரி கூற, அலர்மேல் மங்கா தயக்கத்துடன் வாயு விக்ரமனைப் பார்க்க, அவளது அவசரத்தைப் புரிந்துகொண்டு தன் குருவை நோக்கினான் வாயு விக்ரமன்.

"குருவே, மயிலங்கி அரசியாரின் தந்தை ஒரு பொக்கிஷத்தைப் பதுக்கி வைத்துவிட்டு ஒரு சிறு குறிப்பைத் தெரிவித்துவிட்டுப் போய்விட்டார். அந்தப் பொக்கிஷத்தை அவர்கள் தேடாத இடமில்லை. அதைத் தேடி எடுத்து, ஸ்ரீரங்கப்பட்டண ரங்கநாயகிக்கு அவற்றைச் சமர்ப்பிக்க வேண்டும் என்கிற

சபதத்தைச் செய்திருக்கிறார் அரசியார். எனவேதான், தனது தர்ப்பணத்தை தன் மூதாதையர்கள் ஏற்றுக்கொண்டிருப்பார்களா என்று கேட்டார்'' வாயு விக்ரமன் விளக்கினான்.

பார்கவப் பட்டாத்ரி சிரித்தபடி திரும்பி, பாரத புழா ஆற்று நீரை நோக்கினார்.

“இந்த ஆற்று நீருக்கு ஏன் `பாரத புழா' என்று பெயர் வந்தது தெரியுமா? வனவாசம் வந்த பாண்டவர்கள் தங்களுக்கு இழந்த ராஜ்யம் மீண்டும் கிடைக்க வேண்டும் என்று இங்குதான் பிரார்த்தனை செய்தனர். பஞ்சபூதங்களில் நீர்தான் மிகவும் முக்கியமானது. காரணம், நீர் ஒன்றுதான் கால சுழற்சிக்குக் காரணமாகிறது. பிரளயங்கள் நிகழும்போது நீர்தான் பொங்கி ஒரு யுகத்தையே முடிக்கிறது. அவ்வகையில் ஆவதும் நீரால்தான், அழிவதும் நீரால்தான்.

மேலிருந்து பூமிக்கு விழும்போது கங்கை நீராக விழுகிறது. கீழிருந்து மேலே போகும்போது கடல் நீராகப் போகிறது. இங்ஙனம் மேலிருந்து கீழேயும், கீழிருந்து மேலேயுமாகப் பயணித்து உலக சுழற்சிக்குக் காரணமாகிறது. மேலிருந்து கீழே வரும்போது கங்கையாக உயிர்களைச் செழிக்கவைத்து, கீழே இருந்து மேலே போகும்போது கடலின் உப்பு நீராகச் செல்கிறது. மனித வாழ்வின் கர்மாதான் உப்பு. இறைவனாகியவன் உப்புத்தன்மை என்கிற கர்மாவை நீக்கி நித்ய ஆனந்தமாகப் பாற்கடலில் நம்மைச் சேர்கிறான். உங்கள் பிரார்த்தனையை நிறைவேற்றும் ஆற்றல் இந்தப் பாரத புழாவின் ஆற்று நீருக்கு உள்ளது'' - பார்கவப் பட்டாத்ரி கூறினார்.

அவரை நோக்கிக் கைகூப்பிவிட்டு, அலர்மேல் மங்கா வாயு விக்ரமனுடன் கரை ஏறினாள். அப்போதுதான், ரங்காத்மஜா அருகில் இல்லாததை இருவருமே உணர்ந்தார்கள்.

திகைப்புடன் இருவரும் திரும்பி நோக்கினர். ரங்காத்மஜா ஆழ்ந்த யோசனையுடன் பாரத புழா நீரிலேயே நின்றிருந்தாள்.

“என்ன மகளே! பெற்றோரின் ஞாபகம் வந்துவிட்டதா?'' - வாஞ்சையுடன் கேட்டபடி மீண்டும் ரங்காத்மஜாவை நோக்கி நடந்தாள் அலர்மேல் மங்கா.

அவளையும் வாயு விக்ரமனையும் மாற்றி மாற்றிப் பார்த்தாள் ரங்காத்மஜா.

"குரு பார்கவர் கூறியதை நீங்கள் யோசித்துப் பார்த்தீர்களா? அவர் தண்ணீரைப் பற்றித் தெரிவித்தத் தகவல்கள் என்னுள் ஒரு யோசனையை ஏற்படுத்திவிட்டன" - ரங்காத்மஜா கூறினாள்.

"என்ன சொன்னார் குரு?" வியப்புடன் கேட்டான் வாயு விக்ரமன்.

"தண்ணீர் மேலிருந்து கீழே வந்தால் கங்கை நீர் என்றாரே. கீழிருந்து மேலே போனால் கடல் நீர் என்றாரே" - இன்னும் யோசித்துக்கொண்டிருந்தாள் ரங்காத்மஜா.

"ஆம்! தண்ணீர்தான் கால சுழற்சியை உண்டுபண்ணுகிறது என்றார். உன்னையும், வாயு விக்ரமனையும் சேர்த்துவைத்ததே தண்ணீர்தானே?" - சிரித்தபடி கூறினாள் அலர்மேல் மங்கா.

"எங்களை விடுங்கள். உங்களையும் மயிலங்கிப் பொக்கிஷத்தையும் ஒன்றுசேர வைக்கப்போவதும் தண்ணீர்தான். சிற்றன்னையே, உங்கள் மூதாதையர்கள் உங்கள் பிரார்த்தனையை ஏற்றுக்கொண்டு, பொக்கிஷத்திற்கான பாதையை உங்களுக்குப் புலப்படுத்திவிட்டார்கள்" - பரவசத்துடன் கூறினாள் ரங்காத்மஜா.

அலர்மேல் மங்காவுக்கு வியப்பினால் வார்த்தைகள் எழவில்லை. மெல்லிய குரலில் கிசுகிசுத்தாள். "எனக்குப் புரியவில்லை ரங்காத்மஜா."

"யோசித்துப் பாருங்கள் சிற்றன்னையே! கங்கை, சமுத்திரம் என்கிற சொல்லை இதற்கு முன் எங்கே கேட்டிருக்கிறோம்?" அலர்மேல் மங்கா யோசிப்பதற்குள், ரங்காத்மஜாவே பரவசக் குரலில் கூற ஆரம்பித்தாள்.

"கோனய பேட்டிகே (அந்திமப் பெட்டகம்)

நவிலு மெடிலுகாலு (மயிற்படிகள்)

தக்ஷிண மெலிகே (தெற்கு அறை)

நில தர்பாரு (நிலத்தடி தர்பார்)

கபின கரிகாலு (இரும்புத் தோகை)

ஹசிறு தேவரூ! (பச்சை தெய்வம்!)"

ரங்காத்மஜா விட்ட இடத்திலிருந்து அலர்மேல் மங்கா தொடர்ந்தாள் -

"எடகணு கங்கே வாகி மத்து பலகணு சமுத்திர வாகி அடக சத்யவூ (இடக்கண்ணில் கங்கையைக்கொண்டும் வலக்கண்ணில் கடலைக்கொண்டும் நோக்கினால் உண்மை புரியும்.) இதுவே மயிலங்கி ரகசியம்!" - அலர்மேல் மங்கா கூறினாள்.

"இதற்கும் எனது குரு கூறியதற்கும் என்ன தொடர்பு?" விக்ரமன் கேட்டான்.

"கங்கை நீர் மேலிருந்து கீழே வருகிறது. கடல்நீர் கீழிருந்து மேலே போகிறது. இடதுகண்ணை கங்கையாகவும், வலதுகண்ணை கடலாகவும் கருதி ரகசியத்தைப் படிக்க வேண்டும் என்பதற்கு பொருள். இடப்புறம் உள்ள குறிப்புகளை கங்கையைப் போன்று மேலிருந்து கீழாகவும், வலப்புறம் உள்ள குறிப்புகளை கடல்நீரைப் போன்று கீழிருந்து மேலாகவும் படிக்க வேண்டும். குறிப்பு ஓலை எங்கே இருக்கிறது?" ரங்காத்மஜா கேட்டாள்.

"எப்போது அதனைவிட்டுப் பிரிந்திருக்கிறேன்? வேங்கடியின் வசம்தான் கொடுத்து வைத்திருக்கிறேன்." - அலர்மேல் மங்கா கூறினாள்

பிற்பகல் உணவு முடிந்ததும், அனைவரும் ஆற்றங்கரையிலேயே கூடினார்கள்.

குறிப்புச் சுவடியுடன் நின்ற ரங்காத்மஜா, பரபரப்புடன் மங்காவைப் பார்த்தாள்.

"சிற்றன்னையே, இடப்புறம் உள்ள குறிப்புகளை நான் மேலே இருந்து படிக்கிறேன். நீங்கள் வலப்புறக் குறிப்புகள் கீழிருந்து தொடங்கி படித்து வாருங்கள்!" என்று கூறிவிட்டு வாசிக்கத் தொடங்கினாள்.

"அந்திம" என்று ரங்காத்மஜா கூறியதும், மங்கா "தெய்வம்" என்றாள்.

“மயிற்” என்று ரங்காத்மஜா கூறியதும், மங்கா “தோகை” என்றாள்.

இவ்வாறாக அவர்கள் சுவடிக் குறிப்பைப் படித்தபோது

அந்திமத் தெய்வம்

மயிற்தோகை

தெற்கு தர்பார்

நிலத்தடி அறை

இரும்புப் படிகள்

பச்சைப் பெட்டி - குறிப்புகள் இணைய, துள்ளிக் குதித்தாள் அலர்மேல் மங்கா.

“குறிப்புகளை தலைகீழாக எழுதியிருந்ததால் நான் குழம்பிப்போனேன். இதுதான் உண்மையான மயிலங்கி ரகசியம். `பொக்கிஷங்கள் மரகதப் பெட்டகத்தில் வைக்கப்பட்டுள்ளன' என்று என் தந்தை கூறினார். அதைத்தான் `பச்சைப்பெட்டி' என்று குறிப்பு சொல்கிறது. மயிலங்கி மகாதேவர் ஆலயத்து ஈசனை, ‘அழிக்கும் கடவுள்’ என்பதால், அந்திம தேவர் என்றுதான் நாங்கள் அழைப்போம். ஆக, பொக்கிஷங்கள் மயிலங்கி மகாதேவரின் ஆலயத்தில்தான் பத்திரப்படுத்தி வைக்கப்பட்டுள்ளன. இப்போது எனக்கு நினைவுக்கு வந்தது. மகாதேவர் ஆலயத்திற்கும், எங்கள் அரண்மனைக்கு ஒரு சுரங்கப்பாதை உண்டு. போர்க்காலங்களில் அரச குடுமபத்துப் பெண்கள் தப்பிச் செல்ல இந்த ஏற்பாடு என் பாட்டனார் காலத்தில் செய்யப்பட்டது” - உற்சாகத்துடன் கூறினாள் அலர்மேல் மங்கா.

“உங்கள் குருவுக்குத்தான் நாங்கள் நன்றி சொல்ல வேண்டும்” - ரங்காத்மஜா வாயு விக்ரமனிடம் கூற, அவன் சிரித்தான்.

“அரசி அலர்மேல் மங்காவின் பிரார்த்தனையின் தீவிரத்தால் அவரின் மூதாதையர்கள் மகிழ்ந்து பொக்கிஷத்திற்கு என் குருவின் மூலம் வழிகாட்டிவிட்டார்கள்” - வாயு விக்ரமன் கூற, அதனை பெண்கள் இருவரும் தலையசைத்து ஆமோதித்தனர்.

மங்கா, தொலைவில் அந்தர்ஜனத்துடன் அமர்ந்திருந்த வேங்கடியை நோக்கி ஓடினாள்.

“வேங்கடி, நீ சொன்னது உண்மை! ஊரெல்லாம் தேடிக்கொண்டிருக்க, மயிலங்கிப் பொக்கிஷங்கள் எனது மூக்கின் அடியிலேயே உள்ளது” என்றாள்.

அப்போது புரவியில் விரைவாக வந்த ரவிதேஜன், புரவி நிற்பதற்குள் மணலில் குதித்து, பரபரப்புடன் ஓடிச்சென்று, விக்ரமன் காதில் ஏதோ கிசுகிசுக்க, விக்ரமன் அதிர்ச்சியில் கல்லாக உறைந்து நின்றான். பிறகு சுதாரித்துக்கொண்டு, தன் குரு பார்கவரிடம் ஏதோ கூற, அவர் அவனது கையில் பிண்டம் ஒன்றை வைத்து மந்திரங்களைத் தொடங்கினார்.

கலங்கிய கண்களுடன், விக்ரமன் யாருக்கோ பிண்டத்தை அர்ப்பணித்தான்.

கரையில் இருந்த அனைவரும் அவனை திகைப்புடன் பார்த்துக்கொண்டிருந்தனர். ஏதோ மரணச் செய்தி வந்திருக்கிறது என்பதை யூகித்தனர்.

- தொடரும்

அத்தியாயம் 41

சம்பா, சம்பவம், அசம்பாவிதம்

சம்பாஜி போரில் கொல்லப்பட்டார். அவரது உடல் ராய்கட் கோட்டையின் வாயிலில் தொங்கவிடப்பட்டிருக்கிறது.

பெருந்துயரத்துடன் விக்ரமன் அறிவிக்க, அங்கு திரண்டவர்களிடையே சோகம் பரவியது. அதுவரையில், பாரத புழாவின் ஆற்று நீர் சலசலவென்று ஓடிக்கொண்டிருந்ததை மீறி உற்சாகக் குரல்களும், ஆர்ப்பாட்டப் பேச்சுகளும் அந்த ஆற்றங்கரையைத் திக்குமுக்காடச் செய்துகொண்டிருந்தன. மயிலங்கிப் பொக்கிஷம் குறித்த ரங்காத்மஜாவின் புதிய கண்டுபிடிப்பு அந்த உற்சாகத்தை வெள்ளமாகப் பெருகச் செய்ய, அனைவரைக்காட்டிலும் மங்காவின் குரலே பலமாக ஒலித்தது. மயிலங்கிப் பொக்கிஷங்களைப் பற்றி முக்கியமான ஒரு புதிர் விடுவிக்கப்பட்டிருந்த நிலையில், மங்கா ரங்காத்மஜாவுடன் ஓடியாடி, தனது பேரானந்தத்தைத் துளித்துளியாக அனுபவித்துக்கொண்டிருந்தாள். பாரத புழா ஆறு இந்த மகிழ்ச்சி வெள்ளத்தைக் குலைக்காதபடி, 'நாம் சற்று அடக்கிவாசிப்போம்' - என்று அமைதியாகப் பெருகிக்கொண்டிருந்தது.

இந்த நிலை, ரவிதேஜன் வரும்வரையில்தான். ரவிதேஜன் வந்து சம்பாஜியின் மரணத்தைப் பற்றிய தகவல்களை விக்ரமனிடம் தெரிவிக்க, விக்ரமன் நிலைகுலைந்து செய்வதறியாது நின்றான். ரவிதேஜன் கூறிய தகவல்களை பெண்களின் முன்பாகக் கூற இயலாதுதான். அவர்கள் அதனைத் தாங்க மாட்டார்கள்.

வேய் என்னும் பகுதியில் நடந்த போரில் சம்பாஜியின் தளபதி ஹம்பிராவ் மொஹிதே இறந்துபோக, மராட்டியப் படைகள் பின்வாங்கின. முகலாயத் தளபதி முக்கரப் கான் சம்பாஜியை அவன் நண்பன் கவி கைலாஷுடன் பிப்ரவரி, 1689-ல்

சிறைப்பிடித்தான், இருவரும் துலாப்பூர் பகுதிக்கு சங்கிலியால் பிணைக்கப்பட்டு அழைத்துச் செல்லப்பட்டனர். அங்கே பல சித்ரவதைகளை அனுபவித்த பிறகு, மார்ச் 11, 1689 சம்பாஜியின் தலை சீவப்பட்டது. அவனது உடலின் அங்கங்கள் பாக் நக்-ஆல் (புலி நகங்கள்) கிழித்துக் கூறு போடப்பட்டு பல இடங்களில் மக்களின் பார்வைக்கு வைக்கப்பட்டது. வேய், ராய்கட் துலாப்பூர், செஞ்சி மற்றும் பூவிருந்தவல்லி என்று அங்கங்கள் அனுப்பப்பட்டன.

ரவிதேஜன் கூறிய தகவல்களால் இடிந்துபோயிருந்த விக்ரமன், முதலில் தன் குரு பார்கவப் பட்டாத்ரியிடம் விவரத்தைச் சொல்லி, இறந்த சம்பாஜிக்கு பாரத புழாவின் நீரில் நின்று பிண்ட தர்ப்பணம் வைத்தான். பிறகு சம்பாஜி போரில் கொல்லப்பட்டான் என்கிற தகவலை மட்டும் அந்த ஆற்றங்கரையில் அறிவிக்க, அங்கு பாய்ந்துகொண்டிருந்த பரமானந்த நதி, சட்டென்று வற்றிப்போனது. அனைவரது முகங்களிலும் அதிர்ச்சியும் கலக்கமும் பரவின.

உற்சாகக் கூவல்களும் ஆர்ப்பரிப்புகளும் அடங்கி, அங்கு பரிபூரண அமைதி நிலவியது. இப்போது பாரத புழா ஆற்றின் சலசலப்பு இரைச்சலைத் தவிர வேறு ஒலி அங்கே எழவில்லை.

அதுவரையில் உற்சாகத்துடன் நின்றிருந்த மங்கா, சம்பாஜியின் மரணத்தைப் பற்றி செவியுற்றதும் மனம் தளர்ந்தாள்.

காரணம் இல்லாமல் இவள் ஏற்றியிருந்த ஜெய தீபம் மழையில் நனைந்து அணையவில்லை. இந்தத் துயரச் செய்தியை உணர்த்துவதற்குத்தான் அங்ஙனம் அணைந்துவிட்டிருந்தது போலும். மயிலங்கிக்கு வந்திருந்த சம்பாஜி நிதியுதவியைப் பெற்றுக்கொண்டு, `நான் இருக்கும் வரையில், மைசூர், மயிலங்கியின் மீது கை வைக்க விடமாட்டேன். நான் மராட்டியத்திற்குத் திரும்பிச் செல்கையில், மைசூர் சமஸ்தான மன்னருக்கு ஓர் எச்சரிக்கை விடுத்துவிட்டுச் செல்வேன்' என்று சகோதர வாஞ்சையுடன் கூறியிருந்தான். ஆனால் துரதிர்ஷ்டம் பிடித்தவளான அவளுக்கு, நெருங்கிய பந்தங்கள் ஏற்பட்ட உடனேயே அவை நீங்கிவிடுகின்றன. மங்காவின் நெஞ்சம் கனத்தது.

வரும்போது காணப்பட்ட உற்சாகம் இன்றி, அனைவரும் கொளத்து நாட்டு அரண்மனைக்குத் திரும்பினர்.

அன்று இரவு ரங்காத்மஜாவுக்கும் விக்ரமனுக்கும் முதல் இரவு வைபவத்தை நிகழ்த்த ஏற்பாடுகள் செய்திருந்தாள் கனகமணி. முந்தைய நாளே திருமணம் நடைபெற்றிருந்தாலும், குலதெய்வமான திருநாவாய் நவமுகுந்தனை ஆராதனை செய்த பின், மூதாதையர்களுக்கு பிண்ட தர்ப்பணம் செய்த பின்னர், அவர்கள் வாழ்க்கையைத் தொடங்க வேண்டும் என்பதால் இந்த ஏற்பாட்டினைச் செய்திருந்தாள்.

ஆனால் சம்பாஜியின் மரணத்தின் நிழல் அந்த அரண்மனையின் மீது படிந்துவிட, விக்ரமன் அதற்குமேல் எந்த வைபவங்களையும் கொண்டாடும் மனநிலையில் இல்லை. தனது மனக்கிடக்கையை தாய்க்கும் மனைவிக்கும் உணர்த்திவிட்டு, தனது ஜாகையில் முடங்கிக்கொண்டு, இறந்த தன் நண்பனின் நினைவுகளில் திளைத்திருந்தான். தான் செஞ்சிக்குச் சென்றதும், பிறகு இருவரும் நண்பர்களாகி, செஞ்சியின் சிங்கமலையின் மீது ஏறி அரங்கனை தரிசித்ததும், புளியன்னத்தை அவன் ரசித்து உண்டதும், சம்பார மூலிகை ரசத்தைப் பற்றி அவன் சிலாகித்துப் பேசியதும், சமண ஆலயத்தில் பொக்கிஷங்களைக் கண்டெடுத்ததும்... அவனது மனதில் நினைவுக்கு வந்து, சம்பாஜி பற்றிய எண்ணங்களால் மிகவும் சிரமப்பட்டான் விக்ரமன்.

அன்று மாலை சம்பாஜிக்காக ஒரு பிரார்த்தனைக் கூட்டத்திற்கு ஏற்பாடு செய்திருந்தார், கொளத்து நாட்டு மன்னர் கோலாத்ரி பரசு வடக்கன் பெருமாள்.

பிரார்த்தனை கீதங்கள் முழங்கிக்கொண்டிருக்க, அனைவரும் நந்தவன மண்டபத்தில் அமர்ந்திருந்தனர். அப்போது மயிலங்கி ரகசியத்தின் புதிர்களில் முக்கியமான புதிர் விடுவிக்கப்பட்டது. இடக்கண் கங்கையாகவும் வலக்கண்ணை கடலாகவும் பாவித்துப் பார்த்தால் ரகசியம் தெரியும் என்பதன் பொருளை அந்தர்ஜனத்துக்கு விளக்கினாள் ரங்காத்மஜா.

உடனே, அன்றொருநாள் டோனியும் தோமாசியும் அவளது குடிலுக்கு வேவுபார்க்க வந்தபோது, தனக்கு திடீர் என்று உறக்கம் கலைந்ததன் காரணத்தை அந்தர்ஜனம் அப்போது

புரிந்துகொண்டாள். தண்ணீரின் சுழற்சிதான் மயிலங்கி ரகசியத்திற்கு விடை! தொடர்ந்து பெய்த மழையின் ஒலி, அவளது சிந்தையில் புதிருக்கான விடையை உணர்த்தியிருந்தது. ஆனால் உறக்கத்தின் பிடியில் இருந்ததாலும், வயதின் தள்ளாமையால் இவளால் சிந்தையில் நிலவிய அந்த விடையை யூகிக்க முடியவில்லை. விடை தெரியாவிட்டாலும், இவளை உறக்கத்திலிருந்து எழுப்பி, வர இருந்த ஆபத்திலிருந்து அவளைக் காப்பாற்றியது அல்லவா!

உடனே தன்னைச் சுற்றி அமர்ந்திருந்த விக்ரமன், ரங்காத்மஜா மற்றும் மங்காவை எச்சரிக்கையுடன் பார்த்தாள் அந்தர்ஜனம்.

“நாம் பொக்கிஷங்களை விலைமதிப்பில்லா செல்வங்கள் என்று மட்டுமே நினைக்கிறோம். ஆனால், மனிதர்களாகிய நம்மைவிட பொக்கிஷங்கள் நீண்டகாலம் வாழ்வதால், அவற்றுக்கு நம்மைவிட அனுபவங்கள் அதிகம். நாம் அரியணை ஏறிவிட்டோம் என்று மன்னர்கள் நினைக்கிறார்கள். ஆனால், உண்மையில் அரியணைதான் தனக்கு ஏற்ற ஒருவரைத் தேர்ந்தெடுக்கிறது. அதுபோன்றுதான் பொக்கிஷங்களும். தங்களது எதிர்காலத்தைத் தாங்களே நிர்ணயம் செய்கின்றன. எப்போது பதுங்கி இருக்க வேண்டும், எப்போது வெளிவர வேண்டும். யார் தன்னை அனுபவிக்க வேண்டும், யார் தங்களை வசப்படுத்தினால் அவர்கள் தண்டிக்கப்பட வேண்டும் என்பதையெல்லாம் நிர்ணயிப்பது பொக்கிஷங்கள்தான்” - சுகஜீவன அந்தர்ஜனம் கூறியதும், மங்கா வியப்புடன் தனக்குப் பின்பாக சற்று தொலைவில் அமர்ந்திருந்த வேங்கடியைப் பார்த்தாள்.

அன்றொரு நாள் வேங்கடியும் இதே வார்த்தைகளைத்தான் கூறியிருந்தாள்!

நாசிகாபுராணத்தைத் தேடி எடுத்துக்கொள்வதற்கு முன்பாக, கலங்கி நின்ற அலர்மேல் மங்காவிடம் ஆறுதல் வார்த்தைகளைக் கூறியிருந்தாள் வேங்கடி. “புதையல்கள் பேசும் வல்லமை பெற்றவை. தகுதியில்லாதவர்கள் அதனை வைத்துக்கொண்டால், அவர்களை அழித்துவிட்டுத்தான் மறுவேலை பார்க்கும். பொக்கிஷங்களை ஆள நினைக்கும் மனிதன் நூறு வருடங்கள் மட்டுமே வாழ்ந்து நிலத்தின் அடியில்

மறைபவன். பொக்கிஷங்களோ ஆயிரம் ஆண்டுகளுக்கு மேலாக நிலத்தில் புதைந்து கிடந்து, பிறகு ஒரு நாள் பூமியை ஆள்வதற்கு வெளியே வரும். பொக்கிஷங்களை மனிதர்கள் வேட்டையாடுவது போன்று, பொக்கிஷங்களும் நல்ல மனிதர்களை நாடும். தகாதவர்கள் வசம் சிக்கினால், அவர்களை அழித்துவிடும்."

(குறிப்பு: கோகினூர், ஆர்லவ், ப்ளூ பார்னேசா போன்ற வைரங்கள் அனைத்துமே, இங்கிருந்து வெளிநாடுகளுக்குக் கடத்திச் செல்லப்பட்டவைதான். உலகையே தனது குடையின்கீழ் ஆண்டுகொண்டிருந்தார் விக்டோரியா மகாராணி! கோஹினூர் வந்த பிறகு அந்த நாடு சிறுத்துப்போனது. `உக்ரோதயம்' என்கிற காஞ்சி கோயிலின் ஓர் அற்புத வைரம், மன்னர்களால் களவாடப்பட்டு, கோல்கொண்டா அரசனால் கிழக்கிந்திய கம்பெனிக்கு விற்கப்பட்டு, அவர்களால் ஏலம் விடப்பட்டு, இறுதியில் ஸ்பெயின் நாட்டு அரசன் ஐந்தாம் பிலிப் அதை வாங்கி, தன் வருங்கால மனைவி எலிசபெத் பார்னேசாவின் பெயரை அதற்கு வைத்தான்.

இத்தாலியின் பார்மா என்கிற நகரத்தில், இவர்களின் திருமணம் செப்டம்பர் 16, 1764 நடந்தது. மணமகன் திருமணத்திற்கு முன்பாக கப்பல் நிறைய தனது பரிசுகளை மனைவிக்கு வரிசையில் அனுப்பிவைத்தான். அதில் ப்ளூ பார்னேசா வைரமும் அடங்கும். ஆனால் அப்போது வீசிய புயலில், அக்கப்பல் நீரில் மூழ்கியது.)

"உண்மை! பேராசைதான் அழிவுகளுக்குக் காரணம். ஆசை எதன் மீது வேண்டுமானாலும் இருக்கலாம். ஆனால், அது பேராசையாக மாறும்போது, ஆசைப்படுபவர்களை வேரோடு களைந்துவிடுகிறது. இந்தப் பாடத்தை உணரத் தவறிய பல சாம்ராஜ்யங்கள், சமஸ்தானங்கள் இருந்த இடத்தில் இப்போது புல் முளைத்துவிட்டது" - அந்தர்ஜனத்தின் கூற்றைக் கேட்டவுடன், விக்ரமனின் மனதில் 'மளுக்' என்று ஏதோ முறிந்தது.

களப்பிரர்கள் கொள்ளையடித்து செஞ்சியில் பதுக்கி இருந்த பொக்கிஷங்களையும், தீர்த்தமலை ஹனுமார்

தீர்த்தத்தில் வில்வநாதர் கண்டெடுத்த பொக்கிஷங்களையும் சம்பாஜிக்கு அளித்தது தவறோ? அந்தப் பொக்கிஷங்களை அனுபவித்ததால்தான் அவனுக்கு இந்தக் கதி நேர்ந்ததோ? பொக்கிஷங்களை எடுத்து சம்பாஜி போர் தொடுக்க உபயோகம் செய்தான். அப்படியென்றால், அந்தப் பொக்கிஷங்களை சம்பாஜிக்கு கண்டுபிடித்துக் கொடுத்தது அவன்தானே! அவ்வகையில் அவன்தான் சம்பாஜியின் மரணத்திற்குக் காரணமாக இருந்திருக்கிறான். ஒருவேளை, அந்தப் பொக்கிஷங்களை அவன் ஆண்டு அனுபவிக்காமல் இருந்திருந்தால், அவனுக்கு இத்தகைய மோசமான மரணம் நிகழ்ந்திருக்காதோ?

இந்த எண்ணம் தோன்றியவுடன், அவனால் அமைதியாக அமர்ந்திருக்கஇயலவில்லை. சட்டென்றுஎழுந்து, நந்தவனத்தின் மையத்தில் இருந்த நீரூற்றின் அருகே சென்று நின்றான். அவன் அங்ஙனம் முகவாட்டத்துடன் எழுந்து சென்றதைக் கண்ட ரங்காத்மஜா, 'என்னவோ ஏதோ' என்று பதைபதைத்து எழுந்து, அவனைப் பின்தொடர்ந்து செல்ல, மங்கா உடனே அவள் எழுந்து செல்வதற்கான காரணத்தைப் புரிந்துகொண்டாள்.

அந்தர்ஜனம் கூறுவது போன்று பொக்கிஷங்கள் கேடு விளைவிக்கக் கூடியவையா? அப்படியென்றால், மயிலங்கிப் பொக்கிஷங்களை வெளியே எடுப்பது நன்மை விளைவிக்குமா அல்லது சம்பாஜிக்கு ஏற்பட்டது போன்று தீங்கு விளைவித்துவிடுமா?

"அரசியரே, பொக்கிஷங்களை அனுபவிப்பதால் தீங்கு நேரிடும் என்றால், நான் எனது மயிலங்கிப் பொக்கிஷங்களை எடுப்பது தவறா?" மங்கா கேட்க, சிரித்தாள் அந்தர்ஜனம்.

"புதையலுக்கும் பொக்கிஷங்களுக்கும் வேறுபாடு உண்டு. பரம்பரையாக நாம் ஆண்டு அனுபவிக்கும் பொக்கிஷங்கள் நம் மூதாதையர் ஈட்டியது. போருக்கு பயந்து நாம் அவற்றைப் பதுக்கி வைப்பதும், பாதுகாப்பான சமயங்களில் எடுப்பதும் புதையலாகாது. அவை நமது பொக்கிஷங்கள். ஆனால் இயற்கை, நிலத்தின் அடியில் ஸ்வரணங்களை உருவாக்கும். லட்சக்கணக்கான ஆண்டுகள் நிலத்தடியில் புதைந்த

மரம் கரியாகி, கரி கல்லாகி, கல் வைரக்கல்லாக மாறும். இவையெல்லாம் பிரபஞ்சத்தின் ஆஸ்திகள். தனி ஒரு மனிதன் அவற்றை ஆள நினைக்கக்கூடாது. பஞ்சபூதங்கள் உருவாக்கும் கனிமங்களைக் கொள்ளையடித்து அனுபவிக்க நினைப்பவர்கள், அதற்கான தண்டனைகளைப் பெறுவார்கள். உனது மயிலங்கி ஆஸ்தி, எனது கொளத்து நாடு ஆஸ்தி அனைத்தும், நமது பொக்கிஷங்கள். அவை புதையல்கள் அல்ல!'' அந்தர்ஜனம் கூறிய அதே நேரம், ஒரு குதிரை வீரன் கொளத்து நாட்டின் அரண்மனைக்குள் வேகமாக நுழைந்தான்.

முன்பு ஒரு சமயம் சம்பாஜியால் நிதியுதவி கேட்டு அனுப்பப்பட்டிருந்த வசந்த் ராவ் டிட்கேஜிதான் வந்திருந்தான். அவசரமாக விக்ரமனை நோக்கி நடந்தவன், அவனைப் பணிந்துவிட்டு அவசரமாக ஏதோ கூற, விக்ரமன் முகம் பரபரப்படைந்தது.

சட்டென்று வசந்த் ராவின் கையைப் பற்றி தனது ஜாகைக்கு அவனை அழைத்துச் செல்ல, போகும்போதே தொலைவில் நின்றிருந்த ரவிதேஜன், மதுகரன் மற்றும் மகாபல பெருமாள் ஆகிய மூவரையும் நோக்கி கண்களால் சமிக்ஞை செய்ய, அவர்களும் பின் தொடர்ந்தார்கள்.

பெண்கள்அனைவரும்ஏதோபரபரப்பானதகவல்வந்திருக்கிறது என்பதைப் புரிந்துகொண்டு சுற்றுமுற்றும் குழப்பத்துடன் பார்க்க, தொடர்ந்து பிரார்த்தனை நடந்துகொண்டிருந்தது.

ரங்காத்மஜா, ஓரக்கண்களால் அரண்மனை நுழைவாயிலையே கவனித்துக்கொண்டிருந்தாள். திடீரென்று கையில் வில்-அம்பு, வாள் சகிதமாக விக்ரமன் வெளியே வர, அவனைத் தொடர்ந்து மற்ற நால்வரும் வந்தனர். அனைவருமே எங்கோ அவசரமாகப் புறப்படுவது தெரிந்தது. திருமணத்திற்கு கட்டிய கங்கணத்தின் ஈரம்கூட காயவில்லை. அதற்குள் ஆயுதங்களுடன் அவசரமாக எங்கே புறப்படுகிறான்?

ரங்காத்மஜா பதற்றத்துடன் மங்காவின் கையை அழுத்தமாகப் பற்ற, அவள் காணும் திசையில் மங்காவும் நோக்கினாள். உடனே தன் மகளின் பதற்றத்திற்கான காரணம் புரிந்தது.

“என்ன நடக்கிறது ரங்காத்மஜா?” அலர்மேல் மங்கா திகைத்தாள்.

“தெரியவில்லை அம்மா. ஆனால், மனதை அச்சம் வாட்டுகிறது. திருமணம் ஆன கையோடு ஆயுதங்களை எடுத்துக்கொண்டு கிளம்புகிறாரே!” - ரங்காத்மஜா கவலைப்பட்டாள்.

சட்டென்று தீவிர யோசனையில் ஆழ்ந்தாள் மங்கா.

“சரி, நீ சென்று உன் கணவருடன் பேசி, அவரது புறப்பாட்டைத் தாமதப்படுத்து. நான் இதோ வந்துவிடுகிறேன்” என்று தீர்மானத்தோடு, மங்கா அரண்மனையை நோக்கி நடந்தாள்.

- தொடரும்

அத்தியாயம் 42

இதயத்தை மீட்ட நல்லிதயம்

ரங்காத்மஜா இறைஞ்சிக் கேட்டுகொண்டும், தான் போகும் இடத்தைத் தெரிவிக்க மறுத்துவிட்டான் வாயு விக்ரமன்.

“நீ உனது சிற்றன்னையுடன் இன்றைய இரவைக் கழித்துவிடு! நான் காலையில் வந்துவிடுவேன்!” என்றவனை பல கேள்விகள் கேட்டு அவனைத் தாமதப்படுத்திக்கொண்டிருக்க, ஒருகட்டத்தில் பொறுமை இழந்து விக்ரமன் தனது குழாத்தோடு புறப்பட்டான். அவர்களைத் தொடர்ந்து அரண்மனை வாயில் வரையில் நடந்து சென்ற ரங்காத்மஜா, குதிரைகளில் பறந்து செல்லும் அந்த ஐவரையும் பார்த்தபடி நின்றிருக்க, திடீரென்று அவளது அருகில் குதிரையின் குளம்படி சத்தம் கேட்க, திடுக்கிட்டுத் திரும்பியவள் குதிரை ஒன்றின் மீது ஆரோகணித்திருந்த அலர்மேல் மங்காவைக் கண்டு வாய் பிளந்தாள்.

கூந்தலை முடிந்து கோடாலி முடிச்சாகக் கட்டி, அதை ஒரு கருமை நிறத்துணியால் முடிந்திருந்தாள். கருமை வண்ணத்தில் வெள்ளிக் கம்பிகள் இழைக்கப்பட்டிருந்த சேலையைக் கச்சமாகக் கட்டி தன்னை ஒரு மாம்பழ வண்ண சீலையால் போர்த்தியிருந்தாள். மங்காவின் நிறத்தை அந்தக் கரிய சேலை இன்னும் வெண்மையாகக் காட்டியது. அந்தச் சால்வையின் இரு பக்க நுனிகளும், அவளது மார்பகத்தை மறைக்க, அதன் மீது ஒரு நவரத்தின கண்டிகையை அணிந்திருந்தாள். முகத்தில் நாசிகாபரணம் சுடர்விட்டது. அவள் போர்த்தியிருந்த அந்த மாம்பழ வண்ண சீலை, அவள் பின்புறமாக குதிரையின் மீது படர்ந்து, அதன் பின்பகுதியை மறைத்திருக்க, அந்தச் சீலையின் மீது அவளுடைய தந்தையின் வாளும் கேடயமும் தகதகத்தன.

“அம்மா, எங்கே செல்கிறீர்கள்?” - பதைபதைத்தாள் ரங்காத்மஜா.

“என் சகோதரனும், என் மருமகனுமான விக்ரமரைப் பின்தொடர்ந்து போகிறேன். என் மகளின் மனக்கிலேசங்களை நீக்குவதற்காக அவளது கணவனைப் பின்தொடர்ந்து காவலாகப் போகிறேன். அஞ்சாதே மகளே! அவனை பத்திரமாக அழைத்துக்கொண்டு வருகிறேன்” என்றபடி விக்ரமனைப் பின்தொடர்ந்தபடி பயணித்தாள் மங்கா.

கொல்லீகல் காட்டின் சத்யகல் பகுதியை நோக்கித்தான் பயணித்துக்கொண்டிருந்தார்கள், வாயு விக்ரமனும் அவனது குழுவினரும்.

`ராய்கட் கோட்டையின் பாதுகாப்பு அதிகாரியாகச் செயல்பட்டவன் வசந்த் ராவ் டிட்கேஜி' என்று அவளிடம் விக்ரமன் முன்பே கூறியிருக்கிறான். அவன் வந்து ஏதோ முக்கியத் தகவலைச் சொல்ல, உடனே தன் நண்பர்களுடன் எதற்காக கொல்லீகல் காட்டிற்கு வந்திருக்கிறான்? சத்யகல்லிற்கு நடுநிசியில் எதற்கு வருகிறான்?

பல கேள்விகள் மங்காவின் இதயத்தில் மோத, விக்ரமனைப் பின்தொடர்ந்து சென்றுகொண்டிருந்தாள் மங்கா. சத்யகல் வந்ததும், தங்களது புரவிகளை காவிரி ஆற்றின் கரையிலேயே மரங்களில் பிணைத்துவிட்டு, கொல்லீகல் காட்டினுள் ஐவரும் நடந்தனர்.

குறிப்பிட்ட தொலைவு கடந்ததும் சட்டென்று நின்ற வசந்த் ராவ், தனது வலதுகையை உயர்த்த, அவன் பின்பாக நடந்த மற்றவர்கள் நின்றனர்.

“அவர்கள் இந்தப் பக்கமாகத்தான் வருவார்கள். வழக்கமாக, புரவிகள் செல்லும் பாதை இதுதான். ஆற்றங்கரையில் பாறைகள் இருப்பதால், பயணிப்பதற்கு இதுவே வசதியான பாதை. நாம் இங்கே பதுங்கிக்கொள்வோம்” - வசந்த் ராவ் கூறியவுடன், மற்றவர்கள் அண்ணாந்து பார்த்தார்கள். அந்தப் பகுதி முழுவதும் ஆலமரங்கள் விதானங்களாகப் பரவியிருக்க, அவற்றிலிருந்து ஆங்காங்கே அடர்த்தியான விழுதுகள் ஊசலாடியபடி தொங்கிக்கொண்டிருந்தன.

“ம்ம்... விரைவாகப் பதுங்கிக்கொள்ளுங்கள். அவர்கள் வரும் அரவம் கேட்கிறது!” வசந்த் ராவ் கூற, அடர்த்தியான மரக்கிளைகளில் கையில் வாளேந்திய ஐவரும் பதுங்கிக்கொண்டனர். அவர்கள் அடர்ந்த கிளைகளைத் தேடி ஒளிந்திருக்க வேண்டிய தேவையே இல்லை. அந்த நடுநிசியில் பரவியிருந்த இருளில், அவர்கள் மரக்கிளைகளில் காலை ஆட்டியபடி அமர்ந்திருந்தால்கூட யாரும் பார்த்திருக்கப்போவதில்லை.

அலர்மேல் மங்காவும் ஓர் ஆலமரத்தின் பின்பாக மறைந்துகொண்டு, கண்களை மட்டும் நீட்டி, ஐவரும் பதுங்கியிருந்த மரங்களையே வெறித்தாள். என்ன நடக்கப்போகிறது இங்கே?

“உஷ்! தொலைவில் டமார சத்தம் கேட்கிறது!” - வசந்த் ராவ் விக்ரமனிடம் கிசுகிசுக் குரலில் கூறியது, அந்த நள்ளிரவின் நிசப்தத்தில் மங்காவிற்கே கேட்டது.

`யார் அந்தப் பக்கம் வருகிறார்கள்?’ செவிகளைக் கூராக்கினாள் அலர்மேல் மங்கா.

காட்டுப் பூச்சிகளின் ‘ங்கோயிங்’ என்ற ரீங்காரமும் கோட்டான்களின் கூவல்களும் அந்த டமார சத்தத்திற்குப் பின்பாட்டுப் பாடி, அந்த நடுநிசியை இன்னமும் பயங்கரமாகத் தோன்றச் செய்தன.

தொலைவில் டமாரம் ‘டம் டம்’ என முழங்குவது கேட்டது. யார் வருகிறார்களோ, அவர்கள் காட்டு மிருகங்கள் அருகே வராமல் இருக்க வேண்டும் என்பதற்காக டமாரத்தை ஒலித்துக்கொண்டு வருகிறார்கள். ஒரே சீரான இடைவெளியில் டம்...டம்... என்று முழங்கிய அந்த ஒலியைக் கேட்கவே அச்சத்தை ஏற்படுத்தியது. அலர்மேல் மங்காவினால் அதற்குமேல் தனது ஆவலைக் கட்டுப்படுத்த இயலவில்லை. வருவது யார் என்பதை அறிய வேண்டும் என்பதற்காக, தான் பதுங்கி இருந்த மரத்தின் விழுதுகளைப் பற்றி, மெதுவாக மேலே ஏறினாள்.

மங்காவிற்கு மரம் ஏறுவது என்ன சிரமமா? தலைக்காவிரி பாக மண்டலாவில் கணவனை வேவு பார்ப்பதற்காக முன்பே மரம்

எறியவள்தானே? உயர்ந்த ஒரு கிளையை நோக்கி நகர்ந்தவள், அதன் மீது ஏறியதும் டமாரம் ஒலித்த திக்கை நோக்கினாள். கரிய இருள் போர்வையைப் போர்த்தி இருந்த அந்தக் கொல்லீகல் காட்டின் தொலைவில் சிறு புள்ளியாக ஒரு தீப்பந்தத்தின் ஒளி தெரிந்தது. டமாரத்தின் ஒலியும் தொலைவில் கேட்டது. டமாரமும், தீப்பந்தமும் பேசி வைத்துகொண்டு செயல்பட்டது போன்று, வெளிச்சம் அருகே நெருங்கி வர, டமாரத்தின் ஒலியும் பெரிதாகக் கேட்டது.

சுமார் பதினைந்து வீரர்கள் குதிரைகளில் வந்துகொண்டிருந்தனர். அனைவரும் வாளும் கேடயமும் ஏந்தியிருக்க, மையத்தில் வந்த ஒரு குதிரை வீரன் மட்டும் ஒரு கொடிக்கம்பை தோளில் தாங்கிக்கொண்டிருக்க, அவன் பின்பாக கொடி ஊசலாடுவது தெரிந்தது.

நெருங்கி வரும் வீரர்களை கூர்ந்து கவனித்தாள் மங்கா. அனைவரும் முகலாயப் படையைச் சேர்ந்தவர்கள் என்பதும் புரிந்தது. படை வீரர்கள் இன்னும் நெருங்கி வர, இப்போது மையத்தில் பயணித்த மனிதன் தெளிவாகப் புலப்பட்டான். அவன் தோளில் தாங்கிப் பிடித்திருந்தது, ஒரு கொடிக்கம்புதான் என்றாலும், அதன் நுனியில் படபடத்துக்கொண்டிருந்தது கொடி அல்ல... ஒரு மூங்கில் கூடைதான் அதன் நுனியில் பிணைக்கப்பட்டு, குதிரையின் நடைக்கு ஏற்ப ஆடிக்கொண்டிருந்தது. அந்த மூங்கில் கூடையில் செம்மை பரவி இருந்ததைக் கண்டதும், மங்காவுக்கு குழப்பம் ஏற்பட்டது.

பதினைந்து பேரைக்கொண்ட அந்தப் படையினர், விக்ரமனும் மற்றவர்களும் பதுங்கி இருந்த பகுதியை நெருங்கிக்கொண்டிருந்தனர். தொலைவில் வரும்போதே விக்ரமனும், அவனது சகாக்கள் ரவிதேஜனும், மதுகரனும் அம்புகளை எய்து மூவரை வீழ்த்தினர். எங்கிருந்து அம்பு மழை பொழிகிறது என்பது புரியாமல், மற்ற வீரர்கள்இவர்கள்பதுங்கிய இடத்திற்கே வந்து சிக்கிக்கொண்டனர். முதலில் குதிரையின் மீது வைத்திருந்த டமாரத்தை அடித்துக்கொண்டிருந்தவன் கடந்ததும் திடீரென்று ஆலமர விழுதுகளை இடக்கையால் பற்றியபடி விக்ரமனும், ரவிதேஜனும், மதுகரனும், மஹாபல பெருமாளும், வசந்த ராவும் செயலில் இறங்கினர்.

இடதுகரத்தால் விழுதுகளைப் பிடித்துக்கொண்டு அந்தரத்தில் பறந்தபடி, வலதுகரத்தால் வாளை நீட்டிக்கொண்டு படையினரை வெட்டி வீழ்த்த தொடங்கினர். திடீர் தாக்குதலால் நிலைகுலைந்த வீரர்கள் சுதாரிப்பதற்குள், ஆறு பேரை வெட்டி வீழ்த்திவிட்டனர், விக்ரமனும் அவர்களது சகாக்களும். எஞ்சியுள்ளவர்களுடன் ஐவரும் சண்டையிட, இனியும் தான் வாளா இருத்தல் கூடாது என்று, தனது வாளை நீட்டிக்கொண்டு மங்காவும் அவர்களிடையே பாய்ந்தாள். மூங்கில் கூடையுடன் பயணித்தவன்தான் அவளை எதிர்கொண்டான். காண்பதற்கு உயரமும் பருமனும்கொண்ட பலவானாகத் திகழ்ந்த அந்த வீரனுடன் மோதுவது பெண்ணாகிய அவளுக்குக் கடினம்தான்.

இருப்பினும், தொடர்ந்து அவள் துணிவுடன் போரிட, பிறகுதான் விக்ரமனுக்கும் மற்றவர்களுக்கும் தங்கள் பக்கம் நின்று அலர்மேல் மங்காவும் வாட்போரில் ஈடுபட்டிருப்பது தெரிந்தது. மராட்டியத்தில் துலாப்பூரில் இருந்து பயணித்திருந்ததால் களைத்துப்போயிருந்த முகலாய வீரர்களை விரைவிலேயே வீழ்த்திய விக்ரமனும் அவனது சகாக்களும் அந்த மூங்கில் கூடையைக் கைப்பற்றினர்.

வசந்த ராவ் டிட்கேஜி கண்ணீருடன் அந்தக் கூடையை எடுத்தான்.

“இளவரசே, மார்ச் 11 1689-இல் கொல்லப்பட்ட நமது அருமை சாம்பாஜியின் உடலைக் கூறு போட்டு, ராய்கட் கோட்டை, வேய், துலாப்பூர், செஞ்சி, பூவிருந்தவல்லி என்று மராட்டியர்கள் ஆண்ட பகுதிகளில் பொதுமக்கள் பார்வைக்காக வைக்கப்போவதாக அறிவிப்பு செய்யப்பட்டிருந்தது. எமது ஒப்பற்ற மன்னர் சம்பாஜியின் உடல் பாகங்களைச் சேகரித்து பீமா நதியும், இந்திராணி நதியும் சங்கமிக்கும் துலாப்பூரின் கரையில் அவரது பூத உடலை தகனம் செய்து, பிறகு அவருக்கு அங்கே நினைவிடம் ஒன்றை எழுப்புவது என்று சாம்பாஜியின் மகன் ஷாகுஜியும், மகள் பவானி தேவியும் தீர்மானித்துள்ளார்கள். மற்ற உடல் பாகங்களைக்கைப்பற்றிவிட்டோம். ஆனால், அவரது இதயத்தை செஞ்சிக்கு எடுத்துச் சென்று அங்கே மக்களின் பார்வைக்கு வைக்க வேண்டும் என்று திட்டம் இருந்ததால், அதனை மீட்டு வரும் பொறுப்பை என்னிடம் ஒப்படைத்தார்கள். முகலாயப் படையினர் கொல்லீகல் காடு வழியாக தருமபுரி மூலம்

செஞ்சிக்குப் பயணிக்கிறார்கள் என்பதை அறிந்துகொண்ட நான், உங்கள் உதவியை நாடினேன். தாங்களும், அவரது இதயத்தை மீட்டு எனக்கு அளித்துவிட்டீர்கள். சம்பாஜியின் ஆன்மா உங்களை வாழ்த்தும்!" - கண்ணீருடன் வசந்த் ராவ் கூற, விக்ரமன் வேதனையுடன் அந்த மூங்கில் கூடையை வெறித்தான்.

"என்ன கொடூரம்? எதற்காக சம்பாஜியின் இதயத்தை செஞ்சிக்கு அனுப்புகிறார்கள்?" விக்ரமன் கேட்க, வசந்த் ராவிற்கு துக்கம் நெஞ்சை அடைக்க, தனது கையில் இருந்த கூடையை தனது மார்போடு அணைத்து கண்ணீர் சிந்தினான்.

"சத்ரபதி சிவாஜி ஒரு முறை செஞ்சியைப் புகழ்ந்து பேசும்போது, 'செஞ்சியைப் போன்ற அற்புதமான கோட்டையை நான் பார்த்ததில்லை. எனது இதயத்தில் செஞ்சி எப்போதும் திகழும்!' என்றாராம். எனவே, அவர் இதயம் போற்றும் செஞ்சியில், சம்பாஜியின் இதயத்தை வைக்கப் போவதாக அவர்கள் திட்டம்" என்றதும், மங்காவின் கண்களில் இருந்து நீர் பொங்கியது.

"நேற்றுதான் அவர் எங்கள் மயிலங்கி மாளிகையின் நிலா முற்றத்தில் நின்று பேசியது போன்று இருக்கிறது. நான் இருக்கும் வரை உங்கள் எதிரிகளால் உங்களுக்குப் பிரச்சனை வராது என்று சகோதர வாஞ்சையுடன் கூறினார். இப்படி ஆகிவிட்டதே!" என்று கூறியவள், தனது வாளை வசந்த் ராவின் முன்பாக தரையில் வைத்து, அவன் ஏந்தியிருந்த, கூடையின் முன்பாக மண்டியிட்டு பிறகு நமஸ்கரித்தாள்.

"நாட்டுக்காகவும் மக்களுக்காகவும் நீர் செய்த தியாகம் சூரிய, சந்திரர்கள் உள்ளவரை போற்றப்படும்" என்று மங்கா கூற, தொடர்ந்து விக்ரமனும் மற்றவர்களும் மூங்கில் கூடையில் இருந்த சம்பாஜியின் இதயத்திற்கு அஞ்சலி செலுத்தினார். பிறகுதான் அனைவரின் கவனமும் மங்காவின் மீது திரும்பியது.

"அரசியாரே, தாங்கள் எப்படி இங்கே வந்தீர்கள்? உங்களை யார் இவ்வளவு தொலைவு இந்த இரவில் பயணிக்கச் சொன்னார்கள்?" விக்ரமன் மங்காவைக் கடிந்துகொண்டான்.

"விக்ரமரே, நீர் மட்டும்தான் சம்பாஜிக்குக் கடமைப்பட்டவர் என்பதில்லை. நானும்தான்! மேலும், என் மகள் நேற்றுதான்

புதிதாக கழுத்தில் நீர் பூட்டிய மங்கல நாணுடன் கவலையில் உறங்காமல் அங்கே விழித்திருக்கிறாள். அவள் படும் அவதியைக் காணமாட்டாமல்தான் தங்களைப் பின்தொடர்ந்து வந்தேன். சம்பாஜியின் இதயத்தை நீர் மீட்டுக் கொடுத்தீர். என் மகளின் இதயத்தை நான் மீட்டுக் கொடுக்க வேண்டாமா? அதற்காகவே உங்களைப் பின்தொடர்ந்து வந்தேன்" என்று மங்கா கூறியதும், விக்ரமன் அதிர்ந்துபோய் நின்றான்.

"பலே!" - மஹாபலா பெருமாள் குரல்விட்டு மங்காவைப் பாராட்ட, அவனது கனத்த குரல் அந்த நடுநிசியில் பெரிதாக ஒலித்து. அதனால் ஒன்றிரண்டு இரவுப் பறவைகள் சிறகுகளைப் படபடத்தபடி பறந்தன. ஏதோ ஒரு ஜந்து ஒரு மரத்தின் குழியிலிருந்து மின்னல் வேகத்தில் ஓடி மறைந்தது.

"ஷாகுஜி காத்திருப்பார். நான் புறப்படுகிறேன்!" வசந்த் ராவ் கூற, விக்ரமன் அருகில் நின்ற மஹாபல பெருமாளை நோக்கினான்.

"மஹாபலா! நீ வசந்த் ராவுடன் சென்று, நமது கொளத்து நாடு மற்றும் மயிலங்கி சார்பாக சம்பாஜியின் இறுதிச் சடங்கில் பங்கேற்றுவிட்டு வா. அவர் இதயத்துக்குக் காவலாக நீ செல்ல வேண்டும்" என்றவுடன் மஹாபல பெருமாள் தலையசைத்தான்.

இருவரும் தத்தம் குதிரைகளில் ஏறி வடக்கே துலாப்பூரை நோக்கிச் செல்ல, அவர்கள் கண்பார்வையில் இருந்து மறையவும், மங்காவும், விக்ரமனும் மற்ற இருவரோடு வந்த வழியே திரும்பினர்.

அலர்மேல் மங்கா மனம் கலங்கிக் காணப்பட்டாள். அமைதியாகவே தனது குதிரையில் பயணித்தவள், திடீரென்று விக்ரமனைப் பார்த்தாள்.

"என்ன வாழ்க்கை? பொக்கிஷங்களுக்காகவும், அரியணைக்காகவும், இப்படி ஒருவரை ஒருவர் வெட்டிக் கொன்று பெரிதாக எதனை அனுபவித்துவிடப்போகிறார்கள்? விக்ரமரே! நாளைக்கு சம்பாஜிக்கு நேர்ந்த கதி எனக்கும் நேரலாம் என்றே தோன்றுகிறது" - மனம் வெதும்பி மங்கா பேச, விக்ரமன் திடுக்கிட்டான்.

“என்ன வார்த்தைகளைக் கூறுகிறீர்கள் அரசியாரே! நான், ரவிதேஜன், மதுகரன், மற்றும் மஹாபல பெருமாள் நால்வரும் பார்க்க இளங்குமரர்களாக இருக்கலாம். ஆனால், எங்கள் வீரம் யாருக்கும் சளைத்ததல்ல. என்னைக் கடந்துதான் உங்கள் எதிரிகளால் உங்களை நெருங்க முடியும். அது மைசூராக இருக்கட்டு; முகலாயர்களாக இருக்கட்டும்; இல்லை கிழக்கிந்திய கம்பெனியாகக்கூட இருக்கட்டும். நான் கொளத்து நாட்டு இளவரசன்தான். ஆனால் என் மாமனார் நாடு ஸ்ரீரங்கப்பட்டினம். என் மாமியார் நாடு, மயிலங்கி. இந்த இரு நாடுகளுக்கும்கூட நானே பாதுகாப்பு!” - நெகிழ்ச்சியுடன் கூறினான் விக்ரமன்.

“அதுதான் எனக்கு கவலையைத் தருகிறது விக்ரமரே! சம்பாஜியோடு தோள் கொடுத்து நின்ற ஹம்பிராவ் மொஹிதே மற்றும் கவி கைலாஷ் இருவருக்கும் நேர்ந்த கதியைப் பார்த்தீர்கள் அல்லவா? நீங்கள் எனக்கு ஆதரவாக நின்றீர்கள் என்றால், உங்களுக்கும் அவர்கள் கதி ஏற்பட்டால், என்னால் அதைத் தாங்க முடியாது. ரங்காத்மஜாவுக்கு வாழ்வு கொடுத்த நானே, அதனைத் தட்டிப் பறிப்பதா?” என்றவள் விக்ரமனைக் கூர்ந்து கவனித்தாள்.

குதிரையில் அமர்ந்தபடியே தனது கரத்தை அவனை நோக்கி நீட்டினாள் அலர்மேல் மங்கா.

“விக்ரமரே, எனக்கு நீங்கள் ஒரு வாக்கு தர வேண்டும்!” என்று அவனை எச்சரிக்கையுடன் நோக்கினாள்.

- தொடரும்

அத்தியாயம் 43

பேராசைகள்! பெருநஷ்டங்கள்

குதிரையில் அமர்ந்தபடியே அலர்மேல் மங்கா தனது கரத்தை விக்ரமனை நோக்கி நீட்டினாள்.

"எனக்கு நீங்கள் ஒரு வாக்கு தர வேண்டும். மைசூர் சமஸ்தானத்தாலோ, ஆங்கிலேயர்களாலோ அல்லது முகலாயர்களாலோ எனக்கு ஆபத்து நேர்ந்தால்கூட, நீங்களோ உங்கள் நாடோ அதில் தலையிடக்கூடாது. எனது தலைவிதிப்பிடி நடக்கட்டும்! சம்பாஜியின் குரூர மரணத்தைப் பார்த்த பிறகு, எனக்கு மரண பயம் நீங்கிவிட்டது. எனது போரை நானே போரிடுகிறேன். நீங்கள் யாரும் என் பின்பாக நிற்கக்கூடாது. இந்த வாக்கை நீங்கள் எனக்கு அளிக்க வேண்டும்!" - தனது குதிரையில் அமர்ந்தபடியே, கையை நீட்டினாள் மங்கா.

"இது என்ன அபத்தம் அரசியாரே? 'நீ காவிரியில் நீந்திச் சென்று ரங்காத்மஜாவைக் கடத்தி வா!' என்று நீங்கள் கட்டளையிட்டதும், வயது முதிர்ந்த வேங்கடி சற்றும் தயக்கம் காட்டாமல் காரியத்தைச் செய்து முடித்தாள். அந்த மூதாட்டியின் நெஞ்சுரத்தைக்கூடவா வாலிபன் நான் கொண்டிருக்கக்கூடாது?" விக்ரமன் கேட்டான்.

"அவள் எனது பிரஜை! நான் சொல்லும் கட்டளைகளை நிறைவேற்ற வேண்டியவள். நீர் என் பிரஜை அல்ல, இன்னொரு நாட்டு இளவரசர்! உங்களுக்கென்று ஒரு நாடு, மக்கள், சட்டதிட்டங்கள், நியதிகள் உள்ளன. எனது போரை நீங்கள் போரிடக்கூடாது!" மங்கா இன்னும் கையை நீட்டிக்கொண்டு இருந்தாள்.

"நாக்கின் மீது நம்பிக்கை இல்லாதவர்கள்தான் கையில் தட்டி வாக்களிப்பார்கள். எனக்கு வாக்கு சுத்தம் உண்டு. எனது

மனசாட்சிப்படி நான் நடப்பேன். நீட்டிய உங்கள் கையை அப்புறப்படுத்துங்கள் அரசி! மயிலங்கிப் பொக்கிஷங்களைக் கண்டெடுக்கும் வரையிலாவது தங்களுக்கு உதவ எனக்கு அனுமதியைத் தாருங்கள்!" விக்ரமன் கூற, மங்கா அவனை நோக்கி முறுவலித்தாள்.

"நிச்சயம் நான் மயிலங்கி செல்லும்போது நீங்களும், ரங்காத்மஜாவும் என்னுடன். உங்களுக்கு நான் மணவிருந்து அளிக்கப்போகிறேன். அன்றே நாம் மயிலங்கிப் பொக்கிஷங்களைத் தேடி எடுப்போம். அதன்பின் அவற்றை என்ன செய்வது என்று திட்டமிடுவோம்" என்றாள் மங்கா.

அனைவரும் கொளத்து நாட்டை நோக்கிப் பயணித்தார்கள்.

"மங்காவே தடுத்தாலும் அவளைப் பாதுகாக்கும் எனது நோக்கத்திலிருந்து நான் இம்மியும் விலகி நிற்கபோவதில்லை!" - தனக்குள் சூளுரைத்துக்கொண்டான் வாயு விக்ரமன்.

* * * *

கொளத்து நாட்டு அரண்மனையில் தனது அந்தப்புரத்தில் படுத்திருந்த ரங்காத்மஜாவுக்கு உறக்கமே வரவில்லை. வில், வாள் ஏந்தி போருக்குச் செல்பவனைப் போன்று புறப்பட்டுச் சென்றிருக்கும் கணவன் விக்ரமனை நினைத்துக் கவலைப்படுவதா அல்லது அவனைப் பின்தொடர்ந்து சென்றிருக்கும் அன்னை அலர்மேல் மங்காவை நினைத்துக் கவலைப்படுவதா? உறக்கம் பிடிக்காமல், உப்பரிகைச் சாளரத்தின் அருகே வந்து நின்றவளின் பார்வை, மைதானத்தில் நீரூற்று அருகே இருந்த ஆலமரத் திட்டில் அமர்ந்திருந்த சுகஜீவன அந்தர்ஜனத்தின் மீது பதிந்தது. இந்த நள்ளிரவில் பாட்டி உறங்காமல் என்ன செய்கிறாள்?

வியப்புடன் மைதானத்தில் இறங்கி, நீரூற்று அருகே நின்ற ஆலமரத்தை நோக்கி நடந்தாள். ரங்காத்மஜாவின் செவியில் அந்தர்ஜனம், கலுவம் (பாக்கைப் பொடி செய்ய சிறு குழவியுடன் இருக்கும் கலயம்) ஒன்றில் பாக்குத் துண்டங்களைப் பொடி செய்ய, 'நங் நங்' என்ற அந்த ஒலி அமைதியான அந்த இரவில் மைதானம் முழுவதும் எதிரொலித்தது.

“பாட்டி, நீங்கள் உறங்கவில்லையா?” ரங்காத்மஜா கேட்க, குரல் கேட்டு திரும்பி நோக்கினாள் சுகஜீவன அந்தர்ஜனம்.

“ஓ... பெயர்த்தி மருமகளே, நீயும் உறங்கவில்லையா? ஆம், எப்படி உறங்க முடியும்! வில், வாள் ஏந்தி சென்றிப்பவனின் மனைவி அல்லவா? நானும் ஒரு காலத்தில் என் கணவனைப் போருக்கு அனுப்பிவிட்டு, இதோ... இதே மரத்தடியில்தான் அமர்ந்திருப்பேன். அவர் போரிலிருந்து திரும்பும் வரை எனது ஜாகை இதுதான். மழையோ, வெய்யிலோ இப்படியே அமர்ந்து கிடப்பேன். என் மகன் பரசுவை, தாதிகள்தான் பார்த்துக்கொள்வார்கள். வா, இப்படி அமர்ந்துகொள். நான் அமர்ந்ததுபோலவே நீயும் விக்ரமனுக்காக என் அருகே காத்திரு” என்று தனது பக்கத்தில் திண்ணையைத் தட்டினாள்

ரங்காத்மஜா அமர்ந்ததும், அவளைச் சற்றே கூர்ந்து பார்த்தாள் அந்தர்ஜனம்.

“என் பெயரனைப் பின்தொடர்ந்து உன் அன்னையும் சென்றிருக்கிறாள் போலிருக்கிறதே! ஐஸ்வர்யம், தைரியம் என்று அஷ்ட லக்ஷ்மிகளையும் தன்னுள் கொண்டிருப்பவள். உண்மையிலேயே என் பெயரன் அதிர்ஷ்டசாலிதான்” - அந்தர்ஜனம் சொல்ல, ரங்காத்மஜா பாட்டியின் முகத்தை உறுத்துப்பார்த்தாள்,

ராஜ களை, அனுபவம், முதிர்ச்சி எல்லாவற்றையும் கடந்து, சுகஜீவன அந்தர்ஜனத்தின் முகத்தில் வேறு ஏதோ ஒன்று புலப்பட்டது. தேஜஸ் என்று ஒரே வார்த்தையில் அதனைக் கூறிவிடலாம். ஆனால், அதையும் கடந்து முக்காலத்தையும் அறிந்துள்ள ஒரு மேதாவித்தனம்தான் அவளிடம் தென்படுகிறது என்றுதான் ரங்காத்மஜா நினைத்தாள்.

“பாட்டி, சம்பாஜிக்காக நிகழ்ந்த பிரார்த்தனையின்போது நீங்கள் குறிப்பட்ட தகவலைகளைப் பற்றி யோசித்துக்கொண்டிருந்தேன். பொக்கிஷங்களைத் தகுதியில்லாதவர்கள் அனுபவிக்க நினைத்தால் அது அவர்களைத் தண்டித்துவிடும் என்றீர்களே! அது உண்மையா பாட்டி?” - ரங்காத்மஜா கேட்டாள்

“ஆமாம்டி பெண்ணே! தண்டித்துதான் விடும்” என்றவள், தான் பொடி செய்த பாக்கை உள்ளங்கையில் கவிழ்த்து வாயில் போட்டு, அதை மென்றுகொண்டே ரங்காத்மஜாவைப் பார்த்தாள்.

“மகளே, நள்ளிரவில் எழுந்து வந்து எனது அருகில் அமர்ந்து என்னிடம் இது பற்றிப் பேசுகிறாய் என்பதால் கூறுகிறேன்! அந்தப் பிரார்த்தனையின்போது, உன் சிற்றன்னை என்னிடம் ஒரு கேள்வி கேட்டாள். `மயிலங்கிப் பொக்கிஷங்களை வெளியே எடுத்தால் தீங்கு நேரிடுமா?' என்று அவள் கேட்க, அப்போதைக்கு நான் ஏதோ பதிலைக் கூறி சமாளித்தேன். ஆனால் மகளே, உண்மையில் மயிலங்கிப் பொக்கிஷங்கள் வெளியே எடுக்கப்பட்டால் அழிவு நிச்சயம்! உன் சிற்றன்னையிடம், தயைகூர்ந்து மயிலங்கிப் பொக்கிஷங்களை வெளியே எடுக்க வேண்டாம் என்று சொல். எடுத்தால் ரத்த ஆறு ஓடும், தலைகள் உருளும்! வேண்டாம்...! இருக்கும் இடத்திலேயே அவை இருக்கட்டும். அந்திம மஹாதேவன் கோயிலில் இருப்பவற்றை எடுத்தால் அந்திமகாலம் வந்துவிடும். இதை உன் சிற்றன்னையிடம் சொல்லி, அவர்களுக்குப் புரிய வை! தைரிய லட்சுமியாகத் திகழும், அவளிடம் உண்மைகளைக் கூற எனது மனம் ஒப்பவில்லை!” - அந்தர்ஜனம் கூற, ரங்காத்மஜா திடுக்கிட்டாள்.

“பாட்டி, நேற்று பிரார்த்தனையின்போது `மயிலங்கிப் பொக்கிஷம் அவள் தந்தை மறைத்த செல்வங்கள் என்பதால், தீங்கு விளையாது; புதையல்கள்தான் தீங்கை விளைவிக்கும்' என்றீர்களே!” ரங்காத்மஜாவின் கண்கள் அகன்று விரிய, அவற்றில் திகில் புலப்பட்டது.

“மகளே உண்மைதான்! பொக்கிஷங்கள், நாம் மறைத்து வைப்பது. அவை தீங்கு செய்யாது. ஆனால் புதையல்கள், இறைவனால் உருவாக்கப்படுபவை. அவற்றை அபகரிக்க நினைத்தால் தீங்கு விளையும். மயிலங்கிப் பொக்கிஷங்களால் தீங்கு நேராவிட்டாலும், அது வெளியே வந்ததும் வஞ்சகம் தலைவிரித்தாடும். அதனை வெளியே வைத்திருப்பதால் பல துயரங்களை அனுபவிக்க நேரிடும். அதனால்தான்

படையெடுப்பைக்காரணம்காட்டி மங்காவின்தந்தை அதனைப் பதுக்கி வைத்துவிட்டார் என நினைக்கிறேன். மகளுக்கு அது கிடைக்க வேண்டும் என நினைத்திருந்தால், புதிர் போடாமல் ஒரு கடிதத்தை எழுதி வைத்திருக்க மாட்டாரா!" - இருளையே வெறித்துப் பார்த்தபடி கூறிய சுகஜீவன அந்தர்ஜனம், திடீரென்று திரும்பி ரங்காத்மஜாவை நோக்கினாள்.

"மகளே, நீ அச்சப்படாமல் இருந்தால் நான் ஓர் உண்மையைக் கூறுகிறேன்" என்றதும், ரங்காத்மஜா தலையசைத்தாள்.

"என் சேடி அம்புஜ ஆரணங்கு, கொளத்து நாட்டுக் குலவை தரவாட்டுப் பெண். (தரவாடு என்றால் இல்லம்). பரம்பரை பரம்பரையாக அவர்கள் குடும்பம் உறுமி மேளம் அடித்து குலவை இட்டபடி, எதிர்காலத்தைக் கணித்துக் கூறுவார்கள். ஒரு நாள், யானை காவுவில் பொழுது போகவில்லை என்று அம்புஜ ஆரணங்கை உறுமியடித்துக் குலவை பாடச் சொன்னேன். அப்போது பயங்கரமான சில கணிப்புகளைச் சொன்னாள்! அப்போது அவள் விடுத்த ஓர் எச்சரிக்கை இப்போது நினைத்தாலும் குலை நடுங்குகிறது.

மயிலங்கிப் பொக்கிஷங்களாலே, மலைபுரம் மற்றும் கொளத்து நாடுகளில் ரத்த ஆறு ஓடும். பிணங்கள் ஆற்றில் மிதக்கும். ஈட்டிகளில் தலைகள் செருகப்பட்டு இருக்கும். செல்வங்கள் சூறையாடப்படும் என்றெல்லாம் கணிப்புகளைச் சொன்னாள். "மகளே, மயிலங்கிப் பொக்கிஷங்களால் பெரும் சேதம் உருவாகக்கூடும் என்பதால், உன் சிற்றன்னையிடம் சொல்லி, ஒன்று அவை இப்போது இருக்கும் இடத்திலேயே இருக்கட்டும் என்று சொல்! அல்லது எங்கள் யானை காவில் அவற்றைப் பதுக்கிவிட்டு அவற்றை அடியோடு மறந்துவிடச் சொல்! மயிலங்கிப் பொக்கிஷத்தை வெளியே வைப்பது ஆபத்து!" சுகஜீவன அந்தர்ஜனத்தின் குரல் எச்சரிக்கையாக ஒலித்தது. "இதை நானே உன் சிற்றன்னையிடம் சொல்ல நினைத்தேன். ஆனால். அதற்கான சந்தர்ப்பம் அமையவில்லை" அந்தர்ஜனம் கூற, ரங்காத்மஜா யோசனையில் ஆழ்ந்தாள்

மயிலங்கிப் பொக்கிஷம் குறித்து சுகஜீவன அந்தர்ஜனம் கூறியதை அலர்மேல் மங்கா ஏற்க மாட்டாள் என்றுதான்

ரங்காத்மஜா நினைத்தாள். மங்கா ஏற்கிறாளோ இல்லையோ, அந்தர்ஜனம் கூறியதுபோல் மயிலங்கிப் பொக்கிஷங்களைக் குறிவைத்தவர்கள் பலர் அழிவைத்தான் தேடிக்கொண்டிருந்தார்கள்.

செஞ்சியில் களப்பிரர் பதுக்கிவைத்திருந்த பொக்கிஷங்களை அனுபவித்த பலன், வேய் போரில் சம்பாஜி கொல்லப்பட்டான். சம்பாஜிக்கு மட்டும்தானா இந்த நிலை?

பூவிருந்தவல்லியில் ஔரங்கசீப்புக்குத் தெரியாமல் பொக்கிஷங்களைப்பதுக்கிவைத்திருந்த பாத்கான், ஏறக்குறைய இம்மாதிரி பிரச்னைகளைத்தான் சந்தித்துக்கொண்டிருந்தான். திடீரென்று பாடலாத்ரிக்கு (சிங்கபெருமாள் கோவில்) படைகளுடன் வந்து, சம்பாஜி பாசறை அமைத்துவிட்டான் என்பதைக் கேள்விப்பட்டதும், பாத் கான் கலவரம் அடைந்தான்.

நாசரேத்பேட்டை கோட்டையின் அடியில் அவன் பதுங்கியிருந்த பொக்கிஷங்களின் அளவு அதிகரித்துக்கொண்டே இருக்க, தனது ஆருயிர் காதலி ஜபீனுக்கு ரகசியமாகச் சேதி அனுப்பியிருந்தான். `நீ புறப்பட்டு தெற்கே வா! நாம் இங்கே சுகமாக வாழ்வோம்!' என்று அவன் அனுப்பிய சேதி, அவளைச் சென்று அடையவே இல்லை! தனது நடவடிக்கைகளை ஆற்காடு நவாப், ஔரங்கசீப்புக்காக வேவு பார்ப்பதை பாத் கான் அறிந்திருக்கவில்லை. ஜபீனின் நடன ஆசானின் மகன் ஜெகதீஷின் மாளிகைக்குப் பறந்து செல்லும் புறாவில்தான், பாத் கான் தன் காதலிக்கு சேதி அனுப்பியிருந்ததாக நினைத்திருந்தான். ஆனால், ரகசியமாக புறாக்கள் மாற்றப்பட, முகலாய அரண்மனை ஷாலிமார் பாக்கிற்குச் செல்லும் புறா ஒன்றில் அவன் அனுப்பிய தகவல் செல்ல, சேதி ஔரங்கசீப்பின் கைக்கே கிடைத்தது. அன்றிரவே ஜபீன் கைதுசெய்யப்பட்டாள்.

முகலாயர்களின் முன்னேற்றத்தைத் தடுப்பதற்காக சம்பாஜி பாடலாத்ரியில் முகாமிட்டு, பூவிருந்தவல்லியைக் கைப்பற்ற தயாராக இருந்த நிலையில், ஔரங்கஸீப் தந்திரமாக திடீர் என்று ராய்காட் கோட்டையின் மீது படையெடுத்து வர, போர்க்கலையில் வல்லமை இல்லாத தம்பி ராஜாராமை

பாடலாத்ரிக்கு வரச் சொல்லிவிட்டு, சம்பாஜிதான் ராய்கட் படைகளுக்குப் பொறுப்பேற்றான்.

ஆச்சரியப்படும்விதமாக, ராஜாராம் தலைமையில் இயங்கிய படை, பூவிருந்தவல்லி மற்றும் ஆலம்பனா (கல்பாக்கம் அருகே கடப்பாக்கத்தில் உள்ளது) கோட்டைகளைக் கைப்பற்றியது. பாத் கான் போரில் மடிய, அவன் பதுக்கியிருந்த பொக்கிஷங்கள் ராஜாராம் வசம் சிக்கின. நாசரேத்பேட்டை மற்றும் ஆலம்பனா கோட்டைகளை மராட்டியர்கள் தகர்க்க, (இப்போதும் கல்பாக்கம் அருகே உள்ள கடப்பாக்கத்தில் ஆலம்பனா கோட்டையின் சிதிலங்கள் காணப்படுகின்றன. அதனை `ஆலம்பாறை கோட்டை' என்று இன்று அழைக்கின்றனர்) தான் கைப்பற்றிய பாத் கானின் பொக்கிஷங்களை, ராஜாராம் செஞ்சிக்கு அனுப்ப, பரங்கிப்பேட்டையில் இருந்து வந்த கிழக்கிந்தியக் கம்பெனியின் படை வீரர்கள் அவற்றைக் கைப்பற்றி போர்ட்டோனோவோ கரையில் காத்திருந்த கப்பல்களுக்கு அனுப்பினர்.

இந்நிலையில் ராய்கட் போரில் சம்பாஜி கொல்லப்பட, இதனால் தெற்கே இருந்த மராட்டியப் படை கலகலத்தது. ராஜாராம் பின்வாங்க, இப்போது ஆற்காட் நவாபின் தலைமையில் முகலாயர்களின் கை ஓங்கியது. மராட்டியர்கள் வசம் இருந்த செஞ்சியை அவர்கள் கைப்பற்றினர். அதன் பிறகு தெற்கே மராட்டியர்கள் வலுவிழந்தார்கள்.

மராட்டியர்களிடம் இருந்து பறித்து வந்த பொக்கிஷங்களை, லண்டன் செல்லும் கப்பலில் ஏற்றுவதற்கு முந்தைய தினம், போர்ட்டோனோவோ அபேயில் பெரும் விருந்து நடைபெற்றது.

விருந்து நடந்த இரவு, அனைவரும் உறங்கிக்கொண்டிருந்த வேளையில் செப் அர்னால்டு மற்றும் மாகி இருவரும் கூட்டாக பொக்கிஷங்கள் வைக்கப்பட்டு இருந்த அறைக்குச் சென்று களவாட முயன்றபோது, கம்பெனிச் சிப்பாய்கள் நடத்திய துப்பாக்கிச்சூட்டில் கொல்லப்பட்டனர்

தரங்கம்பாடி டேனிஷ் கோட்டையின் அதிகாரி வில்லியம் லூக் அனுப்பிய ஆட்கள், லண்டன் கப்பலில் நிறைக்கப்பட்டிருந்த

பொக்கிஷங்களைக் கைப்பற்ற முயல, அப்போது நடந்த துப்பாக்கிச் சண்டையிலும் பலர் கொல்லப்பட்டனர்.

பொக்கிஷங்கள் மலிந்திருந்த தெற்குப் பகுதியான கரை நாட்டில், அன்றாடம் அவற்றைக் கைப்பற்ற போராட்டங்கள் நடந்து, முடிவில் மரணங்கள் அதிகரித்தன. பொக்கிஷ மோகமும் பேராசைகளும் மிகுந்ததால், சதிவலைகள், நம்பிக்கை துரோகங்கள், முதுகில் குத்துதல் போன்ற சம்பவங்கள் அன்றாடம் நடப்பது வாடிக்கையானது. இந்நிலையில் பொக்கிஷங்களுக்காக அலைந்தவர்கள் அனைவருமே பரிதவித்து நின்றிருந்த வேளை; மைசூர் அரண்மனையான அம்பா விலாசத்திற்கு, ஜோசையா சைல்ட், ஆர்தர் பர்கண்டி, ரிச்சர்ட் ஹோவார்டு, கேத்ரின் பர்கண்டி ஆகியோர் விருந்துக்கு வந்திருந்தனர். உணவை முடித்ததும் அவர்களுக்கு மதுபானம் பரிமாறும் வேளையில், அரண்மனை அதிகாரி ஒருவர் பரபரப்புடன் வந்து மன்னரின் காதில் கிசுகிசுக்க, திகைப்புடன் வெறித்த மைசூர் மன்னர், ஆங்கிலேய நண்பர்களைப் பார்த்தார்.

“சபாஷ் பாயப்பா! நல்ல சேதியைக் கொண்டு வந்தீர்! நண்பர்களே கேளுங்கள், ராய்கட் கோட்டையை ஔரங்கசீப் கைப்பற்றிவிட்டார். சம்பாஜி, போரில் கொல்லப்பட்டார். அவரது இறந்த உடலை முகலாயர்கள் கைப்பற்றி எடுத்து சென்றுவிட்டனராம். இனி தெற்கே மராட்டியர்கள் ஆட்டம் முடிவுக்கு வந்தது. சம்பாஜியின் மரணத்தால், பூவிருந்தவல்லியைக் கைப்பற்றியிருந்த மராட்டியப் படைகள் கலகலத்துவிட்டன. ஆற்காடு நவாப் ஜூல்பிகர் அலி கான் படைகளுடன் செஞ்சியை நோக்கி முன்னேறிக்கொண்டிருக்கிறார்” என்று மன்னர் கூறியதும், ஜோசையா சைல்டு தனது மதுக்கிண்ணத்தை உயர்த்தினார்.

“மராட்டிய சிங்கம் வீழ்ந்துவிட்டது. முகலாயப் புலியின் கதையும் முடிந்தால், இனி தெற்கில் நமது ஆட்சிதான். இனி கம்பெனியின் சட்டதிட்டம்தான் இங்கு! மைசூரையம் திருவாங்கூரையும் தவிர, மற்ற எல்லா சமஸ்தானங்களையும் கம்பெனியுடன் இணைப்போம்! காரணம், இந்த இரண்டு

சமஸ்தானங்களும், எங்கள் இலண்டன் மன்னர் இரண்டாம் ஜேம்ஸின் நண்பர்கள்!'' என்று சொல்ல, கேத்ரீனின் கண்களில் மயிலங்கிப் பொக்கிஷம் நடனமாடியது

- தொடரும்

அத்தியாயம் 44

புதையல் வேட்டை

கொளத்து நாட்டு அரண்மனை! சம்பாஜியின் மரணத்தால் தள்ளிவைக்கப்பட்டிருந்த திருமணக் கொண்டாட்டங்கள் மீண்டும் தொடங்கின.

'பஸ்மாசுர மோஹினி' - நாட்டிய நாடகத்தை அரண்மனைக் கலைஞர்கள் ஆடிக்கொண்டிருக்க, நாடகத்தில் கவனம் செலுத்தாமல் மயிலங்கிப் பொக்கிஷங்களைப் பற்றி யோசித்துக்கொண்டிருந்தாள் அலர்மேல் மங்கா.

சத்யகல் சென்று சம்பாஜியின் இதயத்தை மீட்டெடுத்து வந்த பின், காலையில் பாரதப் புழா ஆற்றில் நீராடுவதற்காக ரங்காத்மஜா மற்றும் வேங்கடியுடன் சென்றிருந்தபோது, ரங்காத்மஜா கூறியிருந்த விவரங்களை நினைவுகூர்ந்தாள்.

`அம்மா! மயிலங்கிப் பொக்கிஷங்களை வெளியே எடுக்கவே வேண்டாம். அது வெளியே வந்தால், பெரிய ரத்தக் கலவரம் ஏற்படும் என்று உறுமி அடித்து எதிர்காலத்தைக் கணித்துக் குலவை பாடும் ஆரணங்கு கூறினாளாம். பொக்கிஷங்கள் இருக்குமிடம் என்னவோ நமக்குத் தெரிந்துவிட்டது. அவை இருக்குமிடத்திலேயே இருக்கட்டுமே!' என்று கூறியிருந்தாள் ரங்காத்மஜா.

மங்கா பதில் கூறாமல் அமைதி காக்க... ஆனால், அவள் கூற விரும்பியதை வேங்கடியே முந்திக்கொண்டு கூறிவிட்டாள்.

"இளவரசி, பொக்கிஷங்களை நாடுவது நாம் சுகபோகத்துடன் வாழ்வதற்கு அல்ல. மயிலங்கிப் பொக்கிஷங்களை வெளியே எடுத்து மயிலங்கியின் குலதெய்வமான ஸ்ரீரங்கப்பட்டண ரங்கநாயகிக்குப் பூட்டி அழகு பார்க்க வேண்டும். மயிலங்கியில் தொன்றுதொட்டு நடைபெற்றுவரும் வழக்கம் இது.

எனவேதான் நமது மங்கா தேவியார் அவற்றைத் தேடி எடுக்க வேண்டும் என்பதில் தீவிரம் காட்டுகிறார்'' என்றதும் மங்கா, ரங்காத்மஜாவை நோக்கிப் புன்னகைத்தாள்.

''கவலைப்படாதே மகளே! நாடு என்றால் மக்கள் இருப்பார்கள். மக்கள் இருந்தால் மன்னர் இருப்பார். மன்னர் இருந்தால் அரசியல் இருக்கும்! அரசியல் இருந்தால் போர் இருக்கும்! போர் நடந்தால் ரத்தக்களரி இருக்கும்! இதற்கெல்லாம் அஞ்சினால், தியாகங்கள் எப்படி உருவாவது? சம்பாஜி நிம்மதியாகத் தன் மனைவி, மக்களுடன் செஞ்சியில் மகிழ்ச்சியுடன் வாழ்ந்திருக்கலாமே! எதற்காக போர்க்களம் சென்று வீர மரணம் அடைய வேண்டும்? நமது பொக்கிஷங்களைக் காக்கத்தான் பூவிருந்தவல்லி சென்றார். அவரை மரணம் ராய்கட் கோட்டைக்கு இழுத்தது. ஆனது ஆகட்டும்! மயிலங்கிப் பொக்கிஷங்களைத் தேடி எடுத்தே தீர வேண்டும்! ஆபத்துகளை எதிர்கொள்ளவேண்டியதுதான்'' என்றாள் மங்கா!

ஏற்கெனவே காலதாமதம் ஆகிவிட்டது. பங்குனி உத்திரம் வைபவம் வருவதற்குள் மயிலங்கிப் பொக்கிஷங்களைத் தேடி எடுக்க வேண்டும். திவான் சவ்யசாசியை அனுப்பி பாசப்பா குன்றத்தில், மாதக்கணக்கில் புதையலைத் தேடியும் கிட்டவில்லை என்று மனம் தளர்ந்திருந்த அலர்மேல் மங்கா, பாரதப் புழா ஆற்றில் பிண்ட தர்ப்பணம் விட்டதும், தன் மூதாதையர்கள் உடனேயே தனக்கு ஒரு நல்ல வழியைக் காட்டிவிட்டதை எண்ணி மனம் மகிழ்ந்தாள். ரங்காத்மஜா-விக்ரமன் திருமணத்தால் ஏற்கெனவே உற்சாகத்தில் இருந்த மங்கா, பொக்கிஷம் இருக்கும் இடத்தைப் பற்றிய குறிப்பை ரங்காத்மஜாவே கண்டுபிடித்துவிட்டாள் என்றதும் பரமானந்தத்தில் திளைத்து, அதனால் நிலைகொள்ளாமல் இங்கும் அங்கும் அலைந்துகொண்டிருந்தாள்.

அப்போதுதான் சம்பாஜியின் மரணச் செய்தி வந்திருந்தது. அலர்மேல் மங்காவுக்கும் சம்பாஜியின் மரணம் பேரிடியாகத் தாக்கி இருந்தது. சத்ரபதி சிவாஜி காஞ்சியின் மீது படையெடுத்து வந்தபோது, மைசூரின் வழியாக வந்திருந்தார். தான் மயிலங்கியின் நலவிரும்பி என்பதை மைசூருக்குத் தெரிவித்து, அந்தச் சமஸ்தானத்துக்கு எதிராக மைசூர் செயல்பட்டால்,

மராட்டியம் பார்த்துக்கொண்டு அமைதியாக இருக்காது என்று எச்சரித்திருந்தார். சத்ரபதி சிவாஜி எச்சரிக்கை செய்ததோடு இல்லாமல், மூன்று நாட்களுக்கு மயிலங்கி அரண்மனையில் வேங்கடப்பாவின் விருந்தினராகத் தங்கியிருந்தார். மயிலங்கியில் தங்கியதன் மூலம் தான் மயிலங்கியின் நலவிரும்பி என்பதை மீண்டும் நிரூபித்திருந்தார்.

சம்பாஜியும் ராய்காட் போகும் வழியில் மயிலங்கிக்கு வந்து விக்ரமன் அனுப்பிய செல்வங்களைப் பெற்றுக்கொண்டு, மராட்டியம் செல்லும் வழியில், மைசூர் மன்னர் சாம்ராஜருக்கு ஒரு தூதுவனை அனுப்பி, மயிலங்கி விஷயத்தில் தலையிடாமல் இருக்க வேண்டும் என்று கட்டளை பிறப்பித்திருந்தார்.

மராட்டியம் மயிலங்கியின் பின்புலனில் இருப்பதை அறிந்தே, மைசூர் சமஸ்தானம் இதுகாறும் எவ்வித போர் முஸ்தீபுகளிலும் இறங்காமல் இருந்தது. ஆனால் சம்பாஜி இறந்துவிட்ட நிலையில், இனி எந்த வேளையிலும் மயிலங்கியின் மீது மைசூர் படை எடுக்கக்கூடும். இதை நினைத்துப்பார்த்ததும், கொளத்து நாட்டு அரண்மனையில் படுத்திருந்த அலர்மேல் மங்காவுக்கு உறங்கவே பிடிக்கவில்லை. சாளரத்தின் அருகே நின்று, இருளில் வெறித்துப் பார்த்துக்கொண்டிருந்தாள். அங்ஙனம் அவள் உறங்காமல் இரவைக் கழித்ததை, வேங்கடி கவனிக்கத் தவறவில்லை.

மறுநாள் காலையில் ரங்காத்மஜாவிடம் வேங்கடி விஷயத்தைக் கூறிவிட்டாள். "புதையலைப் பற்றிய புதிர் விடுபட்டும்கூட அலர்மேல் மங்காவின் மனம் அலைபாய்கிறது. இரவெல்லாம் அவள் உறங்கவில்லை" என்று கவலைப்பட, ரங்காத்மஜா விக்ரமனிடம் அதைப் பற்றிக் கூறிவிட்டாள்.

காலை நந்தவனத்தில் அந்தர்ஜனத்துடன் பேசியபடி உலாவிக்கொண்டிருந்தாள் மங்கா.

"அரசியார், தாங்கள் தெரிவித்த கருத்துகளை ரங்காத்மஜா என்னிடம் கூறினாள். ஆனால் மயிலங்கிப் பொக்கிஷங்கள் என் மக்களுக்குச் சொந்தம். அவர்களது கேள்விக்கு நான் பதில் கூறித்தான் ஆக வேண்டும். பொக்கிஷங்களை வெளியே எடுத்து அவர்கள் கண்ணெதிரில் நான் ரங்கநாயகிக்கு

ஆபரணங்களைப் பூட்டவில்லையென்றால், நான் அவற்றை கபளீகரம் செய்துவிட்டதாக நினைப்பார்கள் அல்லவா! எனவே, மயிலங்கிப் பொக்கிஷங்களை நான் வெளியே எடுக்க வேண்டிய கட்டாயத்தில் இருக்கிறேன்!" மங்கா கூறினாள்.

"ஆலோசனைகள் கூறுவதும், எச்சரிக்கைகள் செய்வதும் ஜோதிடத்தின் கடமை! அது உண்மையா, பொய்யா என்னும் ஆராய்ச்சிகள் ஒரு புறம் இருக்கட்டும். விதி என்ன தீர்மானித்திருக்கிறதோ அதுதானே நடந்தாக வேண்டும். எனவே, நான் உங்கள் மகளிடம் சொல்லி அனுப்பியது, என் சம்பந்திக்கு ஒரு யோசனை! ஆனால், நீங்கள் மயிலங்கி அரசியாக எடுக்கும் முடிவுகளை, கொளத்து நாட்டு அரசியாக என்னால் எப்படி வலியுறுத்த முடியும்? உங்கள் மனதுக்குத் தோன்றியவற்றைச் செய்யுங்கள்!" என்று கூறினாலும், உள்ளுக்குள் அதிர்ந்தாள் சுகஜீவன அந்தர்ஜனம். அவள் செவியில், ஆரணங்கின் உறுமி மேள ஒலியும், குலவையிட்டுக் கூறிய பயங்கரங்களும் ஒலித்தன.

அவர்கள் பேசிக்கொண்டே நடக்க, அவர்களை நோக்கி ரங்காத்மஜாவும் விக்ரமனும் வந்தனர்.

"அம்மா, இரவெல்லாம் நீங்கள் உறங்கவில்லை என அறிந்தேன். உங்கள் மனதை வாட்டும் விஷயம் என்ன?" ரங்காத்மஜா கேட்டாள். திருமணத்திற்குப் பிறகு மங்காவை `சிற்றன்னை' என்று அழைப்பதைத் தவிர்த்து, 'அம்மா' என்றே அழைத்தாள்.

"திருமணம் முடிந்துவிட்டது ரங்காத்மஜா! இனி நான் உடனே மயிலங்கிக்குச் செல்ல வேண்டும். முதலில் நான் சாம்ராஜ வோடேயாரை மணக்க மறுத்தேன். அடுத்ததாக, நீ ராஜா வோடேயாரை நிராகரித்து விக்ரமனை மணந்திருக்கிறாய். அவர்கள் குறிவைத்த மயிலங்கிப் பொக்கிஷங்களும் கிடைக்கவில்லை. இப்போது சம்பாஜியும் இறந்துவிட்டார். மைசூர் சமஸ்தானம் என்னிடம் தொடர்ச்சியாக ஏமாந்து கொண்டிருக்கிறது. அவர்கள் பொறுமையும் இனி எல்லை கடந்துவிடும். உடனடியாக அவர்கள் மயிலங்கியின் மீது படையெடுக்கக்கூடும். நான் அதற்குள் பொக்கிஷங்களைக் கண்டெடுத்து, ரங்கநாயகிக்கு உற்சவம் நடத்தி, பிறகு அவற்றை எங்கேயாவது பதுக்க வேண்டும்" மங்கா சொல்ல, அந்தர்ஜனம் குறுக்கிட்டாள்.

“மங்கா தேவி, எதற்காக விசனப்படுகிறீர்கள்! உங்கள் மகள் ரங்காத்மஜாவை எங்கள் விக்ரமன் பக்கலில் பாதுகாப்பாக வைத்திருப்பதுபோல, உங்கள் மயிலங்கிப் பொக்கிஷங்களை எங்கள் கொளத்து நாட்டுப் பொக்கிஷங்களின் பக்கலில் பதுக்கி விடுங்கள். ஸ்ரீரங்கப்பட்டண ரங்கநாயகிக்குச் சமர்ப்பித்த ஆபரணங்கள் போக, மிகுதி அனைத்தும் ரங்காத்மஜாவுக்குதானே? எங்கள் கொளத்து நாட்டுப் பொக்கிஷங்கள் அனைத்தும் விக்ரமனுக்கே! விக்ரமனும், ரங்காத்மஜாவும் திருமணம் செய்துகொண்டுவிட்டதால், நமது பொக்கிஷங்களை ஒன்றையொன்று திருமணம் செய்துகொண்டுவிட்டதாகவே நாம் கொள்ள வேண்டும். ரங்காத்மஜாதானே தங்களுக்குப் பிறகு மயிலங்கியை ஆளப்போகிறாள்! தேவையானபோது பதுக்கியுள்ள பொக்கிஷங்களில் இருந்து மக்களுக்கு நற்பணிகளைச் செய்யட்டுமே! எங்கள் யானை காவுதான் பொக்கிஷங்களைப் பதுக்கிவைக்க சரியான இடம். நீங்கள் கண்டெடுக்கும் பொக்கிஷங்களை அங்கே மறைத்து வைத்துவிடுங்கள்” என்றாள் அந்தர்ஜனம்.

“ஆம் அரசியாரே, அதுதான் சரி! பாட்டி சொல்வதற்கு முன்பாகவே நான் இது குறித்து யோசித்து, அங்கே ஒரு மறைவிடத்தைக் கண்டுபிடித்துள்ளேன். குடமலை தொடர்ச்சியை வருடிக்கொண்டு ஓடும் காட்டாற்றின் ஆழத்தில், அந்த மலை அடிவாரத்தில் இயற்கையாக உருவான ஒரு குகை உள்ளது. மலையின் மையப்பகுதி வரை அந்தக் குகை செல்கிறது. உள்ளே புதையலை வைத்து, வாயிலை கற்களால் மூடிவிடலாம். காட்டாறு ஆண்டு முழுவதும் பாய்வதால், தண்ணீரின் அடியே உள்ள குகையை யாராலும் அறிய முடியாது. நீங்கள் உடன் வந்தீர்கள் என்றால், நாங்கள் அந்த இடத்தைக் காட்டுகிறோம்!” விக்ரமன் கூறினான்.

“எனக்கும் அது நல்ல யோசனையாகப்படுகிறது! மயிலங்கிப் பொக்கிஷங்களைக் கண்டெடுப்பதற்கு முன்பாக, அவற்றை பத்திரப்படுத்த ஓர் இடம் இருப்பது நல்லதுதான். எனக்கு அந்த இடத்தைக் காட்டுங்கள், விக்ரமரே!” என்றாள் மங்கா.

அன்று பிற்பகல், விக்ரமன், ரங்காத்மஜாவுடன் அலர்மேல் மங்கா, அந்தர்ஜனம், வேங்கடி மற்றும் அம்புஜ ஆரணங்கு ஆகியோர் யானை காவுக்குப் புறப்பட்டுவிட்டனர்.

அந்தர்ஜனத்தின் குடில் முன்பாக அனைவரும் நின்றிருந்தனர். சுகஜீவன அந்தர்ஜனம், அலர்மேல் மங்காவுக்குச் சுட்டிக்காட்டினாள்.

"மங்கா தேவி! அதோ அந்த மலையடிவாரத்திற்கும் காட்டாற்றுக்கும் இடையே உள்ள நிலப்பகுதியில் ஒரு பெரிய யானைச் சிலை தெரிகிறதே! அதைச் சுற்றித்தான், எங்கள் கொளத்து நாட்டுப் பொக்கிஷங்களைப் பதுக்கி வைத்திருக்கிறோம்" - அந்தர்ஜனம் கூற, மங்கா வியப்புடன் அந்தப் பகுதியை நோக்கினாள்.

விக்ரமன், மங்காவின் கவனத்தை தன்பால் ஈர்த்தான்.

"அரசியாரே! அந்த யானைச் சிலையின் பின்பாக இருக்கும் மலைத்தொடர்ச்சியில், ஒரே ஒரு மலை மட்டும் வரிசையில் இல்லாமல் சற்று பின்பாக நிற்கிறதே! அந்த மலையின் மத்தியப் பகுதிக்குத்தான், ஆற்றின் அடியில் வழி உண்டாகியுள்ளது. மயிலங்கிப் பொக்கிஷங்களை அங்குதான் பதுக்க வேண்டும்" என்றதும், மங்காவுக்கு கவலை நீங்கியது.

"இதைவிட பாதுகாப்பான இடம் கிடைக்காது விக்ரமரே! மனித சஞ்சாரமற்றப் பகுதி! யானைகள் மட்டுமே நடமாடுகின்றன" - மங்கா கூறினாள்.

"ஆமாம், எப்படியும் எனது கொளத்து நாட்டுப் பொக்கிஷங்களுக்குப் பாதுகாப்பாக நானும் ஆரணங்கும் இங்கேதான் தங்கியிருக்கிறோம். உங்கள் மயிலங்கிப் பொக்கிஷங்களையும் அப்படியே பார்த்துக்கொள்கிறேன்" என்று அந்தர்ஜனம் கூறியதும், மங்கா தீர்மானித்துவிட்டாள்.

"மயிலங்கியில் பொக்கிஷங்கள் இருக்கும் வரை மைசூர் சமஸ்தானம் சும்மா இருக்காது. படையெடுத்தாவது அரண்மனையைத் தகர்த்து பொக்கிஷங்களைக் கைப்பற்றிவிடும். எந்தப் பொக்கிஷங்களைக் கைப்பற்றுவதற்காக மைசூர்

அலைகிறதோ, இறுதிவரையில் அவை அவர்களுக்குக் கிடைக்கக்கூடாது" - மங்காவின் குரலில் உறுதியும் கோபமும் ஒலித்தன.

"பாதுகாப்பு குறித்து கவலைப்படாதீர்கள்! எங்கள் ஆரணங்கு சில வாரங்களுக்கு முன்பாகத்தான் புதையலைக் கைப்பற்ற வந்த இருவரை, புதைகுழி வழியாக பரலோகத்திற்கு அனுப்பியிருக்கிறாள்!" - அந்தர்ஜனம் சிரிக்க, மற்றவர்கள் பிரமிப்புடன் அம்புஜ ஆரணங்கை நோக்கினர்.

`கொலை செய்வதெல்லாம் எனக்கு ஒரு பொருட்டே இல்லை' என்பது போன்று பெண் வடிவ கடோத்கஜனாக நின்றிருந்த ஆரணங்கு, பற்களைக் காட்டிச் சிரித்தாள்

மறுநாள்காலையில்அந்தர்ஜனத்திடம்விடைபெற்றுக்கொண்டு, மங்காவும் வேங்கடியும், ரங்காத்மஜாவுடனும் விக்ரமனுடனும் கொளத்து நாட்டுக்குத் திரும்பினர். மன்னர் கோலாத்ரி பரசு வடக்கன் பெருமாளிடமும், அவர் மனைவி கனகமணியிடமும் விடைபெற்றுக்கொண்டு நால்வரும் அன்றே மயிலங்கிக்குத் திரும்பினர்.

* * * *

மயிலங்கி மகாதேவரின் ஆலயத்தை, அர்த்தஜாம பூஜைக்குப் பிறகு மூடிவிடுவார்கள். ஆலயத்தில் பக்தர்களின் கூட்டம் குறைந்ததும், நள்ளிரவு சிறப்புப் பூஜைக்கு தானும் ஸ்ரீரங்கப்பட்டண இளவரசி ரங்காத்மஜாவும் வருவதாகத் தகவல் அனுப்பியிருந்தாள் அலர்மேல் மங்கா.

கோயில் அதிகாரி தாச பீமண்ணாவும், அர்ச்சகர் மஞ்சுநாத பட்கர்ணியும் ஆலயத்தை மூடாமல் அலர்மேல் மங்காவுக்காகக் காத்திருந்தனர். அலர்மேல் மங்கா, ரங்காத்மஜா மற்றும் வாயு விக்ரமன் மூவரும் மகாதேவரை தரிசித்து சந்நிதியைவிட்டு வெளியேறினர்.

"தாசரே! கோயில் கதவைச்சாத்திவிடுங்கள். நாங்கள் ஆலயத்தில் மயிலங்கிப் பொக்கிஷத்தைத் தேடப்போகிறோம்" - தாச பீமண்ணாவின் செவியில் கிசுகிசுத்தாள் அலர்மேல் மங்கா.

ஆலய தென்பகுதியில் தட்சிண தர்பார் மண்டபம் இருந்தது. அங்குதான் சிவராத்திரி அன்று அந்திமத்தேவரும், காத்யாயினி அம்மையும் ஒன்றாக மண்டபத்தில் காட்சிதருவார்கள். அதனை `தட்சிண தர்பார்' என்றும், `கல்யாண மண்டபம்' என்றும் ஆலயத்தார் அழைத்துவந்தனர்.

இடதுபுறக் குறிப்புகளை மேலிருந்து கீழேயும், வலதுபுறக் குறிப்புகளை கீழிருந்தும் மேலாகவும் படித்திருந்தால், அலர்மேல் மங்காவுக்கு புதையல் மறைத்து வைக்கப்பட்டிருந்த இடம் எப்போதோ தெரிந்திருக்கும். இடதுகண்ணை மேலிருந்து கீழே வரும் கங்கை நீராகவும், வலதுகண்ணை கீழிருந்து மேலே போகும் கடல் நீராகவும் பாவித்துப் படிக்க வேண்டும் என்று இவளின் தந்தை வேங்கடப்பா குறிப்பிட்டிருந்தும், மதியூகம் படைத்தவளான அலர்மேல் மங்கா அதனை உணர்வதற்குத் தவறிவிட்டிருந்தாள்.

குறிப்புகளின் பின்பாக இருந்த சூட்சுமத்தை ரங்காத்மஜா புரியவைத்ததுமே, பொக்கிஷ ரகசியம் மகாதேவரின் ஆலயத்தில் உள்ள தட்சிண தர்பாரில்தான் உள்ளது என்பதை யூகித்துவிட்டாள் அலர்மேல் மங்கா.

இரண்டு குறிப்புகளை அறிந்துவிட்ட நிலையில் மிகுதிக் குறிப்புகளை அங்கே சென்றுதான் தேட வேண்டும் என்று மங்கா காத்திருந்தாள். அதற்கு அன்றைய இரவைத் தேர்ந்தெடுத்திருந்தாள்.

வாயு விக்ரமன் ஒளிரும் தீப்பந்தம் ஒன்றை ஏந்தியபடி முன்னால் நடக்க, பெண்கள் இருவரும் அவனைப் பின்தொடர்ந்தனர். ஆலயத்தின் தட்சிண பிராகாரத்திற்கு வந்தனர்.

"இதுதான் தட்சிண தர்பார் என்கிற கல்யாண மண்டபம்! இங்குதான் எங்கோ ரகசியம் உள்ளது" அலர்மேல் மங்கா கூறினாள்.

தட்சிண தர்பார் என்பது நான்கு கால் மண்டபம்! பிரம்மாண்டமான நான்கு தூண்கள் அந்த மண்டபத்தைத் தாங்கி நின்றன. அதில் பாயும் குதிரையும், அதன் மீது ஒரு யானையும், யானையின் துதிக்கையை தனது துதிக்கையால் கோர்த்திருந்த ஒரு யாளியும் வடிவமைக்கப்பட்டிருந்தன.

“அந்திம தெய்வம், தட்சிண தர்பார், பச்சைப் பெட்டி என்கிற மூன்று குறிப்புகளை அறிந்துகொண்டுவிட்டோம். நிலத்தடி அறை, இரும்புப் படிகள், மயில்தோகை என்கிற மூன்று குறிப்புகளைக் கண்டறிந்தால், பொக்கிஷம் கிட்டும்!” - அலர்மேல் மங்கா கூறினாள்.

“நிலத்தடியில் அறை ஒன்று இருக்கிறது. அங்கு செல்வதற்கு இரும்புப் படிகள் இருக்கக்கூடும். அதன் நுழைவாயிலைக் குறிப்பதுதான் மயில்தோகை என்கிற குறிப்பு! மயில்தோகை ஏதாவது இங்கே இருக்கிறதா என்று பாருங்கள்!” வாயு விக்ரமன் கூறினான்.

“அதோ பாருங்கள். மண்டபத்தின் மேல் மயிலின் முகம் மட்டுமே இருக்கிறது!” ரங்காத்மஜா மயிலின் முகத்தை நோக்கியவள் சற்றே பின் நோக்கி ஐந்தடி நடந்தாள்.

“அம்மா, தொலைவில் இருந்து நோக்கினால் மண்டபத்தின் வடிவே ஒரு மயிலைப் போன்று தோற்றமளிக்கிறது. மண்டபத்தின் உச்சியில் மயில் உருவம் வடிக்கப்பட்டிருக்கிறது. மண்டபத்தின் மேல் பாகம் மயிலின் உடலைப் போன்று காட்சிதருகிறது. அதன் பின்புறத்தில் மண்டபத்தின் மறுபக்கம் மயிலின் தோகை வடிவமைக்கப்பட்டிருக்கிறது” ரங்காத்மஜா கூற, அனைவரும் மண்டபத்தின் மறுபக்கம் சென்று நின்றனர்.

அருகே இருந்து நோக்கினால் ஏதோ ஒரு மரத்தின் வடிவை சிற்பமாக வடித்திருப்பது போன்று தோன்றும். தொலைவில் இருந்து பார்த்தால் மட்டுமே அதனை மயில்தோகை என்பதை உணரலாம்.

மண்டபத்தின் பின்புறத்தில் இருந்த மயில்தோகையை கீழிருந்து அணுக முடியாது. மண்டபத்தின் மேடையில் ஏறிய வாயு விக்ரமன், தூணின் மீது கால் வைத்து மண்டபத்தின் மீது ஏறினான். அதன் கூரையில் நின்றபடி தோகையாக வடிக்கப்பட்டிருந்த கல்லை அசைத்துப் பார்த்தான். ம்ஹூம்! அவனது உறுதியான வலிமைமிக்க கைகளுக்கே அது அசைந்துகொடுக்கவில்லை.

“ம்ம்... முயற்சியைக் கைவிடாதீர்கள்! தொடர்ந்து கல்லை அசைத்துப் பாருங்கள்!” திடீரென்று அருகில் குரல் கேட்க,

திரும்பிப் பார்த்தால், மங்கா கூரையின் மீது ஏறியிருந்தாள்! மரம் ஏறுபவளுக்கு மண்டபம் ஏறத் தெரியாதா என்ன?

விக்ரமன் தனது வலிமையையெல்லாம் திரட்டி தோகையைப் போன்று வடிவமைக்கப்பட்டிருந்த அந்தக் கல்லை அழுந்தப் பற்றினான். முறுக்கேறிய அவனது தசைகளையும் புஜங்களையும் கீழிருந்து பார்த்த ரங்காத்மஜா பெருமிதப்பட்டாள். இந்த வலிமையை தஞ்சம் அடைந்து, அதன் பாதுகாப்பில் இருப்பது என்ற தனது முடிவு சாதுர்யமானது என்பதை உணர்ந்தாள். நல்லவேளையாக நயவஞ்சகத்தின் மொத்த உருவான ராஜா வோடேயாரிடம் அவள் சிக்கவில்லை. அதற்குக் காரணம், என் சிற்றன்னைதானே! - மங்காவையும் விக்ரமனையும் மாற்றி மாற்றிப் பார்த்துக்கொண்டிருந்தாள் ரங்காத்மஜா.

விக்ரமன் தொடர்ந்து அந்தக் கல்லை அப்படியும் இப்படியுமாக அசைத்துப்பார்க்க, ஒருவழியாக லொடலொடவென்று முதலில் ஆட்டம் போட்ட அந்தக் கல், வாயு விக்ரமனின் ஆற்றல்மிக்க புஜங்களின் வேகத்தைத் தாள முடியாமல் அசைந்துகொடுத்தது. அந்தக் கல்லை வலதுபுறமாகத் திருப்ப, அந்த மயில்தோகை அப்படியே வளைந்துகொடுத்தது. அடுத்த கணம், பெருத்த சத்தத்துடன் தட்சிண தர்பார் மண்டப மேடை பிளந்து கீழே நிலவறை ஒன்று புலப்பட்டது. அதனுள் இறங்க இரும்புப் படிகள் தென்பட்டன.

வாயு விக்ரமன், ரங்காத்மஜாவிடம் இருந்த தீப்பந்தத்தை வாங்கிக்கொண்டு அந்த இரும்புப் படிகளில் இறங்க, அவனை பின்தொடர்ந்தனர் அலர்மேல் மங்காவும் ரங்காத்மஜாவும்.

அவர்களை மிகவும் சிரமப்படுத்தாமல் உடனேயே கண்களில் புலப்பட்டது, மரகதப்பெட்டி. மிகவும் சிரமப்பட்டு அதனைத் திறந்தாள், அலர்மேல் மங்கா.

"இதோ கிடைத்துவிட்டது மயிலங்கிப் பொக்கிஷம்! பொன்பாகைகள், (கிரீடங்கள்) அவற்றில் பதிக்கப்பட்ட நவரத்தினங்கள், அந்தப் பாகையில் சொருகு வைரங்கள், ரத்தின சவுக்களி, நவரத்தின கண்டாபரணங்கள், தோள்வளைகள், வைர அட்டிகைகள், பதக்கங்கள், ஹாரங்கள், கணையாழிகள், ரத்தின வண்டையங்கள், தங்கக்கட்டிகள்,

இவை எல்லாவற்றையும்விட, விலைமதிப்பில்லா மயிலங்கி நாட்டின் பெருமையைப் பறைசாற்றும் மயூராபரணம். தனது தோகையை விரித்தாடும் மயிலைப் போன்ற அபரஞ்சி ஸ்வர்ண ஆபரணத்தில் தோகையில் நவரத்தினங்கள் இழைத்த வேலைப்பாடுகள்!" - சுவாசத்தை இழுத்துப் பிடித்தனர் ரங்காத்மஜாவும் வாயு விக்ரமனும்.

"இதேபோன்று எங்கள் கொளத்து நாட்டு அரண்மனையிலும் பல நிலவறைகள் உள்ளன. அனைத்திலும் பொக்கிஷங்கள் உண்டு. திருவாங்கூர் அரசர்களுக்கு, எங்கள் கொளத்து நாடுதான் ஏராளமான சீர் கொடுத்து பெண்களைத் தருவார்கள். எங்கள் பெண்களை மணந்து திருவாங்கூர் சமஸ்தானம் செல்வந்த நாடாகிவிட்டது" - பெருமையுடன் கூறினான் வாயு விக்ரமன்.

"அதுமட்டுமல்ல! எங்கள் கொளத்து நாட்டைச் சுற்றி பல சமஸ்தானங்களும், ஜமீன்களும் உள்ளன. எல்லோருமே பெரும் செல்வந்தர்கள். அவர்களிடம் அள்ள அள்ளக் குறையாத பொக்கிஷங்கள் உண்டு!" வாயு விக்ரமன் கூற, ரங்காத்மஜா அவனது தோளைத் தட்டினாள்!

"போதும் உங்கள் பிறந்த வீட்டுப் பெருமை! எத்தனை பொக்கிஷங்கள் இருந்தாலும், என் அன்னையின் மயிலங்கிப் பொக்கிஷத்திற்கு ஈடாகுமா? உலகப் புகழ்பெற்றது அவை!" ரங்காத்மஜா கூற, அலர்மேல் மங்கா சிரித்தாள்.

"ஆமாம்! அதனால்தான் ஆங்கிலேயர்கள், டச்சுக்காரர்கள், முகலாயர்கள் என்று உலக நாட்டைச் சேர்ந்தவர்கள் எனது பொக்கிஷங்களைக் குறிவைத்திருக்கிறார்கள்!" - மங்கா கூறிவிட்டு, வாயு விக்ரமனைப் பார்த்தாள்.

"எனது பொக்கிஷங்களைத் தேடிக் கொடுத்த உனக்கு, என்ன பரிசு கொடுப்பது?" பரவசத்துடன் கேட்டாள் அலர்மேல் மங்கா.

"ரங்காத்மஜா என்கிற பெரும் பொக்கிஷத்தை எனக்குக் கொடுத்துவிட்டீர்கள். அதற்கு பிரதி உபகாரமாகத்தான் நான் உங்களுக்கு உதவி செய்தேன். ரங்காத்மஜாவை விடவா எனக்கு பெரிய பரிசைத் தரப்போகிறீர்கள்?" வாயு விக்ரமன் கூற, ரங்காத்மஜா முகம் சிவந்தாள்.

“இனி நாம் அனைவரும் ஸ்ரீரங்கப்பட்டணம் சென்று ரங்கநாயகிக்கு இந்த ஆபரணங்களைச் சாற்றவேண்டியதுதான். நான் சென்று அரண்மனை ஆட்களை அழைத்து வந்து இந்தப் பொக்கிஷங்களை அரண்மனைக்கு எடுத்துச் செல்கிறேன். அதுவரை நீங்கள் இருவரும் இங்கேயே அதற்குக் காவலாக இருங்கள்!” - அலர்மேல் மங்கா படிகளில் ஏறிப்போனாள்.

சிறிது நேரம் மயிலங்கிப் பொக்கிஷங்களை மறந்துவிட்டு, விக்ரமன் தன்னுடைய பொக்கிஷத்தை ஆர்வத்துடன் அணைத்தான்.

“இது ஆலயம் என்பது நினைவில் இருக்கட்டும்!” - ரங்காத்மஜா முகம் சிவந்தாள்!

“மாதொருபாகரான அவர், எனது அவசரத்தைப் புரிந்துகொள்வார்” என்று அவளை அணைத்து மார்பில் சரித்துக்கொண்டான் விக்ரமன்.

- **தொடரும்**

அத்தியாயம் 45

மாண்டவள் மீண்டாள்

மைசூர் அரண்மனை அம்பா விலாசம்!

விருந்து முடிந்து, தத்தம் அறைகளுக்கு மன்னர் சாம்ராஜ வோடேயாரும் ராஜா வோடேயாரும் சென்றுவிட, தங்களுக்கு ஒதுக்கப்பட்ட ஜாகைகளில் ஆங்கிலக் கிழக்கிந்திய கம்பெனியினர் முடங்கியிருந்தனர். அப்போது குதிரை வீரன் ஒருவன், மைசூரில் வீசிய குளிர்க்காற்றையும் லட்சியம் செய்யாமல் அம்பா விலாசத்தை நோக்கிப் பறந்து வந்தான்.

மைசூர் அரசி அன்னபூரணாவின் தம்பி பசவ செல்வகுமார்தான் அவன். திருநாவாய் புஷ்கரத்திற்குச் சென்றிருந்த அவன், அங்கே விக்ரமனையும் ரங்காத்மஜாவையும் தம்பதி சமேதராகப் பார்த்திருக்க, தகவலைச் சொல்ல அம்பா விலாசம் வந்திருந்தான்.

அவன் கூறிய தகவலைக் கேட்டதும் மைசூர் அரண்மனையே அதிர்ந்தது.

“எல்லாம் அலர்மேல் மங்காவின் சதி! ரங்காத்மஜா ஆற்று நீரில் மூழ்கவில்லை. நீரில் மூழ்குவது போன்று நடித்து தன் காதலனைத் தேடிப் போயிருக்கிறாள்” - பொங்கும் சினத்தோடு உறுமினான் ராஜா வோடேயார்.

“அவளின் காதலன் யார், விசாரித்தீர்களா திவான்?” - சாம்ராஜ வோடேயார் கேட்டார்.

“பெரிய தலையாகத்தான் பிடித்திருக்கிறாள் ரங்காத்மஜா! கொளத்து நாட்டு மூஷிகப் பரம்பரை இளவரசன் வாயு விக்ரம வடக்கன் பெருமாள் கோலாத்ரி! அவன்தான் அவளின் காதலன்” - திவான் நீலலோகிதர் கூறினார்.

“இப்போது என்ன செய்வது?” - சாம்ராஜ வோடேயார் கேட்டார்.

“என்ன செய்வது? தன் மகளின் திருமணத்திற்கு திருமலை ரங்கராயர் அழைப்பார். நாம் சென்று விருந்து உண்டுவிட்டு வரவேண்டியதுதான்” - நொந்துபோய் கூறினான் ராஜா வோடேயார்.

“கவலைப்படாதே மகனே! ரங்காத்மஜா உனக்குத்தான். ஸ்ரீரங்கப்பட்டணத்தின் மீது போர் தொடுத்துச் சென்று அவர்களைப் பணியவைத்தாவது அவளை உனக்குத் திருமணம் செய்துவைப்பேன்” - தனது கொடுவாள் மீசையை முறுக்கியபடி சாம்ராஜ வோடேயார் கூற, பெலகவி சாமண்ணா மெதுவாக எழுந்து நின்றார்.

“ஒரு பெண், சதி செய்து நம்மை ஏமாற்றி இருக்கிறாள். அதனை, போர் தொடுத்து நாம் ஏமாந்துபோனோம் என்பதை உலகத்திற்குப் பிரகடனப்படுத்த வேண்டுமா? ஏற்கெனவே நம் மக்கள், நாம் திருமலை ரங்கராயரிடம் பாடம் கற்றுக்கொள்ள வேண்டும் என்றெல்லாம் பேசுகிறார்கள். அலர்மேல் மங்கா நம்மைக்காட்டிலும் சிறந்த அறிவாளி. நம்மை ஏமாற்றிவிட்டாள் என்பது தெரிந்தால், நம் மக்களே அவளைப் பாராட்டத் தொடங்கிவிடுவார்கள். அவளிடம் நாம் இரண்டாவது முறையும் ஏமாந்துபோனோம் என்று எதற்காக பறைசாற்ற வேண்டும்? அவள் நம்மை ஏமாற்றியது போன்று நாமும் அவளை ஏமாற்றிவிட வேண்டும். தான் ஏமாந்ததை வெளியே சொல்ல முடியாமல் அவள் மனதிற்குள் புழுங்க வேண்டும். அதற்கு ஒரு திட்டம் இருக்கிறது அரசே!” - சாமண்ணா கூறினார்.

“என்ன திட்டம் அது?” - சாம்ராஜ வோடேயார் கூற, அனைவரது கவனமும் சாமண்ணாவின் மீது பதிந்தது.

“திருமலை ரங்கராயரை, நமது கைபொம்மையாக மாற்றுவோம். அனைவரும் திருமலை ரங்கராயரை ஏன் போற்றுகிறார்கள்? நமது மைசூர் சமஸ்தான மக்களே எதற்காக அவரைப் பாராட்டுகிறார்கள்?” - சாமண்ணா கேட்க, திவான் அவரை யோசனையுடன் நோக்கினார்.

“துலா காவேரி புஷ்கர வைபவத்தை மிகவும் விமரிசையாக நடத்தினார் என்பதற்காக அவரைப் பாராட்டுகிறார்கள்” - திவான் கூற, தலையசைத்தார் சாமண்ணா.

“சரியாகச் சொன்னீர்கள். மக்களுக்கு எப்போதும் விமரிசையான வைபவங்கள் வேண்டும். கேளிக்கை, ஆட்டம், ஆடம்பரம் என்று இருந்தால்தான் மக்கள் மதிப்பார்கள். நமது மைசூர் நகரத்தில் கொண்டாட்டங்கள் ஒன்றுமே இல்லையே. எனவே, நாமும் கொண்டாட்டங்களைத் துவக்குவோம். நமது சாமுண்டி ஆலயத்தின் அம்பிகையை முன்னிலைப்படுத்தியே தசரா திருவிழாவைக் கொண்டாடுவோம். யானை ஊர்வலம், குதிரை, மேளம், ஆட்டம், பாட்டம், நாடகம், கவி சம்மேளனம் என்று அமர்களப்படுத்துவோம். மன்னரை பட்டத்துயானை மீது அமர்த்தி, மைசூர் நகர வீதிகளில் ஊர்வலமாக இட்டுச்செல்வோம். கொண்டாட்டம் என்றால் அது தசரா என்று மக்கள் கூற வேண்டும். நாம் அப்படிச் செய்தால், திருமலை ரங்கராயரின் செல்வாக்கு தகர்ந்துவிடும். கொண்டாட்டங்களுக்கு திருமலை ரங்கராயரையும் அழைப்போம். அவரை நமது கட்டுக்குள் கொண்டுவருவோம்” - சாமண்ணா கூறினார்.

“உமது செவி வழியாக ஸ்வர்ண துண்டைச் செலுத்தினால், நாசியின் வழியாக ஆபரணம் வெளிவரும் என நினைக்கிறேன். எவ்வளவு கூர்மையான அறிவுத்திறன்! சாமண்ணா, உமக்குச் சமம் யார் அண்ணா? உங்கள் திட்டத்தை உடனடியாகச் செயல்படுத்துவோம்” - சாம்ராஜ வோடேயார் கூறினார்.

“ஸ்ரீரங்கப்பட்டணம், மயிலங்கி போன்ற சிறு பகுதிகளை எதிர்த்து நாம் போர் தொடுத்தால், கொசுவுடன் யானை போர்புரிவதுபோல. நமது மதியால் சதியை அரங்கேற்றி அவர்களுக்கு எம கதியை அளிக்க வேண்டும். இதுவே நமது திட்டம். இனியும் அந்த மண்டை கனத்த மயிலங்கி மங்கையிடம் நாம் ஏமாறப்போவதில்லை. மைசூரின் பொறுமை எல்லை கடந்தால், என்ன அனர்த்தங்கள் விளையும் என்பதை அந்த அலர்மேல் மங்காவுக்குப் புரியவைப்போம்!” - சாமண்ணா கூறினார்.

உடனே மளமளவென்று காரியத்தில் இறங்கினார்கள் வோடேயார்கள். பிரம்மாண்ட ஒன்பது நாள் நவராத்திரி தசரா திருவிழாவும், கோலாகல ஊர்வலமும், மைசூர் சமஸ்தானத்தின் பாரம்பரியப் பெருமைகளை எடுத்துரைக்கும்விதமாக

நடத்தத் திட்டமிட்டு, பல்வேறு மன்னர்களுக்கும் தங்களது பெருமைகளைக் காட்டுவதற்காக தசரா ஊர்வலத்தில் பங்கேற்கும்படி அழைப்பு விடுத்தனர் வோடேயார்கள்.

ஆங்கிலக் கிழந்திய கம்பெனி அதிகாரிகளுக்கும் அழைப்பு அனுப்பப்பட்டது.

அவர்களது பங்கா பணியாளக் குமரன் மந்திராலோசனையில் நிகழ்த்தப்படுகிற அத்தனை தகவல்களையும் பாயித்திடம் அப்படியே ஒப்புவிக்க, பாயித், ஸ்ரீரங்கப்பட்டணத்தில் தனது பலத்தைப் பெருக்கி வந்தான்.

இது தெரியாமல், மைசூர் வோடேயார்கள் திருமலை ரங்கராயரை வீழ்த்துவதற்கு பெரிய திட்டம் ஒன்றை வகுத்தனர்.

ஸ்ரீரங்கப்பட்டணத்தைக் கைப்பற்றி மைசூர் சமஸ்தானத்துடன் இணைத்து, பிறகு அலமேலு மங்காவின் பொக்கிஷத்தையும் பறித்துக்கொண்டு, ரங்கராயர், அவர் மனைவி அஸ்வத்தம்மா, அலர்மேல் மங்கா மூவரையும் தீர்த்துக்கட்டிவிட்டு, ரங்காத்மஜாவைக் கைதுசெய்து, ராஜா வோடேயாருக்குத் திருமணம் செய்துவைத்துவிட வேண்டும் என்கிற திட்டத்தைச் செயல்படுத்த முடிவுசெய்தனர்.

"ஸ்ரீரங்கப்பட்டணத்தை நமது வசம் கொண்டுவந்து, நமது சார்பாக ஒரு படைத்தலைவனை அங்கே ஆட்சியில் அமர்த்த வேண்டும்!" - சாம்ராஜ வோடேயார் கூறினார்.

"அந்தப் படைகளின் அதிகாரியாக யாரை நியமிக்கலாம்?" என்று திவான் நீலலோகிதர் கேட்க, இளவரசன் ராஜா வோடேயாரிடம் இருந்து பட்டென்று பதில் வந்தது.

"வேறு யார்? பாயித் முகம்மது அலிதான் அதற்குப் பொருத்தமான நபர்!" - இளவரசன் கூற்றை சாமண்ணாவும் ஆமோதிக்க, திருமலை ரங்கராயரைச் சிறைப்பிடித்து அவருக்குப் பதிலாக பாயித் முகம்மது அலியை ஸ்ரீரங்கப்பட்டண அரியாசனத்தில் அமர்த்த வேண்டும் என்று முடிவு செய்யப்பட்டது. பாலுக்குக் காவலாக பூனையை வைக்கிறோம் என்று அப்போது மைசூர் வோடேயார்கள் அறியவில்லை.

இந்த பாயித் முகம்மது அலியின் மகன்தான் ஹைதர் அலியாக ஸ்ரீரங்கப்பட்டணத்தை ஆட்சிசெய்யப்போகிறான்.

* * * *

திருமலை ரங்கராயரும், அஸ்வத்தம்மாவும் தங்களது மகள் ஆற்றோடு போய்விட்ட சோகத்தில் எதிலுமே பற்றில்லாமல்தான் இருந்தனர். சோகத்தாலும், துக்கத்தாலும் அவர்கள் பிரமை பிடித்ததுபோன்று அமர்ந்திருக்க, அவர்களது மாளிகை சோபையை இழந்து காட்சியளித்தது. இனி மன்னர் வாழ்க்கை, அதிகாரம், மகுடம் அனைத்துமே வீண்! வாழ்வதில் பயனே இல்லை என்று மனம் நொந்திருந்தார்.

திடீரென்று வாயிலில் பெருத்த ஆரவாரம் கேட்க, வியப்புடன் தங்கள் மாளிகையின் உப்பரிகையிலிருந்து எட்டிப்பார்த்தார்கள். ரதம் ஒன்றில் அலர்மேல் மங்கா வர, மற்றொரு ரதத்தில் கல்யாணக் கோலத்தில் அவர்களது மகள் ரங்காத்மஜாவும் ஒரு கம்பீர வாலிபனும் வர, திகைப்பில் அவர்கள் சிலையாக நின்றனர்.

“மங்கா... என்ன இது, ஆற்றோடு போன என் மகள், மணப்பெண்ணாக திரும்பி வந்திருக்கிறாளே!” - துடிதுடித்தனர், திருமலை ரங்கராயரும் அஸ்வத்தம்மாவும்.

“முதலில் புதுமணத் தம்பதியருக்கு ஆரத்தியைச் சுற்றுங்கள். எல்லா கதைகளையும் நான் கூறுகிறேன்!” - அஸ்வத்தம்மாவிடம் அலர்மேல் மங்கா கூறினாள்.

ஆரத்தி எடுத்து புதுமணத் தம்பதியரை வரவேற்று உள்ளே அழைத்துச் சென்றதும், வாயு விக்ரமனை அறிமுகம் செய்தாள் அலர்மேல் மங்கா.

“தங்களுக்கு நினைவிருக்கிறதா? எனது தந்தைக்கு மோட்ச தீபம் ஏற்றுவதற்காக இடமூரி ஆற்றங்கரைக்கு சென்ற போது, முகலாயர்களின் படையெடுப்பை பற்றிய ஓலையை கொண்டு வந்திருந்தாரே! அவர்தான் இவர்! உங்கள் மருமகன், கொளத்து நாட்டு இளவரசன் வாயு விக்ரம வடக்கன் பெருமாள் கோலாத்ரி. மூஷிகப் பரம்பரையைச் சேர்ந்தவர். புஷ்கரத்திற்காக

வந்த இளவரசர் ஆற்றில் நீராடிக்கொண்டிருந்தபோது, ஆற்றோடு போன நமது ரங்காத்மஜாவைக் கண்டு காப்பாற்றிக் கரையேற்றிருக்கிறார். அதிர்ச்சியில் தனது சுயநினைவை இழந்திருந்த ரங்காத்மஜாவின் மீது பரிதாபப்பட்டு அவளை திருமணம் செய்துகொண்டிருக்கிறார். பிறகு, அவளுக்கு நாளடைவில் குணமடைந்து, தான் யார் என்கிற விவரத்தைக் கூறியிருக்கிறாள். தற்செயலாக நான் திருநாவாய் ஆலயத்திற்கு தரிசனம் செய்யச் சென்றபோது, அங்கே இளவரசரோடு நின்ற ரங்காத்மஜாவைப் பார்த்தேன். அவர்களை கல்யாணக் கோலத்தில் நீங்கள் காண வேண்டும் என்பதற்காகவே இங்கே அழைத்து வந்திருக்கிறேன்!" - மிகவும் சாமர்த்தியமாக தான் புனைந்த கதையை அவள் கூற, ரங்காத்மஜாவும், வாயு விக்ரமனும் அதனை ஆமோதித்தனர்.

"உனக்கு மணமாகிவிட்டது குறித்து மகிழ்ச்சிதான். ஆனால், இப்போது மைசூர் வோடேயாரை எப்படிச் சமாளிக்கப்போகிறோம்?" - அஸ்வத்தம்மா கேட்டாள்.

"உண்மையைக் கூறிவிடுவோம். ஆற்றோடு போனவள் மணப்பெண்ணாக வந்திருக்கிறாள்! எங்களால் மறுக்க முடியவில்லை என்று கூறிவிடுவோம். எப்படியும், தசரா வைபவத்தில் நான் பங்கேற்கப் போகிறேன். அப்போது அவரிடம் நைச்சியமாக உண்மையைக் கூறி விடலாம். வீண் தகராறு வேண்டாம்!" - திருமலை ரங்கராயர் கூற, அவர்களை வியப்புடன் நோக்கினாள் அலர்மேல் மங்கா.

"தசரா வைபவமா... இது என்ன புதுக்கதை?" - அலர்மேல் மங்கா வினவினாள்.

"மைசூர் மன்னர்கள் மிகவும் கோலாகலமாக தசரா விழாவைத் துவக்க இருக்கிறார்கள். மிகவும் பிரம்மாண்டமாக நடைபெற உள்ள இந்த வைபவத்தில் பங்குகொள்ளும்படி என்னையும் அழைத்திருக்கிறார்கள்" - திருமலை ரங்கராயர் கூற, அவரை சந்தேகத்துடன் நோக்கினாள் அலர்மேல் மங்கா.

"எனக்கு நம்பிக்கை இல்லை மன்னரே! அவர்களை நெருங்குவது விஷக்கிருமிகளை அண்டுவது போல. இந்த அழைப்புக்குப்

பின்னால் ஏதாவது சூழ்ச்சி இருக்கும் என நான் நினைக்கிறேன்'' - அலர்மேல் மங்கா கூறினாள்.

"சூழ்ச்சி எதுவுமில்லை. நாம் புஷ்கரம் நடத்தினோம் அல்லவா! அதற்குப் போட்டியாக தசரா விழாவை நடத்தி தனது ஆடம்பரத்தை எனக்குக் காட்டுவதற்காக என்னை அழைத்திருக்கிறார் வோடேயார்! மற்றபடி சூழ்ச்சி எதுவும் இல்லை'' - திருமலை ரங்கராயர் கூறினார்.

"ராயரே! இன்னும் ஒரு மகிழ்ச்சியான விஷயம். மயிலங்கிப் பொக்கிஷம் கிடைத்துவிட்டது. உங்கள் மருமகனும், மகளும்தான் அவற்றைத் தேடிக் கொடுத்தனர். நான் ஸ்ரீரங்கப்பட்டண ரங்கநாயகிக்குச் சாற்ற வேண்டிய ஆபரணங்களுடன்தான் இங்கே வந்திருக்கிறேன். வரும் புதன்கிழமை அன்று காலை ரங்கநாயகிக்கு அவற்றைச் சாற்றப்போகிறேன்!'' - உற்சாகத்துடன் கூறினாள் அலர்மேல் மங்கா.

அந்த உற்சாகம் திருமலை ரங்கராயரையும் தொற்றிக்கொண்டது. "உண்மையாகவா! இன்றைய காலைப் பொழுது மிக நன்றாகவே விடிந்துள்ளது. காணாமல்போன என் மகள் திரும்பி வந்துவிட்டாள். அதுவும் கண் நிறைந்த கணவனோடு! அதுமட்டுமா... மயிலங்கிப் பொக்கிஷம் கிடைத்துவிட்டது. எங்கு இருந்தது உனது குடும்பப் பொக்கிஷம்?'' ராயர் கேட்டார்.

"ஊரெல்லாம் நாங்கள் தேடிக்கொண்டிருக்க, இறுதியில் எங்கள் அந்திம தேவரின் ஆலயத்தின் தர்பார் மண்டபத்திலேயே மறைத்து வைக்கப்பட்டிருந்தது. குறிப்பை தவறாகப் படித்ததால் ஏற்பட்ட குழப்பம். இல்லையென்றால், பொக்கிஷங்கள் எப்போதோ கண்டுபிடிக்கப்பட்டிருக்கும்'' - அலர்மேல் மங்காவின் குரலில் சோகம் இழையோடியது.

"இந்தப் பொக்கிஷம் கிடைத்த விவரம், மைசூர் வோடேயார்களுக்குத் தெரிய வேண்டாம். பிறகு, அதுகுறித்து வேறு பிரச்சனையை எழுப்புவார்கள்'' - ரங்காத்மஜா எச்சரித்தாள்.

"எப்படியும் ரங்கநாயகிக்கு அவற்றை அணிவிக்கும்போது அவர்களுக்கு சேதி கிடைத்துவிடும்'' - அலர்மேல் மங்கா கூறினாள்.

"நான் அந்தப் பொக்கிஷங்களைப் பார்க்கலாமா?" - ரங்கராயர் ஆர்வத்துடன் கேட்டார்.

"உங்களுக்கு இல்லாத உரிமையா... நீங்களும் வாருங்கள் அக்கா!" - அஸ்வத்தம்மாவையும் அழைத்தாள் அலர்மேல் மங்கா.

"நாம் எல்லோரும் மைசூர் தசரா விழாவுக்குச் சென்றுவிட்டு, அதன் பிறகு அங்கிருந்து மயிலங்கிக்குச் செல்வோம்!" - மகள் கிடைத்துவிட்ட உற்சாகத்தில் ரங்கராயர் சகஜநிலைக்குத் திரும்பியிருந்தார்.

அலர்மேல் மங்கா தலையசைத்து மறுத்தாள்.

"நான் மைசூர் வரவில்லை. அவர்களுக்கு நான் தொடர்ந்து தோல்வியையே அளித்து வருவதால், நான் அங்கே வருவதை அவர்களும் விரும்ப மாட்டார்கள். நானும் அங்கே செல்ல விரும்பவில்லை. உங்கள் மகளையும் மருமகனையும் உங்களிடம் ஒப்படைக்கவே இப்போது வந்தேன். என் மகளையும் நான் மைசூர் அனுப்ப மாட்டேன். நான், ரங்காத்மஜா மற்றும் விக்ரமன் மூவரும், பங்குனி உத்திரம் உத்சவம் முடிந்து மயிலங்கி செல்கிறோம். நீங்கள் இருவரும் மைசூர் தசராவில் பங்கேற்றுவிட்டு, பிறகு மயிலங்கிக்கு வாருங்கள்! எல்லோரும் மயிலங்கியில் கூடி இருப்போம். பிறகு தம்பதியரை கொளத்து நாட்டுக்கு அனுப்பி வைப்போம்!' - என்றாள் மங்கா.

"ஸ்ரீரங்கப்பட்டண ரங்கநாயகிக்கு நான் சாற்றப்போகும் ஆபரணங்களைக் கொண்டு வந்துள்ளேன். வாருங்கள்! அதைக் காட்டுகிறேன்!" - இங்கிதத்துடன் மங்கா மற்ற இருவரையும் அங்கிருந்து அழைத்துச் சென்றாள்.

பெரியவர்கள் மூவரும் அந்த அறையிலிருந்து நீங்கிவிட, இப்போது உரிமை கிடைத்துவிட்ட தைரியத்தில் ரங்காத்மஜாவை சற்று முரட்டுத்தனமாகவே தனது புறம் இழுத்தான் வாயு விக்ரமன்.

- தொடரும்

அத்தியாயம் 46

இரு ஊர்வலம்... முடிவில் ஓலம்!

ஸ்ரீரங்கப்பட்டணம்!

'**வா**ழ்வில் நல்ல திருப்பங்கள் ஏற்படும் வரையில் துன்பங்களை அனுபவித்துக்கொண்டு பொறுமையுடன் காத்திருப்போம்' என்று விதிக்கு சரணடைந்து வாழ்பவர்கள் சிலர்! `அது எப்படி நான் நினைத்தது நடக்காமல் போகும்?' என்று விதியை மதியால் வென்று, கால நிகழ்வுகளை தங்களுக்குச் சாதகமாக்கிக்கொண்டு எண்ணியதை சாதிப்பவர்கள் சிலர்! அலர்மேல் மங்கா, இரண்டாம் வகையைச் சேர்ந்தவள்.

தனது இசை ஆசானுடன் வீணை மீட்டுவதற்கு ஸ்ரீரங்கப்பட்டணம் சென்றபோது, ஒரு கவலையுமின்றி, பிரச்னைகள் என்றால் என்னவென்று அறியாமல், உற்சாகப் பறவையாகத்தான் சிறகடித்தபடி சென்றிருந்தாள்! அரண்மனையில் தந்தை இருக்கிறார், அவர் அனைத்தையும் பார்த்துக்கொள்வார் என்று உற்சாகத்துடன் வீணையை மீட்டிவிட்டு, ஆசானின் மாளிகையில் தங்கிவிட்டு மறுநாள் காலை மயிலங்கி அரண்மனைக்குச் சென்றபோது, நிலைமையே தலைகீழாக மாறியிருந்தது. அரசியல் பிரச்னைகளும், சவால்களும் அவளது தோளில் ஏறி அமர்ந்துவிட்டன. குறிப்பாக, மயிலங்கியின் கீர்த்திக்குக் காரணமான மயிலங்கிப் பொக்கிஷங்கள் அரண்மனையில் இல்லை என்று திவான் கூறியபோது அதிர்ந்து நின்றிருந்தாள்.

காஞ்சித் தூதன் பலபீமா அவசரமாக வந்து முகலாயப் படையெடுப்புப் பற்றிக் கூற, அரண்டுபோன வேங்கடப்பா, அவன் உதவியுடன் அரண்மனைச் சுரங்கம் வழியாக நள்ளிரவில் மயிலங்கி மகாதேவர் ஆலயத்தின் தட்சிண மண்டபத்தின் நிலவறையில் அனைத்தையும் பதுக்கி வைத்தார்.

படையெடுப்பின் போது மங்காவை பாசப்பா குன்றத்து நிலவறையில் பதுங்கி இருக்கச் சொல்ல நினைத்தார். தனக்கு ஏதாவது நேர்ந்துவிட்டால், மங்கா அதை அறிந்துகொள்ள வேண்டும் என்று குறிப்புகளை சுவடியில் எழுதி, மங்காவின் கைகளில் அளிக்க நினைத்திருந்தார். மறுநாள் காலையில் பொக்கிஷங்கள் இன்ன இடத்தில் இருக்கின்றன என்று மங்காவிடம் மட்டும் கூறி, சுவடியை அவள் வசம் ஒப்படைக்க எண்ணியிருந்தார்.

ஆனால் பலபீமா பொக்கிஷ விஷயங்களை யாரிடமாவது சொல்லிவிடக்கூடும் என்கிற ஐயத்தில், அவனை தனது குத்துவாளால் குத்திக் கொலை செய்ய முயல, அதனை யூகித்து அவன் அவரையும் தன்னோடு மாடிப்படிகளில் உருண்டு விழவைத்தான். படுகாயம் அடைந்த மன்னர், மகளிடம் உண்மையைக் கூற நினைத்தும் அவரால் பேச இயலவில்லை. மங்காவுக்கு சுவடி கிடைத்தும் அவளால் பொக்கிஷங்கள் வைக்கப்பட்டிருந்த இடத்தை யூகிக்க முடியவில்லை. அருகில் இருக்கும் மகாதேவரின் ஆலயத்தில் தன் தந்தை பொக்கிஷங்களைப் பதுக்கி வைக்கக்கூடும் என்று இம்மியும் அவள் எதிர்பார்க்கவில்லை. போர்க்காலங்களில் தப்பிச் செல்ல ஆலயத்திற்கு ஒரு சுரங்கம் உள்ளது என்று மட்டுமே அறிவாள் தவிர, அங்கே பொக்கிஷங்களை தந்தை பதுக்கி வைத்திருப்பார் என்று நினைத்தும் பார்க்கவில்லை.

இறுதியில், வேங்கடி கூறியதுபோல பொக்கிஷங்கள் அவளது மூக்கின் அடியிலேயே இருந்திருக்கிறது. மங்காவுக்கு அந்தர்ஜனம் கூறியதும் நினைவுக்கு வந்தது! பொக்கிஷத்திற்கு குறிப்பு எழுதுபவர்கள், ‘இதோ இங்கே இருக்கிறது’ என்ற வகையில் சங்கேதங்களை வடிக்க மாட்டார்கள். பொக்கிஷங்கள் இருக்கும் இடத்திற்கு அப்பால் உள்ள பகுதிகளையெல்லாம் குறிப்பிட்டு, அவர்களை அப்பால் இட்டுச்செல்வார்கள். ஆனால், பொக்கிஷங்களை அடைய வேண்டியவர்களுக்கு மட்டும் புரியும்படியாக ஒரு சங்கேத மொழியில் தந்திருப்பார்கள்.

மயிலங்கி ரகசியத்தின் முக்கியக் குறிப்பாக, ‘எடக்கண்ணு கங்கேவாகி வலக்கண்ணு சமுத்ரவாகிக் கருதி ரகசியத்தை நோக்கினால் பொக்கிஷங்களைக் காணலாம்’ என்பதை

அறிந்ததால்தான் பொக்கிஷங்களைக் கண்டெடுக்க முடிந்தது என நினைத்தாள் மங்கா.

தான் தனியாக விடப்பட்டோம் என்று மங்கா மருகிக்கொண்டிருக்க, அவளுக்கு பக்கபலமாக மதியூக ஆற்றலும் பெற்றவர்கள் நின்றிருக்கிறார்கள். வாயு விக்ரமனின் செயல் வேகம், ரங்காத்மஜாவின் சமயோஜிதம், அந்தர்ஜனத்தின் மதியூகம், வேங்கடியின் தன்னம்பிக்கை, கோலாத்ரி அரச தம்பதியின் கனிவு, ரவிதேஜன், மதுகரன், மகாதேவ பெருமாள் போன்ற இளைஞர்களின் செயலாற்றல் என்று அனைவரும் இவளுக்கு பக்கபலமாக இருந்திருக்கிறார்கள்.

ஒரு சகோதரனாக வந்து இவள் பக்கத்தில் நின்று, "நீங்கள் எதற்கும் கலங்க வேண்டாம் அலர்மேல் மங்காதேவி! மைசூரோ, முகலாயரோ, கிழக்கிந்திய கம்பெனியோ, யாரும் தங்களை அணுகாமல் நான் பார்த்துக்கொள்கிறேன்" என்று கூறி மைசூரையும் எச்சரித்துவிட்டுச் சென்ற சம்பாஜியை நினைத்ததும் அவளது கண்களில் நீர் வழிந்தது.

"தெற்கே உள்ள சமஸ்தானங்களின் பொக்கிஷங்களைக் காப்பாற்றுவதற்காக தனது இன்னுயிரை ஈந்த சம்பாஜியின் தியாகத்திற்கு ஒப்பாக வேறு யாரேனும் தியாகங்களைச் செய்ய முடியுமோ?!

வாயு விக்ரமனுடன் இணைந்து சம்பாஜியின் இதயத்தை மீட்க தான் உதவியதுதான், இவள் அவருக்குச் செய்த கைம்மாறு! இந்த முறை பங்குனி உத்திரம் வைபவத்தில் தனக்கு உதவியவர்களுக்கு பிரார்த்தனை செய்ய வேண்டும். குறிப்பாக, சம்பாஜி நற்கதியை அடைய வேண்டும் என்று சிறப்புப் பிரார்த்தனை செய்ய வேண்டும்.

* * * *

ஸ்ரீரங்கப்பட்டணம் விழாக்கோலம் பூண்டிருந்தது. நகரின் நடுநாயகமாகத் திகழ்ந்த ரங்கநாதன் ஆலயத்தில் திரளான கூட்டம். மயிலங்கி மன்னர் வேங்கடப்பா பதுக்கி வைத்திருந்த திருவாபரணங்களையும், பொக்கிஷங்களையும், அரசி அலர்மேல் மங்கா எடுத்து வந்து ரங்கநாயகிக்கு பூட்டி அழகு

பார்க்கப் போகிறார் என்று தகவல் தெரிய வர, எங்கு நோக்கினும் இதே பேச்சு.

“பொக்கிஷங்கள் கிடைத்துவிட்டன! ஆற்றில் அடித்துச் செல்லப்பட்ட இளவரசி ரங்காத்மஜாவை ஆற்றில் நீராடிக்கொண்டிருந்த கொளத்து நாட்டு இளவரசன் வாயு விக்ரமன் காப்பாற்றி, பின்னர் அவளை மணந்துகொண்டாராம். உண்மையிலேயே மயிலங்கி அரசியின் நல்ல மனம்தான், நம் இளவரசியையும் பொக்கிஷங்களையும் காப்பாற்றியுள்ளது!” என்று பரப்பான பேச்சுகள் எங்கும் ஒலித்தன. இரவு ஆராதனைக்காக, திரவியங்களை வாங்குவதற்காக கடைத்தெருவுக்குச் சென்றிருந்த வேங்கடியும், சௌந்தராவும் இந்த உரையாடல்களைக் கேட்டு தங்களுக்குள் சிரித்துக்கொண்டனர்.

துலா புஷ்கர் அன்று தான் ஷோபனகடே காவிரி தண்ணீரின் அடியில் நீந்தி வந்து, ரங்காத்மஜாவைக் கடத்திய நிகழ்வை நினைத்துப்பார்த்தாள்! எப்படி இவ்வளவு தொலைவு நீந்தினோம் என்பது இப்போது அவளுக்கு ஆச்சரியத்தைத் தந்தது! அரசி மங்காவுக்கு உதவ வேண்டும் என்ற உத்வேகம் மட்டுமே அவளிடம் இருந்ததே தவிர, தனது முதுமையையோ, உடல் தளர்ச்சியையோ அவள் ஒரு பொருட்டாகவே நினைக்கவில்லை.

தொலைவில் ஸ்ரீரங்கப்பட்டண அரண்மனை விஜய விலாச நந்தவனத்தில், கைகளைப் பற்றியபடி நடைபோட்டுக்கொண்டிருந்த வாயு விக்ரமனையும், ரங்காத்மஜாவையும்..அலர்மேல் மங்கா பார்த்தாள்! தந்தை இருந்திருந்தால் தனக்கும் ஒரு நல்ல இளவரசனைப் பார்த்து திருமணம் செய்திருப்பாரோ? அப்படிச் சொல்லிவிட முடியாது... மைசூர் மன்னர் சாம்ராஜ வோடேயார் அவளை இரண்டாம் தாரமாக பெண் கேட்டபோது, தந்தை ஒன்றும் `எப்படி என் மகளை பெண் கேட்பாய்?!' என்று பொங்கி எழவில்லை! `சற்று அவகாசம் தாருங்கள்' - என்று மைசூரின் தூதுவரிடம் கூறிவிட்டு, அவளைச் சம்மதிக்க வைக்கவும் முயன்றார்.

`மைசூரோடு எதற்கு மோத வேண்டும்? பேசாமல் அவர்களிடம் உறவு வைத்துக்கொண்டுவிட்டால், அவர்கள் தொல்லை

தர மாட்டார்கள்' என்றுகூட கூறியிருந்தார். இவள்தான் பிடிவாதமாக மறுத்ததோடு, மைசூர் தூதரிடம் `என் அப்பாவின் தமையனரான என் பெரியப்பாவுக்கு எனது பிரணாமங்களைச் சொல்லவும்' என்று கூறி அனுப்பிவிட்டிருந்தார்.

ரங்காத்மஜாவைப் போன்று பதினெட்டு பிராயங்கள் மட்டுமே கடந்திருந்த மங்கை இவள் இல்லைதான். ஆனால் அகவை இருபதைக் கடந்து இரண்டு ஆண்டுகள் மட்டுமே ஆகிவிட்டிருந்தன. இவளும் சிறிய பெண்தானே! பள்ளியறையில், இவளுடைய கணவர் ரங்கராயர் மயிலங்கிப் பொக்கிஷப்புதிர்களைப்பற்றித்தான்கேட்டுக்கொண்டிருந்தாரே தவிர, மன்மதப் பாடத்தின் புதிர்களை விடுவித்து, அவளுக்கு விளக்கிச் சொல்லும் பொறுமை அவருக்கு இல்லை. அவரைப் பொறுத்தவரை முதல் இரவு என்பது ஒரு பட்டாபிஷேகம் போன்ற நிகழ்வு போலும். அஸ்வத்தம்மாவுடன் முதலிரவு கழித்துவிட்டதால், மங்காவின் முதலிரவுக்கு அவர் முக்கியத்துவம் தந்திருக்கவில்லை.

அடிவயிற்றில் ஒரு குறுமிளகின் அளவுக்கு உண்டான துயரம், அழுகையாக மாறி பீறிட்டு எழுந்து அவள் தேகத்தைத் துடிக்கவைத்து வாய் வழியே வெடித்தது. இளவரசிகள், அரசிகள் வாழ்க்கையில் தேனும் பாலும் ஓடுவதாக பலர் நினைத்துக்கொண்டிருக்கிறார்கள். இல்லை! இளவரசிகள் வெறும் பகடைக்காய்கள். போர் வந்தால் அந்தப்புரங்கள்தான் குறிவைக்கப்படும்! முன்பின் தெரியாத ஓர் அரசனின் அந்தப்புரத்தில் மாடுகளை கொட்டடியில் (தொழுவம்) அடைப்பது போன்று அடைக்கப்பட்டு, பட்டத்து அரசிக்கு ஊழியம் செய்துகொண்டிருக்க வேண்டும் அல்லது நாடுகளின் உறவுகள் பலப்படவேண்டி, ஓர் முதிய அரசனை மணந்துகொண்டு அவனுக்குப் பணிவிடைகள் செய்துகொண்டிருக்க வேண்டும். தனது வாழ்வும் இப்படியாகும் என்று அவள் நினைத்துக்கூட பார்க்கவில்லை.

அம்மா பத்ம மாலா இவளது சிறுவயதில் இறந்தாள்! தந்தையோ இவளுக்காகத்தான் மறுமணம் செய்துகொள்ளவில்லை என்று தான் தியாகம் செய்துவிட்டதாகவே இறுதிவரை பேசிக்கொண்டிருந்தார். இவள் விரும்பியது எதுவுமே

நடக்கவில்லை. வாழ்வில் அனைத்துமே ஏமாற்றத்தில்தான் முடிந்துள்ளன.

திடீரென்று அவள் பின்பாக குரல் கேட்டது.

"மயிலங்கி அரசியாரே!"

வியப்புடன் திரும்பி நோக்கினாள்.

ஸ்ரீரங்கப்பட்டண அரசின் திவான், கீரங்குர் அனந்தாச்சார்யர் கலக்கத்துடன் நின்றிருந்தார்.

"சொல்லுங்கள் திவான்!" - மங்கா கேட்க, திவானின் குரல் நடுங்கியது.

"அரசியாரே! பலமுறை அரசர் ரங்கராயரிடம் மன்றாடிக் கேட்டுக்கொண்டேன். மைசூர் அம்பா விலாசத்தில் நடக்கும் தசரா கேளிக்கைகளில் கலந்துகொள்ள வேண்டாம் என்று! அவர் கேட்கவில்லை. `இளவரசி ரங்காத்மஜாவை கொளத்து நாட்டு இளவரசர் மணந்துகொண்டதால், கோபத்தில் இருக்கும் மைசூர் சமஸ்தானத்தை சமாதானம் செய்ய வேண்டியது அவசியமாகிறது' என்று பிடிவாதமாக மைசூர் சென்றிருக்கிறார். வருணபுரியில் (போர்ட்டோனோவோ-வின் புராதனப் பெயர், இப்போது பரங்கிப் பேட்டை என்று அழைக்கப்படுகிறது) சிறிய சமஸ்தானங்களை தங்களுடன் இணைப்பதற்காக ஒரு செயல் திட்டத்தை கிழக்கிந்திய கம்பெனி உருவாக்கியுள்ளது. கிழக்கிந்திய கம்பெனி அதிகாரிகள், ஜோஷுவா சைல்டு, ஆர்தர் பர்கண்டி என்று பல அதிகாரிகள் இந்தத் தசரா வைபவத்தில் பங்கேற்கின்றனர். இந்தச் சூழ்நிலையில் நமது மன்னர் அங்கே சென்றிருக்க கூடாது!" - திவான் கூற, மங்கா அவரை சமாதானம் செய்தார்.

"கவலைப்பட வேண்டாம் திவான்! `மாலை விருந்து முடிந்ததும், புறப்பட்டு அரங்கன் கோயிலுக்கு மனைவியுடன் வந்துவிடுகிறேன். பங்குனி உத்திரம் அன்று ரங்கநாயகி, மயிலங்கி திருவாபரணங்களைப் பூட்டிக்கொண்டு காட்சிதரும் அழகைப் பார்க்க ஓடோடி வந்து விடுகிறேன்' என்று என்னிடம் கூறியிருக்கிறார்!" - மங்கா கூறியதும் பதில் கூறாமல் தலையை மட்டும் அசைத்துவிட்டு அகன்றார் திவான்.

அன்று மாலை...

ஸ்ரீரங்கப்பட்டண ரங்கநாதர் ஆலயம் விழாக்கோலம் பூண்டிருந்தது. மயிலங்கி மற்றும் ஸ்ரீரங்கப்பட்டண இளைய அரசியுமான அலர்மேல் மங்கா, தனது மயிலங்கி ஆபரணங்களை ரங்கநாயகி தாயாருக்கு அணிவிக்க வந்துகொண்டிருந்தாள். அவளும், ரங்காத்மஜாவும், ஒரு ரதத்தில் அமர்ந்திருக்க, அவர்களை நோக்கியபடி எதிர் இருக்கையில் அமர்ந்திருந்தாள் வேங்கடி. ஒரு தாயாக தன்னை வளர்த்த வேங்கடிக்கு உரிய மரியாதைகளை மங்கா அவ்வப்போது செலுத்திவந்தாள்.

ஊர்வலத்தின் முன்பாக ஸ்ரீரங்கப்பட்டண அரசின் பட்டத்துயானையும், அரங்கன் கோயில் யானையும் மிக அழகாக அலங்கரிக்கப்பட்டு கம்பீரமாக நடந்துசென்றன. பட்டத்து யானையின் மீது விஜயநகர சாம்ராஜ்யத்தின் மஞ்சள் மற்றும் செம்மை வண்ணத்தில் சூரியன், வாள் மற்றும் பன்றி சின்னங்கள் பொறிக்கப்பட்டிருக்கும் கொடியை ஏந்திச் சென்றான் ஒரு வீரன். ஆலய யானையின் மீது அரங்கனின் சின்னங்களான சங்குசக்கரம் பொறிக்கப்பட்ட கொடியை ஏந்தி சென்றான் மற்றொரு வீரன்.

யானைகளுக்குப் பின்பாக துந்துபி, கொம்பு, சங்கு போன்றவற்றை ஊதியபடி சிலர் செல்ல, அதன் பின்பாக இசைக்கலைஞர்கள் இசைக்கருவிகளை இசைத்துச் சென்றனர்.

அதன் பின்பாக இரு எருதுகள் இழுத்துச் சென்ற வண்டி ஒன்றில் அலங்கரிக்கப்பட்ட பீடத்தின் மேல், ஒரு சிறு பச்சை வண்ணப் பெட்டி வைக்கப்பட்டிருந்தது. அந்தப் பச்சைப் பெட்டிதான், மயிலங்கியில் பதுக்கப்பட்ட பொக்கிஷங்களோடு வைக்கப்பட்டிருந்தது. அதுதான் மயிலங்கி மங்காவின் மரகதப்பெட்டி!

வரிசையாக பல ரதங்கள் தொடர்ந்து வர, ஒன்றில் சுகஜீவன அந்தர்ஜனம், கோலாத்ரி, பரசு வடக்கன் பெருமாள், அவர் மனைவி கனகமணி ஆகியோர் அமர்ந்திருந்தனர். ஊர்வலம், அரங்கன் ஆலயத்தில் முன்பாக முடிவடைந்தது. முதலில் மயிலங்கி அரசி அலர்மேல் மங்கா இறங்க, ரங்காத்மஜாவும் வாயு விக்ரமனும் அவளைத் தொடர்ந்தனர். அவர்களின் பின்பாக வாயு விக்ரமனின் பெற்றோர் மற்றும் பாட்டி அந்தர்ஜனம் நடக்க,

கடைசியாக ரதத்திலிருந்து பொக்கிஷங்களைக்கொண்ட மரகதப் பெட்டி இறக்கப்பட, பொக்கிஷங்கள் வைக்கப்பட்டிருந்த அந்தச் சிறிய பெட்டியை தலையில் சுமந்தபடி ஒரு கோயில் பட்டர் நடந்தார்.

மரகதப் பெட்டியின் ஊர்வலம் நிறைவடைந்த அதே வேளையில், மைசூர் நகரில் பிரம்மாண்ட தசரா ஊர்வலம் தொடங்கியது. கிழக்கிந்திய கம்பெனியின் அதிகாரி ஜோஷுவா சைல்டுதான் கொடியை அசைத்து ஊர்வலத்தைத் தொடங்கினார். விருந்தினர், பந்தலில் ஊர்வலத்தைப் பார்த்தபடி அமர்ந்திருந்தனர், ரங்கராயரும், அஸ்வத்தம்மாவும். தங்களை பேராபத்து அணுகிக்கொண்டிருக்கிறது என்பாதை.. பாவம் அப்போது அவர்கள் உணரவில்லை.

மங்கா, வெகுநேரம் திருமலை ரங்கராயருக்கும் அஸ்வத்தம்மாவுக்கும் காத்திருந்தாள். அவர்கள் இருவரும் வருவதற்கான அறிகுறி தென்படவில்லை. பங்குனி உத்திரம் விரைவில் முடிந்து, ஹஸ்த நட்சத்திரம் வந்துவிடும் என்று பட்டர் மங்காவிடம் கூற, வேறு வழியின்றி பங்குனி உத்திரம் வைபவத்தைத் தொடங்கச் செய்தாள் அலர்மேல் மங்கா.

ஒவ்வோர் ஆபரணமாக அலர்மேல் மங்கா எடுத்துத் தர, அதனை பட்டர் ரங்கநாயகிக்கு அணிவித்தார். ஒரு தலைமுறைக்குப் பிறகு மீண்டும் மயிலங்கி ஆபரணங்களை அணிவித்துக்கொண்ட ரங்கநாயகி புன்சிரிப்புடன் அமர்ந்திருக்க, அந்தக் கண்கொள்ளா காட்சியை ரசித்தபடி நின்றிருந்தனர் அனைவரும். முரசங்களும், மணிகளும் ஆலயத்தையே அதிரச் செய்ய, பட்டர் ஆரத்தி எடுத்தார்.

அப்போது எல்லா வாத்தியக் கருவிகளின் இசையையும், மணி ஓசையையும் மீறி, `ஹோ' என்ற ஓர் ஓலம் அங்கே ஒலித்தது. திவான் கீரங்கூர் அனந்தாச்சாரியர்தான் அலறியபடி அங்கே ஆலய மண்டபத்தில் நுழைந்துகொண்டிருந்தார்.

- தொடரும்

அத்தியாயம் 47

தசரா வியூகம்

மரகதப் பெட்டியிலிருந்து அலர்மேல் மங்கா ஒவ்வொன்றாக எடுத்துத் தர, திருவாபரணங்களை பட்டர் ரங்கநாயகிக்குப் பூட்டினார். வைர அட்டிகைகள், நவரத்ன கண்டாபரணங்கள், வைர ஒட்டியாணம், அட்டிகைகள், கெம்பு பதக்கங்கள், நீலமணி மாலைகள், புஷ்பராக வங்கிகள் என்று ரங்கநாயகி தாயார் ஜொலித்தார். முரசுகள் ஒலிக்க, வாத்தியங்கள் இசைக்க, நகைகளைப் பூட்டிவிட்டு, பட்டர் ஆரத்தியை எடுத்துக்கொண்டிருந்தபோதுதான், திவான் அனந்தாச்சாரியர் அலறியபடி அங்கே பிரவேசித்தார்.

அனைவரும் கலவரத்துடன் அவரைப் பார்த்தனர்.

“அரசியாரே, நான் பயந்ததுபோல ஆகிவிட்டது. மைசூரில் ஏதோ சதித்திட்டத்தை அரங்கேற்றி உள்ளார்கள். நம் மீது மும்முனைத் தாக்குதல்கள் நடைபெறுகின்றன. நம் அரசரையும் அரசியையும் தசரா விழா என்கிற பெயரில் தங்கள்வசம் வைத்துக்கொண்டு, நம் மீது போர் தொடுப்பதில் முனைந்துள்ளார்.

பாயித் முகமது அலி கான் நினைவிருக்கிறதா? மைசூர் அரண்மனையில் பங்கா வீசிய சிறுவன்! இன்று அவன் கொல்கொண்டா படைத்தலைவரிடம் போர்க் கலைகளைப் பயின்று வந்திருக்கிறான். அவன் தலைமையில் ஸ்ரீரங்கப்பட்டணத்தை நோக்கி ஒரு படை புறப்பட உள்ளது. ராஜா வோடேயாரின் நண்பன் ஹரி பிரசன்னாவின் தலைமையில் ஒரு படை மயிலங்கியை நோக்கிச் செல்லப்போகிறதாம். மன்னர் மற்றும் தங்களை சிறையில் தள்ளிவிட்டு, ஸ்ரீரங்கப்பட்டணம், மயிலங்கி அனைத்தையும் தங்களுடன் இணைத்துவிட வேண்டும்.

மயிலங்கி பொக்கிஷங்களையும், இளவரசி ரங்காத்மஜாவையும் அபகரிப்பது ராஜா வோடேயாரின் திட்டம் என்று எனது ஒற்றன் ராஜஹம்சன் கூறுகிறான்'' என்றதும் அதிர்ச்சி அலைகள் எங்கும் பரவ, வாயு விக்ரமன் சினத்துடன் முன்வந்தான்.

''ரங்காத்மஜா இப்போது என் மனைவி என்பதை அறிய மாட்டானா அந்த ராஜா வோடேயார்? அவன் ரங்காத்மஜாவை அபகரிப்பதற்குள்ளாக அவனது தலையை நான் அபகரிப்பேன்'' - விக்ரமன் கூற, அவனை அமைதியாக நோக்கினாள் மங்கா.

''என்னை இரண்டாவது தாரமாக பெண் கேட்ட மன்னன், இன்னொருவரின் மனைவிக்கு இரண்டாவது கணவனாக தனது மகனை ஆக்கிவிடத் தயங்குவானா என்ன? இனி பொறுத்துப் பயனில்லை. கணக்குகளைச் சரிசெய்ய நேரம் வந்துவிட்டது!'' என்றவள் மயிலங்கிப் பொக்கிஷங்களை அணிந்து புன்னகைத்துக்கொண்டிருந்த ரங்கநாயகி தாயாரை நோக்கினாள்.

''அம்மா! பரம்பரை வைபவமான பங்குனி உத்திரம் நிகழ்வை நடத்திக் காட்ட வேண்டும் என்ற உறுதியுடன், பொக்கிஷங்களைத் தேடி உனக்கு அணிவித்தேன். கொளத்து நாட்டு அரசி அந்தர்ஜனம்கூட பொக்கிஷங்களை எடுக்க வேண்டாம் என்று என்னை எச்சரித்தார். இருப்பினும், உனக்காக பொக்கிஷங்களை வெளியே எடுத்தேன். நான் உன்னிடம், `என்னைக் காப்பாற்று' என்று கேட்கப்போவதில்லை! நாளை சாகவில்லையென்றால், நாளை மறுநாளோ, அடுத்த வாரமோ, அடுத்த வருடமோ நான் இறந்துதானே போவேன். மஞ்சத்தில் உடல் புழுத்து, மலமும், கபமும், சிறுநீரும் வெளியேற காலதேவன் விடுத்த கெடுவில் மரணத்தை ஏற்பதைவிட, சம்பாஜியைப் போன்ற வீர மரணத்தைத்தான் நான் ஏற்க நினைக்கிறேன். பெண் என்பதால், சம்பாஜியைப் போன்று கோர மரணத்தைத் தராமல், எனது மானத்திற்கும், தன்மானத்திற்கும், கற்புத்தன்மைக்கும் பங்கம் வராமல் எனது இறப்பை நடத்திக்காட்டு. என்னை நம்பி நின்றிருக்கும் மக்களை மட்டும் காப்பாற்று! இந்தப் பொக்கிஷங்களைப் பத்திரப்படுத்தி வருடாவருடம் பங்குனி உத்திரம் வைபவத்தில்

நீ அணிந்துகொள்ள வேண்டும்'' என்று வேண்டியவள், பட்டரை சமிக்ஞை செய்து அழைத்தாள்.

"பட்டரே, எல்லா ஆபரணங்களையும், மரகதப் பெட்டியில் வைத்து பத்திரப்படுத்திவிடுங்கள். கால அவகாசம் இல்லை. உடனே காரியத்தில் இறங்குங்கள்'' - தன்னைவிட பட்டர் உயரம் குறைவாக இருந்த காரணத்தினால் சற்றே வளைந்து, அவரது செவிகளின் நிலைக்கு தனது வாயை வைத்து கிசுகிசு என்று ஏதோ கூற, பட்டர் தலையாட்டுவதை அனைவரும் பார்த்தார்கள். "அரண்மனைக்குச் சென்று ஆலோசிக்க காலம் இல்லை! இங்கேயே கோயில் மண்டபத்தில் ஆலோசிப்போம்'' என்று ஒதுக்குபுறமான ஒரு மண்டபத்தை நோக்கி மங்கா செல்ல, வாயு விக்ரமன், ரங்காத்மஜா, திவான் அனைவரும் அவளைப் பின்தொடர்ந்தனர்.

* * * *

மைசூர் தசரா விழா, கோலாகலத்துடன் துவங்கியது.

அம்பா விலாச மைதானத்தில் இருந்து ஊர்வலம் புறப்படத் தயாராக இருந்தது. சாமுண்டீஸ்வரி ஆலயத்தின் உச்சியில் நந்தி மற்றும் இரட்டைத்தலை கொண்ட கண்ட பேருண்ட பறவையின் உருவம் பொறிக்கப்பட்ட பொன்னிறக் கொடிகள் காற்றில் படபடத்தன. எங்கு நோக்கினும் அலங்காரத் தோரணங்கள்! அழகாக அலங்கரிக்கப்பட்ட இருபது யானைகள் அம்பா விலாசத்தின் முன்பாக வரிசையில் நின்றன. அழகிய வேலைப்பாடுகளுடன்கூடிய குடைகள், அலங்கரிக்கப்பட்ட மண்டபங்கள், பூச்செடிகள், தொம்பைகள் என்று மைசூர் நகரமே ஆடம்பரமாகக் காட்சி தந்தது. யட்ச கான கலைஞர்கள், டோலக், மத்தள வாத்தியங்களுடன் வேடமணிந்து நாட்டியமாட, மக்கள் பிரமிப்புக்கு உள்ளானார்கள்.

மற்போர், உறியடி போன்ற விளையாட்டுகள் ஒருபுறம், பெண்களைக் கவர பல ஆடை ஆபரணக் கடைகள் என்று நகரமே இந்திரபுரியானது. நீர்வீழ்ச்சிகள், அலங்கரிக்கப்பட்ட தீப மண்டபங்கள், கலை நிகழ்ச்சிகள், வாணவேடிக்கைகள், இனிப்புகளை விநியோகிக்கும் சாவடிகள், மதுபானச் சாவடி என்று நகரம் முழுவதும் தசராவை முன்னிட்டு

பரபரப்படைந்திருந்தது. அன்றாட அலுவல்கள் பாதிக்கப்பட்டிருந்தன. ஒன்பது இரவுகளுக்கு, உறவுகளுக்கு தசரா கொண்டாட்டத்தைத் தவிர வேறு எண்ணமில்லை

ஊர்வலத்தை, ஆங்கில கிழக்கிந்திய கம்பெனியின் தட்சிண அதிகாரி, ஜோசய்யா சைல்டு கொடியை அசைத்துத் தொடங்கிவைத்தார். ராஜா வோடேயார் அருகே அமர்ந்திருந்த கேத்ரீன் பர்கண்டி அவனிடம் பிரமிப்புடன் சொன்னாள், "நீங்களெல்லாம் முன்னேற்றம் அடையாதவர்கள் என நினைத்திருந்தோம்! எங்களைக்காட்டிலும் அதிக செல்வமும், படாடோபமும் கொண்டிருக்கிறீர்களே! எங்கள் அரசி மேரி மடேனா பார்த்தால் உங்களை விடவே மாட்டாள்!" - கேத்ரீன் கூற, பல்லைக் காட்டினான் ராஜா வோடேயார்.

"இதென்ன பிரமாதம்! எங்கள் மயிலங்கிப் பொக்கிஷங்களைப் பார்த்தால், நீங்கள் விடவேமாட்டீர்கள்!" - ராஜா சிரிக்க, கேத்ரீன் மனதுக்குள் `அதற்குத்தான் வந்திருக்கிறேன்' என்றவள், தனது இடதுகாலின் மீது வலது காலைப் போட்டுக்கொள்ள, அவளது வாழைத்தண்டு போன்ற வெண்ணிற கால்கள், ராஜா வோடேயாரைச் சங்கடப்படுத்தின. அவற்றின் மீது படர்ந்த தனது கண்களை நீக்க விரும்பாவிட்டாலும், அருகில் அவள் கணவன் ஆர்தர் இருந்ததால் வலுக்கட்டாயமாக பார்வையை நீக்கிக்கொண்டான். பட்டத்து யானையின் மீது இருந்த அம்பாரி(மண்டபம்)யில் அமர்ந்து சாம்ராஜ வோடேயார் பவனி வர, பின்னால் அமர்ந்திருந்த ஓர் ஊழியன் அவருக்கு கவரி வீசிக்கொண்டிருந்தான். மன்னர் வந்தபோது, இரு மருங்கிலும் கூடியிருந்த மக்கள் உற்சாகத்துடன் ஆர்ப்பரித்தனர்.

கேத்ரீன் சாமரம் போடும் மனிதனை வியப்புடன் பார்த்தபடி சுட்டிக்காட்டினாள்.

"What is that? Why is that man waving it?" - கேத்ரீன் கேட்டாள்.

"It is called - சாமரம்!" - ராஜா வோடேயார் கூறினான்.

"What... RUM?" - கேத்ரீன் விழித்தாள்!

"சாமரம்! *By waving it, we display our loyalty to the King!!"* - ராஜா வோடேயார் விளக்கினான்.

"I catch the point! இப்ப மைசூர் சமஸ்தானம் எங்க இங்கிலாந்துக்கு விசுவாசமா இருக்கு! *So, you are waving SAM RUM to us"* என்று கேத்ரீன் கூறியதும், உமிழ்நீரை விழுங்கி, சங்கடத்துடன் ஒருமுறை சுற்றிப் பார்த்துக்கொண்டான் ராஜா வோடேயார். நல்லவேளையாக, யாரும் அவர்கள் உரையாடலை கவனிக்கவில்லை.

மனைவி அஸ்வத்தம்மாவுடன் மைசூர் தசரா விழாவில் பங்குகொள்வதற்காக வந்திருந்தார் திருமலை ரங்கராயர். அவர் மைசூர் புறப்படுவதற்கு முன்பு தன்னால் இயன்ற அளவு அவரைத் தடுத்துப் பார்த்திருந்தாள் அலர்மேல் மங்கா.

"மைசூர் போக வேண்டாம். அவர்கள் ஏதோ நோக்கத்துடன்தான் உங்களை அழைத்துள்ளனர்!" என்று மங்கா கூற, பிடிவாதமாக தான் சென்றே தீருவேன் என்றார் திருமலை ரங்கராயர்.

"நாளை புதன்கிழமை. நான் ரங்கநாயகிக்கு மயிலங்கிப் பொக்கிஷங்களைச் சாற்றப்போகிறேன். நீங்கள் என்னுடன் அப்போது இருக்க வேண்டாமா?" - அலர்மேல் மங்கா கேட்டாள்.

"உன்னுடைய குலதேவி. உன்னுடைய பொக்கிஷம்! நீ இருந்தால் போதும்! இப்போதைய நிலையில் ரங்காத்மஜா வாயு விக்ரமனை வேறு திருமணம் செய்துகொண்டுவிட்ட நிலையில், நான் மைசூர் வோடேயாரின் அழைப்பை உதாசீனம் செய்தால் பகைமை வளரும். நான் சென்று அவரை சமாதானம் செய்தால், ஒருவேளை நம்மைப் புரிந்துகொள்வார். முடிந்தால், சிறிது நேரம் விழாவில் கலந்துகொண்டுவிட்டு அங்கிருந்து ஸ்ரீரங்கப்பட்டணம் அரங்கன் ஆலயத்திற்கு வருகிறேன்" - திருமலை ரங்கராயர் உறுதியுடன் கூற, அதற்குமேல் அலர்மேல் மங்காவால் ஒன்றும் செய்ய இயலவில்லை. அடிமனத்தில் ஏதோ சங்கடம்! விபரீதம் ஒன்று நிகழப்போகிறது என்று உள்ளுணர்வு அவளை எச்சரித்துக்கொண்டே இருந்தது.

"அக்கா, அவரை நிழலாகப் பின்தொடருங்கள். வோடேயார்களுடன் அவரை தனியே விடாதீர்கள்!" - அஸ்வத்தம்மாவிடம் ரகசியமாகச் சொல்லித்தான் அனுப்பியிருந்தாள்.

தசரா ஊர்வலம் முடிந்து இரவு அம்பா விலாசத்தில் வந்திருந்த விருந்தாளிகளுக்கு மிகப்பெரிய விருந்தினை ஏற்பாடு செய்திருந்தார், மன்னர் சாம்ராஜ வோடேயார். ராஜா வோடேயார் மற்றும் ஜோஷுவா சைல்டு நடுவே அமர்ந்திருந்தார் ரங்கராயர். பெண்களுக்கான தனி மேஜையில், அன்னபூரணா தேவிக்கும், கேத்ரீன் பர்கண்டிக்கும் இடையே அமர்ந்திருந்தாள் அஸ்வத்தம்மா. பர்கண்டி வளைந்து ரங்கராயரின் பின்பாக ராஜா வோடேயாரை நோக்கி கண்ணசைக்க, அவனும் பதிலுக்கு தலையை மேலும் கீழுமாக ஆட்டினான். இதை ரங்கராயர் கவனிக்கவில்லை. ஆனால், அடுத்த மேஜையில் இருந்த அரசி அஸ்வத்தம்மா இந்தச் சங்கேதப் பரிமாற்றத்தைக் கவனித்துவிட்டாள்.

என்னவோ நடக்கப்போகிறது என்று மங்கா எச்சரித்தது நினைவுக்கு வர, அவளது நெஞ்சை பீதி கவ்வியது. தனது பக்கலில் அமர்ந்திருந்த ராஜா வோடேயாரை நோக்கி முறுவலித்தார் திருமலை ரங்கராயர்.

அவனோ அதனை கவனிக்காதது போன்று முகத்தைத் திருப்பிக்கொண்டான். ரங்காத்மஜாவின் திருமணம் குறித்து அறிந்திருப்பான். அவர் மீது கோபம்கொள்வது இயற்கைதானே!

தனக்குத்தானே சமாதானம் செய்துகொண்டார், திருமலை ரங்கராயர்.

பல்வேறு உணவுகள் பரிமாறப்பட்டன. திருமலை ரங்கராயருக்கு பால்பாயசம் மிகவும் பிடிக்கும். அதனை அறிந்து தனது அரண்மனைச் சமையல்காரர் காகாசூர பீமப்பாவிடம் ராயருக்கு பிரத்யேகமாக பாயசம் தயாரிக்கச் சொல்லியிருந்தார் சாம்ராஜ வோடேயார்.

“பாயசம் என்கிற சொல்லுக்கு பொருள் என்ன திருமலை ரங்கராயரே? அது எந்த மொழிச் சொல்.? உங்களுக்கு பாயசம் பிடிக்கும் என்று அறிந்திருக்கிறேனே தவிர, அதன் பெயர் எப்படி வந்தது என்று எனக்குத் தெரியாது?” - சாம்ராஜர் கேட்டார்.

“உண்மையில் அது எந்த மொழிச் சொல் என்பதை அறியேன். ஆனால், எனது நுண்ணறிவைப் பொறுத்தவரையில் ஒரு யூகம்

செய்துவைத்திருக்கிறேன். பாயசம் என்பது மொழியைச் சார்ந்த சொல் அல்ல, வோடேயாரே! அது ஒரு சடங்கைக் குறிக்கும் சொல்" - திருமலை ரங்கராயர் சிரித்தார்.

"என்ன சடங்கு அது?" - வியப்புடன் கேட்டார் சாம்ராஜர்.

"கலைகள் இரு வகைப்படும். ஆயக் கலைகள் என்பவை ஆய்ந்து அறிந்து கற்கும் கலைகள். இரண்டாவது வகை உபாயக் கலைகள். இதைக் கற்க முடியாது. அனுபவத்தில்தான் அறிய முடியும். ஓர் ஆணுக்கும் பெண்ணுக்கும் திருமணம் முடிந்து முதல் இரவன்று சம்போகக் கலையின் மூலம் தாம்பத்தியத்தில் நுழைகிறார்கள். சம்போகக் கலையை யாரும் போதிப்பதில்லை. தம்பதிகள் அனுபவத்தின் மூலம் அறிகிறார்கள். எனவே, மன்மதக் கலைக்கு, 'உபாய சம்போகம்' என்று பெயர். அனுபவத்தின் மூலம் அறியும் அந்த உபாயக் கலையான சம்போகத்தை அனுபவிப்பதற்காக அறைக்குள் செல்லும் தம்பதியருக்கு, பாலும் இனிப்பும் சேர்ந்த பதார்த்தத்தைத் தயாரித்து வைப்பார்கள்.

`உபாய சம்போகம்' என்கிற சொல்லில் இருந்து `உபாய' என்கிற சொல்லின் இறுதி இரு எழுத்துகளின் ஒலியையும், சம்போகம் என்கிற சொல்லின் முதல் இரு எழுத்துகளின் ஒலியையும் சேர்த்து `பாயசம்' என்கிற சொல்லை உருவாக்கிவிட்டனர் நம் பெரியோர்கள்" - திருமலை ரங்கராயர் விளக்கினார்.

"ஆஹா... அற்புதம்! பாயசம் என்பது மொழியைக் குறிக்கும் பெயர் அல்ல. சடங்கைக் குறிக்கும் பெயர் என்று விளக்கமளித்த நமது ராயருக்கு இன்னொரு குவளை பாயசம் பரிமாறு!" - அடுக்களைத் தலைவன் காகாசுர பீமப்பாவிடம் கட்டளையிட்டார் சாம்ராஜ வோடேயார்.

அந்த இன்னொரு குவளை பாயசம் தனக்கு மட்டுமல்ல, தனது ராஜ்யத்திற்கே பெரும் கேட்டினை விளைவிக்கப்போவதை அறியாமல், அதை ஆவலுடன் பருகினார் திருமலை ரங்கராயர்.

"நாங்கள் ஸ்ரீரங்கப்பட்டணம் புறப்படுகிறோம்!" - விருந்துக்குப் பிறகு திருமலை ரங்கராயர் கூற, அதனை மறுத்துப் பேசினார் சாம்ராஜர்.

“என்ன இது! இன்று முழுவதும் நீர் என் விருந்தாளி. நாளை காலைதான் ஸ்ரீரங்கப்பட்டணம் செல்ல வேண்டும்!” - அன்புக் கட்டளையிட்டார் சாம்ராஜ வோடேயார்.

“உங்கள் அன்பைக் கண்டு நெகிழ்ந்துபோகிறேன் வோடேயாரே! என்னைக் கேளாமல் என் மகள் கொளத்து நாட்டு இளவரசனை மணந்துகொண்டாள். அவள் சுயநினைவில் இல்லாதபோது இந்தத் திருமணம் நடந்துவிட்டது. என்னால் ஒன்றும் செய்ய இயலவில்லை. நான் வாக்கு கொடுத்ததை மீறும்படி ஆகிவிட்டது. என்னை நீங்கள் மன்னிக்க வேண்டும்!” - சாம்ராஜரின் கையைப் பற்றினார் திருமலை ரங்கராயர்.

“அதோ மலை உச்சியில் அமர்ந்திருக்கும் சாமுண்டி தேவி போடும் முடிச்சு. நீங்களும் நானும் பேசி என்ன பயன்? அவள் திருவுள்ளம் இப்படித்தான் நடக்க வேண்டும் என்று நியமிக்கும்போது, நாம் அதனை ஏற்றுக்கொள்வதுதான் சிறப்பு. மனதில் குற்ற உணர்வு எதுவுமின்றி, நிம்மதியாக உறங்குங்கள். நாளைய பொழுது நன்றாக விடியட்டும்” என்று கூறிவிட்டு அகன்றார், சாம்ராஜ வோடேயார்.

யாருக்கு என்பதை அவர் குறிப்பிடாமல் சென்றுவிட்டதை கவனிக்கவில்லை திருமலை ரங்கராயர்.

- தொடரும்

அத்தியாயம் 48

வளர்த்தா கடா மார்பில் பாய்ந்தது

மைசூர் அம்பா விலாச அரண்மனை

நள்ளிரவு

விருந்து, கேளிக்கைகள் அனைத்தும் முடிந்து அவரவர் தங்களது சயன அறைக்குச் சென்றுவிட்டிருந்தனர். கேத்ரீனும் பர்கண்டியும் நள்ளிரவு மன்மத உடற்பயிற்சிகளை முடித்துவிட்டு, ஆயாசத்துடன் தங்கள் படுக்கையில் வெளியே அரங்கேறப்போகும், பொக்கிஷ வேட்டைக்கான முதல் காட்சியைக் காண்பதற்கு ஆவலுடன் கிடந்தனர்.

"ரங்கராயரும் அவர் மனைவியும் கொல்லப்படுவார்களா?" - பர்கண்டியிடம் கிசுகிசுத்தாள் கேத்ரீன்.

"கொலை வெறியில்தான் இருக்கிறான் ராஜா வோடேயார். அப்படியே கொன்றாலும் நமக்கு என்ன பிரச்னை? கேத்ரீன், இங்கிலாந்து என்கிற பெரிய மரம் வாழவேண்டுமென்றால் சுற்றி இருக்கும் செடிகளை அப்புறப்படுத்தித்தானே ஆக வேண்டும். நமக்குத் தேவை மயிலங்கிப் பொக்கிஷங்கள். ஜோஷுவா சைல்டுக்குத் தெரியாமல், ராஜா வோடேயாரிடம் டீல் போட முயன்று கொண்டிருக்கிறேன். பார்க்கலாம், பொக்கிஷங்களில் பாதி கிடைத்தாலும் ஓகே!" என்றான் பர்கண்டி.

"உன்னைவிட என்னால் எளிதாக டீல் போட முடியும் பர்கண்டி! அவனை நான் சமாளிக்கிறேன். நீ செய்யவேண்டியதெல்லாம் அந்த மயிலங்கிப் பொக்கிஷங்களை எப்படியாவது நமது செல்சீ (இங்கிலாந்தில் உள்ளது) எஸ்டேட்டில் கொண்டு வந்து சேர்க்க வேண்டும். குறிப்பாக மயிலங்கியின் ஸ்வர்ண மயில் எனக்கு அவசியம் வேண்டும்" கேத்ரீன் கூறிக்கொண்டிருந்த அதே வேளையில், அம்பா விலாசத்தில் தங்களுக்கு ஒதுக்கப்பட்ட

அறையில் திருமலை ரங்கராயரும் அவரது மனைவி அஸ்வத்தம்மாவும் உறங்கிக்கொண்டிருந்தனர். அவர்களின் அறையில் அமைதி நிலவிக்கொண்டிருக்க, அம்சத்தூளிகா விளக்கில் எரிந்துகொண்டிருந்த தீபச்சுடர் எண்ணெய் குறைந்ததால் காற்றில் படபடத்துக்கொண்டு, அந்தத் அறையில் நிகழப்போகிற அசம்பாவிதத்திற்கு கட்டியம் கூறியது.

மெல்லிய குறட்டை ஒலியுடன் உறங்கிக்கொண்டிருந்த திருமலை ரங்கராயரின் உதடுகள் முதலில் இடப்புறமாகக் கோணிக்கொண்டன. அவரது உடல் திடீரென்று தூக்கிப்போடத் தொடங்க, இடது கரமும் இடது காலும் வலிப்பு வந்தது போன்று உதறத் தொடங்கின.

கழுதை ஒன்று கனைப்பது போன்று, 'ஆஆஅ... ஊஊ ஆஆ ஊஊஊ...' என்று அவரிடமிருந்து அலறல் புறப்பட, திடுக்கிட்டு விழித்த அஸ்வத்தம்மா, தன் கணவனின் நிலையைக் கண்டு வெலவெலத்துப்போனாள்.

மன்னரின் இடதுபுறம் செயலிழந்துபோனது.

அஸ்வத்தம்மாவின் அலறலைக் கேட்டு காவலர்கள் உள்ளே எட்டிப்பார்க்க, "மன்னருக்கு உடல்நிலை சரியில்லை. உடனே அரண்மனை வைத்தியரை அழைத்து வா!" அஸ்வத்தம்மா கட்டளையிட, எவ்வித பரபரப்புமின்றி காவலன் அடிமேல் அடியெடுத்து வைத்து மணப்பெண் மணவறைக்குச் செல்வதுபோல நடந்தான். உடல்நிலை பாதித்திருப்பது மைசூர் மன்னர் இல்லையே அல்லது கட்டளையிட்டது மைசூர் அரசி அன்னபூர்ணா இல்லையே! வேண்டாத விருந்தாளி இட்ட கட்டளைதானே!

மருத்துவர் அறைக்குச் செல்லாமல் முதலில் ராஜா வோடேயாரின் அறையை நாடிச் சென்றான் காவலன். அவனது அறைக் கதவை தனது சுட்டுவிரலைத் திருப்பி, அதன் மைய எலும்பால் மூன்றுமுறை தட்ட கதவு திறந்தது. தலையில் வழக்கமாக அணியும் டர்பன் இல்லாமல் முடி இரவுக் காற்றில் பறந்துகொண்டிருக்க, வெற்று உடம்புடன் ஒரு மஸ்லின் வேட்டியை மட்டும் அணிந்திருந்தான் ராஜா.

“என்ன... பாயசத்தில் கலந்திருந்த மருந்து வேலை செய்ய தொடங்கிவிட்டதா?” ராஜா கேட்க, காவலன் தலையசைத்தான்.

“நல்லது! ராயருடன் வந்திருக்கும் ஸ்ரீரங்கப்பட்டணப் பிரதானிகளுக்கும், பாதுகாப்புப் படையினருக்கும், விஷயத்தைத் தெரிவிப்பதற்கு முன்பாக, நீ அரண்மனை வைத்தியரை என்னிடம் அழைத்துக்கொண்டு வா! பிரதானிகள் எதிரே நான் சொல்லும்படிதான் அவர் பேச வேண்டும்” என்று சொல்ல, காவலன் முதலில் அரண்மனை வைத்தியரை எழுப்பி, உடனே ராஜா வோடேயாரின் அறைக்குப் போகச் சொன்னான். பிறகு, ரங்கராயருடன் வந்திருந்த இரண்டு மூன்று அமைச்சர்கள், அதிகாரிகள் மற்றும் காவல் படையினரிடம் தகவலை எட்டவைத்தான்.

திருமலை ரங்கராயருக்கு உடல்நலக் குறைவு ஏற்பட்டுள்ளது. அரண்மனை வைத்தியர் விரைந்துகொண்டிருக்கிறார். தங்கள் அனைவரிடமும் சொல்லி உங்களை ராயரின் அறைக்கு வரச் சொன்னார் இளவரசர். உங்கள் எதிரே சிகிச்சையை மேற்கொண்டால், நாளை ஐயங்களுக்கு இடமில்லாமல் இருக்கும் என்கிற தகவலை இளவரசர் சொல்லச் சொன்னார்!” ராஜா கற்றுத்தந்த வசனத்தை அப்படியே ஒப்புவித்தான் காவலன்.

என்னவோ ஏதோ என்று ஸ்ரீரங்கப்பட்டண அமைச்சர்களும், அதிகாரிகளும் ரங்கராயர் தங்கியிருந்த அறைக்கு ஓடி வர, மைசூர் மன்னர் சாம்ராஜ வோடேயார், ராஜா வோடேயார், கிழக்கிந்திய கம்பெனி அதிகாரி, ஜோஷுவா சைல்டு, ஆர்தர் பர்கண்டி அனைவரும் ராயரின் அறைக்கு விரைந்தனர். மைசூர் வேலிக்கு கம்பெனி ஓணான் நாளைக்கு சாட்சி கூற வேண்டும் அல்லவா? அம்பா விலாசத்தில் சதி ஒன்றும் அரங்கேறவில்லை. ராயருக்கு உடல்நலக் குறைவு ஏற்பட்டபோது நாங்கள் அங்கேதான் இருந்தோம் என்று சொல்ல வேண்டுமே!

அரண்மனை வைத்தியர் துமுகூரு திம்மப்பா சிவப்புச் சால்வையைப் போர்த்தியபடி வந்தவர், தனது மருத்துவச் சாதனங்கள் அடங்கிய மூங்கில் பெட்டியை முக்காலி மீது வைத்துவிட்டு, ரங்கராயரின் மூடி இருந்த கண்களைத் திறந்து

பார்த்தார். பிறகு நாடி படித்தவர், மன்னரின் பாதங்களில் சிறு குழவிக்கல்லால் தட்டிப் பார்த்தார். இடதுகரத்தையும் காலையும் பரிசோதித்துவிட்டு, வாயைத் திறந்து நாக்கைப் பார்க்க, அது இடது புறமாகக் கூண்டில் சுருண்டிருக்கும் பாம்புபோல கிடந்தது.

"அபஸ்மாரத்தில் (காக்காய் வலிப்பு) தொடங்கி பக்கவாதத்தில் முடிந்துள்ளது! இதற்கு தக்க வைத்தியம் இங்கே இல்லை!" என்றவர் மன்னர் சாம்ராஜ வோடேயாரின் செவியில் கிசுகிசுத்தார். உடனே மன்னர் ஸ்ரீரங்கப்பட்டணப் பிரதானிகளை நோக்கினார்.

"நீங்கள் சற்று வெளியே இருங்கள். அரசியாரிடம் பேசிவிட்டு உங்களை அழைக்கிறேன்" என்றார்.

பிரதானிகள் வெளியேற, அபலையாக கண்ணீர் சிந்தியபடி நின்றிருந்த அஸ்வத்தம்மாவை நோக்கினார், சாம்ராஜா வோடேயார்!

"அரசியாரே! மன்னரின் நிலை குறித்து வருந்துகிறேன். மன்னரின் உயிருக்கு பயமில்லை! இருப்பினும், இந்த வாத நோய்க்கான சிகிச்சையை தலைக்காடு வைத்தீஸ்வரன் ஆலயத்தில் உள்ள பச்சிலைச் சாவடியில்தான் செய்ய இயலும் என்று வைத்தியர் கூறுகிறார். அங்கே திறமையான வைத்தியர்கள் உள்ளனர். பழையபடி மன்னரை நடமாடச் செய்வர்" என்று சாம்ராஜர் கூறியதும், அஸ்வத்தம்மாவுக்கு வயிற்றில் பால் வார்த்ததுபோல இருந்தது. வயிற்றில் ஊற்றிய பால்பாயசத்தால் வந்த வினைதான் இது என்பதை அந்த அப்பாவி அரசி அறியவில்லை, பாவம்!

'எங்கள் திவானுடனும் அமைச்சர்களுடனும் கலந்தாலோசித்துவிட்டு பிறகு முடிவெடுக்கிறேன்!' என்று அஸ்வத்தம்மா கூறியிருந்தால், வெளியே இருக்கும் அதிகாரிகள், ராயரின் சிகிச்சையை எங்கள் ஸ்ரீரங்கப்பட்டணத்தில் நாங்களே பார்த்துக்கொள்கிறோம் என்று கூறியிருப்பார்களோ என்னவோ! ஆனால் அவள் கூறிய 'சரி' என்கிற ஒரு சொல், மைசூரின் சதித்திட்டத்திற்கு மிக வசதியாகப்போனது.

ஒருவேளை அஸ்வத்தம்மா `முடியாது! நாங்கள் ஸ்ரீரங்கப்பட்டணத்திற்கே செல்கிறோம்' என்று சொல்லிவிட்டால், அவளை அச்சுறுத்தி பணியவைப்பதற்காக அருகில் வைக்கப்பட்டிருந்த உடைவாள் ஒன்றை எடுப்பதற்காக கையை நீட்டிய ராஜா வோடேயார், அவள் 'சரி' என்றவுடன் தனது கையை விலக்கிக்கொண்டான்.

தனது கணவருக்கு வைத்தியம் செய்வதற்காக தாங்கள் தலைக்காடு போவதாக நினைத்துக்கொண்டிருந்தாள் அஸ்வத்தம்மா. தலைக்காடு மருத்துவக் கடிகையில் ஓர் அறையில் இவர்கள் சிறை வைக்கப்பட இருப்பது, பாவம்... அவளுக்குத் தெரியாது.

அன்றிரவே திருமலை ரங்கராயரும் அவர் மனைவி அஸ்வத்தம்மாவும் ரகசியமாக ஊர் பேர் தெரியாத ஓர் இடத்திற்கு வீரர்களால் அழைத்துச் செல்லப்பட்டனர். வெளியே நின்றிருந்த ஸ்ரீரங்கப்பட்டணப் பிரதானிகளுக்கு அவர்கள் எங்கே அழைத்துச் செல்லப்பட்டனர் என்பது தெரியவில்லை.

திருமலை ரங்கராயரும் அஸ்வத்தம்மாவும் படுக்கையுடன்கூடிய ஒரு பெட்டி வண்டியில் புறப்பட, சாம்ராஜ வோடேயாரும், ராஜா வோடேயாரும் தங்களது ஆலோசனை அறைக்கு பாயித் முகமது அலியை அழைக்க, அவன் வந்து தலை வணங்கினான். அவனுடன் அவனுடைய மகன் ஹைதர் அலியும் வந்திருந்தான்.

"பாயித், எங்கள் திட்டத்தை வெற்றிகரமாக முடித்துவிட்டோம். ஸ்ரீரங்கப்பட்டண அரசரும் அரசியும் எங்கள் கட்டுப்பாட்டில் உள்ளனர். மயிலங்கிப் பொக்கிஷத்தை மங்கா நமக்குக் கொடுத்தால் அவர்களை விடுவிப்போம். இல்லையேல், சம்பாஜியின் கதிதான் அனைவருக்கும் என்று சொல்வோம். ரங்காத்மஜா என்னை மணந்துதான் தீர வேண்டும். அவளுக்கு பாஞ்சாலி போன்று ஐந்து கணவன்கள் இருந்தாலும் கவலையில்லை. ஆறாவதாக என்னை அவள் ஏற்கதான் வேண்டும்" என்று ராஜா வோடேயார் உறுமினான். சாம்ராஜ வோடேயார் அவனை பார்வையால் அடக்கிவிட்டு, பின்பு பாயித் முகமது அலியை நோக்கினார்.

“உனது விசுவாசத்திற்குப் பரிசாக, மைசூர் சமஸ்தானத்தின் தளவாயாக உன்னை நியமிக்கிறேன்! நீ ஸ்ரீரங்கப்பட்டணத்தில் உனது ஜாகையை அமைத்துக்கொண்டு, எங்கள் பிரதிநிதியாகத் திகழ்வாய்!” - ராஜா வோடேயார் கூற, உற்சாகத்துடன் தலை வணங்கினான் பாயித்.

“வோடேயாரே! அந்தப் பதவிக்கு உரியவன் என் மகன் ஹைதர் அலி! நான் தங்களுக்கு பங்கா வீசிய விசுவாசி! கோல்கொண்டா சுல்தானால் பயிற்சி பெற்ற என் மகன் ஹைதர், சுத்த வீரன். தளவாய் பதவிக்கு உரியவன்!” என்றதும், ராஜ வோடேயார் தனது பங்கிற்கு ஹைதரை ஊக்குவித்தான்.

“ஹைதர், என் நண்பனும் மற்றோர் உப தளபதியுமான ஹரி பிரசன்னா மயிலங்கி சமஸ்தானத்தைக் கைப்பற்றப்போகிறான். பொக்கிஷங்கள் கடைசியில் மயிலங்கி அரண்மனையிலேயே பதுக்கப்பட்டிருந்தன. ஆக, மீண்டும் நம்மை மங்கா ஏமாற்றியிருக்கிறாள். இன்று ஸ்ரீரங்கப்பட்டணத்தில் ரங்கநாயகிக்கு ஆபரணங்களைச் சாற்றியிருக்கிறாள். ஆனால், நமக்குத் தேவை முழு பொக்கிஷம். அவள் மீண்டும் மயிலங்கி செல்லும்போது ஹரி பிரசன்னா அவளைக் கைதுசெய்வான். ரங்காத்மஜாவையும் கைது செய்து மைசூர் கொண்டு வருவான். உன்னுடைய பணி, ஸ்ரீரங்கப்பட்டணத்தைக் கைப்பற்றி, எங்களிடம் ஒப்படைக்க வேண்டும் அவ்வளவே!” ராஜா வோடேயார் கூற, பாயித் தனது பக்கத்தில் நின்ற ஹைதர் அலியை முன்பாகத் தள்ளி சாம்ராஜ வோடேயாரிடம் ஆசி பெற செய்தான்.

“என் மகன் மாவீரன்! இவன் நம்முடன் இருக்கும் வரையில் நமக்குத் தோல்வியே கிடையாது. ஸ்ரீரங்கப்பட்டணம் இனி மைசூருடையது!” - பாயித் கூறினான்.

மன்னரிடமும் இளவரசரிடமும் விடைபெற்றுக்கொண்டு பாயிதும், ஹைதர் அலியும் வெளியேறினர். ஒருமுறை தனக்குப் பின்பாகத் திரும்பிப் பார்த்துவிட்டு, ஹைதர் அலி தன் தந்தையை நோக்கினான்.

“வாலத் (அப்பா), இந்தக் கிழட்டு மைசூர் யானைக்கும், பொக்கிஷ மதம் பிடித்து அலையும் இந்த யானைக்குட்டிக்கும்

நாம் எதற்கு ஊழியம் செய்யவேண்டும்? அவர் அடாவடியாக ஸ்ரீரங்கப்பட்டண மன்னரையும் அவர் மனைவியையும் கைப்பற்றி சிறையில் அடித்திருக்கிறார். நாம் அடாவடியாக அவர்களிடமிருந்து ஸ்ரீரங்கப்பட்டணத்தைத் தட்டிப் பறிப்போம். நாம் செய்வது தவறு என்றால் அவர்கள் செய்வதும் தவறுதானே! நாம் போராடிக் கைப்பற்றும் சமஸ்தானத்தை மைசூருக்கு எதற்கு தாரைவார்க்க வேண்டும்?" என்றவுடன் பாயித் யோசித்தான்.

"இல்லை மகனே! மைசூர் மன்னர்களுக்கு பங்கா வீசி, அவர்கள் உப்பை உண்டவன் நான்! அந்த நன்றி உணர்ச்சிக்காகப் பார்க்கிறேன்!" பாயித் தயக்கத்துடன் கூறியதும், ஹைதர் அவரை ஆதூரத்துடன் நோக்கினான்.

"அப்பா! (தமிழில் APPA-வில் P ஒலி, உருது மொழியில் அப்பாவில் ABBA என்று அழுத்தி B ஒலி) நாம் ஸ்ரீரங்கப்பட்டணத்தைக் கைப்பற்றலாம். மைசூர் நன்றி உணர்ச்சியைப் பற்றி கேள்வி எழுப்பினால், நாங்கள் மைசூரைக் கைப்பற்றாமல் இருப்பதே நன்றி உணர்ச்சியால்தான் என்று கூறிவிடலாம்" என்று கூறிவிட்டு, கண்களில் உறுதி கொப்புளிக்க நடந்தான் ஹைதர்.

தனது மாளிகைக்குச் சென்ற ஹைதர் அலி, தாய் லால்பீபியை அணைத்து அவளது கையைப் பற்றி முத்தமிட்டான்.

"அம்மா, இப்போது உனது கையை முத்தமிட்டது வருங்கால ஸ்ரீரங்கப்பட்டண சுல்தான். சுல்தான் ஹைதர் அலி கான் பகதூர். மீண்டும் மைசூர் நவாப் ஆவதற்கு முன்பாக உனது கையை மீண்டும் முத்தமிடுகிறேன்" என்றான் ஹைதர்.

மைசூர் வளர்த்த கடா, அதன் மார்பிலே பாயத் தயாராகிக்கொண்டிருந்தது.

- தொடரும்

அத்தியாயம் 49

தலைக்காட்டில் தன்னந்தனியாக!

திருமலை ரங்கராயருக்கு எதிராகப் புரட்சி செய்து பாயித் முகமது அலி மற்றும் ஹைதர் அலி தலைமையில் படைகள் ஸ்ரீரங்கப்பட்டண அரண்மனையைச் சுற்றிவளைத்தன.

அரண்மனையைச் சேர்ந்தவர்கள் மைசூரின் பிடியில் ஸ்ரீரங்கப்பட்டணம் வந்துவிட்டதாக நினைத்து, “சாம்ராஜா வோடேயார் வாழ்க” என்று கோஷமிட, அவர்களை பாயித்தின் ஆதரவாளர்கள் வாட்களை நீட்டி எச்சரித்தார்கள்.

“மைசூர் மன்னரை எதற்கு வாழ்த்துகிறீர்கள்? என் மகன் ஹைதரை வாழ்த்துங்கள்” என்ற பாயித், “சுல்தான் ஹைதர் அலிகான் பகதூர்” - என்று கோஷம் எழுப்ப, “வாழ்க..!” என்று கூட்டத்தினர் முழக்கமிட்டனர்.

வெற்றியைக் கொண்டாடுவதற்காக ஸ்ரீரங்கப்பட்டண அரண்மனை விஜய விலாசத்தை நோக்கி அமைச்சர் சாமண்ணாவுடனும் தனது பரிவாரத்துடனும் ராஜா வோடேயார் அணிவகுத்துச் செல்ல, எதிரே ஒரு மைசூர் வீரன் குதிரையில் வந்தான்.

“இளவரசே..! ஸ்ரீரங்கப்பட்டணம் செல்ல வேண்டாம்” ஹைதர் அலி தன்னை ஸ்ரீரங்கப்பட்டண சுல்தானாக அறிவித்துக்கொண்டான் என்றதும் ராஜா வோடேயாருக்கு கடும் அதிர்ச்சி. ஸ்ரீரங்கப்பட்டண வடையை, ரங்கராயரிடம் இருந்து திருடிய காகமாய் இவர்கள் இருக்க, இவர்களைப் பாடவைத்து, குள்ளநரி வடையை அபகரித்துவிட்டதே! சிறு வயது முதல் கதை சொல்வது பாடம் கற்றுக்கொள்ளவே. பேராசைகொண்டு அலைந்தால், இப்படித்தான் சம்பவங்கள் நிகழும்.

ஸ்ரீரங்கப்பட்டண ரங்கநாதர் ஆலய மண்டபத்தில் ஆலோசனை செய்துகொண்டிருந்தனர், அலர்மேல் மங்காவும் விக்ரமனும் மற்றவர்களும்.

“பெரிய சூழ்ச்சி அரங்கேறியுள்ளது. பங்குனி உத்திரம் வைபவத்திற்கு வருகிறேன் என்று சொன்ன ரங்கராயரும் அஸ்வத்தம்மாவும் இன்னும் வரவேயில்லை. `நிச்சயம் வந்துவிடுகிறேன்' என்றார். ஏன் வரவில்லை?” மங்கா கேட்க, ரங்காத்மஜா கலவரத்துடன் விக்ரமனை நோக்கினாள்.

“என் பெற்றோரின் உயிருக்கு ஆபத்து ஒன்றும் நேராதே?” - கதறி அழத் தொடங்கினாள்.

“கவலைப்படாதே, அவர்களுக்கு ஒன்றும் ஆகாது” - விக்ரமன் அவளுக்கு ஆறுதல் கூறினாலும், முகத்தில் கவலை கொப்பளிக்க மங்காவை வெறித்துப் பார்த்தான். அவனை பதிலுக்கு உற்றுப்பார்த்தாள் மங்கா.

“விக்ரமரே, அவர்கள் இலக்கு நான். என் கணவனின் மூலம் என்னையும் என் பொக்கிஷங்களையும் கைப்பற்ற நினைக்கிறார்கள்” மங்கா சொல்ல, அரக்க பரக்க ஓடிவந்தான் திவான் கீரங்கூர் அனந்தாச்சார்யாரின் ஒற்றன் ராஜஹம்சம். திவானின் மகள் பாமினியை மணந்திருந்தான் ராஜஹம்சம்.

(கீரங்கூர், ஸ்ரீரங்கப்பட்டணத்திற்கு வடக்கே உள்ளது. ஸ்ரீரங்கப்பட்டணம் ஒருகாலத்தில் மேல் ரங்கன் ஊர், கீழ் ரங்கன் ஊர் என்று இரண்டு பகுதிகளாக இருக்க, கீழ் ரங்கன் ஊர் நாளடைவில் கீரங்கூர் என்று மாறியது.)

“ராஜஹம்சத்தில் முகத்தில் கலவரத்தையும் அதிர்ச்சியையும் கண்ட திவான் கீரங்கூர் அனந்தர், அரண்டுபோய் எழுந்தார்.

“என்ன நடந்தது ராஜஹம்சம்?” - திவான் கேட்க, கோவென்று கதறினான் ராஜஹம்சம்.

“அரசியாரே... மோசம் போனோம். மன்னர் ரங்கராயரையும் அரசியாரையும் தலைக்காடு பகுதியில் சிறைவைத்துவிட்டார்கள். ஸ்ரீரங்கப்பட்டணத்தைக் கைப்பற்ற மைசூர் மன்னர் படை அனுப்பினார். படைத் தளவாய் ஹைதர்

அலி, ஸ்ரீரங்கப்பட்டணத்தைக் கைப்பற்றி, தன்னையே சுல்தானாகப் பிரகடனப்படுத்திக்கொண்டான்" என்றதும், உவகையுடன் எழுந்து நின்றாள் அலர்மேல் மங்கா.

"சபாஷ்" மைசூரின் துரோகத்திற்கு துரோகமே பரிசாகக் கிடைத்தது. நமது மன்னரின் படைகள் என்ன ஆனது?" அலர்மேல் மங்கா கேட்டவுடன் தலைகுனிந்தான் ராஜஹம்சம்.

"நமது படைகளில் பாதிபேர் ஹைதர் அலியால் விலைக்கு வாங்கப்பட்டுவிட்டனர். இப்போது அவர்கள் பாயித் முகமது அலியின் தலைமையை ஏற்றுக்கொண்டுவிட்டனர்" - ராஜஹம்சம் கூற, அலர்மேல் மங்கா திகைத்துப்போனாள்.

"வேறு வழியில்லை வாயு விக்ரமரே. ஸ்ரீரங்கப்பட்டணம் கைநழுவிப் போய்விட்டது" மயிலங்கியையாவது காக்க வேண்டும். நீர் எனது மயிலங்கி நாட்டிற்குச் சென்று என் தளபதி வீரப்ப தளவாயைச் சந்தித்து படையெடுத்து வரும் மைசூரைச் சமாளியுங்கள். நான் திவானுடன் தலைக்காட்டிற்குச் சென்று சிறைவைக்கப்பட்ட மன்னரை மீட்டு வருகிறேன். நாம் இருவரும் சேர்ந்து போராடி மைசூர் வோடேயார்களுக்கு தக்க பாடம் புகட்டுவோம். அதற்கு முன்பாக, ஒரு முக்கிய வேலை இருக்கிறது. விக்ரமரே, என்னுடன் அரங்கன் சந்நிதிக்கு வாரும்" - மங்கா எழுந்து செல்ல, அவளைப் பின்தொடர்ந்தான் விக்ரமன்.

"என் பெற்றோரைக் கதறவிட்டு, ஆற்றோடு சென்று திருமணம் செய்துகொண்டதற்கு தண்டனையாக, இன்று பெற்றோரைப் பறிகொடுத்துத் தவிக்கிறேன்" - ரங்காத்மஜா கதற, அவளை மார்போடு அணைத்துக்கொண்டு ஆறுதல் சொன்னாள் வேங்கடி.

"அரசகுமாரிகள் பொது இடங்களில் அழக்கூடாது இளவரசி" - வேங்கடி கூற அவளை கண்ணீருடன் நிமிர்ந்து பார்த்தாள் ரங்காத்மஜா.

"ஸ்ரீரங்கப்பட்டணம்தான் பறிபோனதே... இனி நான் இளவரசி இல்லையே. இனி அழுதால் என்ன?" - ரங்காத்மஜா கேட்டாள்.

“ஏன் நீங்கள் கொளத்து நாட்டு இளவரசி இல்லையா? வருங்கால மயிலங்கி அரசி இல்லையா? மங்காவுக்கு அழவே தெரியாது. எனவே, நீங்களும் அழக்கூடாது” வேங்கடி கூறினாள்.

ஹைதர் அலி ஆட்சியைக் கைப்பற்றினார் என்கிற சேதி வந்ததும், ஆலயக் கதவைச் சார்த்தி, அரங்கன் சந்நிதிக்குத் திரை சாற்றிய பட்டர், இனி எதிர்காலம் எப்படி இருக்குமோ என்று கவலையுடன் நிற்க, அலர்மேல் மங்காவும் விக்ரமனும் சந்நிதி உள்ளே நுழைந்தார்கள்.

“பட்டரே... நான் சொன்னது போன்று செய்துவிட்டீர்களா?” மங்கா கேட்க, பட்டர் தலையசைத்தார். உடனே மங்கா விக்ரமனின் செவிகளில் தனது திட்டங்களைக் கூறத் தொடங்கினாள். விக்ரமனுக்கு அவள் சொல்வதுபோல செய்ய விருப்பமில்லைதான். ஆனால் ரங்காத்மஜாவையும், மயிலங்கிப் பொக்கிஷங்களையும் காக்க வேண்டுமென்றால், அதைத் தவிர வேறு வழியில்லை என்பதை உணர்ந்தான்.

“அரசியாரே, மங்கா தேவி...” - வெளியே திவானின் குரல் கேட்டது.

திரையை விலக்கி வெளியே பார்த்தாள் மங்கா.

“தங்களைக் கைதுசெய்ய வேண்டும் என்று ஆலயத்திற்கு மைசூர் படைகள் வருகின்றன. தங்களையும் ரங்காத்மஜாவையும் கைதுசெய்து மைசூர் மன்னரிடம் ஒப்படைக்க ஹரி பிரசன்னா புறப்பட்டு வருகிறானாம். நீங்கள் உடனே புறப்படுங்கள்” திவான் அலற, அலர்மேல் மங்கா கடைசியாக ஒருமுறை அரங்கனை கண் மூடி பிரார்த்தனை செய்தாள்.

“ரங்கா, அடுத்த பிறவியிலாவது என்னை அரச குடும்பத்தில் பிறக்கவைக்காதே! ஏழைக் குடும்பத்தில் பிறந்து உன்னை அன்றாடம் தரிசித்துக்கொண்டிருக்கும் பேற்றைக் கொடுத்தால் போதும்” என்றவள் பட்டரைப் பார்த்தாள்.

“ஸ்ரீனிவாசப் பட்டரே, கலங்க வேண்டாம். அரங்கன் உங்களையும் தனது கோயிலையும் ரட்சிப்பான். உங்கள் கைங்கர்யங்களுக்கு எந்த பங்கமும் வராது” என்றவள் விக்ரமனைப் பார்த்தாள்.

“விக்ரமரே, நான் சொன்னது நினைவிருக்கட்டும். உண்மையிலேயே என்னை உமது சகோதரியாக நினைக்கிறீர் என்றால், உமது சகோதரிக்கு ஏதாவது சீர் செய்ய வேண்டும் என்று விரும்புகிறீர் என்றால், நான் சொன்னதைச் செய்து முடியுங்கள் போதும். உங்கள் நட்பு கிடைத்தது நான் செய்த பாக்கியம்” என்று கூறியவள், கடைசியாக ஒருமுறை அரங்கனை கண்குளிரப் பார்த்துவிட்டு, திரையை விலக்கிக்கொண்டு வெளியேறினாள்.

* * * *

அரங்கன் ஆலயத்திலிருந்து அலர்மேல் மங்கா தப்பித்துவிட்டாள்! ரங்காத்மஜா, கணவன் வாயு விக்ரமனுடன் சென்றுவிட்டாள். யாரை விரட்டிச் செல்வது? குழப்பத்துடன் ஸ்ரீரங்கப்பட்டண ஆலய வாசலில் நின்றான் ராஜா வோடேயார். தொலை தூரத்தில் ஆர்ப்பரிப்பும் கோஷங்களும் கேட்டன.

ராஜா வோடேயார் குழப்பத்துடன் அந்தத் திக்கை நோக்கினான். “அங்கே என்ன நடக்கிறது?”

“விஜய விலாச அரண்மனையை `பகதூர் மெஹல்’ என்று பெயர் மாற்றிவிட்டார்கள். ஹைதர், சுல்தானாகப் பதவி ஏற்றுக்கொண்டிருக்கிறான்” ஹரி பிரசன்னா சொல்ல, முகத்தை மறுபக்கம் திருப்பிக்கொண்டான் ராஜா.

அப்போது புரவியில் சாமண்ணா விரைவாக வருவதைப் பார்த்தான் ராஜா. குதிரையிலிருந்து குதித்து இறங்கிய சாமண்ணா, ராஜா வோடேயாரைப் பணிந்துவிட்டு நேராக விஷயத்திற்கு வந்தார்.

“அலர்மேல் மங்கா, மயிலங்கிப் பொக்கிஷங்களுடன் இன்னும் இருவருடனும் தலைக்காட்டுக்குப் போய்கொண்டிருப்பதாக தகவல் கிடைத்திருக்கிறது” என்றவுடன் பரபரப்படைந்தான் ராஜா.

“மங்காவை விடுவதில்லை. அவளைக் கொன்றாவது பொக்கிஷங்களுடன் வருகிறேன்... வா ஹரி. அவளை சித்ரவதை செய்து கொன்றால்தான், இதுநாள் வரை அவள்

நமக்கு அளித்த ஏமாற்றங்களுக்குப் பழிதீர்த்த உணர்வு கிட்டும்" ராஜா வோடேயார் தனது புரவியின் விலாவை மங்காவின் முகமாக நினைத்து எட்டி உதைக்க, வலியால் கதறியபடி குதிரை ஓட, அவனைத் தொடர்ந்து ஹரி பிரசன்னாவும் படையினரும் தலைக்காட்டை நோக்கி விரைந்தார்கள்.

* * * *

தலைக்காடு, காவிரி ஆற்றங்கரையில் அமைந்திருக்கும் ஒரு குக்கிராமம். மாமரங்களும், அசோக மரங்களும் அடர்ந்து கிடந்த அமைதியான பகுதி. ஆனால் இங்கே பழைமைவாய்ந்த மூன்று சிவாலயங்களும், பஞ்ச நாராயண கோயில்களில் ஒன்றான கீர்த்தி நாராயணர் கோயிலும் உள்ளன. வெள்ளீஸ்வர், பாடலீஸ்வர் மற்றும் வைத்தீஸ்வரர் என்று மூன்று சிவாலயங்களில் வைத்தீஸ்வரன் கோயிலில் ஒரு மருத்துவசாலை உண்டு. பச்சிலை வைத்தியர்கள் இங்கே வசித்தார்கள்.

அதிக மக்கள் வராத காரணத்தால்தான் அந்த வைத்தியசாலையில், திருமலை ரங்கராயரும் அஸ்வத்தம்மாவும் சிறை வைக்கப்பட்டிருந்தனர். வைத்தியசாலையின் கதவு தாழிடப்பட்டு, பூட்டு போடப்பட்ட பிறகுதான் மைசூரின் சதியைப் பற்றி உணர்ந்தாள் அஸ்வத்தம்மா. மயக்க நிலையில் இருந்த கணவனைப் பார்த்துக் கதறினாள்.

"ஐயோ..! மங்கா தலைப்பாடமாக வலியுறுத்தி கூறினாளே! அவர்களின் அழைப்பின் பின்பாக ஏதோ சதி இருக்கக்கூடும் என்று. நாம் கேட்கவில்லையே!" - அவளது கதறல் அந்தக் காட்டுப் பிரதேசத்தில் கேட்பாரின்றி காற்றில் கரைந்துபோனது.

ஆனால் மங்காவின் சாதுர்யத்திற்கு முன்பாக மைசூரின் சதி எடுபடவில்லை. திவானின் மருமகன் ராஜஹம்சம் தலைக்காடு என்றவுடன், அவளது சிந்தையில் காவிரி ஆறும், மூன்று சிவாலயங்களும், கீர்த்தி நாரயண கோயிலும்தான் தோன்றின. பலமுறை தந்தையுடன் அங்கே தரிசனத்திற்குச் சென்றிருக்கிறாள்.

"அப்பா, நான் மயிலங்கி வரவில்லை" காவிரிக் கரையில் நிரந்தரமாகத்தங்கிவிடுகிறேன்" என்றெல்லாம்கூறியிருக்கிறாள்.

அலர்மேல் மங்காவின் யூகம் சரியாக இருந்தது. தலைக்காடு மூன்று சிவாலயங்கள், ஒரு நாராயணர் கோயிலைத் தவிர இருப்பவை எண்ணி இருபது வீடுகள்தான். அங்கே ஒரு மன்னனையும் அரிசியையும் எங்கே சிறைவைக்க முடியும்? வைத்தீஸ்வர ஆலயத்தின் மருத்துவசாலையில்தானே!

இரவெல்லாம் பயணித்து தலைக்காடு வந்துவிட்டார்கள். பகல் பொழுதிலேயே மனித நடமாட்டம் இல்லாத குக்கிராமம், இரு குதிரைகளில் திவானும், மங்காவும் தலைக்காடுக்குப் பயணிக்க, மங்காவின் பின்பாக வேங்கடி அமர்ந்திருந்தாள். மங்காவை நிழல்போல் தொடர்பவள். தாயாக தன்னை வளர்த்த வேங்கடியைவிட்டுப் பிரிய, மங்காவுக்கும் மனதில்லை. திவான் கீரங்கூர் அனந்தாச்சார்யார், குதிரையில் தனக்கு முன்பாக அலர்மேல் மங்காவின் மரகதப்பெட்டியைச் சுமந்து வந்தார்.

தலைக்காடுக்கு விரைந்த மூவரும், கீர்த்தி நாராயணர் கோயில் அருகிலேயே குதிரைகளை நிறுத்திவிட்டு இறங்கி நடந்தார்கள். திவான் கீரங்கூர் அனந்தர், தனது குதிரையில் சுமந்து வந்திருந்த மங்காவின் மரகதப்பெட்டியை எடுத்துக்கொண்டு மங்காவுடன் நடந்தார். அவர்கள், அருகே நின்ற சிவாலயங்களை நோக்கி விரைந்தார்கள். நல்லவேளையாக திவான் அனந்தாச்சார்யர் தனது உடைவாளுடன் வந்திருந்தார். வைத்தீஸ்வர ஆலயத்தை நெருங்கும்போதே அந்த அமைதியான மாலைப் பொழுதில் அஸ்வத்தம்மாவின் அழுகுரல் கேட்டது. எனவே, அவர்களைத் தேடி கண்டுபிடிக்கும் அவசியம் ஏற்படவில்லை. அனைத்துமே மங்காவுக்குச் சாதகமாகவே அமைந்தன.

பத்துப் பதினைந்து காவலர்கள் இருப்பார்கள் என்று எண்ணி, திவானின் கத்தியை உருவிக்கொண்டு ஆலயத்தில் நுழைந்தால், உறங்கி வழிந்துகொண்டு நான்கே காவலர்கள் நின்றிருந்தனர். கத்தியுடன் பாய்ந்து வரும் மங்காவைக் கண்டு அவர்கள் சுதாரிப்பதற்குள், கண்ணிமைக்கும் நேரத்தில் இருவரை வெட்டிக் கொன்றாள். மற்ற இருவரும் அவள் மேல் வாளுடன் பாய முயல, திவான் தனது இரும்புக்கரத்தால் ஒருவனின் கழுத்தை வளைத்துக்கொள்ள, வேங்கடி மற்றொருவனை கீழே தள்ளி அவன் மீது அமர்ந்து அவனது தலையை ஆலயத்தின் கருங்கல் தரையில் தேங்காயை உடைப்பது போன்று

மோதினாள். நான்கு பேரையும் வீழ்த்திவிட்டு, ஒருவனின் இடையில் செருகப்பட்டிருந்த திறவுகோலை வைத்து வைத்தியசாலையைத் திறந்து மன்னரையும் அரசியையும் விடுவித்தாள்.

கதறியபடி தன்னை அணைத்துக்கொண்ட அஸ்வத்தம்மாவின் தலையைக் கோதியபடி, திவான் கீரங்கூர் அனந்தரை நோக்கினாள்.

"பேசுவதற்கு அவகாசமில்லை. திவான், மன்னரையும் அரசியையும் கொளத்து நாட்டு இளவரசர் விக்ரமன் மற்றும் ரங்காத்மஜாவிடம் ஒப்படைத்துவிடுங்கள். வேங்கடி என் தாய் போன்றவள். அவளுக்கும் யாரும் கிடையாது. அவளையும், ரங்காத்மஜாவின் பொறுப்பில் விட்டுவிடுங்கள். அங்கே கொளத்து நாட்டு அரசி அந்தர்ஜனம், மன்னர், அரசி அனைவருக்கும் எனது நன்றியைச் சொல்லுங்கள்" மங்கா சொல்ல, வேங்கடி அதிர்ந்தாள்.

"அலர்மேல் மங்கம்மா, நீயும் எங்களுடன் வா" - வேங்கடி கூற, தலையசைத்து மறுத்தாள் மங்கா.

"அதோ குதிரை குளம்படிகளின் சத்தம் கேட்கிறது. ராஜா வோடேயார் வருகிறான். அவனுக்கு தக்க பாடம் புகட்டிவிட்டு வருகிறேன். நீங்கள் செல்லுங்கள் வேங்கடி. நீ எனது புரவியில் அரசியாருடன் செல். திவான் மன்னரை அவரது புரவியில் சுமந்து செல்லட்டும்" - மங்கா கூற, வேங்கடி ஏதோ கூற வர, மங்காவின் ஆணித்தரமான குரல் அவளைப் பேச விடாமல் தடுத்தது.

"வேங்கடி... இது என் கட்டளை!" மங்கா கூறியதும், வேறு வழின்றி வேங்கடி மங்காவை திரும்பிப் பார்த்தபடி அவர்களுடன் நடந்தாள்.

தலைக்காட்டில் காவிரியில் இறங்கி, இரு குதிரைகளும் கரையைக்கடந்து அக்கரையில் அடர்ந்திருந்த காட்டில் மறையும் வரை அவர்களையே பார்த்துக்கொண்டு நின்றிருந்த மங்கா, திவானின் வாளை இடையில் செருகிக்கொண்டாள். தனது சேலை தலைப்பைச் சுருட்டி தலையில் சும்மாடு (வியாபாரிகள் கூடைகளைத் தலையில் சுமக்க வைத்துக்கொள்ளும் சுருட்டப்பட்ட துணி) போன்று வைத்து, அதன் மீது

மரகதப்பெட்டியை இருத்திக்கொண்டு, கீர்த்தி நாராயணர் கோயிலை நோக்கி நடந்தாள்.

ராஜா வோடேயார் தலைமையில் மைசூர் படையினர், தலைக்காட்டின் எல்லையில் வந்து நின்றனர். உள்ளே நுழைவதற்கு முன்பாக, ராஜா படையினரிடம் பேசத் தொடங்கினான்.

"மைசூர் சமஸ்தானத்தினர் மயிலங்கிப் பொக்கிஷத்தை அலர்மேல் மங்கம்மாவிடம் இருந்து வழிப்பறி செய்தனர் என்று நாளைய சரித்திரம் நம்மை குற்றம் சொல்லக்கூடாது. எனக்கு ஒரு யோசனை, நம் வீரர்கள் கொள்ளையர்கள் போன்று வேடமிட்டு ஆலயத்தினுள் புகுந்து பொக்கிஷங்களைக் கொள்ளையடிப்போம். அலர்மேல் மங்காவைக் காப்பாற்றப் போவதுபோன்று அவளைக் கைதுசெய்து தலைக்காட்டில் கணவனுடன்அவளையும்சிறைவைப்போம். பொக்கிஷங்களும் நமது கையில்" - ராஜா கூற, தலையசைத்து ஆமோதித்தனர் ஹரி பிரசன்னாவும் சாமண்ணாவும்.

"நீங்கள் சென்று ரங்கராயரும் அவர் மனைவியும் எப்படி இருக்கின்றனர்என்றுபார்த்துவாருங்கள்?"-இருபடைவீரர்களை அனுப்ப, அவர்கள் நடந்து சென்று ஆலயத்தில் நுழைந்தார்கள். அந்த அமைதியான சூழ்நிலையில் குயில்கள் கூவ, அதை ரசித்தபடி ராஜா, படை வீரர்களுக்காகக் காத்திருந்தான். பேயைக் கண்டதுபோன்று அந்த வீரர்கள் தலைதெறிக்க ஓடிவருவதைக் கண்டதும் திகைத்தனர் மைசூர் படையினர்.

"இளவரசே, நான்கு வீரர்கள் கொல்லப்பட்டுக் கிடக்கிறார்கள். ரங்கராயரும் அவரின் மனைவியும் தப்பிவிட்டார்கள்" - வீரர்கள் கூற, ஆவேசத்துடன் சுற்றிலும் பார்த்தான் ராஜா.

"அப்படியென்றால் அலர்மேல் மங்கா இங்குதான் எங்கோ பதுங்கி இருக்கிறாள். சுற்றிலும் தேடிப்பாருங்கள்" ராஜா உத்தரவிட்டான்.

- தொடரும்

அத்தியாயம் 50

மங்காப் புகழை நோக்கி மங்கா!

ராஜா வோடேயாரின் படைகள் தன்னை விரைவில் சூழ்ந்துகொண்டுவிடும் என்பது அலர்மேல் மங்காவிற்குத் தெரியும். எப்படியும் அவர்களிடமிருந்து தப்பித்துவிட வேண்டும் என்கிற துடிப்பில், தலையில் அந்த மரகதப்பெட்டியை வைத்துக்கொண்டு நடக்க முடியாமல் நடந்துகொண்டிருக்கிறாள். இன்னும் சற்று தொலைவு நடந்து போனால், காவிரி ஆறு வந்துவிடும். அந்த ஆற்றை நோக்கி, அவ்வப்போது புதிய உத்வேகத்தைத் தருவித்துக்கொண்டுதான் அலர்மேல் மங்கா நகர்ந்து சென்றுகொண்டிருந்தாள். கணவன் திருமலை ரங்கராயர், அஸ்வத்தம்மா, ரங்காத்மஜா, வேங்கடி என்று தன்னை நம்பி நின்றவர்களை எல்லாம் பத்திரப்படுத்திவிட்டோம். ரங்கநாயகிக்கும், மயிலங்கி ஆபரணங்களைச் சாற்றிவிட்டோம். வாயு விக்ரமனிடம் கடைசியாக ஒரு பணியைச் செய்யும்படி சொல்லியிருக்கிறாள். அவன் நிச்சயம் செய்துகாட்டுவான். எனவே, இவள் வாழ்க்கையில் பூரணத்துவத்தை அடைந்துவிட்டாள். சிவாஜி, சம்பாஜி, விக்ரமன், அந்தர்ஜனம், ரங்காத்மஜா, வேங்கடி என்று இவளுக்கு மனிதர்கள் இல்லாமல் இல்லை. இவள் காலத்திற்குப் பிறகு, மகள் பிறந்தால் இவள் பெயரைத்தான் வைக்கப்போகிறேன் என்று விக்ரமன் ஒரு நாள் விளையாட்டாக இவளிடம் கூறியிருந்தது, மங்காவின் நினைவுக்கு வந்தது.

அவளையும் அறியாமல் மனதில் பரிபூரண திருப்தியும், அமைதியும் குடிகொள்ள, தனக்குள் புன்னகைத்தாள் மங்கா.

அதோ, காவிரி பாயும் ஒலி அலர்மேல் மங்காவின் செவிகளில் ஒலித்தது. தொலைவில் கீர்த்தி நாராயண ஆலயத்தின் கோபுரமும் தெரிந்தது. ராஜா வோடேயாரின் கைகளில் சிக்காமல் தப்பித்துவிடலாம். அவனின் தந்தை சாம்ராஜ

வோடேயாரை திருமணம் செய்துகொள்ள மறுத்தது, மயிலங்கிப் பொக்கிஷங்களைக் கிடைக்கவிடாமல் செய்தது, ரங்காத்மஜாவை ராஜா வோடேயாருக்குக் கிடைக்கவிடாமல், வாயு விக்ரமனுக்குத் திருமணம் செய்து கொடுத்தது, கடைசியாக காவலர்களைக் கொன்று ரங்கராயர் தம்பதியரை மீட்டது என்று பல காரணங்களுக்காக இவள் மீது கோபம்கொண்டிருக்கிறார்கள். ராஜ வோடேயாரிடம் சிக்கினால், பெண் என்றும் பாராமல் சித்ரவதைகளை செய்து கொல்வான் என்பதை உணர்ந்திருந்தாள் அலர்மேல் மங்கா.

காவிரி பொங்கிப் பாய்ந்துகொண்டிருக்க, தலையில் சுமக்க முடியாமல் சுமந்து வந்த அந்த மரகதப்பெட்டியை ஒரு பாறையின் மீது வைத்தாள் அலர்மேல் மங்கா.

தொலைவில் தெரிந்த கீர்த்தி நாராயண ஆலய கோபுரத்தை நோக்கி ஒருமுறை கண்களை மூடித் திறந்தாள். பிறகு, பொங்கி சுழித்தோடும் காவிரியைப் பார்த்தாள்.

“காவிரி தாயே! அதிகம் சிரமப்படுத்தாமல் எனது உயிரை எடுத்துக்கொள்!” என்று முணுமுணுத்தபடி நின்றபோது, குதிரைகளின் குளம்படிச் சத்தம் தொலைவில் கேட்டது. கண்களில் சற்றும் அச்சமில்லாமல் திரும்பி நோக்கினாள். வாழ்வை முடித்துக்கொள்ளப்போகிறவளுக்கு என்ன அச்சம்?

குதிரைகளின் காலடியின் வேகத்தால் புறப்பட்ட புழுதியில் இடையே படைவீரர்கள் ஆவேசத்துடன் பாய்ந்து வருவது தெரிய, அலர்மேல் மங்கா மீண்டும் மரகதப்பெட்டியைத் தூக்கித் தலையில் வைத்துக்கொண்டாள்.

தனது குதிரையில் வேகமாகப் பாய்ந்து வந்த ராஜ வோடேயார், குதிரையை நிறுத்திவிட்டு “சிக்கிக்கொண்டாயா!” என்பது போன்று மங்காவை வெறித்தான்.

அவனை அலட்சியமாக நோக்கிய அலர்மேல் மங்கா, ஆவேசத்துடன் தனது தலையில் சுமந்துகொண்டிருந்த அந்த மரகதப் பெட்டியை காவிரியினுள் வீசினாள். பிறகு, திரும்பி நின்று ராஜ வோடேயாரை உறுத்துப் பார்த்தாள்.

அலர்மேல் மங்கா தனது கொண்டையை அவிழ்க்க, அவளது நீண்ட கூந்தல் அருவியை போன்று விரிந்து படர்ந்தது! தலைவிரி கோலத்துடன் ஒரு பிடி மண்ணை கையில் அள்ளி ராஜா வோடேயாரின் முகம் நோக்கி வீசினாள் அலர்மேல் மங்கா,

"தலக்காடு மரலகளி!" (தலக்காடு மண் மூடட்டும்)

இரண்டாவது பிடி மண் அள்ளி வீசினாள்

"மலங்கி மடுவகளி" (மலங்கி குழம்பிய மடுவாகட்டும்)

மூன்றாவது பிடி மண்ணை அள்ளி வீசினாள்

"மைசூரூ துரைகே மக்களிள்ளாதே ஹோகலி" (மைசூர் மன்னர்களுக்கு வாரிசு இல்லாமல் போகட்டும்)

என்றவள், ராஜ வோடேயார் பிரம்மித்து பார்த்துக்கொண்டிருக்கும்போதே, அவனை நோக்கி கலகலவெனச் சிரித்தாள். சிரித்துக்கொண்டே இருந்தவள், திடீரென்று ஆவேசத்துடன் திரும்பி நின்று, பொங்கும் காவிரியில் பாய்ந்தாள்.

அவளது நீண்டு விரிந்த தலைமுடி மட்டும்தான் நீரில் மிதந்து சென்றது. பிறகு அதுவும் நீருக்குள் மூழ்கியது. நீர்குமிழிகள் அவள் விழுந்த இடத்திலிருந்து வெளிப்பட்டன.

ஆற்றில் அலர்மேல் மங்கா குதித்துவிட, அவளைப் பற்றி லட்சியம் செய்யாமல் "அவள் தண்ணீரில் வீசியெறிந்த மரகதப்பெட்டியைக் கைப்பற்றிக்கொண்டு வாருங்கள்" என்று ராஜா வோடேயார் தன் வீரர்களுக்கு உத்தரவிட்டான்.

ஆழ் தண்ணீர் நீச்சலில் கைதேர்ந்த நான்கைந்து காவலர்கள் தங்கள் ஆடைகளைக் களைந்துவிட்டு, உள்ளாடைகளுடன் நீருக்குள் பாய்ந்தனர்.

தலைக்காடு பாறைகள் அதிகம் மிகுந்த பகுதி என்பதால், ஆற்று நீரின் அடியே பல பாறைகள் மூழ்கிக் கிடந்தன. இரண்டு பாறைகளின் இடையே மரகதப்பெட்டி சிக்கிக்கொண்டிருப்பதைக் கவனித்தனர். வீரர்கள் சற்றே சிரமப்பட்டு மரகதப்பெட்டியை எடுத்துக்கொண்டு மேலே

வந்தனர். கரையேறியதும் மரகதப்பெட்டியை ராஜா வோடேயாரின் முன்பாக வைத்தனர்.

ராஜா வோடேயாரின் கண்களில் பரவசம் மின்னியது. ஆவலுடன் மரகதப் பெட்டியின் மூடியைத் திறந்து உள்ளே எட்டிப்பார்த்தான்.

உள்ளே அலர்மேல் மங்காவின் நாசிகாபரணம் மட்டும் ஒரு சிறு வெள்ளிப் பேழையில் வைக்கப்பட்டிருந்தது. அதன் அருகில் ஒரு சுவடி! ராஜா வோடேயார் அதை எடுத்து வாசித்தான்.

`பல முறை ஏமாந்துபோனாய்! கடைசி முறையாக இப்போதும் ஏமாந்துவிட்டாய். இனி உன்னை ஏமாற்ற நான் இருக்க மாட்டேன். உன்னால் என்னையோ, எனது பொக்கிஷங்களையோ, இறுதிவரையில் கைப்பற்ற இயலவில்லை என்பது எனக்குக் கிடைத்த மாபெரும் வெற்றி!' என்று மங்கா தனது கைப்பட சுவடியில் எழுதியிருந்தாள்.

ஏமாற்றத்தாலும், சினத்தாலும் மீசை துடிதுடிக்க ராஜா வோடேயார் உறுமினான்.

"இருந்தும் கெடுத்தாள்... செத்தும் கெடுத்தாள் அலர்மேலம்மா! மயிலங்கிப் பொக்கிஷம் அந்த ரங்காத்மஜாவின் வசம்தான் இருக்கும் பிடியுங்கள் அவளை" ராஜா வோடேயார் அலறினான். அந்தத் ஆவேசத்திலும் மங்காவின் நாசிகாபரணத்தை தனது ஆடையில் பத்திரப்படுத்திக்கொண்டான் ராஜா. அதை ஆற்றில் வீசியிருந்தால், ஒருவேளை மங்காவின் கோபம் மைசூர் சமஸ்தானத்தை பாதித்திருக்காதோ! அதை தன்னுடன் எடுத்துச் சென்றதால் தீராத வினையை அனுபவிக்கப்போகிறார்கள் மைசூர் சமஸ்தானத்தினர்.

மைசூர் படையினர் ஏமாற்றத்துடன் அங்கிருந்து சென்ற பிறகு காவிரியின் மறுகரையில் இருந்து ஓர் உருவம் மெதுவாக நடந்து வந்தது. அலர்மேல் மங்காவின் செவிலியாக இருந்தாலும், அவளை தாய் போன்று வளர்த்த வேங்கடிதான் கதறிக்கொண்டு மெதுவாக நடந்து வந்தாள். அன்றொரு நாள் ரங்காத்மஜாவை மீட்பதற்காக காவிரியில் நீந்தினாள்! இப்போது அவளது மகளாக மார்பில் சீராட்டி வளர்த்த அலர்மேல் மங்காவின்

உடலை மீட்பதற்காக வருகிறாள். காவிரியில் பாய்ந்து குதித்த வேங்கடி ஆற்று நீரில் மங்காவின் உடலைத் தேடினாள். ஆற்று நீரின் ஊடே பாய்ந்த சூரிய கிரணங்களின் ஒளியில் தொலைவில் மிதந்துகொண்டிருந்த மங்காவின் சடலத்தைக் கண்டாள்.

மயிலங்கி மங்கை அலர்மேல் மங்காவின் நீண்ட கூந்தல், ஆற்று நீரில் மயிற்தோகையைப் போன்று அவள் தலைக்கு மேலாக விரிந்து கிடக்க, `மயிலங்கி மங்கை' என்கிற பெயருக்கு பொருத்தமாகக் காணப்பட்டாள் மங்கா! வேங்கடியின் கண்ணீர் காவிரி நீரில் கலந்தது. விரைந்து சென்று சடலத்தைப் பற்றி, காவிரி ஆற்றுக்கு மேலே வந்தாள். சற்று நேரம் சுவாசத்தை வாங்கிக்கொண்டு தலைக்கட்டின் கரையை நோக்கி நீந்தினாள்.

"மயிலங்கி மங்கம்மா! என் அலர்மேல் மங்கம்மா! உனக்கு வாழப் பிடிக்கவில்லையா? எதற்காக இப்படிச் செய்தாய்?" - வேங்கடி கதறிக்கொண்டே இருந்தாள். சூரிய அஸ்தமனம் வரையில் கதறி அழுதுகொண்டே இருந்தவள், பிறகு சுள்ளிகளையும் மரக்கிளைகளையும் சேகரித்து வந்தாள். அலர்மேல் மங்காவின் உடல் மீது சுள்ளிகளை அடுக்கி, பிறகு சிக்கி முக்கிக் கற்களை உரசி, காய்ந்த சருகுகளை எரிய வைத்து, சுளுந்து ஒன்றை பற்றவைத்தாள். தான் பாலூட்டிய பெண்ணின் சிதைக்கு தனது கையாலேயே தீ வைத்தாள்! தன்னந்தனியாகப் போராடிய துணிவுமிக்கப் பெண்ணின் பயணம் தலைக்காட்டில் முடிந்தது. தன் தந்தை வேங்கடப்பாவிடம் கூறியதுபோல், அலர்மேல் மங்கா நிரந்தரமாக தலைக்காட்டிலேயே தங்கிவிட்டாள்! வேங்கடியும்கூட அதற்குப் பிறகு தலைக்காட்டைவிட்டுப் போகவில்லை. அங்கேயே மங்காவின் நினைவுகளோடு தங்கிவிட்டாள். மங்காவின் சிதை எறிந்த இடத்தில், தலைக்காடு கீர்த்தி நாராயணன் கோயில் பட்டர்கள் உதவியோடு மங்காவின் கற்சிலையை எழுப்பினாள் வேங்கடி. தொண்ணூற்றி இரண்டு வயது வரை அலர்மேல் மங்காவின் நினைவுகளோடு வாழ்ந்துவந்த வேங்கடி, மங்கா சிலையின் அருகே தனது உயிரை விட்டாள். இன்றும் வேங்கடி நிறுவிய மயிலங்கி மங்கை அலர்மேல் மங்காவின் சிலை தலைக்காட்டின் காவிரிக் கரையில் உள்ளது.

தொடர்கிறது பொக்கிஷங்களின் பயணம்

அலர்மேல் மங்காவின் பயணம் நிறைவடைந்தாலும், அவளது மயிலங்கிப் பொக்கிஷங்களின் பயணம் தொடர்ந்துகொண்டுதான் இருக்கிறது. ஸ்ரீரங்கப்பட்டண ஆலயத்தில் பட்டரின் காதில் சில விஷயங்களை அலர்மேல் மங்கா சொன்னது நினைவிருக்கலாம். தனது மரகதப்பெட்டியைப் போலவே, மற்றொரு பச்சை வண்ணப் பெட்டியைத் தயாரித்து, தனது நாசிகாபரணத்தை மட்டும் அந்த போலி மரகதப்பெட்டியில் வைத்தாள். ரங்கநாயகிக்கு அணிவித்திருந்த அத்தனை திருவாபரணங்களையும் மரகதப்பெட்டியில் வைத்து, வாயு விக்ரமன் வசம் ஒப்படைத்தாள்.

வாயு விக்ரமனிடம் அவள் வைத்த கோரிக்கை இதுதான். `மயிலங்கிப் பொக்கிஷங்கள் அனைத்தையும் வாயு விக்ரமன் தனது கொளத்து நாட்டுக்கு எடுத்துச் சென்றுவிட வேண்டும். வருடாவருடம் ரங்கநாயகிக்கு அவற்றை அணிவித்து பங்குனி உத்திர வைபவத்தை நடத்த வேண்டும்'.

தங்கள் கொளத்து நாட்டுப் பொக்கிஷங்களைப் பதுக்கி வைத்திருந்த யானைக்காவு மலைக்குகையில், மயிலங்கிப் பொக்கிஷங்களைப் பதுக்கிவைத்தான் வாயு விக்ரமன்.

* * * *

அலர்மேல் மங்கா மண்ணை வாரி இறைத்து ஏவிவிட்ட சாபம் இன்றளவில் தொடர்கிறது. தலைக்காடு நகரம் மண் மூடியது. மூன்று ஆலயங்களான வைத்தீஸ்வர, வெள்ளீஸ்வர, பாடலீஸ்வர ஆலயங்கள் மண் மூடினாழலும் கீர்த்தி நாராயண பெருமாள் சந்நிதியை மீட்டு எடுத்து, மேடான பகுதியில் அமைத்திருக்கிறார்கள். ஆலயத்தின் மற்ற பகுதிகள் மண் மூடித்தான் கிடக்கின்றன. இன்று மண்ணில் புதைந்து கிடைக்கிறது தலைக்காடு. அண்மையில் மூன்று சிவாலயங்களை வெளியே எடுத்திருக்கிறார்கள்.

மயிலங்கி என்கிற மலங்கி மடுவாக மாறி அதில் நீர் நிறைந்தது. அலர்மேல் மங்கா இறந்தவுடன், தொடர்ந்து மழை பெய்து,

வெள்ளப்பெருக்கு எடுத்து, மயிலங்கி அருகில் பாய்ந்த லோக பவானி ஆறு (கபினி) பொங்கி, மயிலங்கி என்கிற மலங்கியை மூழ்கடித்தது. மயிலங்கி கிராம மக்கள், திருமுக்கூடல் நரசிம்மபுராவுக்கு குடிபெயர்ந்தனர். அங்கே அலர்மேல் மங்காவின் உக்கிரத்தைத் தணிக்க, அவளுக்கு ஆலயம் ஒன்றை எழுப்பினர். இன்றும் அந்த ஆலயம் சிவப்பு வண்ணக் கட்டடமாகக் காட்சி தருகிறது. அலர்மேல் மங்காவுக்குப் பிடித்த நிறம் சிவப்பு.

அலர்மேல் மங்காவின் மூன்றாவது சாபம், மைசூர் சமஸ்தான பரம்பரையை பெரிதும் பாதித்தது. கடந்த நானூறு வருடங்களாக வாரிசு இல்லாமல் தத்துப் பிள்ளைகளைக்கொண்டே சமஸ்தானத்தை ஆண்டுவருகிறார்கள். மங்காவுக்கு இழைக்கப்பட்ட அநீதிகளை உணர்ந்து, மைசூர் அரண்மனையில் மங்காவுக்கு அபிமான தெய்வமான ரங்கநாயகியின் சந்நிதியை எழுப்பி, அதில் அலர்மேல் மங்காவின் ஓவியத்தை வைத்தவுடன், நானூறு வருடங்களுக்குப் பிறகு முதன்முறையாக இப்போதைய மைசூர் இளவரசருக்கு ஆண் குழந்தை பிறந்துள்ளது.

கொளத்து நாட்டில், திருமலை ரங்கராயருக்கு சிறப்பான வைத்தியம் அளிக்கப்பட்டு, மனைவி மகளுடன் வாழ்ந்துவந்தார். ரங்காத்மஜாவுக்கும் வாயு விக்ரமனுக்கும் ஒரு மகனும், மகளும் பிறந்தனர். மகளுக்கு அலர்மேல் மங்கா என்றும் மகனுக்கு சாம்பவர்மா வடக்கன் கோலாத்ரி என்றும் பெயரிட்டனர். அந்தர்ஜனம், பரசு, கனகமணி, ரங்கராயர், அஸ்வத்தம்மா ஆகியோர் ஒருவர் பின் ஒருவராக மறைய, மகள் மங்கா என்னும் மங்களாவை, திருவாங்கூர் அரசர் அணியம் திருநாள்-இன் தம்பி அணியம் குலசேகர திருநாளுக்கு மணமுடித்துக் கொடுத்தார்கள். அணியம் மகளையே சாம்பவர்மா கோலாத்ரி வடக்கன் பெருமாள் மணந்தான். திருமணங்கள் முடிந்த கையோடு ரங்காத்மஜா மங்காவைத் தேடி சென்றுவிட்டாள். எல்லா பொறுப்புகளையும் மகன் சாம்பவர்மாவிடம் கொடுத்துவிட்டு, கொளத்து நாடு மற்றும் மங்காவின் மயிலங்கிப் பொக்கிஷங்களுக்கும் காவலாக பழைய நினைவுகளை அசைபோட்டபடி அந்தர்ஜனத்தின் யானைக்காவுக் குடிலில் தங்கினார் வாயு விக்ரமர்.

ஹைதர் அலி தன் மகன் திப்பு சுல்தானிடம் மயிலங்கி, கொளத்து நாடு மற்றும் கேரள ஜமீன்தார்கள் பொக்கிஷங்களைப் பற்றி கதைகதையாகச் சொல்ல, திப்பு சுல்தான் அப்பொக்கிஷங்களைக் கைப்பற்ற கேரளத்தின் மீது படையெடுத்தான்.

மகன் சாம்பவர் சுற்றியுள்ள மற்ற சமஸ்தான மன்னர்களுடன் யானைக்காவுக்கு வந்து வாயு விக்ரமனின் யோசனையைக் கேட்க, வாயு விக்ரமன் ஒரு திட்டத்தை வரைந்தான்.

திருவாங்கூர் சமஸ்தானம் ஆங்கிலேயே கிழக்கிந்திய கம்பெனியுடன் நட்பு பாராட்டிவருகிறது. எனவே, அதன் மீது திப்பு சுல்தான் கை வைக்க மாட்டான். எனவே. சமஸ்தான மன்னர்கள் தங்களிடம் உள்ள பொக்கிஷங்களைக் கணக்கெடுத்து ஒரு பட்டோலையில் குறிப்பிட்டு, அந்தப் பட்டோலையில் திருவாங்கூர் சமஸ்தான இலச்சினையை வாங்கிக்கொண்டு பொக்கிஷங்களை திருவாங்கூர் சமஸ்தானத்தின் பாதுகாப்பில் வைத்துவிடலாம். படையெடுப்புக் காலம் நீங்கியதும் பட்டயங்களைக் காட்டி திரும்பி பொக்கிஷங்களைப் பெற்றுக்கொள்ளலாம் என்றதோடு, தானே தனது சம்பந்திகளான திருவாங்கூர் அரசிடம் சம்மதத்தை வாங்கினான்.

மலை நாட்டு சமஸ்தான மன்னர்களும், ஜமீன்தார்களும் தங்களது புதையல்களை வண்டியில் ஏற்றி திருவாங்கூர் மன்னர்வசம் ஒப்புவித்தனர். அவர்களது பொக்கிஷங்கள் தங்கள்வசம் இருப்பதற்கு அடையாளமாக அவர்களுக்கு திருவாங்கூர் மன்னர் தனது இலச்சினைப் பதித்த பட்டயம் ஒன்றை வழங்கினார்.

கேரளா மீது படையெடுத்துச் சென்ற திப்பு சுல்தான், பொக்கிஷங்கள் கிடைக்காததால் கோபமடைந்தான். திருநாவாய் ஆலயம் தாக்கப்பட்டது. கொளத்து நாடு, ஹரிபாட், திருநாவாய், திருவாறன்விளை உள்பட எல்லா சமஸ்தானங்களும் ஜமீன்களும் அழிக்கப்பட்டன.

மயிலங்கி மற்றும் கொளத்து நாட்டுப் பொக்கிஷங்கள் அனைத்தும் தற்போது எங்கே உள்ளன?

அவை எங்கேயும் போகவில்லை. இன்றும் திருவாங்கூர் சமஸ்தானத்தின் திருவனந்தபுர ஆலய நிலவறையில் பத்திரமாக

உள்ளன. சில வருடங்களுக்கு முன்பாக அண்மையில் திருவனந்தபுர ஆலய நிலவறைகளைத் திறந்தபோது நிறைய பொக்கிஷங்கள் இருப்பதாக தகவல் வந்ததே. அவற்றில் மயிலங்கி மங்கையின் மரகதப்பெட்டியில் வைக்கப்பட்டிருந்த பொக்கிஷங்களும் அடங்கும்

யாராவது திருவாங்கூர் சமஸ்தானம் வழங்கிய ஆதாரப் பட்டயச் சுவடி வைத்திருந்தால், மயிலங்கிப் பொக்கிஷங்களைக் கேட்டு வாங்கிக்கொள்ளலாம்.

** Maharajah Sree Anizham Thirunal dedicated the Kingdom of Travancore to his family deity Sri Padmanabhaswamy in 1750 January 3 and after that he was referred to as Sree Padmanabhadasa Vanchipaala Maharajah Sree Anizham Thirunal Veerabaala Marthanda Varma Kulasekharaperumal. The Kings of Travancore, taking the title of "Sree Padmanabhadasa," ruled the kingdom as the servant of that deity. This important donation of the Kingdom to the Temple was known as "Thripadidaanam."[18] Travancore as a whole, thus became the property of Sri Padmanabhaswamy, the deity of the Travancore royal family or in other words "God's Own Country". The recent Supreme Court veridict has upheld this right of Travancore Royal family and rejcted any State Govt claim on the temple and its treasures.*

(நிறைவடைந்தது)

அன்புள்ள வாசகர்களே, வாசிக்கும் ஆர்வம் குறைந்து விட்டது. அதிலும் தமிழ் புதினங்களை படிப்பதில் இந்தக் கால தலைமுறையினர் ஆர்வம் செலுத்தவில்லை. அதிலும், திரில்லர், ரொமான்ஸ் கதைகளுக்கு இருக்கும் வரவேற்பு சரித்திரத் தொடர்களுக்கு இல்லை, என்கிற கருத்துகளை எல்லாம் Bynge App தகர்த்தெறிந்து உள்ளது., சுமார் மூன்று லட்சங்களை கடந்து வாசகர்கள் 'மயிலங்கி மங்கையின் மரகதப் பெட்டி' தொடரை வாசித்து மகிழ்ந்திருக்கிறார்கள் என்பது என்னை நெகிழ வைத்த தகவல். ஆங்கில நாளிதழில் பணிபுரியும் எனக்கு, இது பெரிய அளவில் கிடைத்திருக்கும் ஆதரவு. என்னை ஊக்குவித்த உங்கள் அனைவருக்கும் தலையல்லால் கைமாறிலனே.! Bynge குழாத்திற்கும், இந்தத் தொடர் வெற்றிகரமாக வெளிவருவதற்கு உழைத்த அனைவருக்கும் மற்றும் வாசகர்களுக்கும் நன்றிகள் பல!

- 'காலச்சக்கரம்' நரசிம்மா

www.ingramcontent.com/pod-product-compliance
Lightning Source LLC
LaVergne TN
LVHW090219051026
849517LV00001B/127
9798888696163